நம் காலத்து நாவல்கள்

எஸ்.ராமகிருஷ்ணன்

தேசாந்திரி பதிப்பகம்

தேசாந்திரி பதிப்பக வெளியீடு: 45

நம் காலத்து நாவல்கள் (கட்டுரைகள்)
எஸ்.ராமகிருஷ்ணன்

முதல் பதிப்பு: டிசம்பர் 2018

தேசாந்திரி பதிப்பகம்,
டி-1, கங்கை அப்பார்ட்மெண்ட்,
110, 80 அடி ரோடு, சத்யா கார்டன்,
சாலிகிராமம், சென்னை 600 093,
தொலைபேசி: 044 23644947.
விலை: ரூ.350

Nam Kalathu Naavalgal- (Essays)
S.Ramakrishnan ©

First Edition: Dec 2018, Pages: 352
Size: Demy 1x8, Paper: 18.6 kg maplitho

Published by :
Desanthiri Pathippagam
D-1, Gangai Apartments,
110, 80-Feet Road, Satya Garden, Saligramam,
Chennai - 600 093, Ph: 044 2364 4947
Email : desanthiripathippagam@gmail.com
www.desanthiri.com

ISBN: 978-93-87484-69-6
Wrapper Design: Manikandan
Book Design: R.Prakash
Printed by: Ramani Print Solution, Chennai.

Price: Rs. 350

எஸ். ராமகிருஷ்ணன்

எஸ். ராமகிருஷ்ணன், விருதுநகர் மாவட்டம் மல்லாங்கிணறு கிராமத்தில் 1966இல் பிறந்தார். முழுநேர எழுத்தாளரான இவர் தற்போது சென்னையில் வசிக்கிறார்.

சிறுகதைத் தொகுப்புகள்: எஸ். ராமகிருஷ்ணன் கதைகள், நடந்து செல்லும் நீருற்று, பதினெட்டாம் நூற்றாண்டின் மழை, அப்போதும் கடல் பார்த்துக்கொண்டிருந்தது, நகுலன் வீட்டில் யாருமில்லை, புத்தனாவது சுலபம், வெளியில் ஒருவன், காட்டின் உருவம், தாவரங்களின் உரையாடல், வெயிலைக் கொண்டு வாருங்கள், பால்ய நதி, மழைமான், குதிரைகள் பேச மறுக்கின்றன. காந்தியோடு பேசுவேன், நீரிலும் நடக்கலாம், என்ன சொல்கிறாய் சுடரே.

நாவல்: உபபாண்டவம், நெடுங்குருதி, உறுபசி, யாமம், துயில், நிமித்தம், சஞ்சாரம், இடக்கை, பதின்.

கட்டுரைத் தொகுப்புகள்: விழித்திருப்பவனின் இரவு, இலைகளை வியக்கும் மரம், என்றார் போர்ஹே, கதாவிலாசம், தேசாந்திரி, கேள்விக்குறி, துணையெழுத்து, ஆதலினால், வாக்கியங்களின் சாலை, சித்திரங்களின் விசித்திரங்கள், நம் காலத்து நாவல்கள், காற்றில் யாரோ நடக்கிறார்கள், கோடுகள் இல்லாத வரைபடம், மலைகள் சப்தமிடுவதில்லை, வாசகபர்வம், சிறிது வெளிச்சம், காண் என்றது இயற்கை, செகாவின் மீது பனி பெய்கிறது, குறத்திமுடுக்கின் கனவுகள், என்றும் சுஜாதா, கலிலியோ மண்டியிடவில்லை, சாப்ளினுடன் பேசுங்கள், கூழாங்கற்கள் பாடுகின்றன, எனதருமை டால்ஸ்டாய், ரயிலேறிய கிராமம், பிகாசோவின் கோடுகள், இலக்கற்ற பயணி, செகாவ் வாழ்கிறார், ஆயிரம் வண்ணங்கள்.

திரைப்பட நூல்கள்: பதேர் பாஞ்சாலி—நிதர்சனத்தின் பதிவுகள், அயல் சினிமா, உலக சினிமா, பேசத்தெரிந்த நிழல்கள், இருள் இனிது ஒளி இனிது, பறவைக் கோணம், சாமுராய்கள் காத்திருக்கிறார்கள்.

குழந்தைகள் நூல்கள்: கால் முளைத்த கதைகள், ஏழு தலைநகரம், கிறுகிறு வானம், லாலிபாலே, நீளநாக்கு, தலையில்லாத பையன், எனக்கு ஏன் கனவு வருது, காசு கள்ளன், பம்பழாபம், சிரிக்கும் வகுப்பறை, அக்கடா.

உலக இலக்கியப் பேருரைகள்: ஆயிரத்தொரு அரேபிய இரவுகள், ஹோமரின் இலியட், ஷேக்ஸ்பியரின் மெக்பத், ஹெமிங்வேயின் கடலும் கிழவனும், தஸ்தாயெவ்ஸ்கியின் குற்றமும் தண்டனையும், லியோ டால்ஸ்டாயின் அன்னா கரீனினா, பாஷோவின் ஜென் கவிதைகள்.

வரலாறு: எனது இந்தியா. மறைக்கப்பட்ட இந்தியா.

நாடகத் தொகுப்பு: அரவான், சிந்துபாத்தின் மனைவி, சூரியனைச் சுற்றும் பூமி.

நேர்காணல் தொகுப்பு: எப்போதுமிருக்கும் கதை, பேசிக்கடந்த தூரம்.

மொழிபெயர்ப்புகள்: நம்பிக்கையின் பரிமாணங்கள், ஆலீஸின் அற்புத உலகம், பயணப்படாத பாதைகள்.

தொகை நூல்: அதே இரவு அதே வரிகள் (அட்சரம் இதழ்களின் தொகுப்பு), வானெங்கும் பறவைகள்.

ஆங்கிலத்தில் வெளிவந்துள்ள நூல்கள்: Nothing but water, Whirling swirling sky.

இணையதளம்: www.sramakrishnan.com

மின்னஞ்சல்: writerramki@gmail.com

முன்னுரை

நாவல் நம் காலத்தின் பிரதான இலக்கியவடிவம். உலகெங்கும் நாவலாசிரியர்கள் கொண்டாடப்படுகிறார்கள். நாவல்கள் உலகின் கவனத்தைத் தன் பக்கம் எளிதாகத் திருப்புகின்றன. நாவல்களே திரும்பத் திரும்ப வாசிக்கபடுகின்றன. நூற்றாண்டுகளை கடந்த போதும் டால்ஸ்டாய், தஸ்தாயெவ்ஸ்கி நாவல்களின் மீதான ஈர்ப்பு குறையவேயில்லை.

செவ்வியல் நாவல்களை மறுவாசிப்பு செய்தும் அறியப்படாத பிறமொழி நாவல்களை அறிமுகப்படுத்தியும், நான் எழுதிய தொடர் கட்டுரைகள் பரந்த கவனத்தைப் பெற்றன.

இது போலவே ஐந்து வருடங்களுக்கு முன்பாக வாக்கியங்களின் சாலை என்ற பெயரில் உலகப் புகழ் பெற்ற எழுத்தாளர்களின் புத்தகங்கள் குறித்து தனி நூல் ஒன்றை வெளியிட்டிருந்தேன் வெளிவந்தது. இந்த இரண்டையும் ஒன்றிணைத்து அத்தோடு பிரதான இலக்கிய இதழ்களில் உலக இலக்கியம் குறித்து நான் எழுதிய கட்டுரைகள் யாவும் ஒன்று சேர்க்கப்பட்டு ஒரே நூலாக வெளியாகின்றது.

என்னோடும் எழுத்தோடும் நேசம் கொண்டுள்ள மனைவி சந்திரபிரபா, பிள்ளைகள் ஹரி மற்றும் ஆகாஷிற்கும் இதனை வெளியிடும் தேசாந்திரி பதிப்பகத்திற்கும் ஆசான் எஸ்.ஏ.பெருமாள். கவிஞர் தேவதச்சன் ஆகியோருக்கு என் மனம் நிறைந்த நன்றி.

சென்னை — மிக்க அன்புடன்

25.07.2018 — **எஸ். ராமகிருஷ்ணன்**

பொருளடக்கம்

1. நானும் சில புத்தகங்களும் — 9
2. விக்டர் ஹ்யூகோ : பசியும் தண்டனையும் — 15
3. மேடம் பவாரி : துரோகத்தின் வசீகரம் — 30
4. தஸ்தாயெவ்ஸ்கி : அன்பும் தண்டனையும் — 43
5. எமிலி பிராண்டே : ஒரு துளித் தனிமை — 60
6. டேனியல் டீபோவும் குப்ரினும் : காமம் கடந்த நாவல்கள் — 72
7. மேஜிக் மவுண்டன்: தன்னை அறியும் தருணம் — 81
8. நதானியேல் ஹதோன் : புனிதர்களைத் தொடரும் பாவநிழல் — 92
9. கோன்சரோ : சோம்பல் நாயகன் — 103
10. நட்சுமி சுசூகி : மிடில் கிளாஸ் பூனை — 112
11. தான்டெர்ன் ஒயில்டர் : மனசாட்சியின் பாலம் — 122
12. டி. ஹெச். லாரன்ஸ் : சொல்லில் அடங்காத காமம் — 129
13. டால்ஸ்டாய் : போரும் அமைதியும் — 140
14. ஷெல்டன் பி. காப் : சாலையில் புத்தரைக் கொல்லுதல் — 152
15. இதாலோ கால்வினோ : புலப்படாத நகரங்கள் — 157
16. ஜோர்ஜ் லூயி போர்ஹே : புதிர்வழி — 163
17. ஸ்டீபன் ஹாக்கின்ஸ் : காலத்தின் சரித்திரம் — 171
18. பால்ராப்ஸ் & நயோஜென் செஞ்சாய் : ஜென் எலும்புகள், ஜென் கதைகள் — 182

19. டவ் சென்கோ : வசீகரமான டெஸ்டினா	191
20. ரில்கே : தேர்ந்தெடுக்கப்பட்ட கவிதைகள்	197
21. ஜாக் லண்டன் : கானகத்தின் குரல்	207
22. கேப்ரியல் கார்சியா மார்க்வெஸ் : ஒரு நூற்றாண்டு காலத் தனிமை	215
23. ஆந்த்ரே தார்கோவெஸ்கி : காலத்தை செதுக்குதல்	222
24. லூயி கரோல் : ஆலிஸின் அற்புத உலகம்	230
25. சி.எஸ்.லூயிஸ் : நார்னியா	237
26. விளாதிமிர் நபகோவ் : லோலிதா	245
27. காஃப்கா : விசாரணை	254
28. ஹெர்மன் ஹெஸ்ஸே : டமியான்	261
29. லூயி பிஷர் : மகாத்மா காந்தி	271
30. மார்சல் புருஸ் : ஸ்வானின் காதல்	278
31. லூயி பிராண்டலோ : எழுத்தாளனைத் தேடும் ஆறு கதாபாத்திரங்கள்	286
32. யாசுனாரி கவாபத்தா : உள்ளங்கை கதைகள்	295
33. டால்ஸ்டாயோடு நடந்தேன்	306
34. டோனி மாரிசன்	322
35. ஷேக்ஸ்பியரின் நிழலில்	326
36. டோரிஸ் லெசிங்	335
37. கரப்பான் பூச்சிகள் காதலிப்பதில்லை	343

நானும் சில புத்தகங்களும்

பள்ளி நாட்களில் இருந்தே புத்தகங்களின் மயக்கத்திற்குள் அலைந்து கொண்டிருக்கத் துவங்கியதன் ஈர்ப்பு, நிழலைப் போல இன்றும் தொடர்ந்து கொண்டேயிருக்கிறது. புத்தகங்களை முதலில் எனக்கு அறிமுகப்படுத்திய மனிதர் யாராக இருக்கக்கூடும் என ஞாபகம் தேடுகிறது. தெளிவாக எவர் உருவமும் புலப்படவில்லை. வீடெங்கும் புத்தகங்கள், தினசரி நாளிதழ்கள், திராவிட, இடதுசாரி விவாத புத்தகங்கள், கலைந்து கிடக்கும் மரப்பெஞ்சினை நோக்கி எந்த வயதில் முன்னேறினேன் என்பதும் தெளிவற்றதாகவேயுள்ளது. அண்ணனும் சித்தப்பாக்களும் யாருமற்ற மாடியின் ஒற்றைச் சுவரில் அமர்ந்தபடியோ, படர்ந்த வேம்பின் நிழலடியில் கிடக்கும் கல்லின் மீது சாய்ந்தபடியோ, ஒரு துளி கவனம் சிதறாமல் புத்தகம் வாசித்துக் கொண்டிருக்கும் சிற்பக்காட்சி போன்ற மாயக்கணங்கள் இன்னமும் நினைவில் இருக்கிறது. நடக்கும் சப்தம் கூட எழுப்பாமல் வரவேண்டியதிருக்கும். சப்தத்தின் ஒரு துணுக்குகூட அவர்களை எரிச்சல்படுத்திவிடும். பின்னாடி ஒளிந்து பார்ப்பதை அவர்கள் மிக கோபமாகக் கண்டிப்பார்கள். ருஷ்ய வாசனை என அந்தப் புத்தக வாசனைக்குப் பெயரிட்டி ருந்தேன். படிப்பதைவிடவும் அந்த வாசனை புத்தகங்களை முதலில் வசீகரமுடையதாக்கியிருக்கலாம். வீட்டில் பெண் களும் படிக்கும் பழக்கமுடையவர்களாக இருந்தார்கள். அவர்களும்கூட படிக்கும்போது ஏதேதோ முகநடுக்கமும், மலர்ச்சியுமாக பெருமூச்சிட்டுக்கொண்டவர்களாக இருப்பதைக் கண்டிருக்கிறேன். புத்தகம் என்பது ஒரு கனவு என முதலில் ஒரு சித்தி சொன்னாள். அவள் புத்தகங்களை

மிகவும் அந்தரங்கமானதொரு காதலில் வாசிப்பவளாக இருந்தாள். சில நேரங்களில் புத்தகங்களின் வாசகங்களைத் தானே பேசிக்கொள்வதும், அதன் கதாபாத்திரங்களை தானே காதலிப்பவளாகவும் இருந்தாள். வீட்டில் பிற வாலிபர்களோடு பேச அனுமதிக்காத சூழலில் அவள் காகித வரிகளில் நடமாடும் வாலிபர்களோடு மிகுந்த ஸ்நேகத்துடனும், ஒன்றிற்கு மேற்பட்டவர்களோடு காதலோடுமிருந்தாள். அவளது ஆட்டோகிராப் புத்தகத்தில், கதைகளின் நாயகர்கள் அவளை நேசித்துக் கையெழுத்து போட்டுத் தந்ததாக அவளே பல ஆண்களின் பெயரில் கையெழுத்திட்டுள்ளதை அறியாத தாத்தா அவளது அத்தனை புத்தகங்களையும் ஒரே இரவில் எடுத்துக் கொளுத்தியபோது, எரிந்த சிவப்புநிறச் சுடரின் படபடப்பும், விசும்பி விசும்பி அழுத அவள் முகமும் புத்தகத்தின் வடிவத்தை எனக்குள் என்றோ கலைத்துவிட்டது.

ஒவ்வொருவரும் ஒரு வகை புத்தகத்தைத் தான் படிக்கிறார்கள். எல்லோரும் வாசிப்பதற்கான புத்தகம் என எதுவும் எழுதப்பட்டதேயில்லை. கடவுளின் பாதநிழலைப் பற்றிக் கொள்வதற்காக வீட்டில் எப்போதும் தேவார, திருவாசக புத்தகங்களைத் தங்களது நாவில் புரட்டியபடியிருந்தவர்கள் யாவரும் புத்தகம் என்பது வார்த்தைகளை மீட்டிப் பாடும் கலையென்றே அறிந்திருந்தார்கள். கோபமிக்க இளைஞர்களோ புத்தகங்கள் ஒரு கொந்தளிப்பு என்றும், ஒரே நாளில் உலகைப் புரட்டிப் போட்டுவிடத் தயாராகயிருக்கும் ஒரு நெம்புகோல் எனவும் விவாதித்துக்கொண்டார்கள். இளம் பெண்கள் காதலும் வேதனையும் கலந்த ரகசிய பேச்சென ஏதேதோ அவர்களுக்குள் பேசிக் கலைந்த நாட்களில், பால்ய வயதில் இருந்த நானும் எனது சகோதரிகளும் புத்தக வாசித்தல் என்பது ஒரு மர்ம விளையாட்டு என ஆர்வம் கொள்ளத் துவங்கினோம். காமிக்ஸ் புத்தகங்களில் ஒன்றான 'தோற்பதற்காகவே சூதாடுபவன்' என்ற ரிப் கெர்பி எனும் சாகசக்காரனின் கதையை வாசித்த பகல் மட்டும், இப்போதும் நினைவின் தொலைவில் மங்கிய வெளிச்சத்தோடு தெரிந்து கொண்டிருக்கிறது. பள்ளியின் அரையாண்டு கால விடுமுறை நாட்களில் ஒன்றான அந்தப் பகலில் நானும் ஆர்வம் தாளாது, புத்தகம் படிப்பவனாக என்னைப் பலரும் அடையாளம் கண்டு கொள்ள வேண்டுமென ஆசை மீறியவனாக வாசலை ஒட்டிய திண்ணையில் சாய்ந்துகொண்டு ரிப் கெர்பியின் புத்தகத்தைப் பிரித்து வாசிக்கத் துவங்கினேன். அதுவரை எனக்குப்

பள்ளியிலும் வீட்டிலும் பழக்கப்பட்டிருந்த வார்த்தைகள், வாசகங்கள் எதுவும் அதில் இல்லை. நிஜமாகவே வேறு பாஷையில் எழுதப்பட்ட புத்தகமோ எனும்படியான வாக்கிய அமைப்புகள். ஆனால் தமிழ் எழுத்துக்கள் தெளிவாகத் தென்படும்கின்றன. நான் மிக சிரமத்தோடு வாக்கியங்களை விடவும் சித்திரங்களின் மீது அதிக விருப்பம் கொண்டவனைப் போல பாசாங்குடன் கவனித்துக்கொண்டிருந்தேன். இப்போதும் அந்தச் சித்திரம் மிகத் தெளிவாக நினைவில் பதிந்திருக்கிறது. கறுப்பு வெள்ளைக் கோட்டோவியம். ஒரு குதிரையின் மேல் கையில் துப்பாக்கி ஏந்தியபடி ரிப் கெர்பி நிற்கிறான். அவனது தோளில் வேட்டைக்காரர்களின் இரட்டைக்குழல் துப்பாக்கி, முகம் கூர்மையாக இருக்கிறது. அதில் அலட்சயமான சிரிப்பு தென்படுகிறது. கால்களில் மிக கனமான பூட்ஸ், குதிரையின் நிழல் பின்புறம் பாதி நெளிந்தபடி வீழ்ந்து கிடக்கிறது. அவன் எதிரே வானில் சிதறியபடி விழுந்து கொண்டிருக்கும் சீட்டுக்கட்டின் கார்டுகள், அதன் நடுவே 'தோற்பதற்காகவே சூதாடுபவன்' என விசித்தரமான நீள் எழுத்து. இந்த முதல் பக்கமே எனக்குப் போதுமானதாக இருந்தது. ஒருபோதும் அறிந்திராத துப்பாக்கி வீரனும் குதிரையும் ஒரே நேரத்தில் சிரிப்பையும் வேடிக்கையையும் தந்தது. நானே ரிப் கெர்பி போல எனது வீட்டின் முகப்பில் கட்டப்பட்டிருந்த ஆட்டுக்குட்டி, நிழலில் ஓய்ந்து கிடக்கும் நாய், மேய்ந்து கொண்டிருக்கும் கோழிக்குஞ்சுகள் யாவும் கேட்கும்படியாகச் சொன்னேன்: "நான் ரிப் கெர்பி, ரிப் கெர்பி." புத்தகங்களின் மீது துளியும் ஆசையற்ற ஜீவராசிகள் எனது சப்தத்திற்கு தலை உயர்த்தியதோடு திரும்பவும் தங்கள் நித்யகாரியங்களில் மூழ்கத் துவங்கியிருந்தன. நான் அதே பக்கத்தை திரும்பத் திரும்ப வாசித்துக் கொண்டேயிருந்தேன். இன்றளவும் அதைப்போல வியப்பு தீராத ஒரு பக்கத்தை வாசிக்கும் நிகழ்வு கூடவேயில்லை. ஏனோ சிரிப்பு எனைத் தொற்றிக் கொண்டது. படிப்பது என்பது நீந்துவதைப் போல ருசிமிக்கதெனப் புரியத்துவங்கியது. புத்தகத்தின் கரைகளுக்குள்தான் எப்போதும் கதை ததும்பிக்கொண்டே யிருக்கும் என நான் அறிந்தவனானேன். விடுமுறையான பத்து நாட்களும் பலரின் பார்வையில் படும்படியாக நான் புத்தகம் படிப்பவனாக அமர்ந்திருந்த போதும் அது எவர் கவனத்தையும் கவரவேயில்லை. பதிலாக, வாசித்துக்கொண்டிருக்கும் நாள் ஒன்றில் எனக்குத் தெரியாமல் ஒளிந்து எட்டிப் பார்த்த சகோதரிகளில் ஒருத்தி மிகுந்த சப்தத்துடன் சமையல்

அறையில் போய் கூச்சலிட்டாள். 'இது சுப்புவோட புத்தகம், திருடி வச்சிருக்கான்' நான் மிரட்சியும் கோபமும் மீறி, மறுத்துக் கத்தியபோது, அவள் அம்மாவைக் கையோடு அழைத்துக் கொண்டு வந்து காட்டினாள். விடுமுறைக்காக வந்து போன உறவுக்காரரின் மகள் கொண்டு வந்த புத்தகம் என்பதோ, அது தொலைந்து போய் வீடெங்கும் தேடப் பட்டதோ எதுவும் தெரியாத நான், மிக மோசமான குற்றத்திற்காக அகப்பட்டுக் கொண்டவன் போல கையோடு பிடிபட்டிருந்தேன். அம்மா புத்தகத்தை வாங்கி சோதனையிட்ட போது அதன் முப்பத்தி நாலாவது பக்கத்தில் சிறிய எழுத்தில் கிறுக்கலாக ரிப் கெர்பியின் காலடியில் சுப்பு என எழுதப்பட்டிருக்கிறது. நான் இதுவரை முப்பத்தி நாலாவது பக்கம் படிக்கவில்லை என்பதையும், அதை நான் திருட வேண்டியதற்கான எந்த முன் காரணமுமில்லை என்பதையும் நிரூபிக்க முயன்று, இயலாமல் திட்டும் ஏச்சும் வாங்கியவனாக, பாதியிலே புத்தகத்தைப் பிடுங்கி ஊருக்குப் புறப்பட்டுப் போகும் சித்தப்பாவிடம் தந்து சுப்புவிடம் ஒப்படைத்துவிடும்படியான நிகழ்ச்சி நடந்தேறிய நாளில், தனியே வைக்கோல் போரில் படுத்துக்கொண்டு சப்தமில்லாமல் அழுததோடு, இனிமேல் இது போல காட்டிக் கொடுத்துவிடும் சகோதரி எவரும் என்னோடு பிறக்க வேண்டாம் என கடவுளைப் பிரார்த்தனை செய்தேன். பாதி படிக்காமலே விடுபட்டுப்போன அந்தப் புத்தகம் பின் கிடைக்காமலே போனது. வேறு ஒரு வயதில் அதைத் தேடிப் படித்தபோது சாகசம் மறைந்து துக்கம் மட்டுமே மிஞ்சியிருந்தது. புத்தகங்கள் என்னோடு பின் எந்த சிரமமும் இன்றி உறவு கொள்ளத் துவங்கிவிட்டன. எண்ணிக்கையற்ற மனிதர்கள் உலவித் திரிந்த புத்தக வனத்தினுள் நானும் தனியனாகச் சுற்றிக்கொண்டேயிருக்கிறேன். காட்டு விருட்சங்களைப் போலவே புத்தகங்களும் தங்கள் உருவை அடிக்கடி மாற்றிக் கொள்கின்றன. ஏதேதோ சப்தங்களையும், மயக்கமூட்டும் காட்சிகளையும் கொண்டிருக்கின்றன. இதுவரை பார்த்தறியாத விலங்குகள், மனிதர்கள், மறைந்துப் புலப்பட்டு ஓடித் திரிகின்றனர். புத்தகம் ஒரு நேரத்தில் ஒருவர் மட்டுமே பிரவேசிக்கும் ஒற்றை வழியாகயிருக்கிறது. வரிகளின் சாலையில் நடக்க நடக்க எண்ணிக்கையற்ற ஜனத்திரளை, நகரங்களை, காட்சிகளை, துயரத்தை, கொண்டாட்டத்தை, வியப்பை, கொடூரத்தை, வேட்டையைக் காணமுடிகிறது. புத்தகம் கண்களால் வாசிக்கப்பட்டாலும், செவியால் நுகரப்படுவதும், நாவால் ருசிக்கப்படுவதும், உணர்ச்சிகளால்

தொட்டு உணரப்படுவதுமாக ஒரு மாய விளையாட்டையே நிகழ்த்துகின்றன. 'பிரபஞ்சம் ஒரு மாபெரும் புத்தகம்' என்கிறார் போர்ஹே. இந்த வாசகம் நம்மைப் பிரபஞ்சத்தோடு மிகுந்த இணக்கம் கொள்ளச் செய்துவிடுகிறது. பலராலும் தொடர்ந்து எழுதப்பட்டுக்கொண்டும் உருமாறிக்கொண்டுமிருக்கிற கடவுளின் புத்தகம் பற்றி, புராணீகம் மிகுந்த கீழைத்தேய நாடுகளில் நம்பிக்கை உள்ளது.

வாழ்வின் பரிச்சயத்தில் எதை எதையெல்லாம் அடைந் தேனோ, அதற்குச் சமமாகவும், மேலாகவும் புத்தகங்கள் எனக்கு சாத்தியங்களை, நிகழ்வுகளை அறிமுகம் செய்திருக்கின்றன. இன்னமும் வாழ்வில் ஒருதடவை கூட நடந்து பரிச்சயப்படாத பனி உறைந்த மலையையும், அதன் வெண்ணிறப் பனிப்பாதையில் நடந்து செல்லும்போது வெளிப்படும் ஈரமான குளிர் மூச்சையும் கதைகள் வழியே மட்டும்தான் உணர்ந்திருக்கிறேன். இதுவே போதுமானதாகக்கூடப் படுகிறது. கதைப் புத்தகங்கள் மட்டுமல்ல கணித, பௌதிக, உளவியல், தத்துவ, சரித்திரம், மாயலோக புத்தகங்களும் என்னை தங்களின் பாதையில் நடந்துத் திரிய அனுமதித்திருக்கின்றன. சில மெய்யியல் புத்தகங்களின் வழியே விஞ்ஞானம் பற்றிய அறிதலையும், விஞ்ஞானப் புத்தகங்களில் மெய் தேடலையும், கணித நூல்களில் கதைகளின் சாத்தியங்களையும், கதைகளில் காலம், வெளி பற்றிய புரிதலையும் மாற்றி, கலைத்துக் கலைத்து வாசிப்பவனாக இருந்திருக்கிறேன். சில சமயங்களில் தோன்றுவதுண்டு எனக்குப் பிடித்தமான புத்தகங்களின் எழுத்தாளர்கள் எனது தெருவிலேதான் குடியிருக்கிறார்கள். அவர்கள் நான் தனிமையுறும்போது எனது அறைக் கதவைத் தட்டி சந்தோஷமாகப் பேசி விவாதித்துக் கலைகிறார்கள். வேறு வேறு காலத்தில் பிறந்த பல எழுத்தாளர்கள் கூட என் அறையின் காலம் மீறி பரஸ்பரம் ஒருவருக்கு ஒருவர் அறிமுகமாகிக் கொள்கிறார்கள்.

எனது படிப்பறை மேஜையில் எப்போதும் புத்தகங்கள் நிரம்பிக் கிடக்கின்றன. ஒரு வாசகனாக இருப்பதுதான் எத்தனை பெரிய காரியம். ஒரு வாசகனுக்கு தானே இத்தனை எழுத்தாளர்களும். வாசகனின் மேஜையிலோ புத்தக அலமாரியிலோ கட்டிலோ எப்போதும் புத்தகங்கள் மிக மௌனமாக தங்களைப் பற்றி ஒரு முணுமுணுப்புகூட இன்றி காத்திருக்கின்றன. சில புத்தகங்களின் காத்திருப்பு நூறு வருஷங் களுக்கு மேலாகக் கூட ஆகிவிடுகிறது. எவ்விதமான தயக்கமும்

இன்றி புத்தகங்கள் எப்போதும் தயாராக இருக்கின்றன தனது வாசகனுக்காக.

எனது படிப்பறையின் வரிசையில் இருந்து என்னை வசீகரித்துக் கொண்டேயிருக்கும் சில புத்தகங்களை உங்களோடு அறிமுகம் செய்து கொள்ளவே விரும்புகிறேன். இவை இந்த நூற்றாண்டில் எழுதப்பட்டவை. இலக்கியம், தத்துவம், மெய்யியல், விஞ்ஞானம் என வேறுவேறு துறை சார்ந்தவை. என் வரையில் இவை மிகுந்த முக்கியமான புத்தகங்களாக அறியப்படுகின்றன. படிக்கும் எவரும் அவர் விருப்பம் சார்ந்து இதைவிடவும் சிறந்த புத்தகங்களாகத் தங்களது விருப்பத்தினைப் பட்டியல் இடும் சாத்தியம் அதிகமுண்டு. நான் இதைப் பகிர்வு வெளியாகக் காண்பதாலே நானும் சில புத்தகங்களும் உங்களுடன் பரிச்சயம் கொள்ளத் துவங்குகிறோம்.

விக்டர் ஹ்யூகோ

பசியும் தண்டனையும்

உலக இலக்கியத்தில் தனியிடம் பெற்றுள்ள அன்னா கரீனினா, குற்றமும் தண்டனையும், வதரிங்ஹைட்ஸ், டிராகுலா, ஆலிவர் டுவிஸ்ட், லோலிதா போன்ற பல முக்கிய நாவல்கள் பலவும் திரைப்படமாக்கப்பட்டிருக்கின்றன. நாவல்கள் படமாக்கப்பட்ட விதம் குறித்து சாதக பாதகமான கருத்துகள் எத்தனையோ வெளியானபோதும் குறிப்பிட்ட சில நாவல்கள் திரும்பத் திரும்ப தொலைக்காட்சி, சினிமா, நாடகம், ஓபரா என்று வேறுபட்ட கலை வடிவங்களாக உருமாற்றம் கொண்டு நிகழ்த்தப்பட்டு வருகின்றன.

ஒரு நாவல் அது எழுதப்பட்ட காலத்தைத் தாண்டி வாசிப் பிற்கான பிரதியாக மட்டும் நின்றுவிடாமல் ஒரு இயக்கம் போல உருமாறுவது சிறப்பாகக் கவனிக்கப்பட வேண்டியதாக உள்ளது. ஒரு படைப்பு திரும்பத் திரும்ப வாசிக்கப்படுவதும் வேறு கலைவடிவங்களுக்கு உருமாறுவதும் தற்செயலானது அல்ல, மாறாக அந்தப் படைப்பு மற்றும் படைப்பாளியின் ஆளுமை மற்றும் ஒரு படைப்பு வெவ்வேறு காலங்களில் ஏற்படுத்தும் தாக்கம் யாவற்றோடும் தொடர்புடையது.

ஆகவே திரைப்படங்களாக்கப்பட்ட சில முக்கிய நாவல் களின் தனித்தன்மை குறித்து அறியவும், நாவல் மறு வாசிப்பு மற்றும் ஒரு படைப்பாளியின் ஆளுமையை நாவல் எப்படி வெளிப்படுத்துகிறது? மாறும் காலமாற்றத்தை நாவல் எப்படி எதிர்கொண்டு கடந்து போகின்றது என்பது போன்ற தளங் களை மையமாகக் கொண்டே இந்த நூலை எழுதலாம் என்று நினைக்கிறேன்.

நாவல்கள் ஒருபோதும் முடிவடையாத கலை வடிவம் போலும். காலத்தின் கைகள் சில நாவல்களைத் திரும்பத் திரும்ப மாற்றி எழுதிக்கொண்டேயிருக்கின்றன. நாவலின் மிக நுண்மையான இடைவெளிகள் மற்றும் மௌனம் இன்னொரு எழுத்தாளரால் அல்லது இன்னொரு கலைஞனால் மறு உருவாக்கம் செய்யப்படுகின்றது.

ஒரு விருட்சத்தைப் போல நாவல் தன்னளவில் முழுமை யாகவும் அதே வேளையில் தன்னிலிருந்து இன்னொரு உயிர் இயக்கம் தோன்றுவதற்கான மூலாதாரமாகவுமிருக்கிறது. அவ்வகையில் ஒரு நாவல் என்பது இலக்கியப் பிரதி மட்டு மல்ல, அது ஒரு தொடர் இயக்கம் என்றே தோன்றுகிறது.

The three great problems of this century, the degradation of man in the proletariat, the subjection of women through hunger, the atrophy of the child by darkness.

- **Victor Hugo**

இரண்டு வருடங்களுக்கு முன்பாக ஒரு டிசம்பர் மாதத்தில் டிவி 5 என்ற பிரெஞ்சு தொலைக்காட்சி ஒன்றில் பின்னிரவில் விக்டர் கியூகோவின் லே மிசரபிள்ஸ் (Le Miserables) படத்தினைக் காண நேர்ந்தது. கறுப்பு வெள்ளையில் படமாக்கப்பட்டிருந்த, மூன்று மணி நேரத்திற்கும் அதிகமாக ஓடக்கூடிய படமது.

முன்னதாக லே மிசரபிளின் மாறுபட்ட திரை வடிவங்கள் சிலவற்றைப் பார்த்திருக்கிறேன் என்ற போதும் அந்த இரவில் படம் பார்க்கத் துவங்கிய சில நிமிஷங்களில் எனது இருப்பிடம், நேரம் மறந்து பத்தொன்பதாம் நூற்றாண்டின் பாரீஸ் நகர வாழ்விற்குள் புகுந்துவிட்டது போன்ற நெருக்கம் உருவானது. ஜீன் வால் ஜீனின் வாழ்வும் போராட்டமும் வாழ்வின் மீது அவர் வைக்கும் விமர்சனமும் மனதிற்கு மிக நெருக்கமாகயிருந்தது.

சினிமாவின் ஊமைப்படக் காலம் துவங்கி இன்று வரை பல்வேறு உலக மொழிகளில் வெளியாகி உள்ளதைச் சேர்த்து நாற்பத்தியெட்டு முறை இந்த நாவல் படமாக்கப்பட்டிருக்கிறது. பனிரெண்டு முறை தொலைக்காட்சித் தொடராக வெளியாகியிருக்கிறது. ஆர்சன் வெல்ஸ் உள்ளிட்ட பல முக்கிய இயக்குனர்கள் இதை இயக்கியிருக்கிறார்கள்.

பத்துக்கும் மேற்பட்ட நாடுகளில் வேறு வேறு மொழிகளில் நாடகமாக்கப்பட்டிருக்கிறது. இந்த நாவலை இசை நாடகமாக்கி அதை பிராட்வே அரங்கில் தொடர்ச்சியாக மூன்று வருடங்கள் நடத்தியுள்ளனர். வீடியோ கேம் துவங்கி ஜப்பானின் புகழ்பெற்ற அனிமேஷன் திரைப்படம் வரை எல்லா வடிவங்களிலும் லே மிசரபிள்ஸ் வெளியாகி உள்ளது.

தமிழில் இந்நாவல் ஏழை படும் பாடு என்ற பெயரில் நாகையா நடித்து ராம்நாத் இயக்கி வெளியாகியிருக்கிறது. இந்தியில் குந்தன் என்ற பெயரில் சேராப் மோடி இயக்கியிருக்கிறார். தமிழிலே இந்த நாவலைத் தழுவி ஞான ஒளி என்ற பெயரில் சிவாஜி நடித்த படமும் வெளியாகியுள்ளது. இது போல இந்த நாவலின் மையக் கதாபாத்திரங்களை மட்டும் எடுத்துக் கொண்டு வெளியான பிராந்திய மொழிப் படங்களும் பத்திற்கும் மேலாக உள்ளன. தமிழில் இந்த நாவலை சுத்தானந்த பாரதியார் மொழியாக்கம் செய்திருக்கிறார்.

இவ்வளவு மாறுபட்ட கலைவடிவங்களுக்கும் உருமாற்றங் களுக்கும் அப்பாலும் அந்த நாவல் தொடர்ந்து தனக்கென வாசகர்களைக் கொண்டிருப்பது மிக ஆச்சரியமாக இருந்தது. என்ன வசீகரம் அது? நாவலில் அப்படி என்ன தேடுகிறார்கள்? என்ன கண்டடைகிறார்கள்? வார்த்தைகளின் வழியே கண்டறிய முடியாத ஏதோ ஒரு வசீகரத்தை அந்த நாவல் இன்று வரை தக்கவைத்துக்கொண்டேயிருக்கிறது போலும்.

படம் முடிந்து சில மணி நேரங்கள் ஆகியும் அதிலிருந்து வெளிவர முடியவில்லை. பசியும் வறுமையும் மனிதனை எந்த அளவு நெருக்கடிக்கு உள்ளாக்கும் என்பதற்கு நேரடியான சாட்சி இந்த நாவல். திருடர்கள், வேசைகள், அநாதைகள் என்று ஒதுக்கிவைக்கப்பட்ட அடிநிலை மக்களின் வாழ்வை நுட்பமாகப் பதிவு செய்திருந்தது லே மிசரபிள்ஸ்.

லே மிசரபிள்ஸ் நாவலை உடனே திரும்பப் படிக்க வேண்டும் என்ற ஆசையை அந்தப் படம் தூண்டிவிட்டது. கல்லூரி நாட்களில்ருந்தே ஹ்யூகோவின் நாவல் பயத்தை உண்டு பண்ணக்கூடியது. காரணம் அதன் 1200 பக்கங்கள். ஐந்து தனிப் புத்தங்களை ஒன்று சேர்த்தது போன்றிருக்கும் அந்த நாவல் எப்போது வாசிக்கத் துவங்கும் போதும் முதல் நாற்பது ஐம்பது பக்கங்களில் நின்று போய்விடும்.

எப்படியாவது முழுமையாக நாவலை வாசித்துவிட வேண்டும் என்று ஒரு கோடை விடுமுறை முழுவதும் லே

மிசரபிள்ஸ் வாசித்துக் கொண்டிருந்தேன். காட்டாறு போல நாவல் தன் வடிவ ஒழுங்கின்றி விரிந்து கொண்டே சென்றது. எண்ணிக்கையற்ற கதாபாத்திரங்கள் மற்றும் நிகழ்வுகள். பத்தொன்பதாம் நூற்றாண்டின் நாவல்களுக்கே உரித்தான நீண்ட வர்ணனைகள் மற்றும் ஆசிரியரின் பிரசங்கங்கள் நிறைந்திருந்தன.

இந்தப் படம் பார்த்த பிறகு லே மிசரபிள்ஸ் திரும்ப வாசிக்க வேண்டும் என்ற வேட்கை உருவானது. அநேகமாக இருபது நாட்கள் தொடர்ந்து வாசித்திருப்பேன். நாவலை முடிக்கும்போது லே மிசரபிள்ஸ் படம் போல நூறு படங்கள் ஒன்று சேர்ந்தது இந்த நாவல் என்றே தோன்றியது. சிறியதும் பெரியதுமான எண்ணிக்கையற்ற சம்பவங்கள், அந்த சம்பவங் களுக்கான காரணங்கள். வறுமையும் போராட்டமும் வலியும் பக்கம் பக்கமாக நீள்கின்றன. இதன் ஊடாகவே பிரெஞ்ச் தேசத்தின் அரசியல் நிகழ்வுகளும், சமூக நிலையும் கடுமையான விமர்சனத்திற்கு உள்ளாகிறது.

நாவலின் பக்கங்கள் யாவிலும் துயரம் வழிந்தோடுகிறது. விக்டர் ஹ்யூகோவின் நாவல் வாழ்வு குறித்த ஆதாரமான கேள்விகளை முன்வைக்கக்கூடியது. மனிதர்கள் ஏன் ஒருவரை யொருவர் இப்படி கீழ்த்தரமாக நடத்திக் கொள்கிறார்கள்? அன்பும் கருணையும் அர்த்த மற்ற செயல் களா? பெண்களும் குழந்தைகளும் எதற்காக இத்தனை வன் முறைக்கும் அவமானத் திற்கும் உள்ளாகிறார்கள்? சமூகம் ஏன் ஒரு குறிப்பிட்ட சிலரை உயர்நிலையிலும் பெரும்பான்மை யினரை அடிநிலையிலும் வைத்திருக்கிறது? எளிய மனித உணர்ச்சிகளுக்கு கூட ஏன் இன்று மதிப்பற்றுப் போய்விட்டது? நீதி என்பது வெறும் கடைச்சரக்குதானா? என்று விக்டர் ஹ்யூகோ எழுப்பும் கேள் விகள் பத்தொன்பதாம் நூற்றாண்டின் கேள்விகள் மட்டுமல்ல, அது காலம் காலமாகப் பலமுறை தொடர்ந்து எழுப்பப்பட்டும் விடையளிக்கப்பட்டும் வரும் தொடர் நிகழ்வேயாகும்.

ஹ்யூகோ தன்னைச் சுற்றியுள்ள வாழ்வின் ஊடாகவே தனது புனைவை உருவாக்குகிறார். கேளிக்கைகளும் ஆடம்பரமும் கலைக்கூடங்களும் நிரம்பியதாக அறியப்பட்ட பாரீஸின் மறுபக்கத்தைத் திறந்து காட்டுகிறார் ஹ்யூகோ. இந்த நாவல் உல்லாசத்தையோ, பிரபுக்களின் வாழ்வையோ முன் நிறுத்தவில்லை மாறாக வறுமையின் காரணமாக வேசைகளாக்கப்பட்ட பெண்களையும் ரொட்டித்துண்டிற்காகத்

திருடும் ஆண்களையும் குடும்பத்திலிருந்து துரத்திவிடப்பட்டு அனாதை இல்லங்களில் வாழும் குழந்தைகளையும் பற்றியது.

இருட்டும் தனிமையுமே நாவலின் மையப் படிமங்கள். அவமானத்தை எதிர்கொள்வதும் அதைச் சகிக்க முடியாத நிலையில் தனக்குத் தானே புலம்பிக்கொள்வதையுமே இந்த நாவலில் பலரும் மேற்கொள்கிறார்கள். நாவல் மனித இருப்பின் வலி குறித்து பல இடங்களில் மிக ஆழமாகப் பேசுகிறது. யாவையும் மீறி நம்பிக்கை மனிதனை உயர்நிலைக்குக் கொண்டுசெல்லும் என்ற பார்வையும் ஹ்யூகோவிடம் உள்ளது.

நூற்றாண்டுகளைக் கடந்த பிறகும் லே மிசரபிள்ஸ் தொடர்ந்து வாசிக்கப்படுவதற்கான காரணமாக நான் கருதுவது அது மேற்கொள்ளும் வாழ்வு குறித்த விசாரணைகளையே. குற்றம் மற்றும் தண்டனை குறித்த முக்கியக் கேள்விகள் இந்த நாவலில் தொடர்ந்து எழுப்பப்படுகின்றன. ஒரு மனிதன் எந்த வகையிலும் இன்னொரு மனிதனின் மீது தண்டனை பிரயோகிப்பதற்கு உரிமை கிடையாது என்பதோடு மரணதண்டனை என்பது மிக அநாகரிகமானது என்று வெளிப்படையாக ஹ்யூகோ கண்டிக்கிறார். இந்த நாவலில் மட்டுமல்லாது மரண தண்டனையை ரத்து செய்ய வேண்டும் என்று அவர் தொடர்ந்து பல்வேறு அமைப்புகளிலும் எழுதியும் பேசியும் வந்திருக்கிறார்.

மரணதண்டனைக்கு ஆதரவாகப் பிரசுரம் வெளியிட்டதாக ஹ்யூகோவின் மகன் சார்லஸை போலீஸ் கைது செய்து அடித்துத் துன்புறுத்தி வீதி வழியாக இழுத்துச் சென்றனர். அவனுக்காகக் கோர்ட்டில் வாதிட்ட ஹ்யூகோ அவன் செய்த குற்றம் தனது மகன் என்பதே. அவனது எழுத்துகளில் உள்ள ஆவேசம் தான் சிறுவயதில் இருந்து ஊட்டி வளர்த்தது. ஆகவே தண்டிப்பதாக இருந்தால் தன்னைத்தான் தண்டிக்க வேண்டும். அப்படித் தண்டிப்பதாக இருந்தால்கூட தான் மரண தண்டனையை ஒழிக்க வேண்டும் என்ற முடிவில் இருந்து ஒருபோதும் பின்வாங்க மாட்டேன். பாரீசில் இன்றுள்ள சிறைச்சாலைகள் நரகத்தைவிடவும் மிகக் கொடுமையானவை. முதலில் சிறைகளை சீர்திருத்தம் செய்யுங்கள். குற்றங்களுக்கான தண்டனைகளை வரையறை செய்யுங்கள். அதன் பிறகு என் மகனைத் தண்டியுங்கள் என்று ஆவேசமாக உரையாற்றினார்.

இந்த ஆவேசம் அவரது நாவல் முழுவதுமே காணப்படுகிறது. பாரீஸ் நகரின் அடித்தட்டு மக்கள் புழுக்களைப் போல

நெளிந்து கிடக்கிறார்கள். சாலையோரங்களில் வேசைகள் ஒரு ரொட்டித்துண்டிற்காக தன் உடலை விற்கிறார்கள். நோயுற்ற வயதானவர்கள் கூட உணவிற்காக அவதிப்படுகிறார்கள். இந்த சூழ்நிலையை எதிர் கொள்வதற்குத்தானா புரட்சி உருவானது என்று ஹ்யூகோ அரசியல் சூழலைக் கடுமையாகச் சாடியிருக்கிறார்.

இந்த ஆவேசமான குரல் ஒரு பக்கம் என்றால் இன்னொரு பக்கம் நாவலில் ஆழ்ந்த மௌனமும் கண்ணீரும் நிரம்பி யிருக்கிறது. Fantine என்ற வேசையின் நெருக்கடி மிக்க வாழ்வும் அவளது மகளின் நிர்க்கதியும் ஆழமாகப் பதிவு செய்யப்பட்டிருக்கிறது. நாவலில் திரும்பத் திரும்பத் தெரிவிக்கப்படுவது அன்பும் கருணையும் மட்டுமே வாழ்வை அர்த்தப்படுத்தும் என்பதே.

விக்டர் ஹ்யூகோவின் லே மிசரபிள்ஸ் நாவல் வெளியாகி 145 வருடங்கள் கடந்துவிட்டது. உலகின் சிறந்த நாவல் வரிசையில் உள்ளதோடு இன்றைக்கும் தொடர்ந்த புதிய பதிப்புகளும் மறுவாசிப்புமாக அந்நாவல் நூற்றாண்டைக் கடந்தும் தனக்கான வாசகர்களை உருவாக்கிக்கொண்டேயிருக்கிறது.

பத்தொன்பதாம் நூற்றாண்டு பிரெஞ்சு இலக்கியத்தில் விக்டர் ஹ்யூகோவின் இடம் மிக விசேஷமானது. ஒரு கதாநாயகன் பிம்பத் தோடு பிரெஞ்சு மக்களின் ஆதர்சமாக இருந்தார் விக்டர் ஹ்யூகோ. பத்தொன்பதாம் நூற்றாண்டு மிக முக்கியப் படைப்பாளிகள் உருவான காலகட்டமாகயிருந்தது. எமிலி ஜோலா, அலெக்சாண்டர் டுமாஸ், மல்லார்மே, பூதலேர், பால்சாக் என்று பிரெஞ்ச் மொழியின் தலைசிறந்த இலக்கியவாதிகள் பலரும் பத்தொன்பதாம் நூற்றாண்டில் வாழ்ந்த வர்களே.

ஹ்யூகோவின் நாவல்கள் தமிழ் உள்ளிட்ட இந்திய மொழிகள் பலவற்றிலும் மொழியாக்கம் செய்யப்பட்டிருக்கின்றன. 40க்கும் மேற்பட்ட உலக மொழிகளில் இன்று அவரது படைப்புகள் வாசிக்கக் கிடைக்கின்றன. அத்தோடு அவரது குறிப்பிடத்தக்க புத்தகங்களான The Hunchback of Notre Dame, Les Chatimets, Les Miserables போன்ற ஒவ்வொன்றிற்கும் நான்கிற்கும் மேற்பட்ட தனித்தனியான மொழி பெயர்ப்புப் பிரதிகள் வாசிக்கக் கிடைக்கின்றன.

ஹ்யூகோ தான் வாழும் காலத்திலே மிகுந்த புகழும் பெயரும் பெற்றவர். அவரது லே மிசரபிள்ஸ் நாவலை வெளியிடுவதற்காகப் பதிப்பகங்களுக்குள் பெரிய போட்டி நடைபெற்றது. முடிவில் மூன்று லட்சம் பிராங்குகள் கொடுத்து அதன் உரிமையை பெல்ஜியத்தைச் சேர்ந்த ஒரு பதிப்பகம் விலைக்கு வாங்கியது.

ஹ்யூகோவின் படைப்புகள் வெளியான நாட்களில் மக்கள் வரிசையில் நின்று காத்திருந்து சண்டையிட்டு புத்தகங்களை வாங்கிச் சென்றனர். 1862ல் லே மிசரபிள்ஸ் நாவல் வெளியாகப் போகிறதென்று பெரிய பெரிய விளம்பரங்கள் ஆறு மாதங்களுக்கு முன்பாகவே பாரீஸ் நகரத் தெருக்கள் எங்கும் வைக்கப்பட்டிருந்தன. அந்த நாவலின் ஒரு அத்தியாயம் மட்டும் முன் பிரசுரமாக வெளியாகியது. அதை வாங்கிப் படிப்பதற்கே பெரிய போட்டி. அத்தோடு நாவல் வெளியாவதற்கு முன்பாகவே மக்கள் அதைப் பற்றி காரசார மாகப் பேசிக்கொண்டார்கள்.

நாவல் 1862ஆம் வருடம் வெளியானது. வெளியான தினத்திலே நாற்பதாயிரம் பிரதிகள் விற்றுத் தீர்ந்தன. 5 பாகங்களாகவும் 1200 பக்கங்களும் கொண்ட அந்த நாவல் பற்றி ஒரு வருட காலம் பாரீஸில் மக்கள் ஒவ்வொரு நாளும் பேசித் தீர்த்தனர். நாவல் பற்றிய விமர்சகர்களின் கருத்துகள் யாவையும் அர்த்தமற்றதாக்கிவிட்டு நாவலை வாங்கிச் செல்வதற்காகப் புத்தகக் கடைகளில் மக்கள் அலை மோதினார்கள். இவ்வளவிற்கும் கியூகோ அப்போது அரசியல் காரணங்களுக்காக பாரீசை விட்டு வெளியேறி புருசெல்சில் வாழ்ந்து கொண்டிருந்தார்.

அந்த நாவல் பிரெஞ்சு தேசம் எங்கும் எழுப்பிய அலையின் வேகம் மிக வலிமையானது. லே மிசரபிளின் கதாபாத்திரங்களான ஜீன் வால் ஜீனும் பிஷப் மைலும் காவல்துறை அதிகாரியான ஜாவெத்தும் மிகுந்த புகழ் பெற்றார்கள். கியூகோ கலந்து கொள்ளும் விருந்தில் கலந்து கொள்வதற்காக இரண்டு லட்சம் வரை செலவு செய்வதற்கு பிரபுக்கள் தயாராகயிருந்தனர். இன்னொரு பக்கம் அந்த நாவல் சாத்தானின் தூண்டுதலில் எழுதப்பட்டது. அதைத் தடை செய்ய வேண்டும் என்று மதவாதிகள் கூச்சலிட்டனர். அரசியல் காரணங்களுக்காக வேறு அந்த நாவல் மிகுந்த சர்ச்சைக்கு உள்ளானது.

அன்று துவங்கிய அந்த நாவலின் பயணம் இன்று வரை தொடர்ந்து நீண்டுகொண்டேயிருக்கிறது. இப்படி நூறு வருடத்திற்குள் இந்த நாவல் அடைந்த மாற்றங்களும் அது ஏற்படுத்தியுள்ள விளைவுகளும் எண்ணிக்கையற்றவை. நாவலின் கருத்துகளில் சில சட்டமாக இயற்றப்பட்டிருக்கின்றன. ஒரு ஆலமரத்தைப் போன்று தன்னைச் சுற்றிலும் கிளைவிரித்தபடியே லே மிசரபிள்ஸ் வாழ்ந்து கொண்டிருக்கிறது.

அப்படி என்ன இருக்கிறது லே மிசரபிளில்? எதனால் இத்தனை வரவேற்பு என்ற கேள்வி எழுவது இயல்பு, நாவலில் அப்படி விசேஷமான கதாபாத்திரங்களோ, கதைப் போக்கோ கிடையாது. நாவல் பாரீஸ் நகரின் கதையை விவரிக்கிறது. அதுவும் அந்த நகரின் அடித்தட்டு மக்களின் வாழ்வை நுண்மையாகப் படம் பிடித்துக் காட்டுகிறது. அத்தோடு வேசைகள், திருடர்கள், அநாதைகள் என்று ஒதுக்கி வைக்கப்பட்டிருந்த மக்களின் மனக்குமுறலை மிகுந்த ஆதங்கத்துடன் பதிவு செய்திருக்கிறது.

அதே வேளையில் பிரெஞ்சுப் புரட்சி பற்றியும் அதன் தொடர் விளைவுகளையும் நாவல் ஆராய்கிறது. இந்த பின்புலத்தில் நாவல் விவரிப்பது ஒரு குற்றவாளியின் வாழ்வை. அவன் பெயர் ஜீன் வால் ஜீன். இன்று வரை இந்தப் பெயர் இலக்கியத்தின் சாகாவரம் பெற்ற கதாபாத்திரமாகவே இருந்து வருகிறது.

ஜீன் வால் ஜீன் ஒரு குற்றவாளி. பத்தொன்பது வருட சிறை வாழ்க்கைக்குப் பிறகு விடுவிக்கப்படுகிறான். அவனது பார்வையில் நாவல் துவங்குகிறது.

பத்தொன்பது வருடங்கள் சிறையில் அடைக்கப்படுமளவு அவன் செய்த குற்றம் என்ன தெரியுமா? ஒரு ரொட்டித்துண்டைத் திருடியதுதான். சிறுவயதிலே குடும்பத்தின் வறுமை காரணமாக வேலை செய்து குடும்பத்தைக் காப்பாற்ற வேண்டிய சூழல் கொண்ட ஜீன் வால் ஜீன் பசிக்கொடுமை தாங்க முடியாமல் தனது வீட்டார் அவதிப்படுவதைக் கண்டு ஒரு ரொட்டித்துண்டு திருடுகிறான். அப்போது பிடிபட்டுவிடவே அவன் குற்றவாளியாக சிறைக்கு அனுப்பப்படுகிறான். நான்கு வருட தண்டனை கிடைக்கிறது. ஆனால் தான் அவ்வளவு கடுமையாக தண்டிக்கப்படுமளவு குற்றம் எதையும் செய்யவில்லை என்று கருதும் ஜீன் வால் ஜீன் சிறையிலிருந்து

தப்பித்துச் செல்ல முயற்சிக்கிறான். அப்போதும் பிடிபடுகிறான். அதன் காரணமாக அவனது தண்டனை பத்தொன்பது வருடமாக உயர்கிறது.

சிறை வாழ்க்கை அவனது வாழ்க்கைப் பார்வையை முற்றிலும் மாற்றிவிடுகிறது. தன்னைக் குற்றவாளியாக்கிய சமூகத்தின் மீது அவன் மிகுந்த ஆத்திரம் கொள்கிறான். அதை வஞ்சம் தீர்க்க வேண்டும் என்று விரும்புகிறான். அத்தோடு சிறையில் தான் அனு பவித்த வேதனைகளும் நெருக்கடியும் இனி தன் வாழ்வில் இடம்பெறக் கூடாது என்று நினைக்கிறான். இந்த மனநிலையோடு அவன் பாரீஸ் நகருக்குள் நுழைகிறான்.

அப்போது பாரீஸ் நகருக்கு இரண்டு முகங்களிருந்தன. ஒன்று கலையும் கலாச்சாரமும் மிக்கது. அதாவது உயர்குடி வகுப்பினரின் கேளிக்கைகளுக்கான சலூன்கள் மற்றும் சல்லாபங்கள் நிரம்பிய பகுதி. மற்றொன்று பசியும் வறுமையும் பீடிக்க நோயாளிகளாக இருட்டில் ஒளிந்துகிடக்கும் மக்கள் வாழும் ஒதுக்குப்புறக் குடியிருப்புகள்.

இந்த இரண்டிற்கும் உள்ள இடைவெளி மிகப் பெரியது. பசியும் வறுமையும் வன்முறையைத் தூண்டுகிறது. உணவு மற்றும் பாதுகாப்பான தங்குமிடமின்றி அலைபவர்கள் எந்தக் குற்றத்தையும் செய்யத் தயாராகயிருக்கிறார்கள். சிறைச்சாலைகளோ இட நெருக்கடியால் நிரம்பி வழிகிறது. வறுமையின் காரணமாகப் பெற்றவர்களே தங்கள் குழந்தைகளைக் கவனிக்காமல் துரத்தும் நிலை உருவாகிறது. இந்த நிலை பற்றி நாவலில் விக்டர் கியூகோ அழகாக விவரித்திருக்கிறார்.

அப்பா அம்மா இருந்தும் வீட்டிலிருந்து துரத்தப்பட்டு அநாதைக் காப்பகம் ஒன்றில் அடைக்கலமாகும் சிறுவன் அங்குள்ள ஒரு கருங்கல்லைக் கண்டு இந்தக் கல் என் அம்மாவின் இதயத்தைப் போல் உறைந்து போயிருக்கிறது என்கிறான். அநாதைக் காப்பகங்களும் கைவிடப்பட்ட பெண்களுக்கான விடுதிகளும் நோய்க் கூடங்களைப் போலிருந்தது. அங்கும் முறையான உணவோ, பாதுகாப்போ அற்ற நிலையே இருந்தது. இந்த சூழலின் ஊடாக அரசியல் கொந்தளிப்புகள் நடந்து கொண்டிருந்தன.

சிறைச்சாலையிலிருந்து வெளியாகும் ஜீன் வால் ஜீன் தான் ஒரு குற்றவாளி என்பதற்கான மஞ்சள் டிக்கெட் ஒன்றைக் கையில் ஏந்தியபடியே ஒவ்வொரு இடமாக வேலை

தேடுகிறான். அவனுக்கு எவரும் வேலை தர மறுக்கிறார்கள். அத்தோடு அவன் தங்குவதற்கும் இடம் கிடைக்க மறுக்கிறது. அவனுக்கு உணவு கூட கிடைக்கவில்லை. அவன் தன்னைக் குற்றவாளியாக்கி வேடிக்கை பார்க்கும் பாரீஸ் நகரின் மீது அதீத கோபம் கொள்கிறான். வழியின்றி தெருவில் உறங்குகிறான்.

சாலையில் உறங்குபவன் மீது பரிவு கொண்ட பிஷப் மோல் அவனைத் தன் இருப்பிடத்திற்கு அழைத்துச் சென்று உணவு தந்து உறங்குவதற்கு இடம் தருகிறார். அன்றிரவு அங்குள்ள வெள்ளிப் பொருட்களைக் கண்டதும் அதைத் திருடிப் போய்விடலாம் என்று ஆசைப்படுகிறான் ஜீன் வால் ஜீன். அதை யாரும் அறியாமல் எடுத்துக்கொண்டு வீதிக்கு வரும்போது காவலர்களிடம் பிடிபடுகிறான்.

விசாரணைக்காக அவனை பிஷப்பிடம் அழைத்து வருகிறார்கள். பிஷப் அந்தப் பொருட்கள் யாவும் தான் அவனுக்காகத் தந்த பரிசுகள் என்று சொல்லி அவனை விடுவிக்கிறார். அவரது கருணை ஜீன் வால் ஜீன் மனதை வெகுவாக மாற்றிவிடுகிறது. அவரிடம் தான் ஒரு திருடன் என்று தெரிந்தும் அவர் தன்னை எதற்காக விடுவித்தார் என்று ஜீன் வால் ஜீன் கேட்கிறான். அவர் யாரும் பிறப்பிலே திருடர்களாவதில்லை. சந்தர்ப்பம் அதை உருவாக்குகிறது என்று சொல்லி அவன் நல்லவனாக வாழ முயற்சிக்க வேண்டும் என்கிறார்.

இந்தச் சம்பவம் லே மிசரபிள்ஸ் நாவல் வெளியான நாளில் இருந்து இன்றுவரை தொடர்ந்து பல்வகையிலும் எடுத்துக்காட்டப்பட்டு வரும் நிகழ்வாக உள்ளது. அத்தோடு இலக்கியத்திலும் திரைப்படத்திலும் பலமுறை நகலெடுக்கப் பட்டிருக்கிறது. அதே வேளையில் இந்த சம்பவத்தின் வழியே கிறிஸ்துவ மதம் தன்னைக் கருணையின் மொத்த வடிவமாகக் காட்டிக்கொண்டது என்றும் விமர்சகர்கள் கூறுகிறார்கள்.

இந்த நிகழ்வின் ஊடாக சிறிய உரையாடல் ஒன்றிருக்கிறது. அந்த உரையாடல் எனக்கு மிகவும் விருப்பமானது. அது பிஷப்பிடம் ஜீன் வால் ஜீன் இப்படி அறியாத ஒரு நபரை உறங்குவதற்கு அனுமதிக்கிறீர்களே ஒருவேளை தான் அவரைக் கொல்லமாட்டேன் என்று எப்படி அவர் நம்பினார் என்று கேட்கிறான். அதற்கு அவர் நான் உன்னைக் கொல்ல மாட்டேன் என்று நீ எப்படி நம்பினாயோ அப்படித்தான் என்பார்.

இந்த உரையாடல் மிக இயல்பாக அமைந்திருந்தபோது அது மனித நம்பிக்கையின் ஆதாரமான புள்ளியை அடையாளம் காட்டுகிறது. மனிதர்கள் ஒருவர் மீது மற்றவர்கள் கொள்ளும் நம்பிக்கை காரணங்களைத் தாண்டியது என்பதைப் புரிய வைக்கிறது.

இந்த சம்பவத்தின் பிறகு ஜீன் வால் ஜீன் திருந்திய மனிதனாகி வேறு பெயரில் வாழத் துவங்குகிறான். ஆனாலும் கடந்த காலத்தின் குற்றம் அவனை நிழலைப் போலவே பின் தொடர்கிறது. காவல்துறை அதிகாரியான ஜாவெத் அவன் பின்னாடியே துரத்துகிறார். நாளடைவில் ஒரு தொழிற்சாலையின் உரிமையாளரான ஜீன் வால் ஜீன் தனது கடந்தகாலச் சரித்திரத்தை முற்றிலுமாக அழித்துக்கொள்கிறான். ஆனால் அவனது மனசாட்சி மட்டுமே கடந்த காலத்தின் நிழலில் ஊஞ்சலாடிக்கொண்டிருக்கிறது.

அந்த சூழலில் வேறு ஒரு நபர் தனது பெயரில் தான் செய்த குற்றத்திற்காகக் கைது செய்யப்பட்டதை அறிகிறான் ஜீன் வால் ஜீன். அது அவன் மனதை வாட்டி எடுக்கிறது. இன்னொரு சந்தர்ப்பத்தில் வேறு நபரின் குற்றத்திற்காக தான் சிறைக்குச் செல்கிறான். வெளியே வந்த சூழலில் பேன்டின் என்ற வேசைக்கு உதவுவதற்காக அவளது மகளை அழைத்துக்கொண்டு அந்த நாட்டை விட்டே தப்பிப் போகிறான்.

அதன் பிறகு சில வருடங்கள் கடந்து போகின்றன. செல்வச் செழிப்போடு படு நிம்மதியாக வேறு அடையாளங்களுடன் காஸ்டே என்ற தனது வளர்ப்பு மகளோடு வாழ்ந்து வருகிறான் ஜீன் வால் ஜீன். காஸ்டே ஒரு கல்லூரி மாணவனைக் காதலிக்கிறாள். அவனோ புரட்சி இயக்கங்களோடு தொடர்பு கொண்டிருக்கிறான். இந்தச் சூழலில் அரசியல் கொந்தளிப்பு அதிகமாகி பெரிய மாணவர் போராட்டம் வெடிக்கிறது. இந்தப் போராட்டத்தில் காஸ்டேயின் காதலன் மரீஸ் முன்னணி வகிக்கிறான்.

அவனைக் காப்பாற்றுவதற்காகச் செல்கிறார் ஜீன் வால் ஜீன். அங்கே எதிர்பாராதவிதமாக தன்னைப் பல காலமாகத் தேடிக் கொண்டிருக்கும் காவல்துறை அதிகாரியான ஜாவெத்தை உயிராபத்திலிருந்து காப்பாற்றுகிறார். ஜாவெத் தான் தேடிக்கொண்டிருக்கும் குற்றவாளியே தன்னைக் காப்பாற்றி உயிர்ப்பிச்சை கொடுத்திருப்பதை அறிந்து

தடுமாற்றம் கொள்கிறான். முடிவில் ஜாவெத் தற்கொலை செய்து கொள்கிறான். அதன்பிறகு வளர்ப்பு மகளும் தன் காதலனுடன் வெளியேறிப் போகிறாள்.

ஜீன் வால் ஜீனின் அந்திம நாளில் அவர் எழுதிய உயிலைப் பற்றி அறிந்து கொண்ட மரீஸ் அவரைக் காண வந்தபோது உண்மையை அறிந்து கொள்கிறான். அத்தோடு குற்றத்தின் நிழலில் இத்தனை ஆண்டு காலம் ஒடுங்கிக் கிடந்ததிலிருந்து மனவிடுதலையடைகிறான் ஜீன் வால் ஜீன்.

உணர்ச்சிபூர்வமான நாடகம் போன்று விரியும் சம்பவங்கள் ஒரு பக்கம் நிரம்பியிருக்க தனது சமகால அரசியல் சூழல் குறித்து மிக நீண்ட விமர்சனங்களை இந்த நாவல் முன்வைத்திருக்கிறது. கதை சொல்லல் என்ற முறையில் முன்னும் பின்னுமாக நகர்ந்து சொல்லும் உத்தியும் கதையைச் சிறு கதாபாத்திரங்களின் வழியே நகர்த்திச் செல்லும் முறையும் குறிப்பிடத்தக்கது. அத்தோடு இதில் உள்ள சம்பவங்கள் பலவும் நிஜ வாழ்வில் கியூகோ கண்ட சம்பவங்களில் இருந்து உருவானது என்று கியூகோவே குறிப்பிடுகிறார்.

இந்த நாவல் திரும்பத் திரும்பத் திரைப்படமாக எடுக்கப்படுவதற்குக் காரணம் இது ஒரு திருடன் போலீஸ் விளையாட்டைப் போன்றது என்பதே. கதையின் மையமாக உள்ளது ஒரு சிறிய குற்றத்திற்காக ஒருவனை போலீஸ் இடைவிடாமல் துரத்திக் கொண்டேயிருக்கிறது என்பதே. மெக்சிகன், பிரெஞ்ச், ருஷ்யன், ஜெர்மன், ஜப்பான், எகிப்து, பிரேசில் என்று பல மொழிகளில் இந்த நாவல் படமாக்கப்பட்ட போதும் யாவிலும் மையமாக உள்ளது இந்த கள்ளன் போலீஸ் கதைப்போக்கே. அத்தோடு இதன் உணர்ச்சிபூர்வமான நாடகப்பாங்கும் படமாக்கப்படும்போது பெரிதும் முன்னிறுத்தப்படுகிறது.

1935ல் வெளியான லே மிசரபிள்ஸ் பிரெஞ்சுத் திரைப்படம் முழுமையாக பாரீஸின் இருண்ட உலகைக் காட்சிப்படுத்தியது. அத்தோடு இந்த திரைப்படம் ஐந்தரை மணி நேரம் ஓடக்கூடிய அளவு மிக நீண்டதாகவுமிருந்தது. லே மிசரபிளின் இரண்டு திரை வடிவங்கள் மிகச் சிறப்பானவை. ஒன்று Richard Boleslawski இயக்கிய கறுப்பு வெள்ளைப் படம். மற்றொன்று Bille August இயக்கி 1998ல் வெளியான படம். இரண்டும் நாவலுக்கு மிக உண்மையாகப் படமாக்கப்பட்டிருக்கின்றன.

ஹ்யூகோ ஒரு ராணுவ உயரதிகாரியின் பிள்ளை. அவரது குடும்பமே நெப்போலியன் மீது விசுவாசம் கொண்டது. ஆனால் அப்பாவிடமிருந்து பிரிந்து வாழும் அம்மாவோடு தனித்து வாழ்ந்த காரணத்தால் அவர் மிக தனிமையானவராக உணரத் துவங்கினார். அத்தோடு அம்மாவின் மரணத்திற்குப் பிறகு வீட்டைவிட்டு வெளியேறி தன் சம்பாத்தியத்திலே படிக்கத் துவங்கினார். இருபது வயதில் கவிதைகள் எழுதி மிக முக்கியக் கவிஞராகப் பெயர் பெற்றதோடு உதவித் தொகையும் பெற்றார்.

அதன்பிறகு நாடகம், நாவல் என்று கொஞ்சம் கொஞ் சமாக உயர்ந்து பிரெஞ்சு இலக்கியத்தின் சக்கரவர்த்தி என்று கொண்டாடப் படுமளவு உன்னத நிலையை அடைந்தார். அவரது மகளின் எதிர் பாராத சாவு அவரை நிலைகுலையச் செய்தது. அதன்பிறகு அவர் தன் மனதை அரசியலின் பக்கம் திருப்பினார். சமூக நீதிக்காகக் குரல் கொடுக்கத் துவங்கினார். இதற்காகவே ஒரு பத்திரிக்கையைத் துவங்கி நடத்தினார். அத்தோடு பிரெஞ்சு அகாதமியின் முக்கியப் பொறுப்பு வகித்தார்.

ஆனால் லூயி நெப்போலியன் (Napoleon III) சக்கர வர்த்தியாகப் பதவியேற்றவுடன் தனது சுதந்திரமான அரசியல் கருத்துகளுக்காகத் தன்னை தண்டிக்கக் கூடும் என்று கருதி பாரீசை விட்டு வெளியேறி புருசெல்ஸில் தங்கினார். Adele Foucher என்ற இளம் பெண்ணைக் காதலித்து திருமணம் செய்துகொண்டார். இரண்டு மகன்களும் மகள்களும் பிறந்தனர். அதன்பிறகு Juliette Drouet என்ற நடிகையோடு அவருக்கு நட்பு ஏற்பட்டது. அவளைத் தனது உதவியாளராகச் சேர்த்துக்கொண்டார்.

நேரடி அரசியலில் பங்கெடுத்துக்கொண்டதால் அரசின் பகைக்கு ஆளாகியதோடு கைது செய்யப்படவும் கூடிய சூழ்நிலைக்கு உள்ளானார். இதனால் சில ஆண்டுகள் புகலிடமாக பெல்ஜியத்தில் வாழ்ந்தார். 1870களுக்குப் பிறகு பாரீஸ் திரும்பியபோது நகரே வரவேற்று விருந்து கொடுத்தது. அதன் பிறகு, பாரீஸின் முக்கிய அந்தஸ்து மிக்க மனிதர்களில் ஒருவராகக் கௌரவிக்கப்பட்ட ஹ்யூகோ தனது 83 வயதில் இறந்தபோது மூன்று லட்சம் பேர் திரண்டு வந்து அஞ்சலி செலுத்தினார்கள்.

இன்றுவரை லே மிசரபிள்ஸ் நாவல் குறித்துத் தொடர்ந்து விவாதங்களும் ஆழ்ந்த புரிதல்களும் நடந்து கொண்டே யிருக்கின்றன. நாவலின் மைய கதாபாத்திரமான ஜீன் வால் ஜீனை உருவாக்குவதற்கு ஹ்யூகோவிற்கு அடையாளமாக இருந்தவர் Eugene Francois Vidocq. ஒரு குற்றவாளியான வெடோக் பல முறை சிறை சென்றவர். முரட்டுச் சுபாவம் கொண்டவர். ஆனால் அவரே ஒரு காலகட்டத்தில் மனம் திருந்தி குற்றவாளிகளைப் பிடிக்கும் துப்பறிவாளராக உரு மாறியதோடு முதன்முதலாக தனியார் துப்பறியும் அமைப்பும் பாரீசில் உருவாக்கினார். அவரை முன் மாதிரியாகக் கொண்டே இந்த கதாபாத்திரத்தை ஹ்யூகோ உருவாக்கியிருக்கிறார் என்கிறார்கள்.

அது போலவே பான்டைன் கதாபாத்திரம் ஹ்யூகோ தன் வாழ்நாளில் சந்தித்த ஒரு நிகழ்வு. பனிக்காலத்தில் ஒரு இரவு தன் வீடு நோக்கி நடந்து வந்து கொண்டிருந்தபோது சாலையோரத்தில் நின்று கொண்டிருந்த ஒரு வேசையை ஒரு ஆள் நெருங்கிச் சென்று அவள் உள்ளாடைகளுக்குள் ஐஸ்கட்டிகளை அள்ளிப் போடுவதைக் கண்டார். அவள் உடனே துடித்துப் போய் தன் ஆடைகளை அவிழ்த்தபடியே அவனிடமிருந்து தப்ப முயற்சித்துக்கொண்டிருந்தாள்.

அந்த வழியாக வந்த காவல் அதிகாரிகள் அவளை தெருமுனையில் விபச்சாரம் செய்வதாகச் சொல்லி கைது செய்து கொண்டு போனார்கள். அவள் தன் மீது தவறில்லை என்று எவ்வளவோ மன்னிப்பு கேட்ட போதும் அவர்கள் விடவேயில்லை. ஆகவே ஹ்யூகோ நேரடியாகக் காவல் நிலையத்திற்குச் சென்று நடந்த சம்பவத்தை தான் நேரில் கண்டதாகச் சொன்னார். அப்போதும் அவளை விட மறுக்கவே தான் அதைப் பற்றி நேரடியாக எழுதிக் கையெழுத்திட்டுக் கொடுத்த பிறகே அவளைக் காவல்துறையினர் வெளியே செல்ல அனுமதித்திருக்கிறார்கள்.

இந்தப் பெண்ணைப் போல கைது செய்யப்பட்டு காவல்நிலையத்தில் வைக்கப்பட்டிருந்த வேறு பெண்களில் ஒருத்தி தன்னை மீறிய துயரத்தோடு எவ்வளவு நல்லவர் என்று ஒரு வார்த்தை மட்டுமே சொல்லியிருக்கிறார். அது ஹ்யூகோவின் காதில் விழுந்திருக்கிறது. அதுபோலவே காவல் நிலையத்திலிருந்து வெளியே வந்தபோது அந்தப் பெண் கண்ணீர் விட்டபடியே நீங்கள் நல்லவர், நீங்கள் நல்லவர்

என்று பல முறை சொல்லியிருக்கிறாள். அந்த சம்பவம் அவரது மனதில் மிக ஆழமாகப் பதிந்து போயிருக்கிறது. அதுவே பின்னாளில் நாவலில் முக்கியக் கதாபாத்திரமாக உருக்கொண்டிருக்கிறது.

இந்த நாவலின் தனித்துவமாக இன்றுவரை சிறப்பிக்கப்படுவது பாரீஸ் நகரின் சிறைவாழ்வு பற்றிய நுட்பமான பதிவுகளே ஆகும். சிறையில் உள்ள கைதிகள் தங்களுக்குள் தனியாக பாஷையை உருவாக்கியிருந்தார்கள் என்றும் அவர்கள் தங்கள் உடல்களில் பச்சை குத்திக்கொள்வதன்வழியே தங்களுக்குள் ஒருவிதமான குழுக்களைப் பிரித்து கொண்டிருந்தார்கள். ஓரினப் புணர்ச்சி சிறைச்சாலையின் தவிர்க்க இயலாத நெருக்கடியாக இருந்தது. பலவேளைகளில் ஒரு ஆளைப் பலரும் சேர்ந்து கொண்டு வன்புணர்ச்சி செய்வது நடந்திருக்கிறது என்று விவரிக்கிறார். அத்தோடு அடிநிலை மக்களின் குடியிருப்புப் பகுதி பற்றியும் அவர்களது நெருக்கடியான வாழ்க்கை முறை பற்றியும் விரிவாக இந்த நாவலே பதிவு செய்துள்ளது.

அரசின் மீதான அதிருப்தியை வெளிப்படுத்த முடியாமல் மக்கள் மௌனத்தில் மூழ்கும்போதெல்லாம் ஒரு எழுத்தாளன் உருவாகிறான். அவன் அந்த மௌனத்தின் வீச்சைத் தன் எழுத்தில் வெளிப்படுத்துகிறான். காலத்தின் குரல்தான் எழுத்தாளன் என்று விக்டர் ஹ்யூகோ தனது முன்னுரை ஒன்றில் குறிப்பிடுகிறார். முற்றிலும் நிஜமது. காலத்தின் குரலைப் பதிவு செய்த காரணத்தால்தான் ஹ்யூகோவின் நாவலும் இன்றுவரை மாறிமாறிப் படிக்கப்பட்டும் தாக்கத்தை ஏற்படுத்தியபடியும் வருகிறது.

மேடம் பவாரி

துரோகத்தின் வசீகரம்

Evil is done without effort, naturally, it is the working of fate; good is always the product of an art.

- Charles Baudelaire

துரோகத்தின் சரித்திரம் மிக விசித்திரமானது. சரித்திரப் புத்தகங்களில் நாம் அறிந்திருந்த துரோகங்களை விடவும் அன்றாட வாழ்வில் துரோகத்தின் பங்கு பற்றி நாம் உன்னிப்பாகக் கவனிக்கத் துவங்கினால் அது வாழ்வின் தவிர்க்கமுடியாத ஒரு நிகழ்வைப் போல் யாவரையும் ஊடுருவி யிருப்பதை அறிந்துகொள்ள முடியும்.

அரசியல் மற்றும் சமூகத் தளங்களில் துரோகம் நடைபெறும் போது ஏற்படுத்தும் கவனமும் கொந்தளிப்பும் தனிநபர் வாழ்வில் ஏற்படும் போது பெரிதாக உக்கிரம் அடைவதில்லை. மாறாக அது ஒரு அற ஒழுங்கை மீறிய செயல் என்று வகைப்படுத்தப்படுவ தோடு விதியின் செயலாகவும் அறியப் பட்டுவிடுகிறது. அதிகாரத்தைக் கைப்பற்றுவதற்காக நடக்கும் அரசியல் துரோகங்களைவிடவும் தனிநபர் வாழ்வில் துரோகம் ஏற்படுத்தும் வலியும் வேதனையும் மிக ஆழமானது என்பதையே இலக்கியம் தொடர்ந்து சொல்லிக்கொண்டிருக்கின்றது.

துரோகத்தைக் கதையின் மையப்பொருளாகக் கொண்ட இலக்கியத்திற்குச் சிறந்த உதாரணம் ஆயிரத்து ஒரு அற்புத இரவுகள். ஷாரியார் என்ற மன்னன் தனது மனைவி தனக்கு துரோகம் செய்துவிட்டு அடிமைகளோடு கள்ள உறவு கொண்டிருக்கிறாள் என்பதற்காக அவளைக் கொன்றுவிட்டு

அதன் பிறகு தினம் ஒரு பெண்ணை மணந்து இரவு அவளை அனுபவித்துவிட்டு விடிகாலையில் அவளைக் கொன்று விடுகிறான். அப்படி மணம் செய்விக்கப்பட்டு முதலிரவு அறைக்கு வந்த ஷெகர்ஷாத் என்ற பெண் மரணத்திலிருந்து தப்புவதற்காகக் கதை சொல்லத் துவங்குகிறாள். அந்தக் கதைகளின் தொகுப்பு தான் ஆயிரத்தோரு அற்புத இரவுக் கதைகள்.

காமசூத்ரா போன்ற இந்தியப் பாலியல் பிரதியும் கூட காமத்தைப் பற்றிய தனது கவனத்தைவிடவும் பெண்களை எவ்வாறு கண்காணித்து ஒழுக்கக் கட்டுப்பாட்டிற்குள் வைத்திருக்க வேண்டும் என்பதையே முக்கியமாகப் பேசுகிறது.

பத்தொன்பதாம் நூற்றாண்டு நாவல்கள் தனது பொதுக் களமாகக் கொண்டிருந்தது இதுபோன்ற கலாச்சார மீறல்களையும் அதன் விளைவாகச் சிதைவுறும் குடும்பங்களையும்தான்.

குடும்ப உறவுகள் குறித்து அதுவரை கொண்டிருந்த புனிதங்களை விலக்கி உண்மையான சிடுக்குகளையும் நெருக் கடிகளையும் இந்த வகை நாவல்கள் வெளிப்படுத்தத் துவங்கின.

குறிப்பாக பெண்கள் குறித்து அதுவரை புனிதமாக்கப்பட்டு வந்த கருத்தியல்கள் யாவும் மறுதலிக்கப்பட்டதோடு இயல்பான விருப்பங்கள் மறுக்கப்படும்போது அவர்கள் மேற்கொள்ளும் மீறல்களும் அதன் விளைவுகளும் நாவல்களில் விஸ்தாரமாகப் பதிவு செய்யப்பட்டன.

நாவல்களை சுவையானதொரு இனிப்புப் பண்டம் போல ருசித்து ஏப்பம் விட்டு வந்த கலாச்சாரக் காவலர்களுக்கு இதுபோன்ற நாவல்கள் அதிர்ச்சி தருவதாகயிருந்தன. நாவல் என்பது கற்பனையின் பள்ளத்தாக்கு மட்டுமல்ல, அது உண்மையின் நீரூற்று என்று அவர்கள் புரிந்துகொள்ளவேயில்லை. ஆகவே கலாச்சார ஒழுங்கைச் சீர்குலைப்பதாகக் கூக்குரலிட்ட தோடு இதுபோன்ற நாவல்களைத் தடை செய்யக் கோரி எதிர்ப்பும் நீதி விசாரணைகளும் உருவாகின. அந்த எழுச்சி இந்த நாவல்கள் எழுப்பிய பிரச்சினைகள் மிக நிஜமானவை என்பதை உறுதி செய்வதாகயிருந்தன.

பத்தொன்பதாம் நூற்றாண்டின் பிரெஞ்சு இலக்கியமும் ருஷ்ய இலக்கியமும் மதமும் கலாச்சாரமும் எப்படி மனித விருப்பங்களின் மீது தனது கெடுபிடியான ஆளுமை செலுத் தியது என்பதைப் பற்றிய விசாரணையைச் சார்ந்தே இயங்கி யிருக்கிறது.

குஸ்தாவ் பிளாபெர்டின் மேடம் பவாரி (Gustave Flaubert - Madame Bovary) இந்த விசாரணையை மிகவும் உளவியல் பூர்வமாகவும் அதே நேரம் தன் சமகாலச் சமூகத்தின் போலிமைகளுக்கு எதிரானதாகவும் எழுதப்பட்டிருந்தது.

லத்தீன் அமெக்க எழுத்தாளரான மரிய வர்கஸ் லோசா பிளாபெர் டின் நாவலான மேடம் பவாரி பற்றிய தனது அவதானிப்புகளை Perpetual Orgy என்ற புத்தகமாக எழுதியுள்ளார். அதில் அந்நியமாதல் என்ற உணர்வு இன்றைய நாவல்களின் பிரதான உணர்ச்சி வெளிப்பாடாக இருக்கிறது. ஆனால் இந்த வெளிப்பாட்டைத் தோற்றுவித்த முதல் நவீன நாவல் மேடம் பவாரி என்று சிறப்பித்துக் கூறுகிறார்.

வாழ்வின் அர்த்தமற்ற தருணங்களையும் வெறுமையையும் துல்லியமாக வெளிப்படுத்தியதில் மேடம் பவாரியைப் போல வேறு எந்த நாவலையும் நான் வாசித்ததில்லை என்று பிளாபெர்ட்டைச் சிறப்பித்துக் கூறுகிறார் ஏ.எஸ்.பையட். அதுபோலவே மேடம் பவாரி எழுதப்படாமல் போயிருந்தால் ஜேம்ஸ் ஜாய்ஸின் யூலிசியஸ் தோன்றியிருக்காது என்று நபகோவ் தனது உரையொன்றில் குறிப்பிடுகிறார்.

இதற்கு மேலாக நாடின் கோடிமர் தனது கட்டுரையில் மார்சல் புரூஸ், ஜாய்ஸ், ஹென்றி மில்லர், டி.ஹெச். லாரன்ஸ் போன்ற முக்கிய எழுத்தாளர்கள் பிளாபெர்ட்டின் பாதிப்பில் உருவானவர்களே என்று அடையாளப்படுத்தியிருக்கிறார்.

பிரெஞ்சு இலக்கியத்தின் மிக முக்கிய நாவலான 'மேடம் பவாரி' வெளியாகி நூற்றியம்பது வருடங்கள் கடந்துவிட்டன. 1856இல் வெளியாகி தடை செய்யப்பட்டு திரும்பவும் 1857இல் வெளியானது முதல் மேடம் பவாரி சந்தித்த சர்ச்சைகளும் வாதப் பிரதிவாதங்களும் நுட்பமான வாசிப்புமே அதை இன்றுவரை தொடர்ந்து செவ்வியல் பிரதியாகத் தக்க வைத்திருக்கிறது.

மேடம் பவாரி இதுவரை பதிமூன்றுக்கும் மேற்பட்ட முறை படமாக்கப்பட்டிருக்கிறது. ஆறு முறை தொலைக்காட்சித் தொடராக்கப்பட்டிருக்கிறது. அத்தோடு இருபத்திரண்டு மொழிகளில் மொழியாக்கம் செய்யப்பட்டிருக்கிறது.

மேடம் பவாரி ஒரு நாவல் மட்டுமல்ல. அது ஒரு குறியீடு. ஒரு அடையாளம். எதிர்ப்புக்குரல். பத்தொன்பதாம் நூற்றாண்டு பிரெஞ்சு பூர்ஷ்வா வாழ்வின் மீதான விமர்சனம்.

எனக்கு மேடம் பவாரி பிடித்திருப்பதற்கான காரணங்கள் இரண்டு உள்ளன. ஒன்று அது பகல் நேரங்களை செய்வதறியாமல் கழிக்கும் மனைவியின் தனிமையும் வெறுமையும் பற்றிப் பேசுகிறது என்பது. பெரும்பான்மை இந்தியக் குடும்பங்களில் காணமுடிகிற ஆனால் இந்திய நாவல்கள் அதிகம் கவனம் கொள்ளாமல் விட்டுப்போன முக்கிய அம்சமாக இது எனக்குத் தோன்றுகிறது.

திருமணமாகி கணவன் வீட்டிற்கு வரும் புது மனைவியின் தனிமை மிக விசித்திரமானது. அவளது பகல் பொழுதுகள் வெறுமை நிரம்பியவை. பல நேரங்களில் அது விழிப்பிற்கும் உறக்கத்திற்கும் இடைப்பட்டது.

வீட்டை ஒழுங்கு செய்வதிலும், பழைய பொருட்களை சுத்தம் செய்வதையும் தாண்டி வெறுமை அவள் முன்னால் ஒரு பூதமென எழும்பி நிற்கும்போது அவள் தன்னை அறியாமல் தனிமையின் பூதத்திடம் தன்னை ஒப்படைத்துக்கொண்டுவிடுகிறாள். அது அவளைத் தனக்குத் தானே பேசிக்கொள்ள வைக்கிறது. பகல்கனவு கொள்ள செய்கிறது.

அந்தக் கனவுகள் நிஜமா இல்லை கனவுதானா என்று தெரியாத மயக்கத்தை உண்டுபண்ணுகிறது. தெருவை, வீட்டைச் சுற்றிலும் நடக்கும் சிறு சிறு காயங்களை, குருவிகளின் சப்தத்தை, மதிய வெயிலின் நிசப்தத்தைக் கேட்க வைக்கிறது. தனிமையின் பள்ளத் தாக்கில் வீழ்ந்து கிடந்து அவர்கள் வெளிறிய முகமும் வெளிப்படுத்த முடியாத துக்கமும் கொண்டவர்களாக மாறிவிடுகிறார்கள். அந்த உலர்ந்த பொழுதுகளைச் சிறப்பாகப் பதிவு செய்திருக்கிறது மேடம் பவாரி. (சத்யஜித் ரேயின் சாருலதா திரைப்படத்தின் ஆரம்பக் காட்சிகளில் இதுபோன்ற ஒரு பகல் நேரத்து வெறுமை மிக நுண்மையாகப் படமாக்கப்பட்டிருக்கும்.)

இரண்டாவது காரணம் பள்ளிவயதில் புத்தகம் படிக்கத் துவங்கி புத்தகங்களின் வழியாக உருவான கற்பனை உலகம் போல ஏன் யதார்த்த உலகம் இல்லை என்று புரியாமல் தடுமாறும் ஒரு வாசக மனப்போக்கினை இந்த நாவல் அழகாகப் படம் பிடித்துக் காட்டுகிறது. மேடம் பவாரி எனும் எம்மா தனது பள்ளிவயதிலே ரகசியமாகக் காதல் கதைகளை வாசிக்கத் துவங்கிவிடுகிறாள். மதக் கட்டுப்பாடான பள்ளியில் காதல் கதைகளும் பால் உணர்வைத் தூண்டும் புத்தகங்களும் வாசிப்பது மறுக்கப்பட்டதால் சலவை செய்யும்

பெண்ணின் வழியாகப் புத்தகங்களை வாங்கிப் படித்து வாழ்வு குறித்து எண்ணிக்கையற்ற ரகசியக் கற்பனைகளை வளர்த்துக் கொள்கிறாள். அந்த கற்பனை அவளுக்குள் எண்ணிக்கையற்ற பிம்பங்களை உருவாக்குகிறது. அவள் கற்பனையால் பீடிக்கப்பட்ட வளாகத் தன்னை அடையாளம் கண்டுகொள்கிறாள்.

ஆனால் எல்லா திருமணங்களையும் போலவே எம்மாவின் திருமணமும் ஏமாற்றம் தருவதாகவே அமைந்துவிடுகிறது. புத்தகங்களைப் போல ஏன் வாழ்க்கை இல்லை என்று நாவலில் ஒருமுறை எம்மா கேட்கிறாள். அந்த சிக்கல் நாவல் முழுவதும் விரிவாகப் பேசப்படுகிறது. புத்தகம் வாசிக்கும் பழக்கம் உள்ள பெண் உலகைப் புரிந்து கொள்வதில் அடையும் குழப்பங்களும், முடிவுகளும் மேடம் பவாரி நாவல் முழுவதும் விவாதிக்கப்படுகின்றது. அதுவும் ஒரு காரணம்.

இந்த இரண்டு பிரதான காரணங்களையும் தாண்டி என்னை வியக்க வைத்தது இம்பிரஷனிஸ ஓவியங்களைப் போலக் காட்சிகளைத் துல்லியமாக பிளாபெர்ட் வார்த்தைகளில் உருவாக்கி இருந்த விந்தையே. பிளாபெர்டின் கதை சொல்லும் தன்மையும் எழுத்துமுறையும் பிரெஞ்சு இலக்கியத்திற்கு ஒரு முன்னோடியாக அமைந்திருந்தது. அவர் வாக்கியங்களை அழகாக ஒன்றிணைக்கக்கூடியவர். மனநிலையின் கொந்தளிப்பை வார்த்தைகளின் வழியாக உருவாக்கிக் காட்டும் விந்தையறிந்தவர். அவரது நாவலின் மீது எதிர்கருத்து கொண்டிருந்த பூதலேர் போன்ற பிரெஞ்ச் கவிஞர்கூட அவரது எழுத்து நடையை மிகவும் சிறப்பித்துக் கூறியிருக்கின்றார்.

செவ்வியல் நாவல்கள் எல்லாவற்றிற்கும் இருக்கும் பொதுக்குணம் அது ஒரு கதாபாத்திரத்தின் கதையை மட்டும் கூறுவதில்லை என்பதே. ஒரு இசைக்கோர்வையைப் போல சிறியதும் பெரியதுமான பல்வேறு கதாபாத்திரங்களின் கூட்டிசைவால் நாவல் உருவாகிறது. பல்வேறு நிலைகளில் நாவல் வாழ்வின் சுகதுக்கங்களை ஆராய்கிறது. மதம் மற்றும் சமூக மாற்றங்கள் தனிநபர்களின் வாழ்வை எந்த அளவு கட்டுப்பாடு செய்கிறது என்பதை விசாரணை செய்கிறது.

சமூகக் கட்டுமானங்களை உன்னிப்பாக ஆராய்ந்து அதன் பலவீனமான இடங்களைச் சுட்டிக்காட்டுகிறது. முடிவற்ற திருப்பங்களும் மன எழுச்சியும், காலமாற்றங்களும், அதன்

விளைவால் உருவான அகபுற மாறுதல்களும் நிரம்பியதாக எழுதப்பட்டிருக்கிறது. அவ்வகையில் மேடம் பவாரி நாவல் தனித்துவமானதாகவே இருக்கிறது.

மேடம் பவாரி நாவல் சார்லஸ் பவாரி என்ற மருத்துவனின் வாழ்வை விவரிக்கிறது. அவரது பள்ளிவயதில் நாவல் துவங்குகிறது. சார்லஸ் பவாரி ஒரு மருத்துவரின் மகன். ராணுவ மருத்துவராகப் பணியாற்றிய அவரது அப்பா கண்டிப்பானவர். அதன் காரணமாக சார்லஸிற்கு அம்மாவின் மீது மிகுந்த நெருக்கம் உருவாகிறது. எல்லா விஷயங்களையும் அம்மாவோடு மட்டுமே பகிர்ந்து கொள்கிறார். பள்ளி அவருக்கு விருப்பமானதாகயில்லை. ஆனாலும் வீட்டின் கட்டாயத்திற்காகப் படிக்கிறார்.

பள்ளிப் படிப்பை முடித்து அப்பாவைப் போலவே மருத்துவமும் படிக்கிறார். பிரான்சின் நார்மண்டி பகுதியில் உள்ள ருவான் என்ற தனது சிறிய ஊரில் மருத்துவராகப் பணியாற்றத் துவங்குகிறார். பணம் படைத்த ஒரு பெண்ணை அவருக்கு மனைவியாகத் திருமணம் செய்து வைக்கிறாள் அம்மா. ஆனால் புதிய மனைவியோ அவரைத் தன் கட்டுப்பாட்டில் வைத்துக்கொள்வதற்காகச் சிடுசிடுப்பும் அதிகாரத்தைச் செலுத்துபவளாகவும் இருக்கிறாள். அதனால் சார்லஸ் எப்போதுமே மன நெருக்கடியுடன் வாழ்ந்து கொண்டிருப்பவராக இருக்கிறார்.

இந்த சூழலில் ஒரு நாள் கால் முறிவு ஏற்பட்டுள்ள ஒரு நோயாளியைக் காண்பதற்காக அருகில் உள்ள ஒரு பண்ணை வீட்டிற்கு இரவில் அழைக்கப்படுகிறார். அந்த வீட்டில் முதன் முறையாக எம்மா ருலெத் என்ற இளம்பெண்ணை சார்லஸ் சந்திக்கிறார். அவள் மருத்துவரைத் தனது அப்பாவின் அறைக்கு அழைத்துச் செல்கிறாள். அங்கே கால் முறிவு கொண்டு படுத்திருப்பவரைப் பரிசோதித்து மருந்து தருகிறார் சார்லஸ். எம்மா வாசல் வரை வந்து விடை தருகிறாள். எம்மாவின் பேச்சும் அழகும் அவரை மயக்குகிறது.

அதன் பிறகு நோயாளியைக் காண்பதற்காக அடிக்கடி எம்மாவின் வீட்டிற்கு வரத் துவங்குகிறார் சார்லஸ். அவரது வருகை எம்மாவிற்கு சந்தோஷத்தை உருவாக்குகிறது. அவள் மருத்துவருடன் நட்பாகப் பழகுகிறாள். சார்லஸ் பவாரி ஏதோ ஒரு காரணத்தால் அடிக்கடி அந்த பண்ணை வீட்டிற்குச்

செல்கிறார் என்று அவரது மனைவி சந்தேகப்பட்டு அங்கே போகக் கூடாது என்று தடுக்கிறாள். வேறு வழியில்லாமல் அந்த வீட்டிற்குப் போவதை நிறுத்திக்கொள்கிறார் சார்லஸ்.

சில நாட்களுக்குப் பிறகு சார்லஸின் மனைவி தனக்கு அதிக சொத்து இருப்பதாகச் சொன்னது பொய் என்று தெரியவருகிறது. அந்த ஏமாற்றத்தை சார்லஸின் தாயால் தாங்கிக்கொள்ள முடியவில்லை. மருமகளுக்கும் மாமியாருக்கும் சண்டை நடக்கிறது. இதனால் சார்லஸ் பவாரியின் மனைவி நோயுறுகிறாள். சில வாரங்களில் அவள் இறந்தும் விடுகிறாள். இப்போது சார்லஸ் எம்மாவைத் தனது இரண்டாவது மனைவியாகத் தேர்வு செய்கிறார். அவர்களது திருமணம் நடக்கிறது. எம்மா சார்லஸின் வீட்டிற்கு வந்து சேர்கிறாள்.

ஆனால் திருமண வாழ்வு அவளுக்கு ஏமாற்றம் அளிப்பதாகவேயிருக்கிறது. அவள் புத்தகங்களில் வாசித்து கற்பனை செய்து வைத்திருந்ததிற்கும் நிஜமான திருமண வாழ்விற்கும் கொஞ்சமும் தொடர்பில்லாமல் இருப்பதை அவளால் தாங்கிக்கொள்ள முடியவில்லை. அத்தோடு எந்த ரசனையும் இல்லாமல் சார்லஸ் பவாரி தனது மருத்துவமனையை மட்டுமே கவனித்துக்கொண்டிருப்பது அவளுக்கு எரிச்சல் ஊட்டுகிறது.

தனது பகல் நேர வெறுமையைப் போக்கிக்கொள்ள அவள் வீட்டை சுத்தம் செய்கிறாள். பழைய பொருட்களைத் தூசி தட்டி வைக்கிறாள். திரைச்சீலைகளை மாற்றுகிறாள். தனக்குத் தானே பேசிக்கொள்கிறாள். ஆனாலும் அவள் மனது வெறுமையில் உழன்று கொண்டேயிருக்கிறது. திருமண வாழ்வு காதலும் சாகசமும் நிரம்பியது. அதில் எண்ணிக்கையற்ற ரகசிய விஷயங்கள் நிரம்பியிருக்கின்றன என்று நினைத்திருந்த வளுக்கு இப்படி வீட்டில் அடைபட்டுக் கிடப்பது வேதனை தருவதாக மாறுகிறது.

அவள் தான் போர்டிங்பள்ளியில் படித்த நாட்களை நினைவு படுத்திப் பார்க்கிறாள். அங்கே அவள் பூத்தையல் வேலை செய்யவும் பியானோ வாசிக்கவும் திறமையாக கற்றுக்கொண்டிருக்கிறாள். அதைவிடவும் நிறைய காதல் கதைகளை வாசித்திருந்தாள். அந்த கதைகளில் காதலர்கள் ஒருவரோடு ஒருவர் மனதாலும் உடலாலும் கொண்ட ஈர்ப்பு போல் தங்களது வாழ்வு அமையவில்லை என்பது அவளுக்குத் தெளிவாகப் புரியத் துவங்குகிறது.

ஒருநாள் சார்லஸ் பவாரி அவளை ஒரு நடன விருந்திற்கு அழைத்துச் செல்கிறார். தான் இதுவரை கனவுகண்ட உலகம் அங்கே கண்முன்னே விரிந்திருப்பதை எம்மா உணரத் துவங்குகிறாள். நடனம், கேளிக்கை, உல்லாசம் என ஒரு மாய உலகம் இதுவரை தனது கண்ணிலிருந்து மறைந்திருக்கிறது என்று அவளுக்குப் புரிகிறது. அதை நோக்கிச் செல்லவேண்டும் என்ற வேட்கை கொள்கிறாள். ஆனால் அதற்கான வழியில்லாமல் தடுமாறுகிறாள். அந்த நாட்களில் எம்மா கர்ப்பிணியாகிறாள்.

குழந்தை பிறந்தால் தனது வாழ்க்கை மாறிவிடும் என்ற புது கற்பனை அவளுக்குள் உருவாகிறது. அவளது விருப்பத்திற்கு இணைந்து சார்லஸ் பவாரி வேறு ஊருக்கு மாறிச் செல்லலாம் என்று ஒத்துக் கொள்கிறான். அவர்கள் யான்வில்லா என்ற சிறிய நகரை நோக்கிச் செல்கிறார்கள்.

யான்வில்லாவில் அவளுக்குப் பெண்குழந்தை பிறக்கிறது. அவளோ தனக்கு ஆண்குழந்தை பிறக்கும் என்று கனவு கொண்டிருந்தாள். ஆனால் பெண் பிறக்கவே அந்த ஏமாற்றம் அவளை அதிகம் மன வெறுமை கொள்ளச் செய்கிறது. சதா தனிமையால் பீடிக்கப்பட்டவளாகிறாள். அப்போது ஒரு நண்பன் வீட்டில் லியோன் டுபியஸ் என்ற இளைஞனைச் சந்திக்கிறாள். அவன் ஒரு வழக்கறிஞரின் உதவியாளராக வேலை செய்கிறான்.

முதல் சந்திப்பிலே மேற்கத்திய இசை மற்றும் பிடித்த புத்தகங்கள் பற்றி அவன் பேசத்துவங்கியதும் எம்மாவிற்குப் பிடித்துப் போய்விடவே அவன் மீது காதல் கொண்டுவிடுகிறாள். அவனும் எம்மாவின் அழகில் மயங்கி காதலிக்கிறான். இருவரும் ரகசியமாகச் சந்தித்துக் கொள்கிறார்கள். ஆனால் சில மாதங்களில் அவன் எம்மாவின் மீது கொண்டிருந்த மோகம் தீர்ந்த பிறகு அவளை விட்டு விலகி பாரீஸிற்கு சட்டம் படிக்கச் சென்றுவிடுகிறான். இது அவளைத் திரும்பவும் நோய்மை கொள்ளச் செய்கிறது.

அந்த நாட்களில் ருடால்ப் என்ற பிரபுவை அவள் விழாவில் சந்திக்கிறாள். அவன் பெண்களை வசியம் செய்வதில் கில்லாடி. எளிதாக அவன் எம்மாவின் மனதை வசீகரித்து அவளைக் காதலிக்கச் செய்கிறான். அந்தக் காதல் வெறிகொண்டது போலாகிறது. அவனோடு வீட்டைவிட்டு ஓடிவிட முயற்சிக்கிறாள். ஆனால் அவன் ஒத்துக் கொள்ள

மறுக்கவே ஏமாற்றத்தில் எம்மா தற்கொலை முயற்சி செய்கிறாள். ஆனால் பிழைத்துக் கொள்கிறாள். இனி இந்த நகரிலும் இருக்க முடியாது என்று அவர்கள் பாரீஸிற்குச் செல்கிறார்கள்.

அங்கே அவள் திரும்பவும் லியோனைச் சந்திக்கிறாள். அவனோடு பழகத் துவங்குகிறாள். இந்த நாட்களில் அவள் தனது உடை மற்றும் ஆடம்பரமான வாழ்விற்காக நிறையக் கடன் வாங்குகிறாள். அந்தக் கடன் சுமை அவளை ஒரு கட்டத்தில் அமுக்கத் துவங்குகிறது. கடனைக் கட்ட முடியாத நிலை ஏற்படுகிறது. வீடு, சொத்து யாவும் ஜப்தி செய்யப்படப் போகும் நிலையில் தனது காதலர்களான லியோன் மற்றும் ருடால்பிடம் உதவி கேட்கிறாள். இருவரும் கை விட்டுவிடுகிறார்கள்.

அவமானத்தைச் சந்திக்க பயந்த எம்மா விஷம் அருந்தி தற்கொலை செய்து கொண்டுவிடுகிறாள். அவளது மரணத்தின் பிறகு உண்மை அறிந்த சார்லஸ் பவாரி தனது சொத்தை விற்று அவளது கடனை அடைத்துவிட்டுத் தானும் இறந்து போய்விடுகிறான். எம்மாவின் பெண் குழந்தை வறுமையில் யாருமற்ற அனாதையாக ஒரு காப்பகத்திற்கு அனுப்பப்படுவதோடு நாவல் நிறைவு பெறுகிறது.

நாவல் வாசிப்பில் மிக சுவையான அனுபவம் தரும் மேடம் பவாரி கனவுகள் சிதறடிக்கப்படும் ஒரு பெண்ணின் மனத்துயரையே வெளிப்படுத்துகிறது. மேடம் பவாரி ஏமாற்றப்படுவது சார்லஸால் மட்டுமல்ல. அதுவரை நாவல்கள் உருவாக்கியிருந்த உலகத்தாலும்தான்.

அவளால் இலக்கியம் உருவாக்கிய வாழ்விற்கும் நிஜமான வாழ்விற்கும் இடையில் சமன் காண முடியவில்லை. அவள் கற்பனையைத் தனது வாழ்வின் அடித்தளமாக மாற்றிக்கொள்ள ஆசைப்படுகிறாள். தேடித் தேடிப் படித்து கற்பனையாகவே வாழத் துவங்குகிறாள். நாவல்கள் அவளை ஏமாற்றுகின்றன. வாக்கியங்கள் அவளை யதார்த்த உலகிற்குள் பிரவேசிக்க விடாமல் காலைக் கட்டிக்கொள்கின்றன. வார்த்தைகளை அணைத்துக்கொண்டு ஏன் வாழ்ந்து விட முடிவதில்லை என்று பிதற்றுகிறாள்.

நாவலில் மெல்லிய வெளிச்சம் போல ஒளிரும் இடங்கள் நிறைய உள்ளன. குறிப்பாக அலுப்பும் ஏமாற்றமும் நிறைந்த

ஊரை விட்டு வேறு நகரத்திற்குப் புறப்படும் நாளில் எம்மா தனது திருமணப் பரிசாகப் பாதுகாத்து வைத்திருந்த பூங் கொத்தை நெருப்பில் இட்டு எரிக்கின்றாள். அப்போது இந்தப் பூக்கள் அது மலர்ந்த நாளில் எவ்வளவு வசீகரமாக இருந்தன. இன்று இருப்பது அந்தப் பூவை நினைவுபடுத்தும் அதன் மங்கிய நிறம் மட்டும்தானே. என் வாழ்வும் இதுபோல உலர்ந்து வாசனையற்றுப் போய்விடுவதை என்னால் சகித்துக் கொள்ள முடியாது என்று நினைவு கொண்டபடியே ஆவேசத்துடன் பூவை நெருப்பில் போட்டு எரிக்கின்றாள்.

இன்றும் எத்தனையோ வீடுகளில் பாதுகாத்து வைக்கப் பட்டிருக்கும் கல்யாண மாலைகளுக்குப் பின்னால் இது போல மனவெறுமை ஒளிந்திருக்கிறது என்பதை இந்த ஒரு பத்தி முகத்தில் அறைவது போல வெளிப்படுத்துகிறது.

அதுபோலவே தாய்மையடைதல் பற்றியும் பெண் கொண்டிருக்கும் எண்ணங்கள் பெரிதும் கற்பனையானவை. குழந்தை பிறந்தவுடன் உலகம் மாறிவிடும் என்று பெரும்பான்மையான பெண்கள் நினைத்திருக்கிறார்கள். அது வேதனையும் வலியும் நிரம்பிய ஒரு நிகழ்வு என்பதைத் தவிர வேறில்லை. குழந்தையின் மீது பரிவும் பாசமும் உருவாகிறது. ஆனால் வாழ்வு எந்த மாற்றமும் கொள்வதில்லை என்பதை எம்மா உணர்வதும் இத்தகையதே.

பிரசவமாகி சில மாதங்களுக்குப் பிறகு அவள் லியோனைச் சந்திக்கும்போது நடக்க முடியாத வலியும் காதல் ஏற்படுத்தும் பிதற்றலுமாக அவனது தோளில் சாய்ந்து கொண்டு தான் காதல் வசப்பட்டிருப்பதாகச் சொல்லியபடியே அவள் நடக்கும் காட்சியும் நாவலின் அதி உன்னத கணங்கள். ஒவ்வொரு முறை எம்மா தனது காதலர்களுடன் உறவாடிவிட்டு வீடு திரும்பும் போது அவளைப் பின் தொடரும் குருட்டுப் பிச்சைக்காரனும் அவனது பாடலும் நாவலில் இருந்து தனித்து பிரிக்க முடியாத ஊடு இழை.

எம்மாவின் தற்கொலையும் அதைத் தொடர்ந்து நாவல் செல்லும் உயரங்களும் மிக நுட்பமானவை. எம்மாவின் தற்கொலை அதுவரையான அவளது செயல்களைப் புரிந்துகொள்ள வைக்கிறது. கடனுக்காக வீட்டில் உள்ள எல்லாவற்றையும் விற்கும் சார்லஸ் தனது மனைவியின் உடமைகள் எதையும் விற்க மறுக்கிறான். அவளது திருமண உடையை, படுக்கையைப் பார்த்துப் பார்த்து மனம் விட்டுப்

புலம்புகிறான். ஒரு நாள் எம்மாவிற்குக் காதலர்கள் எழுதி யிருந்த கடிதங்களைத் தற்செயலாகக் கண்டெடுத்துப் படித்துப் பார்க்கிறான். அப்போது கூட எம்மாவின் மீது அவனுக்கு கோபம் வருவதில்லை. மாறாக எம்மாவைத் தான் புரிந்து கொள்ளவில்லையே என்று ஆதங்கப்படுகிறான்.

இதன் தொடர்ச்சியாக எம்மாவின் காதலர்களில் ஒருவனான லியோன் பணக்காரப் பெண் ஒருத்தியைத் திருமணம் செய்வதாக அறிந்து அந்த நற்செய்தி தன் மனைவிக்குத் தெரிந்திருந்தால் மிகவும் மகிழ்ந்திருப்பாள் என்று வாழ்த்துச் செய்தி அனுப்புகிறான்.

அதுபோலவே ரூடால்பை ஒருநாள் சந்தித்து அவனோடு ஒன்றாக மது அருந்தி தனக்கு அவர்கள் காதல் பற்றித் தெரியும் என்று சொல்லி இருவரும் அவளது பிரிவிற்காக மனம் வருந்த வேண்டும் என்கிறான். முடிவில் சார்லஸ் பவாரியும் துக்கத்தி லிருந்து மீள முடியாமல் இறந்து போகிறான். அவனது சொத்து யாவும் பறிபோய் விடுகிறது.

மிஞ்சியிருப்பது மேடம் பவாரியின் மகள் பெர்த் மட்டுமே. தாயின் நிறைவேறாத ஆசைகளையும் துக்கத்தையும் காலம் அவள் மீது சுமத்திவிடுகிறது. அவள் வறுமையின் காரணமாக ஒரு காப்பகத்திற்கு அனுப்பப்படுகிறாள். பவாரியின் கதை காற்றில் கரைந்து போகிறது.

குஸ்தாவ் பிளாபெர்டிடம் மேடம் பவாரி நாவல் பற்றி ஒரு விமர்சகர் கேட்ட போது அவர் மேடம் பவாரியில் வரும் எம்மா நான்தான் என்று பதில் சொன்னார். அது உண்மையே. பிளாபெர்டின் சுயசரிதை போலச் சாயல் கொண்ட இந்த நாவல் அவரது வாழ்வில் நிகழ்ந்த பல சம்பவங்களைக் கொண்டிருக்கிறது.

1821ல் பிரான்சின் ருவென் என்ற ஊரில் பிளாபெர்ட் பிறந்தார். இவரது அப்பா ஒரு மருத்துவர். பிளாபெர்டும் சார்ல்ஸ் பவாரியைப் போல மிகக் கண்டிப்பான பள்ளியில் படிக்க அனுப்பப்பட்டவர். லியோன் கதாபாத்திரம் போலவே பிளாபெர்டும் சட்டம் பயின்றவர். சிறுவயது முதல் அம்மாவின் நெருக்கத்தில் வளர்ந்தவர். திருமணம் செய்து கொள்ளாமலே கடைசிவரை வாழ்ந்தவர். ஆனால் அவருக்கு நிறையப் பெண்களோடு தொடர்பு இருந்தது.

குறிப்பாக அவரது காலத்தில் புகழ்பெற்றிருந்த கவிஞரான லூயிசா குலோட் என்ற பெண்ணோடு அவருக்கு நெருக்கமான உறவு இருந்தது. மேடம் பவாரி நாவல் எழுதப்படுவதற்கு அவளும் ஒரு காரணமாக இருந்தாள் என்கிறார்கள் விமர்சகர்கள்.

பிளாபெர்ட் இந்த நாவலை ஐந்து வருட காலம் எழுதினார். தனிமையாகவும் ஒரு நாளைக்கு இரண்டு பக்கங்களுக்குக் குறைவாகவும் இதைத் தான் எழுதியதாக ஒரு கடிதத்தில் தெரிவிக்கிறார். இந்த நாவல் எழுதப்படுவதற்கு ஒரு பத்திரிகைச் செய்தி காரணமாக இருந்தது.

டெல்மார் என்ற இளம்பெண் ஒரு மருத்துவரின் மனைவி. அவள் பலரோடும் கொண்டிருந்த கள்ள உறவின் காரணமாக அளவுக்கு மீறிய கடன் சுமை ஏற்படவே அதிலிருந்து விடுபட வழியின்றி தனது கணவரையும் குழந்தைகளையும் கொலை செய்து விட்டதாக ஒரு செய்தி வெளியாகியிருந்தது. அந்த செய்தி தனது சமகாலத்தைய பகட்டான வாழ்வின் மீதான விமர்சனம் என்று உணர்ந்த பிளாபெர்ட் அதை மனதில் கொண்டே மேடம் பவாரி நாவலை எழுதியிருக்கிறார். அதுபோலவே பிளாபெர்டின் பெண் தோழிகளில் ஒருத்தியாக இருந்த ஜார்ஜ் சாந்த் என்ற பெண் எழுத்தாளரின் நாவல் ஒன்றில் வரும் அன்டோனியா என்ற கதாபாத்திரத்தின் பாதிப்பில் மேடம் பவாரி எழுதப்பட்டதாகவும் விமர்சகர்கள் அடையாளம் காட்டுகிறார்கள்.

பிளாபெர்ட் இந்த நாவலை ரிவே என்ற இதழில் தொடர்கதையாக வெளியிட்டார். நாவல் புத்தகமாக வெளியானபோது அது கலாச்சாரச் சீரழிவிற்கு வழிவகுக்கிறது, ஆகவே அதைத் தடை செய்யவேண்டும் என்று நீதிமன்றத்தில் கலாச்சாரக் காவலர்கள் வழக்கு தொடுத்தார்கள். இதற்காக ஒரு சிறப்பு நீதி விசாரணைக் குழு அமைக்கப்பட்டது. இதே காலகட்டத்தில் பிரெஞ்ச் கவிஞரான பூதலேர் எழுதிய தீவினையின் பூக்கள் என்ற கவிதைத் தொகுப்பு மிக ஆபாசமானது என்று அவர் நீதிமன்றத்தில் தண்டிக்கப்பட்டு அபராதம் விதிக்கப்பட்டார். ஆகவே இந்த நாவலும் தடை செய்யப்பட்டுவிடும் என்று மதவாதிகள் நம்பினார்கள்.

பிளாபெர்ட், அவரது பதிப்பாளர் மற்றும் அச்சக உரிமையாளர் மூவரும் குற்றவாளிகளாக அறிவிக்கப்பட்டார்கள். விசாரணையின் போது நீதிமன்றத்தில் இந்த நாவலின் சில

பகுதிகளை வாசித்துக் காட்டுவது கூட அவமானமானது என்று வழக்கறிஞர் வாதிட்டார். ஆனால் குற்றம் நிரூபிக்கப்படவில்லை என்று நீதிமன்றம் இந்த நாவலின் மீதான தடையை நீக்கியது. அதன்பிறகு மேடம் பவாரி வெளியாகி பரவலான வாசகர்களின் கவனத்தைப் பெற்றது. பிளாபெர்ட் தனது காலத்தைய முக்கியப் படைப்பாளிகள் பலரோடும் நேரடியான உறவு கொண்டிருந்தார். அவரது நண்பர்கள் பட்டியல் மிகவும் பெரியது. அதில் துர்கனேவ் துவங்கி பூதலேர் வரை பலரும் இடம்பெற்றிருந்தார்கள். இந்த நாவல் அடைந்த வெற்றி பிளாபெர்ட்டிற்கு பிரெஞ்ச் இலக்கியத்தில் தனியிடத்தை உருவாக்கித் தந்தது. எபிலெப்சி என்ற நரம்பியல் நோயால் பாதிக்கப்பட்ட பிளாபெர்ட் 1880ஆம் ஆண்டு காலமானார்.

மேடம் பவாரி பலமுறை படமாக்கப்பட்ட போதும் இதன் மூன்று திரை வடிவங்கள் மிக முக்கியமானவை. ஒன்று 1949ல் ஜெனிபர் ஜோன்ஸ் கதாநாயகியாக நடித்து வின்சென்ட் மின்னலி இயக்கிய மேடம் பவாரி. இப்படம் சிறந்த ஒளிப்பதிவு மற்றும் உடை அலங்காரத் திற்காக சிறப்பாகப் பேசப்பட்டது. அது போலவே ழான் ரெனார் இயக்கி 1933ல் வெளியான மேடம் பவாரி. இதன் பிறகு 1991ல் பிரபல பிரெஞ்சு இயக்குனரான கிளாடே சார்போல் இயக்கி இசபெல் ஹெபெர்ட் நடித்த மேடம் பவாரி திரைப்படம் பிளாபெர்டின் நாவலுக்கு மிக நெருக்கமாகயிருந்தது. இந்தியாவிலும் கேதன் மேத்தா, மாயா மேம்சாப் என்ற பெயரில் மேடம் பவாரியைத் திரைப்படமாக்கியிருக்கிறார்.

நூற்றாண்டைக் கடந்து வந்த செவ்வியல் நாவல் என்று மட்டுமல்லாது இன்றைய வாழ்வின் அகச்சிக்கல்களுக்கும் மிக நெருக்கமாக இருக்கிறது மேடம் பவாரி. அவ்வகையில் இந்த நாவல் திரும்பத் திரும்ப வாசிக்கவும் கொண்டாடவும் வேண்டிய பிரதியாகவே இருக்கிறது.

தஸ்தாயெவ்ஸ்கி

அன்பும் தண்டனையும்

Talking nonsense is man's only privilege that distinguishes him from all other organisms.

- Fyodor Dostoevsky

எல்லா புனைவுகளையும் விடவும் விசித்திரமானது தஸ்தாயெவ்ஸ்கியின் வாழ்க்கை. துயரத்தின் சாற்றை மட்டுமே பருகி வாழ்ந்த அவரது வாழ்வின் ஊடாகவே அவரது படைப்புகள் உருக்கொண்டிருக்கின்றன. எழுதுவதைத் தவிர வேறு எந்த வழியிலும் தன்னை ஆறுதல் படுத்திக்கொள்ள முடியாத ஒரு மனிதனின் வெளிப்பாடுகள் தான் தஸ்தாயெவ்ஸ்கியின் எழுத்துக்கள்.

தஸ்தாயெவ்ஸ்கியின் குற்றமும் தண்டனையும் (Crime and Punishment) நாவல் 1866ஆம் ஆண்டு ருஷ்யாவில் வெளியானது. அன்றிலிருந்து இந்த 140 வருடங்களுக்கு அந்த நாவல் எதிர்கொண்ட வாசக விமர்சக விளைவுகள் மிக நுட்பமானவை. ஒரு நாவல் எந்த அளவு வாசகர்களின் விருப்பத்திற்கும் நெருக்கத்திற்கும் உள்ளாக முடியும் என்பதற்கு சிறந்த எடுத்துக்காட்டு இது.

தஸ்தாயெவ்ஸ்கியின் எழுத்தைப் புரிந்து கொள்வதற்கு முன்பாக அவரைப் புரிந்துகொள்வது மிக அவசியம். தான் வாழ்ந்த காலம் முழுவதும் தொடர்ந்து தூஷிக்கப்பட்டு கடுமையான வசைகளுக்கும் ஏளனத்திற்கும் உள்ளான ஒரு எழுத்தாளன் அவர். நெருக்கமான மனிதர்களின் திடீர் மரணமும், கொடிய வறுமையும், நோயும் நிழலைப் போல அவரது வாழ்வில் பின் தொடர்ந்தன.

புறக்கணிப்பு, அவமானம், ஏமாற்றம் என்ற சொற்கள் ஈக்களைப் போல அவர் செல்லுமிடமெல்லாம் சுற்றிவந்து கொண்டேயிருந்தன. வாழ்வு ஒரு கொடை என்று அவரது உலர்ந்த உதடுகள் முணுமுணுக்கும்போது கைகள் பயத்தில் நடுங்கிக்கொண்டுதானிருந்தன. காற்றில் மிதந்து செல்லும் உதிர்ந்த இலையைப் போல காலம் அவரைத் தன் இஷ்டம் போல வீசியடித்து விளையாடியது. ஆனால் இவை யாவும் மீறி எல்லாத் துயரங்களையும் எழுத்தாக்கிவிடும் விந்தை தஸ்தாயெவ்ஸ்கிக்குக் கைகூடியிருந்தது.

பல நூற்றாண்டுகளாக இருள் மூடிக் கிடந்த மனித மனதின் இருட்டறைகளுக்குள் பிரவேசித்த முதல் நபர் தஸ்தாயெவ்ஸ்கியே. அவரது எழுத்தின் வழியாக மட்டுமே அன்றுவரை ரகசியம், ஆபாசம், விலக்கப்பட்டவை என்று பூட்டி வைக்கப்பட்டு துருவேறியிருந்த மனக்குகையின் தாழ்ப் பாள்கள் திறக்கப்பட்டன. தஸ்தாயெவ்ஸ்கியைப் போல தனிமையும் துயரும் பீடிக்கப்பட்ட மனிதனை இலக்கிய உலகம் இன்றுவரை காணவேயில்லை. அவர் வாழ்வின் மீதான நம்பிக்கையை மட்டுமே கையில் ஏந்தியபடியே உலகின் இருண்ட தாழ்வாரங்களில் எதையோ புலம்பியபடியே நடந்து திரிந்திருக்கிறார்.

தனிமை சாவோடு முடிந்துவிடக் கூடியதில்லை. சாவு தனிமையை உறுதிப்படுத்தும் இடம் எனும் தஸ்தாயெவ்ஸ்கி, கரமசோவ் சகோதரர்கள் நாவலில் அல்யூஷா தான் இறந்து போய் புதைக்கப்படும்போது புதைமேட்டில் ஒரு ரொட்டித்துண்டை வைக்குமாறு கேட்டுக்கொள்கிறான். அதற்குக் காரணம், அந்த ரொட்டித்துண்டைத் தின்பதற்காகக் குருவிகள் வந்து சேரும். அவை இரைச்சலிட்டபடியே அந்த ரொட்டித்துண்டைக் கொத்தித் தின்னும் சப்தத்தைத்தான் புதை குழியிலிருந்தபடியே கேட்பேன். சாவிற்குப் பிறகான எனது தனிமைக்கு அது ஒன்றே ஆறுதல் என்கிறான். தனிமையின் உக்கிரம் பிடித்த கண்களுடன் வாழ்ந்து பழகிய மனிதனைத் தவிர வேறு யாரால் இந்த வாசகங்களை எழுதிவிட முடியும்.

தஸ்தாயெவ்ஸ்கியின் படைப்புகளைத் தனக்குத் தானே பேசிக் கொள்ளும் பழக்கம் கொண்ட ஒரு மனிதனின் பகல் கனவுகள் அல்லது நிறைவேறாத ஏக்கங்கள் கொண்ட ஒருவரின் நாட்குறிப்புகள் என்றுகூட வகைப்படுத்திவிடலாம். ஆனால் தனக்குத் தானே பேசிக் கொள்வது எவ்வளவு துயரமான

நிலை என்று நம்மால் புரிந்துகொள்ள முடியுமானால் அது கடவுளுக்கு மட்டுமே சாத்தியமான ஒரு நிலை என்று உணரமுடியும்.

தஸ்தாயெவ்ஸ்கி கதைகளின் வழியாக ஒரு தேடலை மேற்கொள்கிறார். இந்த தேடல் ஒரே நேரத்தில் மெய்த் தேடலாகவும் மறுபக்கம் மனிதத் துயரத்திற்கான ஆதார விதைகளைத் தேடுவதாகவும் அமைந்திருக்கிறது. நூற்றாண்டு களாக மனிதர்கள் திகைத்து நின்ற சில அடிப்படைக் கேள்விகளுக்குக் கதைகளின் வழியாக பதில் சொல்ல முயன்றிருக்கிறார்.

இந்தக் கேள்விகளுக்கு மதமும் தத்துவமும் தந்த பதில்கள் திருப்தியற்றுப் போன ஒரு மனதிற்கு தஸ்தாயெவ்ஸ்கியின் பதில்கள் மிக நெருக்கமாக உள்ளன. குறிப்பாக அறம் மற்றும் பொது ஒழுக்கம், மரணம் மற்றும் எதிர்பாராமை சார்ந்து தஸ்தாயெவ்ஸ்கி எழுப்பிய கேள்விகளும் அதற்கான அவரது மறுமொழியும் ஒரு தீர்க்கதரிசியின் செயல்பாடுகளுக்கு நிகரானது.

மனித வாழ்வு குறித்த கேள்விகளை அணுகும்போது அதைத் தனித்த ஒரு நிகழ்வாக தஸ்தாயெவ்ஸ்கி ஒருபோதும் கருதுவதில்லை. மாறாக உலகின் பிரிக்க முடியாத மாபெரும் நிகழ்வின் ஒரு சிறிய பகுதியாகவே கருதுகிறார். ஒரு மனிதனின் இருப்பு ஒரு நட்சத்திரத்தின் ஒளிர்தலோடு ஏதோ ஒரு மர்மமான வகையில் தொடர்பு கொண்டுள்ளது.

மனிதர்கள் தாங்கள் வாழ்வதன் வழியாக தங்களது சுயவிருப்பு வெறுப்புகளை மட்டுமே நிறைவேற்றிக் கொள்வதில்லை, மாறாக மாபெரும் இயக்கம் ஒன்றின் பகுதியாக அதன் நித்ய கடமைகளையும் நிறைவேற்றுகிறார்கள். அந்த செயல்கள் குறித்த தேடுதல்களும் தன்னறிதலும் மிகக்குறுகிய அளவே மனிதனால் கண்டுபிடிக்கப்பட்டுள்ளது.

வேதனைகளைக் கணக்கிடும் மனிதன் சந்தோஷங்களை ஒரு போதும் கணக்கிடுவதேயில்லை. ஒருவேளை சந்தோஷங்களை ஒரு பக்கமும், வேதனைகளை மறு பக்கமும் பட்டியலிடுவோமாயின் அந்த பட்டியலில் எப்போதும் சந்தோஷத்தின் எண்ணிக்கைகளே அதிகமாக இருக்கும். இந்த முடிவைத் தன் எழுத்தில் தீவிரமாக நம்பிச் செயல்பட்டவர் தஸ்தாயெவ்ஸ்கி.

தஸ்தாயெவ்ஸ்கியை எனக்குப் பிடித்திருப்பதற்கான காரணம், அவரது படைப்புகளை அணுகும் போது ஒரு சரித்திர ஆசிரியரிடம் காணப்படும் உண்மை குறித்த தீவிரமும் விஞ்ஞானியிடம் காணப்படும் பகுத்தாயும் தன்மையும், கணிதவியலாளரிடம் காணப்படும் அடிப்படை அறியும் முனைப்பும், தத்துவவாதியிடம் உள்ள தர்க்கமும், கவிஞனிடம் உள்ள நுண்ணுணர்வும், குழந்தையிடம் உள்ள கற்பனையும், கடவுளிடம் உள்ள கருணையும் ஒருங்கே காணமுடிகிறது என்பதே.

தஸ்தாயெவ்ஸ்கியை அறிதல் என்பது ஒரு தொடர் இயக்கம் அல்லது ஒரு முடிவற்ற செயல்பாடு. அது அவரது படைப்பு களில் இருந்து துவங்குகிறது. ஆனால் அதன் எல்லைகள் படைப்புகளுக்குள் முடிந்துவிடுவதில்லை. மாறாக அது நம்மைச் சுற்றிய உலகை, மனிதர்களை, கடந்த காலத்தை, கடவுளைப் புரிந்து கொள்வதற்கான சாத்தியங்களை திரும்பத் திரும்ப உருவாக்குகின்றன.

தஸ்தாயெவ்ஸ்கியின் படைப்புகள் திரும்பத் திரும்ப வாசகனிடம் யாசிப்பது வாழ்வினை அதன் சகல அபத்தங்க ளோடும் கொண்டாட வேண்டும் என்பதே. வாழ்வின் நெருக்கடிகள் ஏற்படுத்திய வலியில் இருந்து அவரது எழுத்து பிறந்த போதும், படைப்பெங்கும் கருணையும் நேசமும் எல்லையில்லாத மனித அக்கறையும் நிரம்பியிருக்கிறது.

தஸ்தாயெவ்ஸ்கியின் நாவல்களில் மிகச் சிறந்ததாக நான் கருதுவது Crime and Punishment, The Idiot, The Brothers Karamazov.

குற்றமும் தண்டனையும் (Crime and Punishment) நாவல் 1866ஆம் ஆண்டு ரஷ்யன் மெசஞ்சர் என்ற இதழில் தொடர்கதையாகப் பன்னிரண்டு பகுதிகளில் வெளியிடப்பட்டது. தஸ்தாயெவ்ஸ்கி இதற்கு முன்னதாகவே ருஷ்ய இலக்கியத்தில் தனித்துவமான எழுத்தாளராக அறியப்பட்டிருந்தார். இந்த நாவல் அவரது ஐரோப்பிய பயணத்திற்குப் பிறகு எழுதப்பட்டதோடு சமகால ருஷ்ய வாழ்வின் நெருக்கடியைப் பிரதிபலித்தது என்பதற்காக மிகச் சிறப்பான வரவேற்பைப் பெற்றது. நூற்றாண்டு களைக் கடந்த பிறகு இன்றும் இந்த நாவல் தன்னளவில் முழுமையானதாகவும் விவாதத்திற்கு உரியதாகவுமே இருக்கிறது.

குற்றமும் தண்டனையும் நாவலைப் பெரும்பான்மையினர் கொலை மற்றும் அது சார்ந்த விசாரணை குறித்த நாவல் என்றே பொதுவில் வகைப்படுத்துகிறார்கள். இது அந்த நாவலுக்குச் செய்யும் மாபெரும் துரோகம் என்றே தோணுகிறது.

இந்த நாவலில் ஒரு கொலை நடக்கிறது. கொலை செய்கின்றவன் நாவலின் கதாநாயகன் ரஸ்கோல்னிகோவ். ஆனால் கொலை மட்டுமே நாவலின் மையமல்ல. நாவலின் போக்கினை திசைமாற்றம் செய்யும் ஒரு முக்கிய நிகழ்வாகவே குற்றம் நிகழ்கிறது. இன்னும் சொல்வதாகயிருந்தால் குற்றம் ஒரு மனிதனின் அகச் செயல்பாடுகளை ஆராய்வதற்கான சாதனமாக அமைந்துவிடுகிறது.

புனித நூற்களாக வகைப்படுத்தப்படும் பைபிள் மற்றும் இந்திய வேதங்கள் யாவும் கூட கொலை மற்றும் அது சார்ந்த எதிர்வினைகளால் நிரம்பியே இருக்கின்றன. குருர மரணம் இல்லாத புனித நூற்களே இல்லை என்று கூட சொல்லலாம். ஆனால் இந்த வகைப் பிரதிகளில் மரணம் மீட்பிற்கான வழியை நோக்கிய விசாரணையை முன்னெடுத்துச் செல்கின்றதே அன்றி குற்றத்தை ஒரு கேளிக்கையாக ஒருபோதும் முன்வைப்பதில்லை.

பொதுவான ஜனரஞ்சக வாசகர்களுக்கான குற்ற வகை நாவல்கள், கொலை மற்றும் திருட்டைக் கேளிக்கை சார்ந்த சாகசமாகவே முன்வைக்கின்றன. குற்றவாளியின் மனவுலகை அது ஆராய்வதில்லை. மாறாக குற்றம் சார்ந்து உருவாகும் புதிரை இறுக்குவதிலும் அவிழ்ப்ப திலுமே தன்னைப் பெரிதாக ஈடுபடுத்திக்கொள்கிறது. இந்த வகையைச் சாராமல் குற்றத்தினை ஆராயமுடியும் என்பதையே தீவிர இலக்கிய வாதிகள் நெடுங்காலமாக முயற்சி செய்து வருகிறார்கள். இந்த வகை இலக்கியத்திற்கு முன்னோடி ஷேக்ஸ்பியர்.

அவரது ஹாம்லெட், மேக்பத், ஒத்தல்லோ போன்ற சாகச நாயகர்கள் யாவரும் குற்றத்தின் வழியாகவே தங்களை அடையாளப்படுத்திக் கொள்கிறார்கள். ஷேக்ஸ்பியர் குற்றத்தை ஆசையின் குழந்தையாகவே கருதுகிறார். எல்லா குற்றங்களும் அடிப்படையில் ஏதோவொரு நிறைவேறாத ஆசையின் வெளிப்பாடாகவே இருக்கின்றன என்பது ஷேக்ஸ்பியரை வாசிக்கும் எவராலும் அறிந்து கொள்ள முடியும்.

ஷேக்ஸ்பியரில் துவங்கிய இந்த மரபு தொன்றுதொட்டு நாட்டார் மரபில் உலகம் எங்கும் காணப்படுகிறது. இதன் தொடர்ச்சி பத்தொன்பதாம் நூற்றாண்டின் பிரெஞ்சு

இலக்கியத்தில் தீவிரமாக எதிரொலித்தது. பால் சாக்கில் துவங்கி மாபசான், பிளாபெர்ட், ஹ்யூகோ என்று பிரெஞ் சிலக்கியவாதிகளின் முக்கியக் கருப்பொருளாக குற்றமும் அதன் பின் உள்ள சம்பவங்களுமே கதைகளாக அமைந்திருந்தன.

தஸ்தாயெவ்ஸ்கியின் நாவல்களில் இடம்பெற்றுள்ள குற்றங்கள் பெரும்பாலும் சலிப்பில் உருவானவையே. குற்றமும் தண்டனை நாவலில் அடகுக்கடை நடத்தும் பெண்ணைக் கொலை செய்யும் ரஸ்கோல்னிகோவ் அதற்கு காரணமாகக் கூறுவது, சாதாரண மனிதர்கள் தாண்டப் பயப்படும் எல்லைகளைக் கடக்க தன்னால் முடியும் என்பதை நிரூபிப்பதற்காகவே கொலையைத் தேர்வு செய்ததாகச் சொல்கிறான். இந்தச் சலிப்பிற்குக் காரணம் வாழ்வில் தனக்கென தனியான எந்த அடையாளமும் இல்லாமல் போயிருப்பதே யாகும்.

உண்மையில் தஸ்தாயெவ்ஸ்கியின் கதாநாயகர்கள் யாவரும் தங்களது சுய அடையாளம் குறித்தே பேச விரும்புகிறார்கள். அதை நேரடியாகப் பேசிக்கொள்ளத் துணிவின்றி அதற்கு ஒரு ஊடுதிரை போல குற்றத்தை முன்வைக்கிறார்கள். குற்றமும் தண்டனையும் நாவலும்கூட இதுபோல கொலைக்கு முன்பு உள்ள ரஸ்கோல்னி கோவின் உலகமும், கொலைக்குப் பிறகான ரஸ்கோல்னிகோவின் உலகமுமாக இரண்டாகவே பிரிந்திருக்கிறது.

எல்லா குற்றங்களுக்கும் அடிப்படைக் காரணமாக இருப்பது மனிதன் நேசிக்கப்படாமல் போனதே என்று ஒரு இடத்தில் தஸ்தாயெவ்ஸ்கி தெரியப்படுத்துகிறார். அதுதான் அவரது கண்டுபிடிப்பின் முக்கிய செய்தி. கடவுளைத் தவிர வேறு எவரையும் எல்லா நேரத்திலும் நேசிக்க முடியவில்லை, அதுதான் மனிதனின் மகத்தான பலவீனம் என்று சொல்லும் தஸ்தாயெவ்ஸ்கி, கடவுளின் முதுகிற்குப் பின்னால் நடக்கும் காரியங்களுக்குக் கடவுள் எவ்விதமான மறுப்பும் தெரிவிப்பதேயில்லை. அந்த செயல்களின் ஊடாகப் பிரவேசித்து உண்மையை அறிவதே ஒரு எழுத்தாளனாகத் தன்னுடைய வேலை என்று கூறுகிறார். அவரது குற்றமும் தண்டனையும் நாவலும் இத்தகைய முயற்சியே.

குற்றமும் தண்டனையும் நாவல் பீட்டர்ஸ்பெர்க் நகரில் ஒரு தனியறையில் வசிக்கும் ரஸ்கோல்னிகோவ் என்ற

மாணவனின் வாழ்வில் நடந்த ஒன்பது தினங்களைப் பற்றியது. (பின் இணைப்பாக உள்ள ஒரு அத்தியாயத்தைத் தவிர்த்து). இந்த ஒன்பது நாட்களில் அவன் வாழ்வில் ஒரு சூறாவளி வீசுகிறது. அவன் அந்த சுழிக்காற்றிற்குத் தெரிந்தே தன்னை ஒப்புக்கொடுக்கிறான்.

நாவல் துவங்கும்போது பீட்டர்ஸ்பர்க் நகரின் நெருக்கடியான வாழ்வும் அங்கு காணப்படும் வறுமையும், நோயும், மிதமிஞ்சிய குடியும் இருளும் வர்ணிக்கப்படுகின்றன. ஒரு கொலை செய்ய வேண்டும் என்ற எண்ணத்துடன் ரஸ்கோல்னிகோவ் என்ற இளைஞன் தனது அறையில் இருந்து வெளியே வருகிறான். அந்த எண்ணம் தவறு என்று அவனுக்கு நன்றாகத் தெரிகிறது.

இந்த எண்ணத்தை எப்படியாவது மனதை விட்டுத் துரத்த வேண்டும் என்று நிஜமாகவே அவன் விரும்புகிறான். ஆனால் அவன் உள்மனது குற்றத்தின் மீது ருசி கொள்ளத் துவங்கியிருக்கிறது. ஆகவே அவன் கால்கள் நேரடியாக அவன் யாரைக் கொல்ல நினைக்கிறானோ அந்த அடகுக் கடை நடத்தும் அல்யோனா இவானோவா என்ற பெண்ணின் இருப்பிடத்தை நோக்கிச் செல்கின்றன.

ரஸ்கோல்னிகோவ் வறுமையில் பீடிக்கபட்டிருக்கிறான். அவனது படிப்பு இதனால் பாதியில் ஊசலாடுகிறது. சக மாணவன் ஒருவனால் அறிமுகம் செய்து வைக்கப்பட்ட அடகுக்கடை நடத்தும் பெண்ணிடம் முன்னதாக அவன் மோதிரம் மற்றும் வெள்ளிப் பொருட்களை அடமானம் வைத்து அந்தப் பணத்தில் வாழ்ந்து கொண்டிருக்கிறான். சில மாதங்களாகவே வீட்டு வாடகை கொடுக்க முடியவில்லை. ஆகவே வீட்டுக்காரப் பெண் அவன் மீது போலீசில் புகார் கொடுக்கப் போவதாகச் சொல்லிக்கொண்டிருக்கிறாள்.

ரஸ்கோல்னிகோவின் தாயும் தங்கையும் வேறு ஊரில் வசிக்கிறார்கள். அங்கே தங்கை சிறிய வேலையில் இருக்கிறாள். அவள் தன் அண்ணனின் நலனிற்காக ஒரு வசதியான ஆளைத் திருமணம் செய்து கொள்வதற்கு சம்மதிக்கிறாள். ஆனால் அந்தத் திருமணம் நடக்கக் கூடாது, அதை எப்படியாவது தான் தடுத்துவிட வேண்டும் என்று ரஸ்கோல்னிகோவ் கருதுகிறான்.

இன்னொரு பக்கம் அடகுக் கடை நடத்தும் பெண் அநியாயமான வட்டி வாங்கிக்கொண்டு மாணவர்களை ஏமாற்றுகிறாள். அவளிடம் மாட்டிக்கொண்டு ஏழைகளும் மாணவர்களும் அவதிப்படும்கிறார்கள். அவளை யாராவது

கொன்று அவளது வீட்டில் உள்ள செல்வத்தை ஆயிரம் பேர் நன்றாக வாழ்வதற்கு உபயோகப்படுத்தலாம் என்று வெளிப்படையாகவே மாணவர்கள் பேசிக்கொள்கிறார்கள்.

ஆகவே ரஸ்கோல்னிகோவ் அவளைக் கொலை செய்ய முடிவு செய்கிறான். அந்த கொலையின் வழியாக அவன் தனது கடனை அடைத்துவிட முடியும் என்பதோடு தான் மற்றவர்கள் செய்ய முடியாத ஒரு செயலைச் செய்து காட்ட முடியும், உண்மையில் அந்த கொலை ஒரு சேவை. தான் நெப்போலியனைப் போன்ற சாகசக்காரன் என்ற எண்ணம் அவனுக்குள் இருக்கிறது.

ஆகவே கொலை செய்வதற்கான முன் ஏற்பாடுகளை உருவாக்குகிறான். இதற்காக அடகுக்கடை நடத்தும் பெண்ணின் வீட்டினை நோட்டம் விடுகிறான். அந்த வீட்டில் அல்யோனாவுடன் அவளது சகோதரி லிசாவெதா என்பவள் வசிப்பதை அறிகிறான். லிசாவேதா உயரமான அழகான பெண். ஆனால் அக்காவிற்குப் பயந்தவள். அக்கா அவளை ஒரு வேலைக்காரி போலவே நடத்துகிறாள். கோபம் வந்தால் அடித்து உதைக்கிறாள். யாவையும் தாங்கிக்கொண்டு அக்காவைச் சார்ந்தே வாழ்கிறாள் லிசாவெதா.

எந்த நேரத்தில் அல்யோனா தனியாக இருப்பாள் என்பதை அறிந்து கொண்டு சரியாக அந்த நேரத்தில் அவளது வீட்டிற்குள் பிரவேசிக்கிறான். ஆனால் அடகுக் கடைக்காரி முதல் பார்வையிலே அவனது நோக்கத்தைப் புரிந்து கொண்டுவிட்டவளைப் போல ஏறிட்டு முறைத்து பார்க்கிறாள். அவனுக்கு வியர்த்து வழிகிறது. கைகள் நடுங்குகின்றன. தனக்கு காய்ச்சல் கண்டிருப்பதாகச் சொல்லியபடியே தான் அடமானம் வைக்க வந்ததாகச் சொல்கிறான். அறையில் ஜன்னல் கதவுகள் மூடப்பட்டிருக்கின்றன. அவள் அடமானம் வைக்க வந்த பொருளைப் பார்வையிடுகிறாள்.

அதற்குள் தன் ஆடைக்குள் மறைத்து வைத்து எடுத்து வந்திருந்த கட்டாரியால் அவளை வீழ்த்துகிறான். ஒரே வெட்டில் மண்டை பிளக்கிறது. அவள் சரிந்து விழுகிறாள். ஓடிப்போய் பணப்பெட்டியைத் திறக்கிறான். ஒருவேளை அவள் சாகாமல் வந்துவிட்டால் என்ன செய்வது என்று சந்தேகம் வந்துவிடுகிறது. ஓடிப் போய் மறுமுறையும் வெட்டுகிறான். அவள் இறந்து கிடக்கிறாள். கையில் கிடைத்த தங்கம் வெள்ளிப் பொருட்களை எடுத்துக்கொண்டிருக்கும்போது வெளியே

யாரோ வரும் சப்தம் கேட்கிறது. அறைக்குள் லிசாவெதா வருகிறாள்.

கண் இமைக்கும் நேரத்திற்குள் அவளையும் கொலை செய்கிறான் ரஸ்கோல்னிகோவ். பிறகு அடமானம் வைக்கப்பட்டிருந்த தங்கம் மற்றும் வெள்ளிப் பொருட்களை அள்ளி எடுத்துக்கொண்டு யாரு மறியாமல் தனது வீட்டிற்குப் போய்விடுகிறான். தனது குற்றத்திற்கு எந்த சாட்சியுமில்லை என்றபடியே அன்றிரவு நிம்மதியாக உறங்குகிறான்.

ஆனால் மறுநாள் காலை அவனைக் காவல்நிலையத்திற்கு அழைத்து வரும்படியாக ஒரு போலீஸ்காரன் வந்து நிற்கிறான். தனது குற்றம் கண்டுபிடிக்கப்பட்டுவிட்டதோ என்ற பயப்படுகிறான் ரஸ்கோல்னி கோவ். காவல் நிலையம் செல்கிறான். அங்கே வீட்டு வாடகை கொடுக்காமல் ஏன் ஏமாற்றுகிறான் என்று விசாரிக்கப்படுகிறான். தான் வாடகைப் பணத்தைத் தருவதாகக் கடன் பத்திரத்தில் எழுதி கையொப்பம் இட்டு வெளியேறுகிறான்.

அப்போது அடகுக்கடைக்காரியின் கொலையைப் பற்றி காவலர்கள் பேசிக்கொண்டிருக்கிறார்கள். அங்கிருந்து அவன் தன்னைக் குற்றவாளி என்று பலரும் கருதுகிறார்கள் என்று தானாகக் கற்பனை செய்து கொள்கிறான். அதனால் உறக்கமின்றி அவதிப்படுகிறான். பயம் அவனை ஆட்டி வைக்கிறது. குழப்பமும் பதட்டமும் கொள்கிறான். கொலை நடந்த விஷயம் தொடர்பாக அவன் தன் நண்பர்களோடு விவாதிக்கிறான். கொலை நடந்த இடத்திற்குத் திரும்பப் போய் பார்க்கிறான்.

கொலைக்குக் காரணமாக அந்தக் கட்டிடத்தில் வேலை செய்த ஒரு பெயிண்டர் கைது செய்யப்பட்டிருக்கிறான் என்று தெரிய வந்தவுடன் அவன் கொலை செய்ததற்கு என்ன சாட்சி இருக்கிறது, தனக்காக இன்னொருவன் தண்டனைக்கு உள்ளாவது தவறு என்று ஆதங்கப்படுகிறான்.

மறுநாள் அவனே போலீஸ் இன்ஸ்பெக்டரைத் தேடிச் சென்று அந்த கொலை பற்றி விசாரிக்கிறான். அதை ஏன் தான் செய்திருக்கக் கூடாது என்று கேட்கிறான். இன்ஸ்பெக்டர் அவனைத் துரத்துகிறார், ஆனால் அவனால் குற்றவுணர்ச்சியில் இருந்து தப்ப முடியவில்லை.

அடகுக்கடைக்காரியைக் கொன்றதைவிடவும் அவளது சகோதரியைக் கொன்றது மாபெரும் குற்றம் என்று அவன்

மனது வாட்டி வதைக்கிறது. தனக்குத் தானே பிதற்றுகிறான். மனச்சிதைவுக்கு உள்ளாகத் துவங்கி தன்னை யாரோ உற்று நோக்குவதாகக் கற்பனை செய்து கொள்கிறான். குற்றம் திரும்பத் திரும்ப அவன் மனதில் நிகழ்த்தப்பட்டுக்கொண்டேயிருக்கிறது. அவனால் அந்த அக நெருக்கடியில் இருந்து விடுபட முடியவேயில்லை.

ஆகவே அதில் இருந்து விடுபடுவதற்காகத் தற்கொலை செய்து கொள்வது என்று முயற்சிக்கிறான். அப்போது குடிகாரனான மர்மிலா தேவ்வைச் சந்திக்கிறான். முன்னதாகவே ஒரு முறை அவனைச் சந்தித்து பண உதவி செய்திருக்கிறான். இப்போது மர்மிலாதேவ் மிதமிஞ்சிக் குடித்துவிட்டு வீட்டிற்குப் போக முடியாமல் தடுமாறி சாலையில் விழுந்து கிடப்பதைக் காண்கிறான். அவனை வீட்டிற்கு தூக்கிச் செல்கிறான். வீட்டில் மர்மிலாதேவ் இறந்து போய்விடவே வறுமையில் வாடும் அந்தக் குடும்பத்திற்குத் தன்னிடம் உள்ள பொருட்களை எல்லாம் தந்துவிடுகிறான்.

மர்மிலாதேவின் மகள் சோனியா வறுமையின் காரணமாக விபச்சாரத்தில் ஈடுபடுகிறாள். அவளோடு ரஸ்கோல்னிகோவிற்கு நட்பு உருவாகிறது. இதற்கிடையில் ஊரில் இருந்து தன்னைத் தேடி வந்த அம்மா மற்றும் சகோதரியைத் தன் நண்பனிடம் ஒப்படைக்கிறான். துனியா மீது நண்பன் ரஸ்மிஹினுக்கு முதல் பார்வையிலே ஈர்ப்பு உருவாகிறது. அவன் அவர்களைப் பராமரிக்கிறான்.

மனவேதனை தாங்க முடியாத ஒரு நாளில் சோனியாவின் முன்பாக மண்டியிட்டு தான் அவள் முன்பாக அல்ல, மனித சமூகத்தின் அத்தனை வேதனைகளின் முன்பாகவும் மண்டி யிட்டு தனது குற்றத்தை ஒப்புக்கொள்வதாகச் சொல்கிறான்.

அவன் காவல்நிலையத்திற்குச் சென்று குற்றத்தை ஒத்துக்கொள்ளுமாறு வலியுறுத்கிறாள். முடிவில் தானே அந்தக் கொலையைச் செய்ததாக ஒப்புக்கொண்டு சைபீரிய சிறைச்சாலைக்கு அனுப்பப்படுகிறான். சோனியா தானும் சைபீரியாவிற்குப் பயணம் செய்து சிறைக் கைதிக்குச் சேவை செய்கிறாள். சிறையில் ரஸ்கோல்னிகோவ் தொடர்ந்து பைபிளை வாசிக்கிறான். அவன் மனம் மாறுகிறது. முடிவில் சோனியாவின் அன்பால் மனம் திருந்தி சிறையில் இருந்து புத்துயிர்ப்பு பெற்றவனாக விடுதலையாகிறான் ரஸ்கோல்னிகோவ்.

நாவல் என்ற அளவில் ஒற்றைக் கதையாடலைக் கொண்டிராமல் மாறுபட்ட நான்கைந்து சரடுகளின் வழியாகக் கதை பின்னப்பட்டிருக்கிறது. கதாநாயகனே கதையைச் சொல்கிறான். அவனது மனக்குரலின் வழியாகக் கதை முன்பின்னாக நகர்கிறது. உரையாடல், விவாதம், அக நெருக்கடியை விரிவாக ஆராய்வது, தனிமொழி என்று நாவல் பல்வகையான கதை யாடல்களைக் கொண்டிருக்கிறது.

ரஸ்கோல்னிகோவ் என்ற கதாபாத்திரம் இன்றளவும் இலக்கியத்தில் சாகாவரம் பெற்ற ஒரு பாத்திரப் படைப்பாகும். ரஸ்கோல்னிகோவ் மிகவும் உணர்ச்சிவசப் பட்டவன். அவனது பிரச்சனை வறுமையும் தனிமையுமே. இந்த உலகில் தன்னை நேசிக்கக்கூடியவர்கள் எவருமில்லை என்று அவன் நம்புகிறான். தனக்காக ஊரில் தாயும் சகோதரியும் கஷ்டப்படுவது அவனுக்குக் குற்றவுணர்ச்சியை ஏற்படுத்துகிறது. ஆனால் தான் மற்றவர்களைவிட வேறுபட்டவன். நெப்போலியனைப் போல உலகை வெல்லப் புறப்பட்டவன் என்று அவனது உள்மனது திரும்பத் திரும்பச் சொல்லிக்கொண்டேயிருக்கிறது. அவன் தன் இருப்பை வெளிப்படுத்திக்கொள்வதற்காகவே அந்தக் கொலையை மேற்கொள்கிறான்.

தஸ்தாயெவ்ஸ்கியின் நாவல்களைப் பற்றி ஆராய்ந்த மிகையில் பக்தி என்ற இலக்கிய விமர்சகர் தஸ்தாயெவ்ஸ்கியின் நாவல்கள் பாலிபோனி என்ற பல்குரல் தன்மை கொண்டது என்று குறிப்பிடுகிறார். அப்படிப்பட்ட பல்குரல் தன்மைக்கு சரியான எடுத்துக்காட்டு குற்றமும் தண்டனையும் நாவலே.

இந்த நாவல் கதையை வளர்த்துச் செல்வதில் மட்டும் முக்கியத்துவம் காட்டவில்லை. மாறாக சமகாலப் பிரச்சனை களாகக் கருதும் பல விஷயங்கள் குறித்துத் தீவிரமான கேள்வியையும் விவாதத்தையும் முன்வைக்கிறது. நாவலின் ஊடாகவே அடித்தட்டு மக்கள் படும் கஷ்டமும் மாணவர்கள் படிப்பதற்காக எந்த அளவு கஷ்டப்படுகிறார்கள் என்பதும் பெண்கள் குடும்பத்தின் வறுமை காரணமாக வேசைத் தொழிலில் ஈடுபடுகிறார்கள் என்பதும் அப்பட்டமாக வெளிப் படுத்தப்பட்டுள்ளது.

மாலேர் என்ற மாபெரும் இசைக் கலைஞரின் சிம்பனிக்கு நிகரானது குற்றமும் தண்டனையும் நாவல் என்று குறிப்பிடும் காஃப்கா, இந்த நாவலில் வரும் கதாபாத்திரங்கள் அதீத மன நிலையில் இருப்பதைப் போன்று தோன்றினாலும் உண்மையில் அவர்கள் இயல்பானவர்களே. அதீதமான நிலை என்பது

அவர்கள் தங்களது அகச்சிக்கல்களை வெளிப்படுத்தும் தருணங்கள் மட்டுமே என்று கூறுகிறார்.

இருபத்தியாறு மொழிகளில் மொழியாக்கம் செய்யப்பட்டு லட்சக்கணக்கான பிரதிகள் விற்றுத் தீர்ந்துள்ள குற்றமும் தண்டனையும் நாவலின் பாதிப்பு உலக இலக்கியம் முழுவதுமே காணப்படுகிறது. பதினாறு முறை படமாக்கப்பட்ட இந்த நாவல் தொலைக்காட்சித் தொடராகவும், காமிக்ஸ் புத்தகமாகவும் கூட வெளியிடப்பட்டிருக்கிறது.

இதில் 1935ல் Peter Lorre நடித்து Josef von Sternberg இயக்கிய படமும் 1969 ருஷ்ய மொழியில் K.Voinov இயக்கிய Crime & Punishment திரைப்படமும் Georges Lampin, Aki Kaurismaki இயக்கிய பிரெஞ்சு மற்றும் பின்லாந்து படங்களும் சிறப்பானவை. இத்தோடு புகழ்பெற்ற இயக்குனரான ராபர்ட் பிரசான் இந்த நாவலின் மையக்கருத்தை அடிப்படையாகக் கொண்டு பிக்பாக்கெட் என்ற படத்தை இயக்கியிருக்கிறார்.

ரஸ்கோல்னிகோவினைக் குற்றத்திற்குத் தூண்டுவது எது? என் வரையில் முதற் காரணமாக இருப்பது பீட்டர்ஸ்பெர்க் நகரம் தான். நாவலின் முக்கியக் கதாபாத்திரம் போலவே எங்கும் இழையோடியிருக்கிறது இந்த நகரம். சக்கரவர்த்தி பீட்டரால் உண்டாக்கப்பட்ட நகரம் பீட்டர்ஸ்பெர்க். ஆகவே அந்த நகரம் ஐரோப்பியக் கலாச்சாரத் தோடு நெருக்கமான தொடர்பு கொண்டது. அந்த நகரில் வறுமையும் நோயும் பீடிக்க அடித்தட்டு மக்கள் நெருக்கடியான வாழ்வை மேற்கொள் கிறார்கள். இன்னொரு பக்கம் செல்வமும் கேளிக்கையும் நிரம்பிய பணம் படைத்தவர்கள் வாழ்கிறார்கள்.

பீட்டர்ஸ்பெர்க் நகரம் ரஸ்கோல்னிகோவைத் தொடர்ந்து கேலி செய்கிறது. நகரைக் கவ்வியிருக்கும் இருள் அவனுக்குப் பயத்தை உருவாக்குகிறது. இந்த நகரம் ஒருபோதும் தூக்கத்திற்கு தன்னை முழுமையாக ஒப்புக்கொடுப்பதில்லை என்று ரஸ்கோல்னிகோவ் உணர்கிறான். வெயிலின் பாதம் படாத தெருக்கள், கசடுகளும் குப்பைகளும் நிரம்பிய தெருவோரக் குடியிருப்புகள், மலிவான வேசைகள், ரொட்டித்துண்டிற்காகக் கொலை செய்பவர்கள், பெண் தரகர்கள் என்று அந்த நகரின் உள் தோற்றமே அவனைக் கொலை வெறி கொள்ளச் செய்கிறது.

மற்றொரு காரணம் கடவுள். ரஸ்கோல்னிகோவ் தனது சொந்த வாழ்வின் நெருக்கடிகள் யாவிற்கும் கடவுளுக்கும்

உள்ள தொடர்பை ஆராய்கிறான். அவனுக்கு ஒரு கடவுள் தேவைப்படுகிறார். ஆனால் அவர் நம்பும்படியாக இல்லை. ஆகவே அவன் தனது கடவுள் குறித்த சந்தேகங்களைத் திரும்பத் திரும்ப தனக்குத் தானே கேட்டுக் கொள்கிறான். அவனுக்கு கடவுள் தேவைப்படுவது அன்பு செலுத்துவதற்கு மட்டுமே. காரணம் உலகில் அன்பு மிகவும் மலினமான சொல்லாக மட்டுமே நின்று போய்விட்டது. எல்லா குற்றங்களுக்கும் அன்பின் வழியாகக் களைந்து எறியப்பட்டு விட முடியும் என்று நம்புகிறான்.

இந்த இரண்டு காரணங்களோடு அவன் கொண்டிருந்த லட்சிய வாதமும் அறிவாளி என்ற மன பிம்பமும் அவனைக் கொலைக்குத் தூண்டுகின்றன. கொலை அவனுக்குள் ஏற்படுத்தும் மாறுதல்கள் கொஞ்சம் கொஞ்சமாக அவனை அவனுக்கே புரிய வைக்கின்றன. ஆனால் மண்பாண்டம் ஒரு நிமிசத்தில் உடைந்து சிதறுவது போல அவனது லட்சிய உலகம் குற்றத்தின் வழியாக ஒரு கணத்தில் உடைந்து சிதறுகிறது.

ஏதோவொரு நிமிசத்தில் எல்லையில்லாத கருணையும் அன்பும் மட்டுமே வாழ்வின் ஆதாரங்கள் என்பதை உணர்கிறான். ஒரு ஓக் மரம் சாலையோரம் தனித்து நிற்பதைக் காணும்போது ஒவ்வொரு மனிதனும் உள்ளுக்குள் ஆனந்தம் கொள்கிறான். அந்த ஆனந்தம் போல வாழ்வில் சிறியதும் பெரியதுமான ஆனந்தங்கள் எல்லையற்று சிதறிக்கிடக்கின்றன. அதை நாம் லட்சியம் செய்வதேயில்லை என்று கூறுகிறான்.

இத்தனை வலிமையாகவும் திரும்பத் திரும்பவும் அன்பை தஸ்தாயெவ்ஸ்கி யாசிப்பதற்குக் காரணம் அவரது சொந்த வாழ்வும் அதன் துயரம் மிக்க நாட்களுமே.

1821ஆம் ஆண்டு அக்டோபர் மாதம் 30ம் தேதி மாஸ்கோவில் உள்ள ஏழைகளுக்கான இலவச மருத்துவனையில் தஸ்தாயெவ்ஸ்கி பிறந்தார். இவரது அப்பா ஒரு மருத்துவர். இவரோடு பிறந்தவர்கள் ஏழு பேர். அப்பா ராணுவத்தில் பணியாற்றியவர். முன்கோபி. குடிகாரர். அம்மாவை அவர் எப்போதுமே சந்தேகப்பட்டு அடித்து உதைக்கிறார்.

காசநோயாளியான அம்மா கணவனின் அன்பிற்காக ஏங்குவதை உடன் இருந்து காண்கிறார் தஸ்தாயெவ்ஸ்கி. ஆனால் அம்மாவை அப்பா கடைசிவரை புரிந்து கொள்ளவேயில்லை. 1837ல் அம்மா இறந்து போனதும் உலகில் தாங்கள் அநாதைகளாகக் கைவிடப்பட்டதாகவே அவரும்

சகோதரர்களும் நினைக்கிறார்கள். அப்பா அவர்கள் மீது அதிக அக்கறை காட்டவேயில்லை. அவசியத் தேவைகளைக் கூட புறம் ஒதுக்குகிறார். 1838ல் தஸ்தாயெவ்ஸ்கி பொறியியல் படிப்பிற்காக ராணுவப் பயிற்சியகத்தில் சேர்க்கப்படுகிறார்.

அங்கே முறையான காலணிகூட இன்றிப் படிக்கிறார். புத்தகங்களைப் பாதுகாப்பாக வைத்துக்கொள்ள ஒரு டிரங்க் பெட்டி தேவை என்று அப்பாவிற்கு கடிதம் எழுதுகிறார். அப்பா அதற்குகூட பணம் அனுப்பவேயில்லை. வறுமையும் கண்ணீரும் பயமும் மட்டுமே துணையாக உள்ளன.

இந்த நிலையில் 1839ல் தஸ்தாயெவ்ஸ்கியின் அப்பாவை சில கிராமத்து ஆட்கள் பச்சை சாராயத்தை வாயில் ஊற்றி வயல்வெளியில் வைத்து கொலை செய்துவிடுகிறார்கள். அப்பாவின் மரணச் செய்தி அறிந்தவுடன் தஸ்தாயெவ்ஸ்கிக்கு காக்காய் வலிப்பு ஏற்படுகிறது. அன்றிலிருந்து அவர் தன் வாழ்நாள் முழுவதுமே வலிப்பு நோய்க்கு உள்ளாகி பெரும் அவஸ்தைப்பட்டு வந்தார்.

அப்பா வீட்டில் புத்தகம் படிக்கும் பழக்கம் உள்ளவராக இருந்த காரணத்தால் இலக்கியத்தின் அறிமுகம் சிறுவயதிலே ஏற்பட்டிருந்தது. ஆகவே பொறியியல் படிப்பு முடிந்தவுடன் அவர் சிறிய மொழிபெயர்ப்புப் பணிகளில் ஈடுபடத் துவங்கினார். பால் சாக்கின் நாவலையும் எட்கர் ஆலன் போ கதைகளையும் மொழியாக்கம் செய்தார். (இருவரின் பாதிப்பையும் தஸ்தாயெவ்ஸ்கியிடம் நேரடியாகவே காணமுடிகிறது) இதன் தொடர்ச்சியாக இவர் 1844ல் Poor Folk என்ற சிறிய நாவலை எழுதி நெக்ரசோவ் என்ற இலக்கிய விமர்சகரிடம் தந்தார். அந்த நாவல் அவருக்கு மிகவும் பிடித்துப் போகவே அதை கோகலின் எழுத்திற்கு இணையானது என்று பாராட்டி The Contemporary இதழில் வெளியிட்டார். இலக்கிய உலகில் மிக சிறப்பான வரவேற்பைப் பெற்றது.

தனது 24 வயதில் எழுத்தாளராக உருவாகிய தஸ்தாயெவ்ஸ்கி அடிநிலை மக்களின் வாழ்வினை பிரதானப்படுத்தி எழுதினார். குற்றவாளிகள், குடிகாரர்கள், வறுமையில் கஷ்டப் படுகின்றவர்கள், வேசைகள், அப்பாவிகள், சாலையோரவாசிகள் இவர்கள்தான் அவரது கதை உலகின் பிரஜைகள். ஆரம்பக் கதைகளில் மிகக் குறைவான பெண் பாத்திரங்களே இடம் பெற்றிருந்தார்கள். முழுக்க முழுக்க ஆண்களின் உலகமாக விளங்கிய அவரது கதைகள் மெல்ல உருமாறின. குழந்தைகளை

அதிகமாகக் கதைகளில் சித்தரித்தவர் தஸ்தாயெவ்ஸ்கி. அவரது முக்கிய படைப்புகள் யாவிலும் குழந்தைகள் காணப் படுகிறார்கள். அவரது கதாநாயகிகள் மிக அழகானவர்கள். ஆனால் எவரும் சந்தோஷமானவர்கள் இல்லை.

1949ல் பெலின்ஸ்கி என்ற அரசியல் வழிகாட்டியை ஆதரித்து கட்டுரை வெளியிட்டதற்காக தஸ்தாயெவ்ஸ்கி ராஜதுரோகக் குற்றம் சாட்டப்பட்டு மரண தண்டனை அறிவிக்கப்படுகிறார். அதற்கான நாளும் குறிக்கப்படுகிறது. கழுத்தில் கறுப்புத் துணி அணிந்து துப்பாக்கியால் சுடப்படுவதற்காக வரிசையில் நிறுத்தப்படுகிறார்.

கடைசி நிமிசத்தில் மன்னர் அவர்களுக்கு கருணையளித்து மரண தண்டனையில் இருந்து விடுவிக்கப்பட்டு சைபீரியாவிற்கு கைதியாக அனுப்பப்படுவதாகத் தகவல் கிடைக்கிறது. சாவின் உதட்டைக் கவ்வியிருந்த தஸ்தாயெவ்ஸ்கியின் உதடுகள் விடுதலையாகின்றன. பயமும் சந்தோஷமும் ஒரே நேரத்தில் உடலில் கொப்பளிக்கின்றது. இந்தத் தகவலைக் கேட்டு சில கைதிகள் செய்வது அறியாமல் பிதற்றுகிறார்கள்.

வாழ்வது ஒரு கொடை என்று அந்த நிமிசத்தில் தஸ்தாயெவ் ஸ்கிக்குத் தோன்றுகிறது. இதயம் நடுங்க பிரார்த்தனை செய்கிறார். இனி வாழ்வை அப்படியே ஏற்றுக்கொள்ளப் போவதாக கடவுளுக்கு நன்றி தெரிவித்தபடியே அவர் சைபீரியச் சிறைக்குச் செல்கிறார். அங்கே நான்கு ஆண்டுகள் குற்றவாளிகளுடன் சிறையில் வாழ்கிறார். பைபிள் ஒன்றே துணை. சிறைச்சாலை நினைவுகளை ஒரு நூலாகப் பதிவு செய்கிறார். சிறையில் இருந்து விடுவிக்கப்பட்டு வந்தவுடன் மரியா என்ற விதவையைத் திருமணம் செய்து கொள்கிறார். ஆனால் அந்த திருமணம் மிகுந்த ஏமாற்றமளிக்கிறது. கடனும் வறுமையும் அதிகமாகிறது. கடன் கொடுத்தவர்கள் தந்த நெருக்கடிக்காகத் தனது எழுத்தைப் பணயம் வைக்கிறார்.

இந்த நேரத்தில் சகோதரனும் மனைவியும் ஒரே ஆண்டில் அடுத்தடுத்து இறந்துபோகிறார்கள். துயரத்தில் இருந்து மீள முடியாமல் வீட்டிற்குள்ளாகவே ஒடுங்கிக் கிடக்கிறார். அப்போது கடனை அடைக்க வேண்டும் என்பதற்காக 26 நாட்களில் ஒரு நாவலை எழுதி முடிக்க வேண்டிய கட்டாயம் ஏற்படுகிறது. அதற்காக ஒரு பெண் உதவியாளரை ஏற்பாடு செய்கிறார். அப்படி அவர் வாழ்நாளில் வந்த அன்னா கிரிகோரிவ்னா பின்னாளில் அவரது மனைவியாகிறாள்.

(ஆச்சரியப்படத்தக்க ஒற்றுமை என்னவென்றால் அவளது பிறந்த நாள் தஸ்தாயெவ்ஸ்கியின் பிறந்த நாளான அதே அக்டோபர் 30. ஆனால் தஸ்தாயெவ்ஸ்கியைவிட 25 வயது சிறியவள்.)

அவளது காதல் தஸ்தாயெவ்ஸ்கியின் துயரத்தை மட்டுப் படுத்துகிறது. அவர் குற்றமும் தண்டனையும் நாவலை வெளியிடுகிறார். அது மிகச் சிறப்பான வரவேற்பைப் பெறுகிறது. அதன் பிறகு தன் மனைவியோடு அவர் ஐரோப்பியப் பயணம் மேற்கொள்கிறார். அங்கே நான்கு வருடங்கள் வாழ்கிறார். அந்த நாட்களில் சூதாடி பணத்தை இழக்கிறார். குழந்தைகள் பிறந்து இறந்து போகிறார்கள். கர்ப்பிணியான மனைவியோடு கையில் அறுபது ரூபிள் பணத்தோடு ருஷ்யா வந்து சேர்கிறார்.

திரும்பவும் கடன்காரர்கள் சுற்றிக்கொள்கிறார்கள். தனது சகோதரன் வாங்கிய கடனுக்காக அவர் பிரச்சனைக்கு உள்ளாகிறார். வாழ்நாளில் அவர் முழுமையாக சந்தோஷத்தை ஒருபோதும் அனுபவிக்கவேயில்லை. கரமசோவ் சகோதரர்கள் என்ற நாவல் அவரது தகப்பனின் தோற்றத்தை நினைவு படுத்தும் கரமசோவ் என்ற மனிதனை முன்வைத்தது. அதில் தஸ்தாயெவ்ஸ்கியின் சகோதரர்கள் மூவர் இடம் பெற்றிருந்தார்கள். அந்த நாவல் மகத்தான வெற்றி பெற்றது.

இளைஞர்கள் தஸ்தாயெவ்ஸ்கியைக் கொண்டாடினார்கள். தனது 57 வயதில் நுரையீரல் பாதிப்பின் காரணமாக தஸ்தாயெவ்ஸ்கி மரணம் அடைந்தார். அவரது இறுதி ஊர்வலத்தில் முப்பதாயிரம் பேர் கலந்து கொண்டார்கள். புஷ்கினுக்குப் பிறகு தஸ்தாயெவ்ஸ்கியை ருஷ்ய இலக்கிய உலகம் தங்களது சக்கரவர்த்தியாகக் கொண்டாடத் துவங்கியது. டால்ஸ்டாய், லெர்மன்தேவ் போன்றவர்கள் ருஷ்ய இலக்கியத்தில் மிக உன்னத இடம்பெற்ற போதும் அடிநிலை மக்கள் தங்களது எழுத்தாளனாக எப்போதுமே தஸ்தாயெவ்ஸ்கியை அடையாளம் கண்டுகொண்டார்கள்.

டால்ஸ்டாய் வசதி படைத்த பிரபுவாக, திடகாத்திரமான மனிதராக, செல்வத்தோடு வாழ்ந்தபடியே கதைகள் எழுதினார். ஒரு நாவலை ஆறு முறை திருந்தி எழுதியிருக்கிறார். ஆனால் தஸ்தாயெவ்ஸ்கியோ வறுமையும் வலிப்பு நோயும் சாவும் துயரமும் பீடிக்க தனது எழுதப்படாத நாவல்களுக்கு கூட முன்பணம் வாங்கிக் கொண்டு கிடைத்த நேரத்தில் எவ்விதமான திருத்தங்களுக்கும் இடமின்றி கதைகளை எழுதியிருக்கிறார்.

டால்ஸ்டாயிடம் உள்ள அமைதியும் பிரார்த்தனையும் தஸ்தாயெவ்ஸ்கியிடம் இல்லை. தஸ்தாயெவ்ஸ்கியின் ரத்தம் எப்போதும் சூடேறியது. கொதிப்பு மிக்கது. அவரது இதயம் பயத்தாலும் துயரத்தாலும் பீடிக்கப்பட்டது. அது எளிமையானது. பனியைப் போல சுத்தமானது.

தஸ்தாயெவ்ஸ்கி ஷேக்ஸ்பியரைப் போல இருள் உலகினையும், பித்தேறிய ரத்த வேகத்தையும் தனது சொந்தமாக்கிக்கொண்டவர். சந்தோஷத்தைப் போலவே வேதனையும் மனிதனை சுத்தப்படுத்துகிறது என்று நம்பியவர். இதனால்தானோ என்னவோ சார்பியல் தத்துவத்தை ஆராய்ந்த ஐன்ஸ்டீன், தஸ்தாயெவ்ஸ்கி என்ற மகத்தான கலைஞர் ஒருவரிடம் மட்டுமே தனக்கு கற்றுக்கொள்ள நிறைய இருப்பதாகத் தெரிவிக்கிறார். அவர் மட்டுமின்றி காஃப்கா, நீட்ஷே, கேப்ரியல் கார்சியா மார்க்வெஸ், போர்ஹே, அகிரா குரசோவா, விஸ்கான்டி, மணிகௌல், கூட்ஸி என உலகின் சிறந்த திரைப்பட இயக்குனர்கள், இலக்கியவாதிகள், விஞ்ஞானிகள், கவிஞர்கள் பலரும் தஸ்தாயெவ்ஸ்கியைக் கொண்டாடுகிறார்கள்.

தஸ்தாயெவ்ஸ்கியின் மரண வீட்டின் குறிப்புகளில் பல காலமாகத் தனிமைச் சிறையில் அடைக்கப்பட்ட ஒருவன் தனது அன்றாட நிகழ்வுகளை சிறைச்சாலைச் சுவரில் இருக்கும் ஒரு சிலந்தியோடு பகிர்ந்து கொள்கிறான். அந்த சிலந்தி ஒரு கடவுளைப் போல் எல்லா கோரிக்கைகளையும் மௌனமாகக் கேட்டுக்கொண்டிருக்கிறது. தான் தனியாக இல்லை, தன்னோடு ஒரு சிலந்திகூட இருக்கிறது என்ற உறவு மட்டுமே தன்னை வாழ வைத்துக்கொண்டிருப்பதாகக் கூறுகிறான். இப்படித்தான் இருக்கிறது நமது சமகாலத்தைய வாழ்வும்.

மனிதனிடம் உள்ள விலை மதிப்பில்லாத பொருள் சுதந்திரம் மட்டுமே, அதை இழக்கத் துவங்கும் போதுதான் எல்லா துயரங்களும் ஆரம்பிக்கின்றன என்று தஸ்தாயெவ்ஸ்கி குறிப்பிடுகிறார். இதுதான் எல்லாக் காலத்திலும் இலக்கியத்திற்கான ஆதாரப்புள்ளி.

எமிலி பிராண்டே

ஒரு துளித் தனிமை

There is always some madness in love. But there is also always some reason in madness.

- Friedrich Nietzsche

தனிமைதான் பலரையும் எழுத்தாளராக்கியுள்ளது. அதிலும் பண்ணை வீடுகள் போன்று யாருமற்ற பரந்த வெளியில் வசிப்பவர்களின் தனிமை மிக விசித்திரமானது. அங்கே ஆகாசத்தையும் காற்றையும் கூட்டமாகப் பறந்து அலையும் பறவைகளையும் தொலைதூரத்து தேவாலய மணியோசையும் தவிர எதுவுமேயில்லை.

சிறுவயதிலே அம்மா இறந்து போய்விடவே தாதியின் வளர்ப்பில் வளரும் சார்லடே, எமிலி, ஆனி என்ற மூன்று பெண்கள் இங்கிலாந்தின் யார்க்ஷயர் பகுதியில் உள்ள தனியானதொரு பண்ணை வீட்டில் தங்களுக்குள்ளாகவே ஒரு கற்பனையுலகை உருவாக்கிக்கொண்டு மனம் போன போக்கில் எதையாவது பேசிக்கொண்டு சமையற்கூடமே உலகம் என்றிருந்தார்கள்.

அவர்களது அப்பா பேட்ரிக் பிராண்டே வெளி உலகம் அறியாதவர். அம்மா மரியா உடல் நலக் குறைவால் இளவயதிலே இறந்து போய்விட்டாள். ஆகவே தாங்கள் ஒருவரையொருவர் நேசித்துக்கொள்வதைத் தவிர தங்களை நேசிப்பதற்கு உலகில் எவருமேயில்லை என்று சகோதரிகள் மூவரும் தீவிரமாக நம்பினார்கள்.

பல இரவுகளில் அவர்கள் உறங்கும்போது தாங்கள் ஒன்றாகவே இறந்துபோய்விட வேண்டும் என்று கூட கூட்டுப்

பிரார்த்தனை செய்தார்கள். கற்பனை ஒன்றுதான் அவர்களுக்கு இருந்த ஒரே விளையாட்டுப் பொருள். தங்களது பெயர்களை மாற்றிக்கொண்டு அவர்கள் புதிய கதைகளைப் புனைந்தனர். ஒரு முயலைத் துரத்திச் செல்வது போல அவர்கள் கதையை அதன் போக்கில் ஓடவிட்டு துரத்தி அலைந்தனர். கதை அவர்களின் உலகில் பிரிக்க முடியாத அங்கமாகியது.

பருவம் அவர்களை அழகிகளாக்கியபோது கற்பனை முழுவதும் காதலும் ரகசிய ஆசைகளுமாக உருவானது. ஆனால் அதைப் பகிர்ந்துகொள்ள எந்த ஆணும் அவர்களுடன் இல்லை. எப்போதாவது தேவாலயத்திற்குச் செல்லும் வழியில் அவர்கள் சந்திக்கும் ஆண்களைப் பெருமூச்சுடன் கடந்து போயினர். அவர்கள் அறிந்த ஒரே ஆண் அவர்களின் சகோதரன். அவனோ எப்போதும் குடியும் கூச்சலுமாக இருப்பவன். அவன் தங்களை நேசிக்கவில்லை என்பதை அவர்கள் உணர்ந்திருந்தார்கள்.

ஒரு சிலந்தியைப் போல தன்னைச் சுற்றி தனிமையைப் பின்னிய படியேயிருந்த அவர்கள் மூவரும் ஒன்றுசேர்ந்து ஒரு கவிதைப் புத்தகத்தை வெளியிடலாம் என்று முடிவு செய்தார்கள். இதற்காக மூவரும் தனித்தனியே கவிதைகள் எழுதத் துவங்கினர். பிறகு பணம் கொடுத்து ஒரு பதிப்பகத்தில் அதை ஒரே நூலாக வெளியிட்டனர்.

பத்தொன்பதாம் நூற்றாண்டு இலக்கிய உலகம் பிரபுக்களுக்கும் உயர்குடி கனவான்களுக்கும் மட்டுமே சொந்தமானதாகயிருந்தது. கதை எழுதிப் பெயர் வாங்குவது என்பது அரசசபையில் இடம் பிடிப்பதைவிடவும் மிகக் கடுமையானதாகயிருந்தது. எல்லா முதல் படைப்புகளையும் போல இவர்களது கவிதைகளும் எவரது கவனத்திற்கும் உள்ளாகாமல் போனது. பிராண்டே சகோதரிகள் அதைப்பற்றி கவலைப்படவில்லை.

ஆனால் எமிலிக்கு மட்டும் தன்னை வெளிப்படுத்திக்கொள்ள கவிதை போதவில்லை என்ற எண்ணமிருந்தது. அவள் இரவும் பகலும் தனித்திருந்து ஒரு நீள் கதையை எழுதினாள். அத்தோடு தனது சகோதரி ஆனி எழுதிய சிறு பகுதியும் ஒன்று சேர்ந்து மறுபடியும் புத்தகமாக வெளியிட்டாள். அதற்கு உள்ளூர் பத்திரிக்கையொன்று மிக மோசமானதொரு படைப்பு என்று ஒரேயொரு வரியில் விமர்சனம் வெளியிட்டிருந்தது.

ஆனால் காலம் அவர்களின் தனிமையைத் தொடர்ந்து நீடிக்க விரும்பவில்லை. மிதமிஞ்சிய குடியால் துர்மரணம் அடைந்த சகோதரனின் இறுதிச் சடங்கில் கலந்துகொள்வதற்காக அந்த மூன்று பெண்களும் பனியில் நனைந்தபடியே கல்லறை தோட்டத்தில் நின்றிருந்தனர். தங்களை சகோதரன் நேசிக்காதபோதும் அவனுக்காகக் கண்ணீர் விடுவதை அவர்களால் நிறுத்த முடியவில்லை. அன்றைய பனிப் பொழிவு மிக மோசமானதாகயிருந்தது. கல்லறையில் இருந்த நடு கற்கள் கூட நடுங்கிக்கொண்டிருந்தன.

பாலின் திரட்சி போல பனிப் பொழிவு கொண்ட நாளில் ஒடுங்கிய உடலுடன் மூவரும் கல்லறையின் முன்பாக கையில் பூக்களுடன் நின்றிருந்தனர். வீடு திரும்பிய இரவில் எமிலி கடுமையான காய்ச்சலுடன் புலம்பத் துவங்கினாள். இதுவரை அவள் உதடு அறிந்திருந்தாத ஏதோ பெயர்கள் அன்று புலம்பலில் வெளிப்பட்டன. அவள் தன்னை அறியாமல் அழுதாள். சார்லடே அருகிலே அமர்ந்து அவள் தலையைக் கோதியபடியே எத்தனையோ சமாதானம் செய்த போதும் அவளது கண்ணீர் நிற்கவேயில்லை.

மறுநாள் அவளது நோய் மிக மோசமாகியது. சார்லடே தனது சகோதரிக்காக அவளுக்குப் பிடித்த கவிதைகளை வாசித்தாள். ஆனால் எமிலியின் மனம் அந்தக் கவிதையை நாடவில்லை. ஒரேயொரு முறை எமிலி தனது கதையில் வரும் கேத்தியைப் போன்று தான் இருப்பதாக மெல்லிய குரலில் சொன்னாள். அதைக் கேட்டதும் சார்லடே துக்கம் மீறியவளாக அவளைக் கட்டிக்கொண்டு அழுதாள். பண்ணை வீட்டின் வெளியே மூன்று நாட்களாக சாவு தனியே சுற்றியலைந்து கொண்டிருந்தது. பின்பு அது ஒரு கனவானைப் போல வீட்டினுள் நுழைந்து எமிலியின் கையைப் பற்றிக்கொண்டு உடன் அழைத்துப் போனது.

சார்லடேயால் எமிலியின் மரணத்தைத் தாங்கிக்கொள்ள முடியவில்லை. முப்பது வயதில் இறந்துபோன தனது சகோதரியின் நினைவாக அவள் எழுதிய கதையைத் தனியே அவள் பெயரிலே ஒரு நாவலாக வெளியிடுவது என்று முடிவு செய்தாள். அப்படி வெளியானதுதான் எமிலி பிராண்டேயின் உலகப் புகழ்பெற்ற நாவலான வுதரிங்ஹைட்ஸ் (Wuthering Heights).

ஒரேயொரு நாவலின் வழியாக என்றென்றும் இலக்கியத்தில் தனக்கென ஒரு இடம் பிடிக்க முடியும் என்று நிரூபித்தவர்

எமிலி பிராண்டே (Emily Bronte). இவரது வுதரிங்ஹைட்ஸ் நாவல் 1850ல் வெளியாகி 156 வருடங்களைக் கடந்துவிட்டது. இன்றும் அந்த நாவல் குறித்த புதிய பார்வைகளும் விவாதங்களும் தொடர்ந்து நடந்து கொண்டேயிருக்கின்றன. மிகச் சமீபத்தில் இந்த நாவல் கிராபிக்ஸ் நாவலாக வண்ணச் சித்திரங்களுடன் வெளியாகி மிகுந்த வரவேற்புப் பெற்றுள்ளது.

இன்று வுதரிங்ஹைட்ஸ் என்பது வெறும் நாவல் மட்டு மல்ல. அது ஒரு குறியீடு. இசை, நடனம், நாடகம், ஒபரா, தொலைக்காட்சி, திரைப்படம் என்று எல்லா வடிவங்களிலும் தொடர்ந்து மறு உருவாக்கம் செய்யப்பட்டு வரும் ஒரு அடையாளம். அன்றும் இன்றும் அது தனக்கான வாசகர்களைத் தொடர்ந்து தக்க வைத்திருப்பதற்கு காரணம் எமிலியின் நாவல் விவரிக்கும் நிறைவேறாத காதலும் அதன் சீற்றமான விளைவுகளும்தான்.

காதல் நிலையானது சாவிற்கு அப்பாலும் என்று கேப்ரியல் கார்சியா மார்க்வெஸின் கதை தலைப்பு ஒன்றிருக்கிறது. இந்த ஒற்றை வரியைப் புகழ்பெற்ற வுதரிங்ஹைட்ஸ் நாவலுக்கான திறவுகோல் என்று சொல்லலாம். பத்தொன்பதாம் நூற்றாண்டு நாவல்கள் பெரிதும் குடும்ப உறவிலிருந்து வெளியேற முயற்சிக்கும் பெண்களையும், பாலியல் இச்சையில் உழலும் கதாபாத்திரங்களையும் முன்வைத்த போது இதற்கு மாற்றாக தோல்வியுற்ற காதலும் அவமானமுமாகப் பழங்கால வீடு ஒன்றில் வாழும் ஹீத்கிளிப் என்ற மனிதனின் கதையை முன்வைத்தது வுதரிங்ஹைட்ஸ்.

இந்த நாவல் காதலின் வழியே மனிதர்கள் அடையும் சந்தோஷத்தையும் மன அவஸ்தைகளையும் துயரத்தையும் மிக துல்லியமாக வெளிப்படுத்துகிறது, குறிப்பாக காதலில் ஆண் கொள்ளும் மனக் குழப்பமும் தீவிரமும் இந்த நாவலைப் போல வேறு எதிலும் இத்தனை வலிமையாக வெளிப்பட்டதேயில்லை. டால்ஸ்டாயின் அன்னா கரீனினா நாவல் எந்த அளவு ஒரு பெண்ணின் மனவுலகை மிகச் சிறப்பாக வெளிப்படுத்தியதோ அதே அளவு இந்த நாவல் ஒரு ஹீத்கிளிப் என்ற ஆணின் வெளிப்படுத்த முடியாத அன்பை விவரிக்கிறது.

வுதரிங்ஹைட்ஸ் என்பது யார்க் ஷையர் பகுதியில் உள்ள ஒரு பண்ணை வீட்டின் பெயர். உள்ளூர் வழக்கின்படி இது

சூறைக் காற்றும் சீற்றமும் கொண்டது என்று பொருள்படும். நாவல் ஒரு பனிக் காலத்தின் மாலையில் தான் துவங்குகிறது.

திரஸ்கிராஸ் எனப்படும் பண்ணை வீட்டுக்குப் புதிதாக வாடகைக்கு வந்துள்ள லாக்வுட் என்ற மனிதர் தனது வீட்டைச் சுற்றிய பகுதிகளில் நடந்து திரியும் போது வழி தவறிப் போய்விடுகிறார். தனது பண்ணை வீட்டிற்கு எப்படி போவது எனத் தெரியாமல் அடுத்த பண்ணையான வுதரிங்ஹைட்ஸ் உள்ளே நுழைகிறார்.

அங்கே உள்ள ஒரு மிகப் பழைய வீட்டினைக் காண்கிறார். கற்களால் கட்டப்பட்ட உயரமான வீடு அது. அந்த வீட்டின் மரக்கதவுகளைத் தட்டி உதவி கேட்கிறார். வீட்டில் இருந்த ஒரு வேலைக்காரி அவரை உள்ளே வரும்படியாக அழைக்கிறாள். உள்ளே சென்றவர் அங்கே ஒரு பெண் மெழுகுவர்த்தியின் முன்பாக அமர்ந்தபடியே மௌனமாக பூவேலை செய்து கொண்டிருப்பதைக் காண்கிறார்.

அந்த வீடு தனது பண்ணையின் உரிமையாளரான ஹீத்கிளிப்பின் வீடு என்று அவர் அறிந்துகொள்கிறார். சில நிமிடங்களில் அங்கே வரும் ஹீத்கிளிப் எதற்காகத் தன்னை தேடி வந்திருக்கிறார் என்று கோபத்துடன் கேட்கிறான். அவர் வழி தவறி வந்துவிட்டதாகவும் இன்றிரவு மட்டும் இங்கே தங்கிப் போவதாகச் சொல்கிறார். ஆனால் ஹீத்கிளிப் வெளியாள் எவருக்கும் இங்கே தங்க இடம் கிடையாது என்று அறிவித்துவிட்டு தனது அறைக்குப் போய்விடுகிறான்.

எங்கே போவது என தெரியாத நிலையில் லாக்வுட் தடுமாறும் போது அதுவரை பூவேலை செய்துகொண்டிருந்த பெண் எழுந்து வந்து அவர் தங்கிக்கொள்ள ஒரு அறை இருக்கிறது என்று பல வருடமாகப் பூட்டிக்கிடந்த ஒரு அறையைத் திறந்துவிடுகிறாள். அந்த அறையில் தூசியும் குப்பையும் நிரம்பிக் கிடக்கின்றன. அவள் ஒரு மெழுகுவர்த்தியை அவரிடம் தந்துவிட்டு அறையின் ஜன்னல்களை ஒருபோதும் திறக்க வேண்டாம் என்று சொல்லிவிட்டுப் போகிறாள்.

அந்த அறை கேதரின் என்ற பெண்ணின் படுக்கையறையாக இருந்தது என்பதை லாக்வுட் அறிந்து கொள்கிறார். அங்கே உறங்கும் போது அவருக்கு துர்ச்சொப்பனம் வருகிறது. திடுக்கிட்டு விழித்துக் கொண்ட போது அவரது அறை ஜன்னலை யாரோ தட்டுவது போல் இருக்கிறது. ஜன்னல் அருகே சென்றதும் ஒரு இளம் பெண்ணின் கை ஜன்னல்

கண்ணாடியை உடைக்கிறது. அவர் பயத்தில் அலறிக் கத்துகிறார். அந்தப் பெண் தான் அந்த வீட்டிற்குள் வரலாமா என்று கேட்கிறாள். அலறியபடியே கீழே ஓடுகிறார் லாக்வுட்.

அவரது அலறல் சப்தம் கேட்ட ஹீத்கிளிப் என்ன நடந்தது என்று கேட்க, அங்கே பேய் போல ஒரு உருவம் தென்பட்டது என்று புலம்புகிறார். அப்போது அங்கே வரும் இளம் பெண்ணைக் கண்டு அந்த நிழல் உருவம் இவளைப் போன்றுதான் இருந்தது என்று அடையாளம் காட்டுகிறார்.

இந்த வீட்டில் காலம் உறைந்து போயிருக்கிறது. வீடு முழுவதும் நினைவுகளால் நிரம்பியுள்ளது. உறக்கமற்று அலைந்து திரிந்து கொண்டேயிருக்கும் நினைவுகளில் ஒன்றைத்தான் நீ கண்டது என்றபடியே அவரை தானே வீட்டில் கொண்டுபோய் விடுவதாகக் கூட்டிச் செல்கிறார் ஹீத்கிளிப் லாக்வுட்.

அந்த வீடு ஏன் இப்படி ஆனது என்பதைப் பற்றிய கதையைத் தெரிந்துகொள்ள விரும்பும் லாக் வுட் அருகாமை உள்ளவர்களிடம் விசாரித்து அதன் கடந்தகாலக் கதையை அறிந்துகொள்கிறார். அதில் ஒரு பாதி வேலைக்காரி நெல்லியின் வழியாகவும் சொல்லப் படுகிறது. இப்படி மூன்றாவது நபரின் வழியாக நாவல் விவரிக்கப் படுகிறது.

வுதரிங்ஹைட்ஸ் என்ற பண்ணை வீட்டின் உரிமையாளரான எர்ன்ஷா ஒரு நாள் வீடு திரும்பும்போது சாலையோரத்தில் பனியில் மயங்கிக் கிடந்த ஒரு சிறுவனை கண்டு வீட்டிற்குத் தூக்கிக்கொண்டு வருகிறார். அந்தச் சிறுவனுக்கு ஹீத்கிளிப் என்று பெயரிடுகிறார். எர்ன்ஷாவிற்கு கிண்ட்லே என்ற பையனும் கேதரின் என்ற பெண்ணுமிருக்கிறார்கள்.

கிண்ட்லேவிற்கு ஹீத்கிளிப்பைப் பிடிக்கவேயில்லை. அவனை ஜிப்சி என்று சொல்லி தொடர்ந்து அடித்து அவமானப்படுத்துகிறான். ஆனால் கேதரினுக்கு ஹீத்கிளிப்பை மிகவும் பிடித்துப்போய்விடுகிறது. இருவரும் ஒன்றாகச் சுற்றுகிறார்கள். ஒன்றாக வேதவகுப்புகளுக்குச் செல்கிறார்கள்.

எர்ன் ஷாவின் மறைவிற்குப் பிறகு கிண்ட்லே பண்ணையின் உரிமையாளன் ஆகிறான். அவன் ஹீத்கிளிப்பை ஒரு வேலைக்காரனைப் போல் மட்டுமே நடத்துகிறான். ஹீத்கிளிப் எல்லா அவமானங்களையும் சகித்துக்கொண்டு அந்த வீட்டில் தொடர்ந்து இருப்பதற்கு ஒரே காரணம் கேதரின்.

அவன் கேதரினைக் காதலித்துக் கொண்டிருந்தான். அவளும் தீவிரமாகக் காதலித்தாள். ஒரு நாள் அவர்கள் இருவரும் ஒன்றாகக் கட்டிப்பிடித்து படுத்துக்கிடப்பதைக் கண்ட போதகர் அவர்கள் சகோதர உறவுடையவர்கள் ஆகவே இந்த உறவு பாவமானது என்று தடுத்து விரட்டுகிறார்.

ஹீத்கிளிப் தான் ஒரு ஜிப்சி என்றும் தனக்கு அவள் ஒருபோதும் சகோதரி ஆக முடியாது என்றும் சொல்கிறான். கேதரினும் அதை ஒத்துக்கொள்கிறாள். இவர்களது ரகசியக் காதல் நாளுக்கு நாள் வளர்ந்து கொண்டேயிருக்கிறது.

ஒரு முறை இவர்களது பண்ணைக்கு அருகாமையில் உள்ள திரஸ்கிராஸ் பண்ணைக்குள் இருவரும் ரகசியமாகச் செல்கிறார்கள். அங்கே எட்கர் லின்டன் மற்றும் அவனது சகோதரி இசபெல்லா இருவரும் இறகுப் பந்தாடுவதை ஒளிந்திருந்து காண்கிறார்கள். பண்ணைக்குள் வெளியாட்கள் நுழைந்திருப்பதை அறிந்த காவலர்கள் நாய்களுடன் துரத்தவே கேதரின் நாயிடம் மாட்டிக்கொள்கிறாள். ஹீத்கிளிப்பை அடித்துத் துரத்துகிறார்கள்.

எட்கர் லின்டன் கேத்தியைத் தூக்கிச் சென்று முதலுதவி செய்து காப்பாற்றி அவன் வீட்டில் சில வாரங்கள் பராமரிக்கிறான். இது ஹீத்கிளிப்பிற்கு ஆத்திரம் உண்டாக்குகிறது. தனது வீட்டிற்குத் திரும்பும் கேதரின் ஆளே மாறியிருப்பதை ஹீத்கிளிப் காண்கிறான்.

அவள் எட்கர் லின்டன் மேல் காதல் கொண்டிருப்பதைக் கண்டு கோபம் கொள்கிறான். கேதரின் தனக்குத்தான் என்று நம்பிக்கொண்டிருந்த அவனது கனவு கலைகிறது. அவள் எட்கர் லின்டனைத் திருமணம் செய்துகொள்ளப்போவதாகச் சொல்வதைக் கேட்கிறான். அத்தோடு ஹீத்கிளிப்பை தான் காதலித்தபோதும் அவனைத் திருமணம் செய்து கொள்வது ஒருபோதும் நடக்காது, அவன் வெறும் ஆள், ஆகவேதான் எட்கரைத் திருமணம் செய்து கொள்ளப் போவதாகக் கேதரின் சொல்கிறாள். இதை அறிந்த ஹீத்கிளிப் தனது வீட்டை விட்டு வெளியேறிப் போகிறான்.

சில ஆண்டுகளுக்குப் பிறகு ஹீத்கிளிப் அதே பண்ணை வீட்டிற்குத் திரும்பி வருகிறான். கிண்ட்லேயின் மனைவி இறந்துபோய் அவன், தனது ஒரே மகனுடன் குடிகாரனாகக் கடனில் வாழ்வதைக் கண்டு அந்த பண்ணை வீட்டை தானே விலைக்கு வாங்கிக்கொள்கிறான்.

தோல்வியுற்ற காதலை ஏற்றுக்கொள்ள முடியாமல் திரும்பவும் கேதரினைச் சந்திக்கச் செல்கிறான். ஆனால் அவனை எட்கருக்குப் பிடிக்கவில்லை. கேதரினிடம் இப்போதும் தான் அவளைக் காதலித்துக் கொண்டிருப்பதாகச் சொல்லி அவள் தன்னோடு வந்து விடும்படியாகக் கெஞ்சுகிறான். அவள் தன் கணவனை விட்டு வரமுடியாது என்று விரட்டுகிறாள். அதனால் ஆத்திரமடைந்த ஹீத்கிளிப் எட்கர் லின்டனை அவமானப்படுத்துவதற்காக அவன் தங்கை இசபெல்லாவை மயக்கி திருமணம் செய்து கொண்டுவிடுகிறான். இதனால் எட்கரும் ஹீத்கிளிப்பும் பகையாளியாகிறார்கள்.

இந்தச் சம்பவங்கள் கேதரினை மிகவும் வருத்தப்பட வைக்கிறது. அவளால் என்ன செய்தபோதும் ஹீத்கிளிப்பை மறக்கமுடியவில்லை. எதற்காக தான் லின்டனை திருமணம் செய்து கொண்டேன் என்று அவள் புலம்புகிறாள். இந்த நிலையில் அவள் கர்ப்பிணியாகிறாள். பிரசவ வேதனையில் அவள் மிகவும் பலவீனமடைகிறாள். இறந்துபோய் விடக்கூடும் என்ற நிலை வருகிறது. ஒருமுறை அவளைத் தான் எப்படியாவது பார்த்துவிட வேண்டும் என்று ரகசியமாக அவளது வீட்டிற்குள் நுழைகிறான் ஹீத்கிளிப்.

மரணப்படுக்கையில் இருக்கும் கேதரினைக் கண்டதும் இது போன்ற ஒரு கோலத்தில் அவளைப் பார்ப்பதற்குத்தானா இத்தனை வருடமாகக் காதலித்தேன் என்று புலம்புகிறான். அவள் சாவைத் தவிர வேறு எதுவும் தனக்கு நிம்மதி அளிக்காது என்று சொல்கிறாள். ஒரு பெண் குழந்தைக்குத் தாயாகிய அவள், சில நாட்களில் இறந்துவிடுகிறாள்.

அவளது சாவு ஹீத்கிளிப்பின் மனதைத் துவளச் செய்து விடுகிறது. அவளது கல்லறை அருகிலே பகலிரவாகக் கிடக்கிறான். அவள் இறந்த சில நாளிலே அவளது சகோதரன் கிண்ட்லேயும் இறந்து விடுகிறான். கிண்ட்லேயின் மகனான ஹார்டனை தானே வளர்ப்பதாகத் தூக்கிச் செல்கிறான் ஹீத்கிளிப்.

பல வருடங்களுக்குப் பிறகு அதே பண்ணை வீட்டிற்குத் தனது மகனுடன் வந்து சேர்கிறான் ஹீத்கிளிப். இப்போது கேதரினின் மகள் வளர்ந்து பெரியவளாக இருக்கிறாள். அவள் அப்படியே தாயைப் போன்ற உருவத்தில் இருக்கிறாள். அதைக் கண்டதும் ஹீத்கிளிப்பின் மனம் திரும்பவும் கேதரினை நினைக்கத் துவங்கி விடுகிறது. அவளை எப்படியாவது தனது

மகனுக்குத் திருமணம் செய்து வைத்துவிட வேண்டும் என்று முயற்சிக்கிறான்.

இதற்காக தன் மகனை அவளைக் காதலிப்பது போல் நடிக்க வைத்து வீட்டிற்குக் கொண்டுவரச் செய்து திருமணமும் செய்து வைத்துவிடுகிறான். இதை எதிர்பாராத எட்கர் லின்டன் நோயுற்று இறந்துபோய்விடுகிறான். ஆனால் எதிர்பாராத விதமாக ஹீத்கிளிப்பின் மகனும் அடுத்த சில மாதங்களில் இறந்துபோய்விடுகிறான். இப்போது அந்த வீட்டில் ஹீத்கிளிப்பும் அவனது மருமகளான கேத்தியும் கிண்ட்லேயின் மகனான ஹார்டனும் மட்டுமே இருக்கிறார்கள்.

அப்போதுதான் அந்த வீட்டிற்கு லாக்வுட் ஒரு இரவு வந்து போகிறார். லாக்வுட் வந்து போன பிறகு ஹீத்கிளிப் கேதரின் நினை வாகவே இருக்கிறான். பனியில் கிடந்து நோயுற்று தனது கேதரின் தன்னைத் தேடி வந்து சேருவாள் என்று புலம்பியபடியே அவளது அறையில் அவளது படுக்கையில் ஹித்கிளிப்பும் இறந்துபோய்விடுகிறான்.

மீதமிருப்பவர்கள் கேத்தியும் ஹார்டனும் மட்டுமே. அவர்கள் ஒருவரையொருவர் காதலிக்கத் துவங்கி அந்த வீட்டை விட்டு வெளியேறுகிறார்கள். யாருமற்ற அந்த வீட்டில் இப்போதும் கேதரினும் ஹீத்கிளிப்பும் நடமாடிக் கொண்டிருக்கிறார்கள் என்றும், எப்போதாவது குதிரையில் ஹத்கிளிப் தனியே அலைந்து கொண்டிருப்பதைத் தாங்கள் காண்பதாகவும் அருகாமையில் இருந்த குடியானவர்கள் சொல்கிறார்கள். யாருமற்ற வுதரிங்ஹைட்ஸ் வீடு தன் நினைவுகளைத் தானே சுமந்தபடியே தனியே நின்றுகொண்டிருக்கிறது.

வுதரிங்ஹைட்ஸ் நாவல் வெளியாகி சில வருடங்களில் புகழ்பெறத் துவங்கியது. உடனே அதைத் திரைப்படமாக்கும் முயற்சிகள் உருவாகின. 1920களில் பிராம்பிள் என்ற பிரிட்டிஷ் இயக்குனர் முதலில் திரைப்படமாக்கினார். அதன் பிறகு Paul Nickell, Peter Sasdy. Jacques Rivette, Yoshishige Yoshida, Peter Kosminsky உள்ளிட்ட வெவ்வேறு இயக்குனர்களால் வெவ்வேறு மொழிகளில் 21 முறை படமாக்கப்பட்டுள்ளது. ஆனால் இதன் மிகச்சிறந்த திரை வடிவமாக வில்லியம் வைலர் இயக்கி லாரன்ஸ் ஆலிவர் நடித்த வுதரிங்ஹைட்சையும், லூயி புனுவல் ஸ்பானிஷ் மொழியில் உருவாக்கிய வுதரிங்ஹைட்சையும்

குறிப்பிடலாம். இதில் வில்லியம் வைலர் இயக்கிய படம் ஆஸ்கார் விருது பெற்றது குறிப்பிடத்தக்கது.

வுதரிங்ஹைட்ஸ் நாவலைப் பலமுறை வாசித்திருக்கிறேன். இந்த நாவல் எனக்குப் பிடித்திருப்பதற்கு முக்கியமான காரணம் இந்த நாவலில் மையமாக உள்ள வீடு. நாவலில் இரண்டு வீடுகள் இடம்பெறுகின்றன. ஒன்று ஹீத்கிளிப், கேதரின் வசிக்கும் தைரிங்ஹைட்ஸ்; மற்றொன்று லின்டன் குடும்பம் வசிக்கும் திரஸ்கிராஸ் வீடு. இந்த வீடுகளின் சுபாவம்தான் கதாபாத்திரங்களுக்கு வந்துவிட்டதோ எனும்படியாக இரண்டு வீடுகளும் பிரத்யேக குணங்கள் கொண்டு காணப்படுகின்றன.

குறிப்பாக வுதரிங்ஹைட்ஸ் வீடு சுற்றிலும் திறந்த வெளி கொண்டது. வீட்டை ஆவேசமான காற்று எப்போதும் மோதிக்கொண்டிருக்கிறது. அருகாமையில் வேறு வீடுகளே இல்லை. அதன் தனிமைதான் மனிதர்களை பிடித்துக்கொள்கிறது என்பது போல நாவலில் யாவரும் நடந்துகொள்கிறார்கள்.

மாறாக திரஸ்கிராஸ் வீடு பசுமையானது. உள்ளடங்கியது. சுற்றிலும் வேலியிடப்பட்டு காவல் கொண்டது. அருகாமையில் குடியிருப்புகள் உள்ளன. இந்த வீட்டில் வசிக்கும் லின்டன் குடும்பத்தினர் அமைதியானவர்களாக இசையும் நுண்கலையுமாகத் தங்களை வெளிப்படுத்திக் கொள்கிறார்கள். இந்த வீட்டிற்குத் திருமணமாகி வந்த பிறகு கேதரின் கூட மிக அமைதியாக ப்யானோ வாசிப்பவள் ஆகிவிடுகிறாள். ஆகவே வீடுகள் தங்கள் சுபாவத்தை மனிதர்களின் மீது வெளிப்படுத்துகிறதோ என்று ஒவ்வொரு முறை வாசிக்கும் போதும் தோன்றுகிறது.

காதலைச் சொல்கிறது என்று இந்த நாவலை ரொமாண்டிக் நாவல் வரிசையில் சேர்த்துவிட முடியாது. நாவல் கதாபாத்திரங்களின் உளவியலை ஆராய்வதோடு விக்டோரியன் யுகத்தின் சமூக நிலைமையை, மத ஆளுமையை, குடும்பத்தின் சிதைவை வெளிப்படுத்துகிறது. விக்டோரியன் யுகத்து வாசகர்கள் இதுபோன்ற நாவலை ஒரு பெண் எழுதியிருக்கிறாள் என்பதையே சகித்துக்கொள்ள முடியாதவர்கள், ஆகவேதான் எமிலி இதைப் புனை பெயரில் எழுதினாள். இதனை மறு பதிப்பாக வெளியிட்ட எமிலியின் சகோதரி சார்லடேகூட ஹீத்கிளிப் கதாபாத்திரம் தேவையற்ற ஒன்று என்றே கருத்துக் கொண்டிருந்தாள்.

ஹீத்கிளிப் பல நேரங்களில் ஒத்தல்லோவை நினைவு படுத்துபவனாக இருக்கிறான். ஒத்தலோவும் காதலுக்காக ஏங்குகிறான். தனது அவமானங்களும் காயங்களும் மீறித் தன்னை நேசிப்பவள் தனது காதலி மட்டுமே என்று நம்புகிறான். ஆனால் ஒத்தல்லோவின் சந்தேகம் அவளைக் கொன்றுவிடுகிறது.

ஆனால் ஹீத்கிளிப் தனது காதலிக்காக வாழ்நாள் முழுவதும் காத்துக்கொண்டேயிருக்கிறான். காதல் அவனை நிரந்தரமான மன வேதனைக்கு உள்ளாக்கி மரணத்தைப் பரிசாகத் தருகிறது. காதலுக்காகவே இறந்தும் போய் விடுகிறான். ஹீத்கிளிப்பின் காதல் ஒரு அவஸ்தை. ஒரு ரகசிய நோய். அவன் உடலை வருத்தும் ஒரு துயரம்.

எமிலி பிராண்டே ஆவேசமிக்க ஒரு காதலனை உருவாக்கவே விரும்பியிருக்கிறாள். அவள் உலகில் சந்தித்த அத்தனை தனிமையும் ஒன்று சேர்ந்து ஆண் உருகொண்டிருக்கிறது. நாவலில் ஒரு முறை கேதரின் தனது வேலைக்காரியிடம் ஹீத்கிளிப்பாக இருப்பதும் தானே என்று சொல்கிறாள். இந்த வாசகம்தான் நாவலின் மையப்புள்ளி என்று தோன்றுகிறது. ஹீத்கிளிப்பின் காதல் கேதரினுள்ளும் அடங்கியிருந்த ஆசைகள்தான். அவள் அதை வெளிப்படுத்தும் ஒரு சாதனம் போலதான் ஹீத்கிளிப்பை உருவாக்கியிருக்கிறாள். எமிலி பிராண் யின் கதையாடல் மிகச் சிறப்பானது. கவிதைக்கு நிகரான உரையாடல்களும் நுண்ணிய விவரிப்புகளும் கொண்டது.

நாவலில் வரும் இரண்டு வேலையாட்களும் எனக்கு மிகவும் பிடித்த கதாபாத்திரங்கள். ஜோசப் மற்றும் நெல்லி என்ற இருவரும் அந்த வீட்டின் எல்லா சுகதுக்கங்களையும் காண்கிறார்கள். காதல் எப்படி கொஞ்சம் கொஞ்சமாகத் கேதரினைக் கொல்கிறது என்பதை அருகில் இருந்து பார்க்கிறாள் நெல்லி. பல நேரங்களில் நெல்லியிடம் பேசும்போது மட்டுமே ஹீத்கிளிப் தன் மனதில் இருப்பதை எல்லாம் கொட்டுகிறான்.

இந்த நாவலின் முக்கிய சம்பவங்களில் பெரும்பான்மை சமையல் அறையில் நடக்கின்றன. அது எனக்கு மிகவும் பிடித்திருக்கிறது. கேதரின் எட்கர் லின்டனைத் திருமணம் செய்து கொள்ளப் போவதைப் பற்றிப் பேசுவது, ஹீத்கிளிப் கேதரினிடம் தனது காதலுக்காக மன்றாடுவது என முக்கியச்

சம்பவங்கள் யாவின் சாட்சியாக இருக்கிறது அந்த சமையல் கூடம்.

ஜோசப் என்ற வேலையாள் நாவலில் எப்போதும் கேதரினுக்காகப் பிரார்த்தனை செய்து கொண்டும் அவள் வந்துவிடுவாள் என்பதற்காகக் காத்துக்கொண்டுமிருக்கிறான். இப்படி நாவலின் சிறு கதாபாத்திரங்கள் கூட மிகுந்த உயிர்ப் போடு சித்தரிக்கப்பட்டிருப்பது மிகச் சிறப்பான எழுத்திற்கு சாட்சியாக உள்ளது.

வீடு ஆணிற்கு வெறும் வசிப்பிடமாக மட்டுமே அறியப் பட்டிருக்கிறது. பெண்களுக்கோ அது கனவும் நிஜமும் கலந்தவொரு வெளி. வீடு கற்களாலும் மரத்தாலும் உருவாக்கப் படுகிறது. பெண்ணே அதற்கு சுவாசம் தருகிறாள். எல்லா வீடுகளிலும் பெண்ணின் தனிமையும் ரகசியமும் யாருமறியாமல் ஒளிந்து கிடக்கின்றன. எமிலி பிராண்டே வெளிப்படுத்தியது இந்த தனிமையின் ஒரு துளியைத்தான். அந்த ஒரு துளி, உலகை தன்னுள் முழுமையாகப் பிரதிபலித்துக் கொண்டிருக்கிறது என்பதே அவள் எழுத்தின் தனிச் சிறப்பு.

டேனியல் டீபோவும் குப்ரினும்

காமம் கடந்த நாவல்கள்

Over the years our bodies become walking autobiographies, telling friends and strangers alike of the minor and major stresses of our lives.

- Marilyn Ferguson

சமீபத்தில் மலையாளத்தில் வெளியாகி பரபரப்பாக வாசிக்கப்பட்ட நளினி ஜமீலா என்ற பாலியல் தொழிலாளியின் வாழ்க்கை வரலாறு பாலின்பத்தின் ஊடாகச் செயல்படும் வன்முறையையும் பெண் மீதான ஒடுக்குமுறையையும் வெளிப் படுத்துகிறது. இந்தப் புத்தகத்தைத் தனிப்பட்ட ஒரு வாழ்வியல் பதிவாகக் கருத முடியவில்லை. காரணம் பாலியல் தொழிலில் ஈடுபடும் பெண்களின் அனுபவங்களை நேரடியாக அவர்கள் பெயர்களை மட்டும் மாற்றிப் பதிவு செய்த படைப்புகள் உலகின் எல்லா மொழிகளிலும் வெளியாகியிருக்கின்றன.

இதுபோன்ற நாவல்களில் பெரும்பான்மையானவை எழுத்தாளர்களின் பெயர்கள் கூட இல்லாமல் வெளியாகி பரபரப்பை உண்டு பண்ணியிருக்கின்றன. விலைமகளின் வாழ்வு குறித்த புத்தகங்களுக்கு எப்போதுமே மிகப்பெரிய வணிகச் சந்தை காத்திருக்கிறது.

தமிழ் இலக்கியத்திலும் பரத்தமை மிக முக்கியப் பாடு பொருளாகவே உள்ளது. தமிழ்க் காப்பியங்களில் பரத்தை மிக முக்கிய கதாபாத்திரமாகும். ஜப்பானில் கெய்ஷா எனப்படும் சுகப் பெண்டிரின் வாழ்வை விவரிக்கும் இலக்கியப் படைப்புகள் நிறைய உள்ளன. விலைமாதர்கள் என்று விலக்கப்படும் பெண்களின் அன்றாட வாழ்வு குறித்தும்

அவர்கள் பாலின்பத்தைத் தரும் முறைகள் பற்றியும் இன்றளவும் நூற்றுக்கும் மேற்பட்ட பிரதிகள் வெளிவந்திருக்கின்றன.

கடந்த காலங்களில் சுவாரஸ்யத்துக்கும் புலன் கிளர்ச்சிக்கும் காரணமாக இருந்த இந்தப் பிரதிகள் இன்று மறுவாசிப்பிற்கு உள்ளாகி பெண் மீதான ஒடுக்குமுறையும் பாலியல் நுகர்வின் வழியாக எப்படி வன்முறை செயல்பட்டிருக்கிறது என்றும் விமர்சனம் உருவாகியுள்ளது. இன்று காமசூத்ரா போன்ற பாலியல் பிரதிகளின் பின்னால் இயங்கும் அதிகாரம் மற்றும் பெண் உடலை ஒடுக்கும் குறிப்புகள் கூட கடுமையான விமர்சனத்திற்கு உள்ளாகி வருகின்றன. வேசைகளை முக்கிய கதாபாத்திரங்களாகக் கொண்டு எழுதப்பட்ட இருபதுக்கும் மேற்பட்ட முக்கிய நாவல்கள் உள்ளன. இதில் டால்ஸ்டாயின் புத்துயிர்ப்பு, எமிலி ஜோலாவின் நானா, அனடோலியா பிரான்ஸின் தாசியும் தபசியும் போன்றவவை மிக முக்கியமானவை.

விலைமகளிரை முக்கிய கதாபாத்திரமாகக் கொண்டு எழுதும் இலக்கியப் போக்கின் முதல் நாவல் என்று வகைப்படுத்தப்படுகிறது டேனியல் டீ போவின் மால் பிளாண்டர்ஸ். ஆங்கில நாவல்களின் துவக்கம் இதிலிருந்துதான் ஆரம்பிக்கிறது என்றுகூட விமர்சகர்கள் குறிப்பிடுகிறார்கள். டேனியல் டீ போவின் மால் பிளாண்டர்ஸும் (Moll Flanders) அலெக்சாண்டர் குப்ரினின் யாமா (Yama -The Pit) நாவலும் தனித்துப் பேசப்பட வேண்டிய இரண்டு முக்கியப் பிரதிகளாகும்.

இரண்டுமே விலைமகளிரின் வாழ்வையும் அதன் பாடுகளையுமே பேசுகின்றன. டேனியல் டீ போவின் நாவல் 1722ல் வெளியானது. அந்த நாவலின் தலைப்பு மிக நீண்டது. அந்தத் தலைப்பே நாவலின் கதைச் சுருக்கத்தை வெளிப்படுத்திவிடுகிறது:

The Fortunes and Misfortunes of the Famous Moll Flanders, Etc. Who was born in Newgate, and during a life of continu'd Variety for Three score Years, besides her Childhood, was Twelve Year a Whore, five times a Wife (whereof once to her own brother), Twelve Year a Thief, Eight Year a Transported Felon in Virginia, at last grew Rich, liv'd Honest and died a Penitent. Written from her own Memorandums.

குப்ரினின் நாவல் ருஷ்யாவின் ஒடேசா நகரில் உள்ள வேசையர் வீதியைப் பற்றி 1915ஆம் ஆண்டு எழுதப்பட்டது.

வேசையர் விடுதிகளின் பகல் பொழுதையும் காவலர்கள் அவர்களை எப்படி உறிஞ்சி வாழ்கிறார்கள் என்பதையும் முன்னிலைப்படுத்துகிறது

ஜனரஞ்சக நாவல்களின் முக்கிய குணங்களில் ஒன்று பாலின்பத்தையும் குற்றத்தையும் ஒன்றுசேர்ப்பது. மரபாக நம் மனங்களில் இந்த இரண்டிற்கும் பிரிக்க முடியாத ஒரு தொடர்பு இருப்பதாகவே அறிவுறுத்தப்பட்டு வருகிறது. குற்றமும் பாலின்பமும் ஒன்றையொன்று சார்ந்து இயங்குகின்றன. அல்லது பெரும்பான்மையான குற்றங்கள் பாலியல் பிரச்சனைகளில் இருந்து உருவெடுக்கின்றன என்றுதான் அடையாளம் காட்டப்பட்டுள்ளன. ஆகவே நம் மனது பாலின்பத்தைப் பற்றிப் பேசத் துவங்கும்போதே அதன் உள்தட்டு குற்றத்தைப் பற்றிய ருசியை அல்லது பயத்தை நமக்குள் ஏற்படுத்திவிடுகிறது.

நாட்டார் கதைமரபு துவங்கி நவீனப் பிரதிகள் வரை வேசைகள் குற்ற நிகழ்வுகளுக்கு முக்கிய காரணிகளாகவே சித்தரிக்கப்படுகிறார்கள். வேசையை எப்படி நடத்த வேண்டும் என்பதில் துவங்கி அவளது அடிப்படைச் சுதந்திரம் வரை பின்பற்ற வேண்டிய விதிகளையும் தடைகளையும் பற்றி பழமொழிகள்கூடப் பேசுகின்றன.

பாலுறவை ஒரு ரகசிய நிகழ்வாகக் கொண்டிருக்கும் வரை இது போன்ற குற்ற மனப்பாங்கிலிருந்து நாம் விடுபடவே முடியாது. பாலுறவு குறித்த பெரும்பான்மை குறிப்புகள் ஆண்வசப்பட்டவை. அவை பாலின்பத்தை நுகர்வதைத் தாண்டி பாலின்பத்தின் வழியே பெண் உடலை எப்படி தன் ஆதிக்கத்தில் வைத்திருப்பது என்பதை முக்கியப்படுத்துபவை. பால் உறவு குறித்த தண்டனைகளும் குற்ற விசாரணைகளும்கூட ஆண்களின் கருத்தியலில் உருவானவை. அவை ஆண்களை ஒருபோதும் தண்டிப்பதேயில்லை.

காமப்பிரதிகளாக அடையாளப் படுத்தப்படும் பெரும் பான்மை நூல்களில் பெண் உடல் கேளிக்கைக்கான ஒரு நிலப்பரப்பைப் போல அடையாளம் காட்டப்படுகிறது. உடலை ஆக்ரமிப்பதுதான் பாலின்பத்தின் வெற்றி என்று கருதும் மனநிலையின் ஊடாகவே வெகுஜன நாவல்கள் இயங்குகின்றன.

இந்தத் தளங்களிலிருந்து விலகி விலைமகளின் வாழ்வு குறித்த ஆதாரமான கேள்விகளையும் நேரடியான சாட்சிகளையும்

வலியும் வேதனையுமான உணர்வுகளையும் முன்வைக்கிறது மால் பிளாண்டர்ஸ்.

பதினெட்டாம் நூற்றாண்டு லண்டன் நகர வாழ்வினை விவரிக்கும் இந்த நாவல் ஒரு வாழ்க்கை வரலாறு போன்ற தன்மையில் எழுதப்பட்டிருக்கிறது. மால் பிளாண்டர்ஸ் என்ற பெண் (அவளது உண்மைப் பெயரை அவள் தெரியப்படுத்த விரும்பவில்லை என்பதால் இந்தப் பெயராலே அடையாளப் படுத்தப்படுகிறாள்) திருட்டுக் குற்றத்திற்காகச் சிறைச்சாலையில் தண்டனை அனுபவிக்கிறாள். சிறிதும் பெரியதுமான திருட்டுக் குற்றங்கள் அவள் மீது சுமத்தப்பட்டுள்ளன.

சிறைச்சாலையில் கூட அவள் தன் தவறுகளுக்கு வருந்துவதே யில்லை. மாறாக அவள் தீவிரமாக தன் எதிர்ப்பைத் தெரிவிப்பது போல் தனது அடையாளத்தை அழித்துக் கொள்ளும் முயற்சியில் இறங்குகிறாள். சிறைச்சாலையில் அவளது பழைய காதலனைச் சந்திக்கிறாள். மீண்டும் காதல் கொண்டு விடுகிறாள். இப்படி நெருக்கடியும் அலைக் கழிப்பும் போராட்டமுமாக நீளும் வாழ்வினை ஏன் மால் பிளாண்டர்ஸ் எதிர்கொள்கிறாள், எது அவளை இப்படி நிலை கொள்ளவிடாமல் செய்கிறது என்பதையே மால் பிளாண்டர்ஸ் நாவல் விவரிக்கிறது.

டேனியல் டீ போவின் கதை சொல்லும் திறன் மிக நுட்பமானது. அவர் மிக நுண்மையாக கதாபாத்திரங்களின் மன உணர்வுகளைச் சித்தரிக்கக்கூடியவர். அதே நேரம் புறச்சூழலைச் சித்தரிப்பதில் அவர் ஒரு ஓவியரைப் போல செயல்படுவதையும் நாவலில் காண முடிகிறது. நாவல் முழுவதும் மால் பிளாண்டர்ஸின் குரலே மேலோங்கியிருக்கிறது. பெண்ணின் அக நெருக்கடிகளும் காரணமற்ற சந்தோஷங்களும் பாலின்பத்தின் வெறுமையும் குழந்தைப் பேறு, பால்ஒழுக்கம் என்ற கட்டுப்பாடுகள் என்று பெண் வயப்பட்ட உலகை மிக விரிவாகப் பேசுகிறது இந்த நாவல்.

மால் பிளாண்டர்ஸின் தாய் ஒரு குற்றவாளி. அவள் லண்டனில் உள்ள நியூகேட் சிறைச்சாலையில் அடைக்கப் பட்டிருக்கிறாள். கர்ப்பிணியாக இருந்த காரணத்தால் அவள் குழந்தை பெறும்வரை வெளியில் தங்கி குழந்தை பெற்றுக்கொள்ளலாம் என்று அனுமதி பெறுகிறாள். அப்படி ஒரு குற்றவாளியின் குழந்தையாகப் பிறக்கிறாள் மால் பிளாண்டர்ஸ். சிறு வயதிலே காப்பகத்தில் வளர்க்கப்படுகிறாள். காப்பகம் மிகக் கடுமையாக அவளை நடத்துகிறது.

அந்தக் காப்பகத்தின் வேலையாட்களில் ஒருத்தி மால் பிளாண் டார்சின் மீது அக்கறை கொண்டு அவளைக் கொஞ் சமாகத் தயார் படுத்துகிறாள். மால் அங்கிருந்து ஒரு சீமாட்டி வீட்டிற்கு வேலைக் காரியாகச் செல்கிறாள். பருவம் அவள் உடலில் அழகையும் வசீகரத்தையும் படரவிடுகிறது. அவளது அழகின் பூரிப்பைக் கண்ட அந்த சீமாட்டியின் மூத்த மகன் அவளோடு பழகத் துவங்குகிறான். அவன் தன்னைத் திருமணம் செய்து கொள்வான் என்ற எண்ணத் தோடு பழகி உடல் உறவுவரை செல்கிறாள் மால் பிளாண்டார்ஸ். (அப்போது அவளது பெயர் மிஸ் பெட்டி.) ஆனால் சீமாட்டியின் இளைய மகன் அவள் மீது காதல் கொண்டு அவளை தான் திருமணம் செய்துகொள்ள விரும்புவதாகத் தெரிவிக்கிறான். பெட்டிக்கு என்ன செய்வது என்று தெரியவில்லை.

இதை மூத்த சகோதரனிடம் தெரிவித்தபோது அவன் தனது தம்பியைத் திருமணம் செய்து கொள்ளத் தூண்டுகிறான். அவளால் அதை ஒத்துக்கொள்ள முடியவில்லை. அவனோ தங்களது கள்ள உறவிற்கு அது மிக உபயோகமாகயிருக்கும் என்று வற்புறுத்துகிறான். இதனால் குழப்பமான மால் பிளாண்டார்ஸ் காய்ச்சல் கண்டு வீழ்கிறாள். இளைய சகோதரன் அவள் கூடவேயிருந்து அவளைக் குணப்படுத்துகிறான். அவன் விருப்பப்படியே திருமணம் நடக்கிறது. ஆனால் அவன் எதிர்பாராத உடல் நலக் குறைவால் சில வருடங்களில் இறந்து போய்விடுகிறான். இப்போது என்ன செய்வது என்று புரியாத பெட்டி கையில் காசில்லாமல் அங்கிருந்து வெளியேறி அமெரிக்கா செல்ல முடிவு செய்கிறாள்.

வறுமையும் நெருக்கடியும் அவளைத் தள்ளுகின்றன. வேறு வழியின்றி இன்னொரு திருமணத்திற்குத் தயார் ஆகிறாள். ஒரு நில உரிமையாளரைத் திருமணம் செய்து கொள்கிறாள். அவனோடு வாழத் துவங்குகிறாள். குழந்தைகள் பிறக்கின்றன. சில வருடங்களுக்குப் பிறகு அவளுக்குத் தெரியவருகிறது இப்போது அவளது மாமியாராக இருப்பவள் தான் அவளது உண்மையான தாய் என்று. அத்தோடு அவள் தனது சகோதரனைத் திருமணம் செய்து உடன் வாழ்ந்து கொண்டிருக்கிறாள் என்ற உண்மையும் வெளிப்படுகிறது. இந்த அதிர்ச்சியைத் தாங்க முடியாமல் திரும்பவும் லண்டன் திரும்புகிறாள். அடுத்தடுத்து அவள் மேற்கொண்ட திருமணங்கள் அவளது சுபாவத்தை மாற்றுகின்றன. வாழ்வில்

வசதியை அடைவதற்காக அவள் திருடுகிறாள். பொய் சொல்லுகிறாள். வேசைத்தனம் செய்கிறாள். அவளுக்குத் தன் உடல் மீது மிக ஆத்திரமாக உள்ளது. அதை வலிந்து அழித்து கொள்ளத் துவங்குகிறாள். திருட்டும் குற்றமும் அவளைக் குற்றவாளியாக்குகின்றன.

தான் பெற்ற குழந்தையைத் தானே விற்கும் நிலைக்குத் தள்ளப்படும்கிறாள். இப்படி அலைக்கழிப்பில் நீளும் வாழ்வு அவளுக்கு எந்த சந்தோஷத்தையும் பரிசாகத் தரவில்லை. முதுமையில் தனக்கு ஜீவனாம்சமாகக் கிடைக்கும் பணத்தோடு அவள் கடந்த காலத்தை நினைவு கொண்டபடியே கௌரவமிக்க பெண்மணியாக நாட்களைக் கழிப்பதோடு நாவல் முடிவடைகிறது.

நீண்ட கதைப்பின்னல்கள், மால் பிளாண்டர்சின் காதல் அனுபவங்கள், பாலின்பத்தை அடைவதற்காக அவள் மேற்கொள்ளும் பயணங்கள் என்று நீளும் நாவலில் வாசகன் மால் பிளாண்டர்ஸ் என்ற பெண்ணின் மீது காமவசப்படுவதைத் தாண்டி அவளது வாழ்க்கைச் சிரமங்களையும் பெண் உடல் எப்படியெல்லாம் வன்முறைக்கும் ஒடுக்கு முறைக்கும் உள்ளாகிறது என்பதைப் புரிந்து கொள்ளத் துவங்குகிறான்.

பாலியல் கிளர்ச்சியைத் தூண்டுவதைத் தனது நோக்கமாகக் கொள்ளாமல் இந்த நாவல் பாலின்பத்தின் ஊடாகச் செயல் படும் வாழ்க்கைப் போராட்டத்தை விவரிக்கிறது. அவ்வகையில் இதைக் காமம் கடந்த நாவல் என்று சொல்லலாம்.

இந்த நாவலைப் பற்றிச் சொல்லும்போது வர்ஜீனியா வுல்ப் இது பெண்ணின் வாழ்வை இலக்கியப்படுத்திய முக்கியப் பிரதி என்று கொண்டாடுகிறார். நவீன நாவல்களைப் போல சொல்முறையில் கச்சிதம் இல்லாதபோதும் இந்த நாவல் மிகவும் வாசிப்பு ஈர்ப்பு உடையது.

ஐந்து முறை படமாக்கப்பட்டும் தொலைக்காட்சித் தொடராகவும் உருவாக்கப்பட்டுள்ளது இந்த நாவல். அதைப் பற்றிய விமர்சனத்தை முன் வைக்கும் இலக்கிய விமர்சகர்கள் மதத்தைக் கைவிட்டதுதான் மால் பிளாண்டர்சின் வீழ்ச்சிக்கு முக்கியக் காரணம் என்கிறார்கள். ஆனால் மதத்தைச் சாராமல் வாழ்வை நேரடியாகச் சந்திக்க நினைத்ததுதான் அதன் வெற்றிக்குக் காரணம் என்று எனக்குத் தோன்றுகிறது.

டேனியல் டீபோ 1660ல் இங்கிலாந்தில் பிறந்தவர். அவரது தந்தை ஒரு வணிகர். தாய் மிகுந்த மதப்பற்று கொண்டவள். அரசியல் மற்றும் வணிகத்தில் அதிக ஈடுபாடு கொண்ட டீபோ ஐரோப்பா முழுவதும் பயணங்கள் மேற்கொண்டவர். வணிகத்தில் பெரிய தோல்வி ஏற்பட்டு அதன் காரணமாகத் தீர்க்க முடியாத கடன் சுமை ஏற்பட்டது. கடன் குற்றத்திற்காகச் சில மாதங்கள் சிறையில் அடைக்கப்பட்டிருந்தார் டீ போ. அதன் பிறகு அவர் எழுதுவதில் அதிகம் கவனம் செலுத்த ஆரம்பித்தார். தன் வாழ்நாளில் 250க்கும் மேற்பட்ட படைப்புகளைத் தந்திருக்கிறார்.

டேனியல் டீ போவை உலகறியச் செய்த நாவல் ராபின்சன் குருசோ. தனது கடற்பயண அனுபவத்திலிருந்து இந்த நாவலை அவர் எழுதினார். இது போலவே லண்டன் நகரைப் பாதித்த கொள்ளை நோய் பற்றியும் அவர் ஜெர்னல் ஆப் தி பிளேக் இயர் என்ற நாவல் எழுதியிருக்கிறார். நேரடியாக பிளேக் நோய் பரவியது குறித்த எந்த அனுபவமும் இல்லாத டீ போ அந்த நாவலை எழுதுவதற்காக அந்த நாட்களில் உள்ள தினசரி பேப்பர்கள் மற்றும் மருத்துவ ஏடுகள், நகரசபைக் குறிப்புகள் யாவையும் பார்வையிட்டு அதை நாவலில் பயன்படுத்தியிருக்கிறார்.

இந்த நாவலைப் புகழ்ந்து சொல்லும் கேப்ரியல் கார்சியா மார்க்வெஸ் தனது லவ் இன் த டைம் ஆப் காலரா நாவலை எழுதும்போது டேனியல் டீ போவின் குறிப்புகளும் அந்த நாவலின் விவரணைகளுமே தனக்கு மிகவும் உறுதுணையாக இருந்தன என்று குறிப்பிடுகிறார்.

இந்த நாவல்களின் தொடர்ச்சியாகவே மால் பிளாண்டர்சை எழுதினார். அந்த நாவல் மதவாதிகளால் தடை செய்யப்பட்டது. விமர்சகர்கள் அதை மிகவும் மலினமான படைப்பு என்று ஒதுக்கித் தள்ளினார்கள். ஆனால் யாவும் மீறி இன்று அந்த நாவல் மிக முக்கிய இலக்கியப் படைப்பாக, ஆங்கில நாவல்களின் துவக்கப் புள்ளியாக அடையாளம் காணப்பட்டுவிட்டது.

குப்ரினின் யாமா நாவலைத் தமிழில் புதுமைப்பித்தன் மொழி பெயர்த்திருக்கிறார். இந்த நாவலின் பாதிப்பை ஜி. நாகராஜனின் குறத்தி முடுக்கு நாவலில் காணமுடியும். குப்ரின் ஒரு ராணுவ அதிகாரியாக இருந்தவர். இவரும் சிறுவயதிலே

தந்தையைப் பறிகொடுத்துவிட்டு விதவைகள் காப்பகத்தில் வளர்ந்தவர். ராணுவ சேவை செய்ய வேண்டும் என்று அம்மா விரும்பிய காரணத்தால் நான்கு ஆண்டுகாலம் ராணுவ சேவையாற்றினார். அதன் பிறகு சர்க்கஸில் உதவியாளராக, விமான ஓட்டியாக, பத்திரிக்கையாளராக என்று பல்வேறு வேலைகளைச் செய்து சலிப்புற்று குப்ரின் முழுநேர எழுத்தாளராக மாறினார். அந்த நாட்களில் அவரைச் சந்தித்து அவரது எழுத்துக்கள் பற்றி மிக உற்சாகமான பாராட்டுகளைத் தெரிவித்தவர்கள் கார்க்கியும் செகாவும். அதிகம் எழுதியிராத போதும் குப்ரினின் படைப்புகளுக்கு ருஷ்ய இலக்கியத்தில் தனியிடம் இருக்கிறது.

யாமா எனப்படும் பகுதி முழுவதும் வேசையர் குடியிருப்புகள் மட்டுமே உள்ளன. அதில் மிக சொற்ப விலைக்குத் தன் உடலை விற்கும் பெண்களில் துவங்கி ராணுவ உயர் அதிகாரிகளின் சல்லாபத்திற்கு அனுப்பப்படும் பெண்கள் வரை பல்வேறுபட்ட பெண்கள் ஒன்றாக வசிக்கிறார்கள். இந்த விடுதிகளை நிர்வகிக்கும் பெண்கள் அதற்காக முறைப்படி அரசு அனுமதி பெற்றிருக்கிறார்கள். திருடர்கள், முரடர்கள் துவங்கி அரசு அதிகாரிகள், நீதிபதிகள் வரை பலரும் அதன் தினசரி வாடிக்கையாளர்கள். அரசாங்கம் அவர்கள் நோய் பீடிக்கப்பட்டவர்களாக இருக்கிறார்களா என்று சோதித்துத் தரும் சான்றிதழ்தான் அவர்களின் ஒரே ஆதாரம்.

அந்தச் சோதனை செய்ய வரும் மருத்துவரும் காவலர்களும் அந்தப் பெண்களை மிகக் கேவலமாக நடத்துகிறார்கள். மேலும் தாங்களும் அவர்களோடு பாலுறவு கொள்கிறார்கள். விடுதிக் காப்பாளராக உள்ள பெண்களை மிரட்டிப் பணம் பறிக்கிறார்கள். வேசையர் விடுதியின் பகல் காட்சிகளை இந்த நாவலைப் போல துல்லியமாகச் சித்தரித்த வேறு எந்த நாவலையும் நான் இதுவரை வாசித்ததில்லை.

இந்த நாவல் சிறியதும் பெரியதுமான நிறைய கதாபாத்திரங்கள் கொண்டது. அவர்கள் தங்களது வாடிக்கையாளர்களோடு கொள்ளும் உறவும் அதன் தொடர்ச்சியாக அவர்களுக்குள் ஏற்படும் பொறாமையும் கோபதாபங்களும் நாவலின் விவரிக்கப்படுகின்றன. நாவல் முழுவதும் பாலுறவு பற்றிய விவரணைகள் எழுதப்பட்டிருந்த போதும் இந்த நாவல் மலினமான இச்சையைத் தூண்டுவதேயில்லை. பாலின்பத்

திற்காக ஒவ்வொருவரும் எந்த அளவு தங்களைப் பகட்டாகவும் போலியாகவும் காட்டிக்கொள்கிறார்கள் என்பதை வெளிச்சம் போட்டுக் காட்டுகிறது.

இந்த இரண்டு நாவல்களின் பொதுக் குணமாகக் காண்பது இரண்டும் விலைமகளிரைப் பற்றி எழுதியிருந்தபோதும் இரண்டிலும் மலினமான காம உணர்ச்சிகள் சித்தரிக்கப் படவில்லை. மாறாக பாலின்பம் போன்ற தனிநபர் உணர்ச்சிகளுக்குக்கூட அரசும் மதமும் எந்த அளவு கட்டுப் பாடு விதிக்கிறது, அதன் காரணமாக பெண்கள் எப்படி ஒடுக்கப்படுகிறார்கள் என்பதையே வெளிப்படுத்துகின்றன. குப்ரின் தனது யாமா நாவலின் முன்னுரையில் இந்த நாவல் எழுதுவதற்கு தனக்கு தூண்டுகோலாக இருந்தது என்று மால் பிளாண்டர்ஸ் நாவலைக் குறிப்பிடுகிறார்.

இரண்டு நாவல்களுக்கும் இடையில் நூற்றாண்டு கால இடை வெளிக்கு மேலாக இருந்தபோதும் அடிநாதமாக இரண்டின் குரலும் ஒன்றுபோல இருப்பதும் அது பெண்ணின் வலிமிக்க வாழ்வைப் பதிவு செய்திருக்கிறது என்ற விதத்திலும் இன்று மீள்வாசிப்பு செய்யப்பட்டு விவாதிக்கப்பட்டு வருகிறது.

அந்த வகையில் குப்ரினும் டீபோவும் பாலின்பம்தான் வன்முறையின் முதல் களம் என்பதை இரு நாவல்களிலும் துல்லியமாக வெளிப்படுத்தியிருக்கிறார்கள். பெண்களின் மீதான வன்புணர்ச்சி மற்றும் பாலியல் குற்றங்களிலும் நாம் கண்டு அறிந்த உண்மையும் இதுதானே.

மேஜிக் மவுண்டன்

தன்னை அறியும் தருணம்

All interest in disease and death is only another expression of interest in life.

- Thomas Mann

பிரார்த்தனைக் கூடங்களைவிடவும் வாழ்வு குறித்து அதிகம் கற்றுக் கொடுத்திருக்கின்றன மருத்துவ மனைகள். நோய்மையைப் போல உலகைப் புரிந்து கொள்ளச் செய்யும் வழி வேறில்லை. உடல் குறித்த நமது கவனம் நோயுறும் நாட்களில்தான் விழித்துக்கொள்கின்றது. மருத்துவமனையில் அனுமதிக்கபட்டவனின் பகல் பொழுதுகள் தொடர்பற்ற எண்ணங்களால் நிரம்பியவை. அவன் கனவிற்கும் விழிப்பிற்கும் இடையில் அல்லாடுகின்றவனாக மாறிவிடுகின்றான். உடல் தன் பருண்மை இழந்து உலரத் துவங்கிவிடுகிறது. காற்றில் அலைகழிக்கப்படும் காகிதத்தைப் போல உடலை நோய் தன் விருப்பப்படி புரட்டிப் போடுகின்றது.

அதுவரை அவனோடு பரபரப்பாக ஓடிவந்த தினசரி உலகம் மெல்ல அவனைத் தனித்து விட்டு துண்டித்துக்கொள்கிறது. அதே வாகன நெரிசல், ஜனக்கூட்டம், நெருக்கடி என்று உலகம் தன் போக்கில் இயங்கிக்கொண்டிருக்கும்போது கை நழுவிய ஒரு நாணயத்தைப் போல அவன் ஏதோ ஒரு இடத்தில் தன்னிலையிலிருந்து விழத் துவங்குகிறான்.

நோய்மை குறித்த நமது புரிதல் ரொம்பவும் பலவீனமானது. நோய்மையின் அகக் குறிப்புகள் நமக்குள் பதிவாவதேயில்லை. பெரும்பாலும் வலி சார்ந்த நினைவுகளை நாம் அழித்து

விடத்தான் முயற்சி செய்கிறோம். நோயும் வலியும் அதன் தொடர்ச்சியாக நீளும் வேதனைமிக்க நாட்களும் எவராலும் தவிர்க்க முடியாதவை.

வாழ்வு குறித்த நம்பிக்கைகளை மறுபரிசீலனை செய்யும் தருணங்களையே இலக்கியம் எப்போதும் கவனம் கொண்டு வருகின்றது. அவ்வகையில் உலகம் முழுவதும் நோய்மை குறித்தும் அதன் வெளிப்பாடு மற்றும் எதிர்கொள்ளும் அனுபவங்கள் சார்ந்தும் பிரதானமான இலக்கியப் படைப்புகள் வெளியாகி இருக்கின்றன.

நோயை ஒரு குறியீடாக, உருவகமாகக் கொண்டு எழுதப் பட்ட சில நாவல்கள் உலக இலக்கியத்தில் இன்றைக்கும் மிக முக்கியப் படைப்புகளாகத் தொடர்ந்து வாசிக்கப்பட்டு வருகின்றன. அவ்வகையில் தாமஸ் மான் எழுதிய மேஜிக் மவுண்டன் (The Magic Mountain), ஆல்பர்ட் காம்யூ எழுதிய பிளேக் (The Plague), சில்வியா பிளாத் எழுதிய தி பெல் ஜார் (The Bell Jar), சோல்ஜனிட் ஷென் எழுதிய கேன்சர் வார்டு (Cancer Ward) போன்றவை மிக முக்கியமானவை.

வங்காள மொழியில் வெளியான ஆரோக்யநிகேதனம் என்ற தாராசங்கர் பந்தோபாத்யாவின் நாவலை வாசித்திருக்கிறீர்களா? அது இந்தியாவில் எழுதப்பட்ட மிகச் சிறந்த நாவல்களில் ஒன்று. தாராசங்கர் வங்காளத்தில் புகழ்பெற்ற எழுத்தாளர். இவரது நாவலான ஜல்சாகரை சத்யஜித்ரே அதே பெயரில் படமாக்கியிருக்கிறார்.

ஆரோக்யநிகேதனம் நாவல் ஒரு கிராம் மருத்துவமனை பற்றியது. சாவை முன் உணர்ந்து சொல்லிவிட முடியும் என்று தன் அனுபவத்தில் கூறும் ஒரு வயதான மருத்துவருக்கும் அந்த கிராமத்திற்குப் புதிதாக வரும் ஆங்கில மருத்துவமனைக்கும் இடையில் நடைபெறும் போராட்டம் பற்றியது. நாவலின் வழியாகத் தாராசங்கர் கிராமங்களைத் தாக்கும் நோய் மற்றும் நோயுற்ற மனிதனின் மீதான நமது அக்கறை சார்ந்த பதிவுகளை மிக துல்லியமாக மேற்கொண்டிருப்பார். இந்த நாவலின் வழியாகப் பாரம்பரியமான நமது மருத்துவ அறிவு எந்த அளவு வாழ்வோடு இரண்டறக் கலந்தது என்பதை நாம் அறிந்துகொள்ள முடியும்.

நோயை முன்வைத்து வாழ்வைப் புரிந்துகொள்வதற்கான எத்தனிப்புகளையே இந்த வகை நாவல்கள் மேற்கொள்கின்றன. அதேவேளை நோய் என்பது தனிநபரின் உடலோடு

தொடர்புடைய ஒரு நிகழ்வு மட்டுமல்ல. அது சமூகம், கலாச்சாரம், மற்றும் அறநெறிகளோடு எவ்விதமான தொடர்பு கொண்டுள்ளது, நோய் குறித்து நமது சமூகக் கட்டுப்பாடுகள் மற்றும் தடைகள், நோய்மையிலிருந்து விடு படுவதற்கான அடிப்படை மருத்துவ வசதிகள், நோயுறும் மனிதன் மீதான சக மனித அக்கறை என்று பல்வேறு தளங்களை ஆராய்கின்றன இந்த நாவல்கள்.

மதம் தனக்கு வலுவான அடித்தளமாகக் கொண்டுள்ளது நோய்மையையும் நோயுற்ற மனிதனையும்தான். உலகம் முழுவதும் உள்ள பெரிய, சிறிய மதங்களின் பிரதான செயல்பாடு நோய்மையிலிருந்து மனிதனை விடுவிப்பது தொடர்பான நம்பிக்கைகளின் மீதே கட்டப் பட்டிருக்கிறது. எல்லா தேவதூதர்களும் நோயாளிகளுக்கு அற்புதங்கள் நிகழ்த்திக் காட்டியவர்களே. நோயைக் குணப்படுத்துவதற்கென்றே பிரத்யேகக் கடவுள்களிருக்கிறார்கள்.

நோய் குறித்து மரபாக இருந்து வந்த எண்ணங்களில் பெரும்பான்மையும் நல்வினை தீவினை என்று மாதம் வரையறைத்து வைத்திருந்த அறக்கருத்துக்களில் இருந்து உருவானவையே. ஆரோக்கியக் குறைபாட்டின் காரணமாகவே நோய்மை உருவாகின்றது என்பதை மதம் ஒருபோதும் ஒத்துக்கொள்வதில்லை. காரணம் அது தனிமனிதனை முக்கியப்படுத்திவிடுகிறது. மதத்திற்குத் தனிமனிதன் எப்போதுமே முக்கியமானவனில்லை. மாறாக இறை நம்பிக்கைகளும் பலி சடங்குகளும் சொஸ்தமாவதற்கான பிரார்த்தனைகளும், வேண்டுதல்களுமே மதத்தின் குறிக்கோளாக இருப்பதால் அது நோயாளியைக் கடவுளின் கருணை வேண்டித் தன் முன்னே காத்திருக்கும் ஒருவனாகவே அடையாளம் காண்கிறது.

அறிவியலின் வருகை நோயிலிருந்து விடுபடுவதற்கான மருத்துவ வசதிகளை சாத்தியப்படுத்திய போதும் மதத்திலிருந்து நோயாளியை விடுபடச் செய்ய முடியவில்லை. நோய் மற்றும் அது தொடர்பான உடல் உபாதைகளை விடவும் நோய் குறித்து சமூகம் கட்டியிருந்த புனைவுகளும் எதிர்கருத்துக்களும் மிக முக்கியமானவை.

ஒவ்வொரு நூற்றாண்டும் ஒரு நோயைப் பாவத்தின் அடையாளமாக, தீவினையின் குறியீடாக முன் நிறுத்துகிறது. குறிப்பாக பால்வினை நோய்கள் குறித்து இன்றுவரையுள்ள எண்ணங்களில் பெரும்பான்மை அது பாவத்தின் சம்பளம்

என்பதே. இந்திய சமூகத்தில் பெண்களின் இயல்பான பால் உணர்வு வெளிப்பாடுகூட நோயாகவே கருதப் படுகிறது.

உடல் குறித்த அறியாமைதான் நோயின் துவக்கப் புள்ளி. இதில் ஆண்கள் பெண்கள் என்ற வேறுபாடில்லை. அத்தோடு நோயாளியைக் குணப்படுத்தும் மருத்துவச் செயல்பாடுகள் ரகசியமாக ஒளித்து வைக்கப்பட்டிருந்தது ஒரு முக்கிய காரணம். யாவையும் விட கடவுளின் விருப்பம் மட்டுமே நோயை உருவாக்குகின்றது என்ற அடிப்படைக் கருத்தியல்தான் நோய்க்குப் பல்லாயிரம் உயிர்களைப் பறிகொடுக்கச் செய்திருக்கின்றது.

பத்தொன்பதாம் நூற்றாண்டில் உலகமே இரண்டு நோய் களுக்கு பயந்து கிடந்தது. ஒன்று பிளேக், மற்றது பால்வினை நோய். இருபதாம் நூற்றாண்டின் துவக்கத்தில் டி.பி. எனப்படும் சயரோகம். மற்றொன்று புற்றுநோய். தற்போது உலகம் முழுவதும் பரவி வரும் எய்ட்ஸ்.

இந்த நோய்களின் வழியாக நாம் திரும்பத் திரும்பப் புரிந்துகொள்ளும் உண்மை மனித வாழ்வு குறித்த. சமூக அக்கறையின்மை மற்றும் அடிப்படை மருத்துவ வசதிகளுக்கே போராடும் சூழ்நிலை உள்ளது என்பதையே. அத்தோடு நோயுற்ற மனிதர்களைப் பிரித்து அவர்களை மட்டுமே ஒரு சமூகக் குழுவாக விலக்கி ஒடுக்கும் மனித அவலம் எல்லா நாடுகளிலும் இன்றுவரை தொடர்ந்து காணப்பட்டு வருகின்றது.

பிளேக் நோய் கடந்து போய் நூறு வருடம் கடந்தபோதும் அந்த பயம் இன்றும் இங்கிலாந்திலும் ஐரோப்பிய நாடுகளிலும் அடிநாதமாகப் புதைந்திருக்கின்றது. டிராகுலா பிளேக் நோயைப் பரப்புகின்ற எலிகளை கப்பல் நிறைய ஏற்றி லண்டனுக்குக் கொண்டுவருபவனாகவே இன்றும்கூட திரைப்படங்களில் சித்தரிக்கப்படுகின்றான். கடலோடிகளாகத் திரிந்த மாலுமிகளின் குறிப்பேடுகள் யாவும் அவர்களின் பால்வினை நோய்கள் பற்றியதாகவே உள்ளன. வெள்ளை நோய், பரங்கிப் புண் என்றே இந்தியாவில் பால்வினை நோய் அடையாளம் காணப்படுகின்றது. உலகம் முழுவதும் மதப்பிரசங்கிகள் ஆதிவாசிகளுக்குப் பால்வினை நோயைப் பரிசாக அளித்த வரலாற்றை சமகால ஆய்வாளர்கள் துல்லியமாக வெளிப்படுத்திக் காட்டுகிறார்கள்.

இருபதாம் நூற்றாண்டின் துவக்கத்தில் காசநோய் (Tuberculosis) எனப்படும் சயரோகத்தின் காரணமாக உலகம்

முழுவதும் பல்லாயிரக்கணக்கான மக்கள் பாதிக்கப்பட்டார்கள். சுவாசக் கோளாறு நீங்குவதற்காக சுத்தமான காற்றும் ஏற்ற சீதோஷ்ணநிலையும் உள்ள மலை அடிவாரப் பகுதிகளில் இருந்த காப்பகங்களில் நோயாளிகள் அனுமதிக்கப்பட்டார்கள்.

குறிப்பாக ஸ்விட்சர்லாந்தின் ஆல்ப்ஸ் மலைப்பகுதி இதுபோன்ற மருத்துவக் காப்பகங்களுக்கு மிகவும் பிரசித்தி பெற்றிருந்தது. சானடோரியம் எனப்படும் இந்த காப்பகங்களில் மாதக்கணக்கில் தங்கி நோயாளிகள் சிகிச்சை எடுத்துக் கொண்டார்கள்.

ஆல்ப்ஸ் மலையின் அடிவாரமான Lausanne, Lasagna, Davos, Leysin பகுதிகளில் இருந்த சானடோரியங்கள் மிகவும் பிரசித்தி பெற்றவை. இந்த காப்பகங்களில் தங்கிச் சிகிச்சை பெறுவதற்கு மிகுந்த பணச்செலவு ஏற்படுகிறது. ஆனாலும் வருடத்திற்கு இரண்டாயிரத்திற்கு மேற்பட்ட நோயாளிகள் ஒவ்வொரு காப்பகத்திலும் தங்கிச் சிகிச்சை பெறுகிறார்கள்.

இதில் Davos என்ற இடத்திலிருந்த சானடோரியம் பற்றியே தாமஸ் மானின் மேஜிக் மவுண்டன் நாவல் விவரிக்கிறது. இருபதாம் நூற்றாண்டின் சிறந்த பத்து நாவல்களில் ஒன்று என்று அடையாளம் காணப்படும் மேஜிக் மவுண்டன் இந்த சானடோரியத்தின் உள் இயங்கும் உலகைத் துல்லியமாக விவரிக்கின்றது.

நாவலின் முக்கிய கதாபாத்திரமான ஹான்ஸ் கேஸ்ட்ராப் (Hans Castrop) இந்த காப்பகத்தினுள் ஏழு வருடங்களைக் கழிக்கிறான். இந்த காலங்களில் அவன் எதிர்கொண்ட மனிதர்கள், அவனுக்கு அளிக்கப்பட்ட சிகிச்சை, நோயாளிகளின் சாவு குறித்த பயம் மற்றும் வேதனையான நிகழ்வுகள் என்று நாவல் 900 பக்கங்களுக்கும் மேலாக இந்த மருத்துவக் காப்பகத்தைப் பற்றி விவரிக்கிறது.

சுவாசக் கோளாறு நோயாளிகளுக்கான இதுபோன்ற சிறப்புக் காப்பகம் பற்றிய குறிப்பு தஸ்தாயெவ்ஸ்கியின் இடியட் நாவலில் இருந்து துவங்குகிறது. நாவலின் கதாநாயகனான பிரின்ஸ் மிஷ்கின் இதுபோன்ற ஆல்ப்ஸ் மலையின் அடிவாரத்தில் உள்ள சானடோரியம் ஒன்றிலிருந்து சிகிச்சை பெற்றுத் தனது சொந்த ஊருக்குத் திரும்புகிறான். தஸ்தாயெவ்ஸ்கியே தனது பயணத்தின்போது இந்த காப்பகத்தில் தங்கியிருந்திருக்கிறார் என்றும் அவரது வாழ்க்கைக் குறிப்பு கூறுகிறது.

டாவோஸ் மலைநகரில் உள்ள சானடோரியமும் மிகப் பிரசித்தி பெற்றதே. இந்த காப்பகத்தில் தாமஸ் மானின் மனைவி ஆறு மாதங்களுக்கு மேலாகத் தங்கி சிகிச்சை பெற்று வந்தார். அந்த நாட்களில் அவரைப் பார்ப்பதற்காக சானடோரியத்திற்கு வந்து போனபோது தாமஸ் மான் சந்தித்த நிகழ்வுகளே இந்த நாவலுக்கு அடித்தளமாக இருந்திருக்கின்றன. இந்த டாவோஸ் சானடோரியத்தில் டி. எஸ். எலியட் துவங்கி இந்திரா காந்தி வரை பலரும் தங்கிச் சிகிச்சை பெற்றிருக்கிறார்கள்.

ஜெர்மனியில் உள்ள ஹாம் பெர்க் நகரில் ஒரு மத்தியதரக் குடும்பத்துப் பின்னணியில் பிறந்த ஹான்ஸ் காஸ்ட்ராப் தனது இருபத்தி மூன்றாவது வயதில் கப்பல் கட்டும் பொறியாளர் பணிக்காக வேலைக்குத் தேர்வு செய்யப்படுகிறான். இந்த வேலையை ஏற்றுக் கொள்வதற்கு முன்பாக அவன் டாவோஸ் சானடோரியத்தில் தங்கி சிகிச்சை பெற்றுவரும் தனது உறவினரைக் காண்பதற்காகப் பயணம் மேற்கொள்கிறான்.

அவனது ரயில் பயணத்தின் வழியாகவே ஆல்ப்ஸ் மலைப்பகுதியின் இயற்கை அழகும் அதன் வசீகரமும் பக்கம் பக்கமாக விவரிக்கப்படுகின்றன. இதுவரை தான் வாழ்ந்து கொண்டிருந்த வாழ்விலிருந்து நழுவி இயற்கையின் பெருங் கரங்களுக்குள் தன்னை ஒப்படைத்துக் கொண்டதைப் போலவே உணர்கிறான். இந்தப் பயணம் அவனை ஆனந்தம் கொள்ளச் செய்கிறது. வேறு ஒரு உலகிற்குள் பிரவேசிப்பது போலவே உணர்கிறான்.

டாவோஸ் என்ற மலைநகரம் மிகச் சிறியது. காற்றின் ஓசையும் தனிமையான சாலைகளும் நிசப்தமாக வீழ்ந்து கிடக்கும் மலையும் அவனுக்குப் பிடித்திருக்கின்றன. சானடோரியத்தில் உள்ள தனது உறவினரைச் சந்தித்த ஹான்ஸ் அங்கேயே தங்குகிறான். மலை அவர்களை உற்று நோக்கிக் கொண்டிருப்பது போலவே உணர்கிறான். மூன்று வார காலம் தங்கியிருந்த அவன் ஒரு நாள் எதிர்பாராத விதமாகக் காய்ச்சல் காண்கிறான். உடனடியாக மருத்துவ சிகிச்சை அளிக்கப்படுகிறது. காசநோயாளிகளிடமிருந்து பரவும் கிருமியொன்று அவனைத் தாக்கியுள்ளது, அதனால் அவனும் காசநோய்க் கோளாறில் அவஸ்தைப்படுகின்றான் என்றும் மருத்துவர்கள் கண்டுபிடிக்கிறார்கள்.

நோயாளியைக் காண வந்த அவனும் நோயாளியாகின்றான். வேறு வழியின்றி அந்தக் காப்பகத்தில் தங்கி ஹான்ஸ் காஸ்ட்ராப் சிகிச்சை பெறத் துவங்குகின்றான். ஏழு வருடங்கள் அங்கு சிகிச்சை பெறுகின்றான். இந்த காலங்களில் அவன் எதிர்கொள்ளும் வாழ்வைத் தான் நாவல் விவரிக்கிறது.

சம்பிரதாயமான நாவலைப் போல அனுபவங்களை மட்டுமே இந்த நாவல் முக்கியத்துவப்படுத்தவில்லை. மாறாக நாவல் பல்வேறு பட்ட உரையாடல்களுக்கான ஒரு களத்தைப் போலவே செயல்படுகிறது. நாவல் முழுவதும் மாறுபட்ட கருத்துக்களைக் கொண்டவர்கள் ஒருவரோடு ஒருவர் விவாதம் மேற்கொள்கிறார்கள்.

மனித வாழ்வு குறித்த ஆதாரமான கேள்விகளுக்குத் தங்கள் அளவில் பதில் அளிக்க முயற்சிக்கிறார்கள். இந்த வாதங்கள், பிரதிவாதங்கள் ஒரு புறமும், இவற்றிற்குத் தொடர்பில்லாமல் தினசரி பாடுகளோடு வாழும் காசநோயாளிகளின் வலிமிக்க இரவுகள், மன நெருக்கடிகள் மறுபுறமுமாக நாவலில் விவரிக்கப்படுகின்றன.

சுவாரஸ்யமான வாசிப்பிற்கான எந்தச் சலுகையையும் இந்த நாவல் தருவதில்லை. தாமஸ் மானின் பிற நாவல்களில் காணப்படும் வேகமான எழுத்துமுறையும் கவித்துவமான மன எழுச்சியும் கூட இதில் இல்லை. இந்த நாவல் ஒரு தத்துவ விசாரணை போல வாழ்வு குறித்த தீவிர கேள்விகளை எழுப்புகின்றது. வாசகன் இத்தோடு தன்னை அடையாளம் கண்டுகொள்வதற்காக நிறைய துணைச் சம்பவங்களை நாவல் ஒன்றிணைத்திருக்கின்றது.

ஒரு வகையில் இந்த நாவலை தன்னை அறியும் ஒரு மனிதனின் தேடுதல் என்று சொல்லலாம். தத்துவமும் நீதி நெறிகளும் கடவுளும் தேவையில்லை என்று மறுதலிக்கும் ஒரு மனிதன் வாழ்வை எப்படி கருதுகோள்கள் இன்றி புரிந்துகொள்ள முயற்சிக்கிறான், நெருக்கடி எப்படி உயிர் வாழ்தலுக்கான புதிய கருதுகோள்களை உருவாக்குகின்றது என்பதையே நாவல் முன்னிறுத்துகிறது. முதல் உலகப் போருக்கு முந்திய சமூக நெருக்கடியும் தனி மனித வீழ்ச்சியுமே நாவலின் முக்கிய விவாதப் பொருளாக இருக்கின்றது.

ஹான்ஸ் காஸ்ட்ராப் அளவிற்கு நாவலில் முக்கியமான கதாபாத்திரங்கள் மூன்று பேர் இடம் பெறுகிறார்கள். அவர்கள் Lodovico Settem Brini, Leo Naphta, மற்றும் Madame

Claudia Chauchat. இதில் ஸ்டெம்பர்னி மனித விடுதலை மற்றும் உரிமைகளுக்காகக் குரல் கொடுக்கின்ற விழிப்புணர்வின் மீது பெரிய நம்பிக்கை கொண்டுள்ள கதாபாத்திரம். இவரது உரையாடல்களின் வழியேதான் காஸ்ட்ராப் சமூகக் கட்டுப்பாடுகள் மற்றும் அதிகாரம் பற்றிப் புரிந்து கொள்கிறான். கிரேக்கத் தொன்மக் கதாபாத்திரமான பிரமீதியசைப் போன்ற ஒரு பாத்திரப் படைப்பு. இவர் தாமஸ் மானின் சகோதரனான Heinrich Mannஐ நினைவுபடுத்துகின்ற ஒரு கதாபாத்திரம் என்று விமர்சகர்கள் கூறுகிறார்கள்.

ஸ்டெம்பர்னிக்கு எதிரான கருத்துகள் உள்ள நாப்தா அதிகாரம் குறித்த தீவிர கேள்விகள் கொண்டவன். மரபான முறையில் தன்னால் மாற்றங்களை உருவாக்கிவிட முடியும் என்று நம்புகின்றவன் என்று நாப்தா தன்னைப் பற்றிக் குறிப்பிடுகின்றான். ஒரு வகையில் நாப்தா கதாபாத்திரம் தாமஸ் மானின் மனநிலையை வெளிப்படுத்துகிறது. எல்லா இசங்களையும் பற்றி தீவிர விவாதம் மேற்கொள்கிறான் நாப்தா. இதன் காரணமாக அவனுக்கும் ஸ்டெம்பர்னிக்கும் வாக்கு வாதம் ஏற்படுகிறது. நாப்தாவின் அறிவுக் கூர்மையைக் கண்டு பல நேரங்களில் வியந்து போகிறார் ஸ்டெம்பர்னி.

அறிவு சார்ந்த தேடலுக்கு நடுவில் தன் உடல் சார்ந்த இச்சைகளைப் பகிர்ந்து கொள்ளவும் அதைப் பற்றிய தனது தீராத கேள்விகளை விவாதிக்கவும் Madame Claudia Chauchat என்ற செர்பியப் பெண்ணோடு உறவு கொள்கிறான். அந்தக் காப்பகத்தில் ஹான்சை ஏழு வருட காலம் தங்கச் செய்தது இவளது உறவே.

நாவல் முழுவதும் விவாதம், கருத்து மோதல் என்று நீண்ட போதும் நோயாளிகள் சாவைச் சந்திக்கும் விதமும் மரண பயம் ஏற்படுத்திய நெருக்கடியின் காரணமாகத் தற்கொலை செய்துகொள்ளும் நோயாளிகள் பற்றியும் தாமஸ் மான் மிக நுட்பமாகப் பதிவு செய்திருக்கிறார். நாவல் இன்னொரு தளத்தில் காலம் என்றால் என்ன? மனித வாழ்வு ஏன் திரும்பத் திரும்ப தன்னைத் துயரத்தில் ஆழ்த்திக்கொண்டேயிருக்கிறது? மனித விடுதலை எந்த வகையில் சாத்தியம் என்ற உயர்கேள்விகளை நோக்கியும் நகர்கிறது.

நாவலின் மிக முக்கியமான நிகழ்வு சானடோரியத்தில் நடை பெறும் கேளிக்கை விழா. இந்தக் கூட்டுக்களியில் நோயாளிகள் தங்களை மறந்து ஆடிப்பாடி மகிழ்வதையும்

தாந்தேயின் இன்பர்னோவில் உள்ள நரகத்தில் நடைபெறும் கொண்டாட்டம் போல அது இருப்பதையும் மிக விரிவாக தாமஸ் மான் விவரித்திருக்கிறார். நாவலின் முடிவில் யுத்தகளத்திற்குச் செல்கிறான் ஹான்ஸ். அங்கே புகை மூட்டத்தின் ஊடாக அவன் மறைந்துவிடுவதோடு நாவல் முடிவடைகிறது.

நாவல் முழுவதும் மலையும் அதன் பின்னணியும் தனித்த முக்கியத்துவம் பெறுகின்றன. தனது வாழ்வு கொஞ்சம் கொஞ்சமாக மாறிக்கொண்டிருப்பதற்கு சாட்சி போல அந்த மலையைக் கருதுகிறான் ஹான்ஸ். சாதாரண மத்திய தரக் குடும்பத்தைச் சேர்ந்த அவன் அந்தக் காப்பகத்திற்கு வந்த பிறகே தன்னைச் சுற்றிய சமூகத்தை, அதன் ஏற்றத்தாழ்வுகளை, அதிகாரப் போட்டிகளை, மாற்றங்களை அறிந்து கொள்கிறான். தொடர்ந்த விவாதம் ஒரு மாயத்தைப் போல கொஞ்சம் கொஞ்சமாக அவனை மாற்றுகிறது. அவன் அந்த மாயத்திற்குத் தன்னை முழுமையாக ஒப்படைத்துக்கொள்கிறான்.

சானடோரியம் என்பதன் ஒட்டு மொத்த ஐரோப்பிய சமூகத்தின் ஒரு மாதிரிக் குடும்பம் என்றே ஹான்ஸ் கருதுகிறான். நாவலின் மையப் படிமமாகப் பனியும் பனி சார்ந்த சூழலும் விவரிக்கப்படுகிறது. அது போலவே ஹான்ஸ் நாவல் முழுவதும் இசைத்தட்டுகளைக் கேட்க விருப்பம் உள்ளவனாக இருக்கிறான். இசை மட்டுமே விடுதலைக்கான சாத்தியத்தை அவனுக்கு உருவாக்குவதாகயிருக்கிறது.

நீட்ஷேயின் கருத்துக்களுக்கு நாவல் வடிவம் தந்திருக்கிறார் என்று விமர்சகர்கள் தாமஸ் மானை குற்றம் சாட்டிய போது. தாமஸ் மான் தனக்கு நீட்ஷேயைப் பிடிக்கும் என்றும் அவரது தத்துவக் கருத்துக்களின் மீது தனக்கு மாற்று அபிப்ராயம் இருக்கிறது, இந்த நாவல் நீட்ஷேயின் சாயல் கொண்டதில்லை என்றும் மறுத்திருக்கிறார். ஆனாலும் நீட்ஷேயின் பாதிப்பு தாமஸ் மானின் மீது உள்ளதை அவரது படைப்புகளை வாசிக்கும் எவராலும் உணர்ந்து கொள்ள முடியும். டாக்டர் பாஸ்டஸ் என்ற மானின் நாவலின் முக்கிய கதாபாத்திரம் அப்படியே நீட்ஷேயின் சாயலைக் கொண்டிருக்கிறது. Deathin Venice நாவலில் வரும் எழுத்தாளர் கதாபாத்திரமும் நீட்ஷேயின் கருத்துக்களைத்தான் வெளிப்படுத்துகின்றது.

இந்த நாவலை 1912ம் வருடம் தாமஸ் மான் எழுதத் துவங்கினார். ஆனால் முதல் உலகப்போரின் காரணமாக

அவரால் இதை எழுத முடியாமல் போன சூழ்நிலை ஏற்பட்டது. அதன்பிறகு 12 ஆண்டுகள் கழித்து இந்த நாவலை எழுதி வெளியிட்டார். இரண்டு பகுதிகளாக வெளிவந்த இந்த நாவல் இன்றுவரை ஜெர்மானிய இலக்கியத்தின் மிக முக்கியப் பிரதியாக அடையாளம் காணப்பட்டு வருகிறது.

நாஜி எதிர்ப்பாளராக இருந்த தாமஸ் மான் ஜெர்மனியின் லூப்பக் பகுதியில் பிறந்தவர். இவரது அப்பா ஒரு செனட்டர். அப்பா இறந்து போன பிறகு இவர்களது குடும்பம் ம்யூனிச் நகருக்கு இடம் மாறிச் சென்றது. ம்யூனிச் பல்கலைக் கழகத்தில் தாமஸ் மான் பயின்றார். ஒரு எழுத்தாளராக வாழ்க்கையைத் துவங்கிய தாமஸ் மான் தனது சகோதரருடன் இணைந்து சில காலம் இத்தாலியில் உள்ள ஒரு காப்பீட்டுக் கழகம் ஒன்றில் பணியாற்றினார்.

1898ல் தாமஸ் மானின் முதல் கதை வெளியானது. 1901ல் இவரது முதல் நாவலான Buddenbrooks வெளியானது. இந்த நாவல் அவரது குடும்பத்தின் கதையை அடிப்படையாகக் கொண்டு எழுதப்பட்டிருந்தது. இந்த நாவலுக்கு இலக்கிய உலகில் முக்கிய அங்கீகாரம் கிடைத்தது. 1905ஆம் ஆண்டு தாமஸ் மான் யூதப் பெண்ணான காதியாவை மணந்துகொண்டார். 1929ல் தாமஸ் மானிற்கு இலக்கியத் திற்கான நோபல் பரிசு வழங்கப்பட்டது.

1933ல் ஹிட்லர் பதவிக்கு வந்தபோது தனது மனைவியோடு ஸ்விட்சர்லாந்தில் இருந்த தாமஸ் மான், தான் இனி ஜெர்மனிக்குத் திரும்பப் போவதில்லை என்று அறிவித்தார். நேரடியாக ஹிட்லருக்கு எதிரான சொற்பொழிவுகள் ஆற்றியதோடு பிரசங்கங்களும் வெளியிட்டார். நாஜிகளால் தடை செய்யப்பட்ட புத்தகங்களில் தாமஸ் மானின் புத்தகமும் இருந்தது.

1939ல் அவர் அமெரிக்காவிற்கு இடம்பெயர்ந்தார். அங்கே பிரின்ஸ் டன் பல்கலைக்கழகத்தில் சில காலம் பணியாற்றினார். பின்பு அமெரிக்கப் பிரஜையாகி அங்கேயே வசிக்கத் துவங்கினார். நீண்ட காலத்திற்குப் பிறகு கதையின் 200வது பிறந்த நாள் கொண்டாட்டத்திற்காக ஒரேயொரு முறை ஜெர்மனி சென்றார். 1955ல் இறந்து போன தாமஸ் மான் ஜெர்மானிய இலக்கியத்தில் கதேக்குப் பிறகு மிகவும் போற்றப்படக்கூடிய எழுத்தாளராக கௌரவிக்கப்பட்டு வருகிறார்.

தாமஸ் மானின் மேஜிக் மவுண்டனின் பாதிப்புதான் தன்னை பிளேக் நாவல் எழுத வைத்தது என்று ஆல்பர்ட் கேம்யூ தனது குறிப்பேட்டில் எழுதியிருக்கிறார்.

தாமஸ் மான் ஒரு ஓரினச் சேர்க்கையாளர் என்றும் அதை அவரது எழுத்தில் தொடர்ந்து வெளிப்படுத்தி வந்தார் என்றும் கூறும் நவீன விமர்சகர்கள் இதை வெளிப் படையாக Death in Venice நாவலில் காண முடிகிறது. ஓரினச் சேர்க்கை பற்றிய தனது விருப்பத்தை அவர் மேஜிக் மவுண்ட னிலும் வெளிப்படுத்தியிருக்கிறார். அது நேரடியாகப் பேசப் படவில்லையே அன்றி நாவலின் ஊடாக மறைமுகமாக வலியுறுத்தப்பட்டு வருகிறது.

நோயாளிகளாகக் காப்பகத்தில் தனித்து அடைக்கப் பட்டவர்களின் பால் உணர்ச்சிகளுக்கு வடிகாலாக இருப்பது ஓரினப் புணர்ச்சி மட்டுமே என்று நாவல் மறைமுகமாகக் கூறுகிறது. ஹான்ஸ் தான் அனுபவிக்கும் பாலின்ப ஏக்கத்தைப் பற்றிக் குறிப்பிடும்போது நோய்மை பாலுணர்வு வேட்கையை அதிகப்படுத்துகிறது என்று குறிப்பிடுவதை கவனிக்க வேண்டியுள்ளது.

தாமஸ் மானின் இந்த நாவல் திரைப்படமாகவும் தொலைக்காட்சித் தொடராகவும் வெளிவந்திருக்கிறது. இதை ஒரு இசைநாடகமாகவும் ஜெர்மனியில் நிகழ்த்தியிருக்கிறார்கள். அறிவுசார் மோதல்களுக்கும் தினசரி வாழ்வின் நெருக்கடிக் குள்ளும் ஊடாடும் தாமஸ் மானின் இந்த மிகப்பெரிய நாவல் சமகால உலக இலக்கியத்தில் ஒரு குறீயீடு போலவே அடையாளப்படுத்தப்படுகிறது.

எந்த ஒரு மனிதனும் தனிநபர் மட்டுமல்ல, அவன் தன் காலத்தின் அடையாளம், அவனது வீழ்ச்சியும் முயற்சியும் காலத்தின் சாட்சியாகவே அறியப்படுகிறது என்பதற்கு இன்னொரு உதாரணமாக உள்ளது மேஜிக் மவுண்டன்.

நதானியேல் ஹாதேர்ன்

புனிதர்களைத் தொடரும் பாவநிழல்

When intimacy is forbidden and passion is sin, love is the most defiant crime of all.

- Nathaniel Hawthorne

புனிதர்கள் குற்றங்களுக்கு அப்பாற்பட்டவர்கள் அல்ல என்பதை சரித்திரம் திரும்பத் திரும்ப நினைவூட்டுகிறது. அதிலும் பாலியல் குற்றங்களுக்கும் துறவிகளுக்குமான உறவு மிகச் சிக்கலானது. இறைநெறியைப் பரப்புவதற்காகத் தங்கள் வாழ்வை ஒப்புதல் அளித்தவர்களாகக் காட்டிக்கொள்ளும் மதகுருமார்கள், தங்களின் ரகசிய ஆசைகளை நிறைவேற்றிக்கொள்ள எல்லாவகையான குற்றங்களையும் மேற்கொண்டிருக்கிறார்கள்.

புராதனமான மடாலயங்களின் சரித்திரத்தை ஆய்வு செய்கின்ற பலரும் அது பாலியல் குற்றங்களுக்கான கேந்திரமாக இருந்து வந்திருப்பதை வெளிப்படுத்துகிறார்கள். குறிப்பாக ஓரினப்புணர்ச்சி மதகுருக்களிடம் அதிகமிருந்திருப்பதை இன்றைய வரலாற்று ஆய்வுகள் புலப்படுத்துகின்றன.

புனிதர்கள் என்றும் எந்தக் குற்றத்தையும் ஒத்துக்கொண்டதில்லை. அந்தக் குற்றங்களுக்கான தண்டனையை ஏற்றுக்கொள்வது பாதிக்கப்பட்ட மக்களே. அதிலும் பாலியல் குற்றங்களுக்கு உள்ளாகும்போது அதன் காரணமாக தண்டனையை அனுபவிக்க நேர்வது பெண்கள் மட்டுமே. சம்பந்தப்பட்ட துறவி அதிகாரத்தை முன்னிறுத்தி தப்பிச் சென்றுவிடுகிறார்.

இறை நம்பிக்கையையும் நல்லொழுக்கங்களையும் போதிக்கும் துறவிகளின் நிழல் வாழ்வை விவரிக்கக்கூடிய இலக்கியப் பிரதிகள் நிறைய வெளிவந்திருக்கின்றன. குறிப்பாக ருஷ்ய அரசாங்கத்தைத் தன் கட்டுப்பாட்டிற்குள் வைத்திருந்த ரஸ்புடீன் போன்ற ராஜகுருவின் பாலியல் அத்து மீறல்கள் குறித்த குற்றச்சாட்டுகளும் அதற்காக ரஸ்புடீன் தண்டிக்கப் பட்ட விபரமும் Rasputin's Daughter போன்ற நாவலாகவும், பல்வேறு நாட்டார் கதைகளாகவும் இன்றும் உலவிக் கொண்டிருக்கின்றன.

துறவிகளின் பாலியல் வேட்கைகளையும் அதற்குப் பெண்கள் பலியானதையும் Canterbury Tales, Decameron Tales, One Thousand and One Nights போன்ற இலக்கியப் பிரதிகளில் காண முடிகிறது. கள்ளத் துறவிகள் பற்றிய கதைகள் இந்தியாவின் கதாசாகரம் போன்ற பிரதிகளில் நிறையவே இருக்கின்றன. கடந்த நூற்றாண்டுகளில் துறவிகள் பாலியல் உணர்வுகளை முற்றாகக் கட்டுப்படுத்த வேண்டும், அதை மீறுவது தண்டனைக்குரிய கொடிய பாபம் என்றும் தூய மதக் கோட்பாட்டாளர்கள் கடுமையாக வலியுறுத்தி வந்தார்கள். அதிலும் திருமணமான பெண்களோடு துறவிகள் கள்ள உறவு கொள்வார்களேயானால் அவர்களைச் சிரச்சேதம் செய்துவிடுமளவு கடுமையான தண்டனைகள் அராபிய நாடுகளில் இருந்தன.

பாலியல் குற்றங்களில் முதன்மையானதாகக் கருதப்படுவது திருமணமான பெண் கணவன் அறியாமல் இன்னொரு ஆளோடு உறவு வைத்திருப்பது. இதை கட்டுபடுத்துவதற்காகப் பல நூற்றாண்டுக்காலம் பெண்கள் கற்புக் கவசம் (Chastity Belt) எனப்படும் இரும்பிலான இடுப்புக் கவசங்களை அணிய வேண்டிய கட்டாயம் ஏற்பட்டது. அதிலும் பிறப்பு உறுப்புகளை மறைக்கும் கற்புக் கவசங்கள் பூட்டு இடப்பட்டு அதன் சாவிகள் கணவனிடமிருந்தன. இந்த கற்புக் கவசங்களோடு பெண்கள் பல வருட காலமாக அவதிப்பட்டு வந்தனர்.

பதினேழாம் நூற்றாண்டில் ப்யூரிட்டன் எனப்படும் மதத் தூய்மை வாதிகளாகத் தங்களை அறிவித்துக்கொண்ட ஒரு பிரிவினர் மத ஒழுங்கு என்ற பெயரில் அடிப்படை மனித உணர்வுகளைக் கூட கண்காணிக்கவும் கட்டுப்படுத்தவும் தலையிட்டனர். அப்படி மதத் தூய்மைவாதிகளின் நெருக்கடிக்குப் பலியான ஒரு துறவியின் வாழ்வையே அவமானச் சின்னம் நாவல் விவரிக்கிறது.

தனது தவறை உணர்ந்து வருந்தும் ஒரு துறவியின் வாழ்வை முன்னிறுத்தி ஒரு பெண்ணின் துயரக் கதையை விவரிக்கும் The Scarlet Letter இந்த வகை இலக்கியப் போக்கிற்கு முன்னோடி நாவலாக விளங்கியது. அமெரிக்க இலக்கியத்தின் முதல் உளவியல் நாவல் என்று கொண்டாடப்படும் The Scarlet Letter. தமிழில் அவமானச் சின்னம் என்ற பெயரில் ஆர். ஆறுமுகம் என்பவரால் மொழி பெயர்க்கப்பட்டிருக்கிறது.

தமிழில் மட்டுமல்லாது இருபத்தியாறு உலக மொழிகளில் மொழியாக்கம் செய்யப்பட்டுள்ள The Scarlet Letter இந்த நூற்றாண்டின் சிறந்த நாவல்களில் ஒன்றாகப் பலராலும் சிபாரிசு செய்யப்பட்டுள்ளது. இந்த நாவலின் மேன்மை குறித்து விவரிக்கும் ஜோர்ஜ் லூயி போர்ஹே, நதானியல் ஹதோர்ன் இதை ஒரு குறியீட்டு நாவலைப் போல எழுதியிருக்கிறார். நாவல் கதாபாத்திரங்களின் வாழ்வை மட்டும் விவரிக்கவில்லை. மாறாக பதினேழாம் நூற்றாண்டு வாழ்வை அதன் பல்வேறு தளங்களோடு துல்லியமாகச் சித்தரித்திருக்கிறது என்று பாராட்டுகிறார்.

இந்த நாவலின் பாதிப்பு இன்று வரை தொடர்ந்து பல முக்கிய இலக்கியவாதிகளிடம் காணப்படுகிறது. குறிப்பாக Henry James’s The Portrait of a Lady (1881), Kate Chopin’s The Awakening (1899), William Faulkner’s As I Lay Dying (1930) போன்ற முக்கியப் படைப்புக்களில் இந்த நாவலின் ஆளுமை காணப்படுகிறது.

நூற்றியம்பத்தாறு வருடங்கள் கடந்த பிறகு இன்றும் இந்த நாவல் தனக்குரிய வாசகர் வட்டத்தை அப்படியே தக்க வைத்திருப்பது மிகுந்த ஆச்சரியம் தரக்கூடியது. ஆங்கில இலக்கியத்தைப் பாடமாகப் பயின்ற நாட்களில் இந்த நாவலை வாசித்திருக்கிறேன். அதன் பிறகு ஒன்றிரண்டு முறை பயணத்தில் திரும்பவும் இந்த நாவலை வாசித்திருக்கிறேன்.

அத்தோடு இதன் தமிழாக்கத்தையும் மிகவும் ரசித்துப் படித்திருக்கிறேன். நாவலின் முழுமையான தமிழாக்கம் அது இல்லை என்ற போதும் மிக சரளமான நடையில் கதையின் சாரம் கெட்டுவிடாமல் மொழியாக்கம் செய்யப்பட்டிருந்தது. அதன் பிறகு இதன் திரைப்பட வடிவங்களில் சிலவற்றைப் பார்த்திருக்கிறேன்.

ஒவ்வொரு முறை தி ஸ்கார்லெட் லெட்டரை வாசிக்கும் போதும் நாவலின் கதாநாயகியான ஹெஸ்டர் பிரைன்

(Hester Prynne) ஏற்படுத்தும் தாக்கம் குறையவேயில்லை. நாவல் முழுவதும் அவளது துக்கமும் பெருமூச்சும் கேட்டபடியே உள்ளது. அதுபோலவே அந்தப் பெண்ணை ஏமாற்றி குழந்தையைத் தந்துவிட்டு அந்தக் குற்ற மனப்பாங்கோடு வாழும் மதகுருவான ஆர்தர் டிம்ஸ்டேல் (Arthur Dimmesdale) கதாபாத்திரமும் மிக முக்கியமானதே.

அமெரிக்க இலக்கியத்தின் முன்னோடி சாதனையாளர்களில் ஒருவர் நதானியல் ஹதோர்ன். இவரது குடும்பம் பாரம்பரியமாக அமெரிக்காவின் பாஸ்டன் பகுதியில் வசித்து வந்துள்ளது. ஹதோர்னின் மூதாதையர்களில் ஒருவர் நீதிபதியாகப் பணியாற்றியிருக்கிறார். அவரது காலத்தில் சூன்யக்காரிகள் என்று குற்றம் சாட்டப்பட்ட கிராம மருத்துவச்சிகள் பலரையும் உயிரோடு தீ வைத்து எரிக்கும்படியாக அவர் தீர்ப்பு வழங்கியிருக்கிறார்.

அப்படி தீக்கிரையாகிப்போன ஒரு பெண்ணின் சாபம் தங்கள் குடும்பத்தின் மீது வழிவழியாகத் தொடர்ந்து வருகின்றது என்றும் அந்தச் சாபம்தான் தன்னைப் பெண்கள் குறித்து மிக கவனமாகவும் உண்மையான அக்கறையோடும் எழுதச் செய்தது என்றும் நதானியல் ஹதோர்ன் குறிப்பிடுகிறார்.

இந்த நாவல் பதினேழாம் நூற்றாண்டு அமெரிக்காவில் பாஸ்டன் பகுதியில் நடைபெறுகிறது. துறைமுகப் பகுதியின் வரிவசூல் செய்யும் அலுவலகம் ஒன்றில் நதானியல் ஹதோர்ன் சில காலம் பணியாற்றினார். அந்த நாட்களில் தான் அறிந்த சேதிகளின் பின்னணியில் இந்த நாவலை எழுதியிருக்கிறார் என்று விமர்சகர்கள் குறிப்பிடுகிறார்கள். அதை மெய்ப்பிப்பதுபோல நாவலும் கஸ்டம்ஸ் ஹவுஸ் எனப்படும் அலுவலகத்தில் கிடைத்த பழைய தகவல்களில் அடங்கிய குறிப்பேடு ஒன்றிலிருந்தே துவங்குகிறது.

ஹெஸ்டர் பிரைன் பாஸ்டன் பகுதி ஒன்றின் கிராமத்தில் வசித்து வருகிறாள். நாவல் துவங்குவதற்கு சில வருடங்களுக்கு முன்பாக அவளது கணவன் வணிகம் செய்வதற்காக வெளியூர் செல்கிறான். திரும்பி வரும் வழியில் இந்தியப் பழங்குடியினரிடம் பிடிபட்டு விடுகிறான். தன் கணவன் இறந்துவிட்டான் என்று கருதும் ஹெஸ்டர் பிரைன் வேறு ஒரு ஆளோடு பால் உறவு வைத்துக்கொள்ளத் துவங்குகிறாள். அந்த உறவின் காரணமாக அவள் கர்ப்பமாகி ஒரு குழந்தையைப் பெற்று எடுக்கிறாள்.

கணவன் இல்லாமல் அவள் எப்படி குழந்தை பெற்றாள் என்பதை விசாரிக்கும் நியாயசபை அவள் ஒழுக்கம் தவறியிருக்கிறாள் என்று குற்றம்சாட்டி அவளைச் சிறையில் அடைக்கிறது.

தனது கைக்குழந்தையோடு அவள் சிறைக்குக் கொண்டு செல்லப்படும் வதிலிருந்து நாவல் துவங்குகிறது. அவளைக் காண்பதற்காகக் காத்திருந்த கூட்டத்தில் பலரும் அந்தக் குழந்தையின் தகப்பன் யார் என்று கேட்டபோதும் அவள் சொல்ல மறுக்கிறாள்.

அவள் கள்ள உறவு கொண்டவள் என்பதை நினைவுபடுத்த "A" என்ற அடையாள முத்திரையை அவள் தன் மார்பில் பொறித்திருக்க வேண்டும் என்று நியாயசபை ஆணையிடுகிறது. அவள் பூத்தையல் கொண்டு "A" என்ற எழுத்தைத் தங்க நிறத்தில் தன் உடையில் அவமானச் சின்னமாகப் பதிந்து கொண்டு விடுகிறாள்.

இது அந்தக் காலத்தில் நடைமுறையில் இருந்த தண்டனை. கள்ள உறவு கொள்ளும் பெண்களுக்கு "A" என்ற அடையாள முத்திரையும், மிதமிஞ்சிக் குடித்துவிட்டு தொந்தரவு செய்பவர்களுக்கு "D" என்ற அடையாள முத்திரையும் தண்டனையாகத் தரப்பட்டு அதை அவர்கள் வாழ்நாள் முழுவதும் சுமந்து அலைய வேண்டிய கட்டாயமிருந்தது.

சிறை வாசலில் அவளைப் பலரும் பரிகசிக்கிறார்கள். சிறை வாசலில் அவளைத் தேடி வரும் ரோஜர் சில்லிங்வொர்த் என்ற மருத்துவர் அவளது குழந்தைக்குத் தகப்பன் யார் என்று கேட்கிறார். அவள் சொல்ல மறுக்கிறாள். அவள் உண்மையைச் சொல்லிவிட மாட்டாளா என்று ஆர்தர் என்ற மதகுருவும் காத்துக் கிடக்கிறார். ஆனால் ஹெஸ்டர் தன் குழந்தையின் தகப்பன் யார் என்ற உண்மையைக் காட்டிக் கொடுக்கவேயில்லை.

அதன் பிறகு ரோஜர் சில்லிங்வொர்த்தாக உருமாறி வந்திருப்பது தன் கணவன் என்று அறிந்து கொள்கிறாள். அவனும் தான் ஹெஸ்டரை ஒருபோதும் விரும்பியதேயில்லை என்று சொல்லி அவள் எக்காரணத்தைக் கொண்டும் தனது அடையாளத்தை ஊர்மக்களிடம் வெளிப்படுத்திவிடக் கூடாது என்று சத்தியம் வாங்கிக் கொள்கிறான். ஹெஸ்டரின் சிறை வாழ்வு நீள்கிறது. அங்கிருந்தபடியே பலரது நன்மதிப்பையும்

பெறுகிறாள் ஹெஸ்டர். பிறகு விடுதலையாகி வெளியே வருகிறாள்.

அதன் பிறகு ஹெஸ்டர் வேறு ஏதாவது ஒரு நகருக்குச் சென்றுவிடும்படியாகப் பலரும் யோசனை சொல்கிறார்கள். ஹெஸ்டர் பிரைன் அதை மறுத்து தன் கைக்குழந்தையோடு அதே கிராமத்தில் தனியே ஒரு இடத்தில் வசிக்கத் துவங்குகிறாள். அவளுக்கு இருக்கும் ஒரே ஆறுதல் அவளது குழந்தை மட்டுமே. அந்தக் குழந்தைக்கு பியர்ல் என்று பெயரிட்டு வளர்த்து வருகிறாள்.

ஹெஸ்டருக்குத் தெரிந்தது எல்லாம் பூ வேலைப்பாடுள்ள தையல் மட்டுமே. இரவும் பகலும் அவள் தையல் வேலை செய்கிறாள். அதில் கிடைக்கும் வருமானத்தில் தனியே வாழ்ந்து கொண்டு வருகிறாள். அவளைத் தொடர்ந்து கொஞ்சம் கொஞ்சமாக சித்ரவதை செய்து அவள் யாரோடு கள்ள உறவு கொண்டிருந்தாள் என்ற விபரத்தை அறிந்து கொள்ளப் பார்க்கிறான் அவளது கணவன்.

ஹெஸ்டர் அந்த உண்மையை யாரிடமும் சொல்வதேயில்லை. எப்போதும் நெஞ்சில் அவமானச் சின்னத்தைச் சுமந்தவளாக அவள் தையல் வேலை செய்து கொண்டிருக்கிறாள். பியர்ல் சிறுமியாக வளர்கிறாள். அப்போது குழந்தை அவளிடம் வளர்ந்தால் கெட்டுப் போய்விடும், அவள் ஒரு சரியான தாய் அல்ல என்று கருதும் நகர நிர்வாகம் அவளிடமிருந்து குழந்தையைப் பறித்து தனிமைப்படுத்த முயற்சிக்கிறது. அவள் தன்னால் தன் குழந்தையை விட்டுத் தர முடியாது என்று கதறுகிறாள்.

இந்த நிலையில் ஹெஸ்டருக்கு உதவுவதற்காக வருகிறார் மதகுரு ஆர்தர் டிம்ஸ்டேல். தாயையும் பிள்ளையும் பிரிக்க வேண்டிய அவசியமில்லை என்று அவர் சிபாரிசு செய்த காரணத்தால் பியர்ல் அம்மாவிடமே வளரும் நிலை உண்டாகிறது.

மதகுரு ஆர்தர் டிம்ஸ்டேல் எப்போதும் ஏதோ இனம் புரியாத வேதனையில் துயரப்பட்டு வருவதையும் அவருக்கு இருதய நோய் இருப்பதையும் அறிந்த ரோஜர் சில்லிங்வொர்த் அவருக்கு சிகிச்சை செய்ய முன்வருகிறார். ஆர்தரும் சில்லிங்வொர்த்தான் ஹெஸ்டரின் கணவன் என்று அறியாமல் அவனோடு மிக நட்பாகப் பழகத் துவங்குகிறான்.

ஹெஸ்டருக்கும் ஆர்தர் டிம்ஸ்டேலுக்கும் இடையில் ஏதோ உறவு இருக்கிறது என்று சந்தேகப்படும் சில்லிங்வொர்த் ஒரு நாள் மருத்துவமனையில் ஆர்தரைச் சோதிக்கும்போது அவரது நெஞ்சில் ஒரு காயம் இருப்பதைக் கவனிக்கிறான். ஆர்தர் தனக்குத் தானே தண்டனை கொடுத்துக்கொண்டிருக்கிறான் என்பதை அறிந்துகொள்கிறான். தன் மனைவியோடு கள்ள உறவு கொண்டிருந்தது ஆர்தர் டிம்ஸ்டேல்தான் என்று அறிந்த பிறகு அவனைக் கொஞ்சம் கொஞ்சமாக சித்ரவதை செய்வதற்குத் தீர்மானிக்கிறான் சில்லிங்வொர்த்.

தான் செய்த தவறின் காரணமாக ஹெஸ்டர் தன் மகளோடு கஷ்டப்படுவதைத் தொலைவில் இருந்து பார்த்து கண்ணீர் வடிக்கிறான் ஆர்தர். ஆனால் தனது குற்றத்தை ஒத்துக்கொள்ளக்கூடிய துணிச்சல் அவனிடமில்லை. அவன் மதசபைக்கும் மக்களிடம் உள்ள மரியாதையை நினைத்தும் பயப்படுகிறான்.

வருடங்கள் கடந்து போகின்றன. சிறுமி பியர்ல் விளையாட்டுப் பருவம் கொள்கிறாள். அவளோடு சேர்ந்து விளையாடுவதற்கு மற்ற சிறுவர்கள் வர மறுக்கிறார்கள். அம்மாவின் மீதான அவமானம் அவள் மீதும் படர்கிறது. அதன் காரணமாகவே அவள் கற்பனையாக சில சிறுவர்களை மனதில் உருவாக்கிக் கொண்டு அவர்களுடன் விளையாடுகிறாள்.

தன் கணவன் கொஞ்சம் கொஞ்சமாக ஆர்தரைப் பேசிப் பேசி மன வருத்தம் அடையச் செய்வதை அறிந்த ஹெஸ்டர் ஒரு நாள் ஆர்தரிடம் சென்று தன் கணவன் தான் இப்போது சில்லிங்வொர்த் என்ற பெயரில் இருக்கிறான் என்ற உண்மையை வெளிப்படுத்திவிடுகிறாள். குற்ற மனதோடு தன்னால் நிம்மதியாக வாழ முடியவில்லை, எங்காவது போய்விடலாம் என்று ஆர்தர் அழைக்கிறான். அவனோடு வெளிநாடு செல்வதற்கு ஹெஸ்டர் தயாராகிறாள். அதை அறிந்த சில்லிங்வொர்த் தானும் அதே கப்பலில் பயணம் செய்யத் திட்டமிடுகிறான்.

புதிய வாழ்க்கை கிடைக்கப் போகிறது என்று முடிவு செய்த ஹெஸ்டர் நீண்ட நாட்களுக்குப் பிறகு தனது அவமானச் சின்னத்தை தூர எறிந்துவிட்டு சராசரியான இளம் பெண்ணாகத் தன்னை ஒப்பனை செய்து கொள்கிறாள். மகளால் கூட அவளை அடையாளம் கண்டு கொள்ள முடிய வில்லை.

தான் செய்த தவற்றை ஒப்புக் கொள்வதா வேண்டாமா என்ற மனப்போராட்டத்தோடு பிரசங்கம் செய்யச் செல்லும் ஆர்தர் இனி இந்த நகரில் வாழப்போவதில்லை என்ற முடிவோடு மிக ஆவேசமாக ஒரு பிரசங்கம் செய்கிறான். அதன் முடிவில் இனியும் குற்றத்தை மறைத்து பிரயோசனமில்லை என்று அவன் தானே ஹெஸ்டரின் குழந்தைக்குத் தகப்பன் என்ற உண்மையை வெளிப்படுத்தி விட்டு இறந்துவிடுகிறான்.

இத்தனை காலமாகத் தன்னைத் தொடர்ந்து வந்த குற்றத்தின் நிழலில் இருந்து விலகிய ஹெஸ்டர் தன் மகளை அழைத்துக்கொண்டு அந்த நகரைவிட்டு கிளம்பிச் செல்கிறாள். பல வருடங்கள் செல்கின்றன. சில்லிங்வொர்த்தும் இறந்துபோய்விடுகிறான். வயதாகி அதே ஊருக்குத் திரும்பி வருகிறாள் ஹெஸ்டர். ஹெஸ்டரின் மகள் ஒரு கனவானை மணந்து கொண்டு ஐரோப்பிய நாடு ஒன்றில் சுதந்திரமாக சந்தோஷமாக வாழ்ந்து கொண்டிருக்கிறாள்.

கடந்த காலத்தின் நினைவுகள் பிடிக்க அதே பழைய வீட்டில் ஹெஸ்டர் தனது அந்திம நாட்களைக் கழித்து அங்கேயே இறந்தும் போய்விடுகிறாள். அவளை ஆர்தர் டிம்ஸ்டேலின் கல்லறைக்கு அருகிலே புதைக்கிறார்கள். அப்போதும் இரண்டு கல்லறைகளுக்கு நடுவில் இடைவெளி இருக்கவே செய்தது. சாவிற்குப் பிறகு ஒரேயொரு கல்லறைப் பலகை மட்டுமே அவர்கள் இருவருக்கும் பொதுவானதாக இருந்தது என்பதோடு நாவல் நிறைவு பெறுகிறது.

அலைகழிக்கப்பட்ட ஒரு பெண்ணின் துயரக்கதையைச் சொல்ல வந்த நதானியல் ஹதோர்ன் பெண் எந்த ஒன்றின் மீது அன்பு வைத்திருக்கிறாளோ அதற்காகத் தன் சொந்த வாழ்வைக் கூட அவள் தியாகம் செய்யக்கூடும் என்பதையும் எல்லாக் கஷ்டங்களையும் தாங்கிக்கொண்டு கடைசி வரை போராடக்கூடியவள் பெண் என்பதையும் மிக வலுவாக வெளிப்படுத்தியிருக்கிறார்.

பத்தொன்பதாம் நூற்றாண்டு நாவல்களுக்கே உரித்தான முன் பின்னாக நகரும் கதை சொல்லும் முறையும் மிக நீண்ட வர்ணனைகளும் நாவலில் நிரம்பியிருக்கிறது. இதைத் தாண்டி இந்த நாவலை ஒரு நவீன நாவலாக மாற்றுவது இதன் குறியீடுகள் மட்டுமே. நாவல் முழுவதும் ஆங்காங்கே உருவகப்படுத்தப்பட்ட சிந்தனைகளும் குறியீட்டுத் தளங்களும் உள்ளன.

நதானியல் ஹதேர்ன் அமெரிக்காவின் பாஸ்டன் பகுதி ஒன்றில் வாழ்ந்த பாரம்பரியம் மிக்க கொல்லர்களின் குடும்பத்தில் ஜூலை 4, 1804இல் பிறந்தார். சிறுவயதிலே அப்பாவை இழந்த ஹதேர்ன் அம்மாவின் உறவினர் வீட்டில் தங்கிப் படிக்க நேரிட்டது. கல்லூரிப் படிப்பை முடித்த ஹதேர்ன் தனது பிராயத்தில் கேட்டறிந்த சம்பவங்களைக் கதைகளாக எழுத விரும்பினார்.

சோபியா என்ற இளம் பெண்ணைத் திருமணம் செய்து கொண்டு அன்றாட வாழ்விற்கே கஷ்டப்படும் சூழலில் எழுதுவதன் வழியாகப் பணம் சம்பாதிக்க முடியும் என்ற நம்பிக்கை ஹதோனுக்கு ஏற்பட்டது. அதன் காரணமாகத் தொடர்ந்து 12 வருடங்கள் சிறிதும் பெரிதுமாகக் கதைகள் கட்டுரைகளை எழுதி வந்தார். ஹதேர்னின் நுட்பமான அவதானிப்பும் மொழி நடையும் பலருக்கும் பிடித்திருந்தது. குறிப்பாக எட்கர் ஆலன் போ, தோரு, எமர்சன் போன்ற அவரது சம காலத்தைய எழுத்தாளர்கள் பலரும் அவரது கதை சொல்லும் ஆற்றலை வியந்து பாராட்டியிருக்கிறார்கள்.

தி ஸ்கார்லெட் லெட்டர் நாவல் எழுதும் நாட்களில் ஹதேர்ன் மிகுந்த வறுமையில் இருந்தார். விளக்கிற்கு எண்ணெய் வாங்கக் காசில்லாமல் இரவுகளில் அவரால் எழுத முடியாத நிலை ஏற்பட்டது. பகலிலும் எழுதும் காகிதம் வாங்கப் பணமில்லாமல் மனைவியின் உதவியை எதிர்பார்த்து காத்திருக்க வேண்டியதாக இருந்தது. அவரது மனைவி ஹதேர்னின் பணிகளுக்கு மிகுந்த ஆதரவாக இருந்தார்.

துறைமுகத்தில் தான் வேலை செய்த நாட்களில் கேள்விப்பட்ட ஒரு பெண்ணின் கதையே இந்த நாவல் எழுதுவதற்குத் தூண்டுதலாக இருந்தது என்று ஹதேர்ன் தன் மனைவிக்கு எழுதிய கடிதத்தில் குறிப்பிடுகிறார். நாவல் வெளியான காலத்தில் பெரிய வரவேற்பு பெறவில்லை. ஆனால் காலமாற்றத்தில் இந்த நாவல் அமெரிக்காவின் தலைசிறந்த பத்து நாவல்களில் ஒன்று என்ற அந்தஸ்தைப் பெற்றிருக்கிறது.

இந்த நாவலுக்கு மிக நெருக்கமாக உள்ள இன்னொரு இலக்கியப் பிரதி லியோ டால்ஸ்டாயின் புத்துயிர்ப்பு எனப்படும் The Resurrection நாவல். இந்த நாவலும் ஒரு பெண்ணை ஏமாற்றிய கனவான் அந்தக் குற்றத்தை உணர்ந்து வருந்துவதைப் பற்றியதே.

இளவரசன் நெகில்யூதேவ் நியாயசபையில் நீதிபதியாகப் பணியாற்றுகிறான். அவனது நீதிமன்றத்திற்கு குற்றவாளியாக மாஸ்லா என்ற பெண் அழைத்து வரப்படுகிறாள். விசாரணைக் கூண்டில் நிற்கும் அவளைக் கண்டதும் அந்தப் பெண் தன்னால் ஒரு காலத்தில் ஏமாற்றப்பட்டவள் என்ற உண்மை நினைவிற்கு வருகிறது.

அந்தக் குற்ற உணர்ச்சி மேலிட அவளை எப்படியாவது விடுதலை செய்துவிட வேண்டும் என்பதற்காக முயற்சிகள் செய்யத் துவங்குகிறான். மாஸ்லா தன்னை விடுவிக்கப் போராடுகின்றவன் ஒரு காலத்தில் தன்னைக் காதலித்தவன் என்று தெரிந்தபோதும் அதைப் பெரிதாக எடுத்துக்கொள்ள மறுக்கிறாள். ஒரு பெண்ணை ஏமாற்றிய குற்றம் எப்படி ஒரு மனிதனை நிம்மதியற்று அலையச் செய்கிறது என்பதையே டால்ஸ்டாயின் நாவலும் விவரிக்கிறது.

நதானியல் ஹதேர்வின் இலக்கிய முயற்சிகளுக்குப் பெரிதும் துணையாக இருந்தது அவரது நண்பரும் புகழ்பெற்ற எழுத்தாளராக இருந்தவருமான ஹெர்மன் மெல்வில் ஆவார். இருவருக்குமான நட்பு மிக ஆழமானது. தனது புகழ் பெற்ற மோபிடிக் நாவலை மெல்வில், நதானியல் ஹதேர்னுக்குத்தான் சமர்ப்பணம் செய்திருக்கிறார். அந்த அளவு இருவரும் மிக நெருக்கமாகப் பழகினார்கள்.

ஸ்கார்லெட் லெட்டரைத் தடை செய்ய வேண்டும் என்று மதவாதிகள் அந்த நாட்களில் தீவிரமாகக் குரல் எழுப்பினார்கள். ஆனால் காலம் அந்த எதிர்ப்புக் குரலை ஒடுக்கியது. அத்தோடு உலக இலக்கியத்தில் மிக முக்கியப் பெண் கதாபாத்திரங்களில் ஒன்றாக ஹெர்டர் பிரைனை உயர்த்தி உள்ளது.

பத்தொன்பதாம் நூற்றாண்டு நாவல்களைத் தொடர்ச்சியாக வாசிக்கும்போது அந்த நூற்றாண்டின் முக்கியப் பிரச்சினையாக இருந்தது பெண் விடுதலையும் அதற்கான வழிமுறைகளுமே என்று தோன்றுகிறது. அதுபோலவே அடிநிலை மக்கள் தங்கள் வாழ்வை மேம்படுத்திக்கொள்ள எந்த அளவு போராடினார்கள் என்பதையும் இந்த நாவல்கள் விரிவாக விவரிக்கின்றன.

தனது காலத்திலிருந்து நூறு வருடங்களுக்கு முன்பு நடந்த ஒரு சம்பவத்தைத் தனது கதைக்களமாகக் கொண்டதோடு தனது சமகாலத்தைய நாவல்கள் பெரிதும் கற்பனையான விவரணைகளை வெளிப்படுத்தி வந்தபோது யதார்த்தமான

வாழ்வியல் பதிவுகளைத் தனது நாவலின் வழியாக சாத்தியப்படுத்தியவர் நதானியல் ஹதேர்ன்.

அமெரிக்காவின் டோனி மாரிசன், சீனாவின் ஹென்சுபரோ ஒயி என்ற இரண்டு நோபல் பரிசு பெற்ற இலக்கியவாதிகளும் தி ஸ்கார்லெட் லெட்டரின் கதாநாயகியின் உந்துதலில் இரண்டு நாவல்கள் எழுதியிருக்கிறார்கள். நாற்பதுக்கும் மேற்பட்ட முறை திரைப்படமாகவும் தொலைக்காட்சித் தொடராகவும் எடுக்கப்பட்டுள்ள இந்த நாவல் நாடகம், ஓபரா என்று பல்வேறு வடிவங்களிலும் உருமாற்றம் கொண்டிருக்கிறது.

பெண் மீதான ஒடுக்குமுறைக்கு எதிராகக் குரல் தந்த முதல் நாவல் என்ற வரிசையில் மட்டுமல்லாது மதம் எந்த அளவு நம் படுக்கை அறை வரை ஊடுருவி நம்மைக் கண்காணிக்கிறது என்ற கருத்தியல் ரீதியாகவும் இந்த நாவல் மிக முக்கியமானது என்றே தோன்றுகிறது.

கோன்சரோ

சோம்பல் நாயகன்

Nothing prevents happiness like the memory of happiness.

- Andre Gide

ருஷ்ய இலக்கியத்தின் பிரதான படைப்பாளிகளாக அறியப்பட்ட டால்ஸ்டாய், தஸ்தாயெவ்ஸ்கி, செகாவ், கார்க்கி போன்றவர்களின் படைப்புகள் அறிமுகமான அளவு அதே காலகட்டத்தைச் சேர்ந்த பல முக்கியப் படைப்புகள் உலக இலக்கியத்திற்கு அறிமுகமாகவில்லை. அவை பல ஆண்டுகாலமாக முறையான ஆங்கில மொழிபெயர்ப்பின்றி முடங்கிக் கிடந்துள்ளன.

தஸ்தாயெவ்ஸ்கியும் டால்ஸ்டாயும் வியந்து போற்றி தங்களது எழுத்துலகப் போட்டியாளர் என்று வர்ணித்த இவான் கோன்சரோவின் (Ivan Goncharov) படைப்புகள் ஆங்கிலத்தில் நூறு வருடத்திற்கு பிறகு தற்போதுதான் நல்ல மொழிபெயர்ப்பில் வாசிக்கக் கிடைக்கின்றன.

குறிப்பாக ருஷ்ய இலக்கியத்தில் மிகப் பிரபலமான நாவலாக அறியப்பட்ட கோன்சரோவின் ஒப்லமோவ் (Oblomov) நாவல் தற்போது சிறப்பான மொழிபெயர்ப்பில் வெளியாகி உள்ளது. செவ்வியல் நாவலாசிரியர்கள் என்று கொண்டாடப்படும் டால்ஸ்டாய், தஸ்தாயெவ்ஸ்கி இருவரது ஆளுமையிலிருந்தும் விடுபட்டு தனக்கென தனித்துவமான ஒரு கதை சொல்லலையும் அக உலகையும் கொண்டிருந்த கோன்சரோவின் படைப்புகள் இன்று உலகம் முழுவதும் தனித்த வாசகர்களை உருவாக்கியிருக்கிறது.

1858ஆம் ஆண்டு ருஷ்ய மொழியில் வெளியான ஒப்லமோவ் கோன்சரோவின் மூன்றாவது நாவலாகும். இந்த நாவலின் கதாநாயகன் வழக்கமான ருஷ்ய நாவல்களின் நாயகனைப் போல சாகசத்தை தனது இலக்காகக் கொண்டவன் அல்ல. மாறாக தன் படுக்கையை விட்டு கீழே இறங்காமல் இருந்த இடத்தில் இருந்தபடியே தன் கற்பனை உலகில் சஞ்சரித்துக்கொண்டிருக்கும் ஒரு பிரபுவின் கதைதான் ஒப்லமோவ்.

ஒப்லமோவ் என்ற பெயர் கால மாற்றத்தில் சோம்பேறித்தனம் என்பதன் அடைமொழியாக உருமாறிப் போயுள்ளது. ருஷ்ய புரட்சிக்குப் பிறகு உரையாற்றிய லெனின் தேசமே புரட்சியில் கொந்தளிப்பு அடைந்துள்ள போதும் இன்னும் சில ஒப்லமோக்கள் தங்கள் படுக்கையை விட்டுக் கீழே இறங்கவேயில்லை என்று குறிப்பிட்டுள்ளார். அந்த அளவுக்கு ருஷ்ய மக்களிடம் செல்வாக்குப் பெற்ற கதாபாத்திரமாக அடையாளமாகி உள்ளது ஒப்லமோவ்.

ருஷ்ய இலக்கியத்தின் பிரதான போக்கான யுத்தத்தையும் அடித் தட்டு மக்களின் வாழ்க்கை போராட்டத்தையும் விவரிப்பதுமாகவே அமைந்திருந்தன. அதிலும் ருஷ்ய யதார்த்தவாதம் என்ற கதை சொல்லும் பாங்கு பத்தொன்பதாம் நூற்றாண்டில் மிகத் தீவிரமான இலக்கியப் போக்காக இருந்தது. துர்கனேவும் டால்ஸ்டாயும் இந்த இலக்கியப் போக்கிற்கு முக்கியத் தூண்களாக இருந்தனர். விவசாயிகள் மற்றும் அடிநிலை மக்களின் வாழ்வை நெருங்கிச் சித்தரிப்பதில் இவர்கள் முக்கிய பங்கு வகித்தார்கள்.

தஸ்தாயெவ்ஸ்கி இன்னொரு புறம் குற்றமனப்பாங்கினையும் அடக்கப்பட்ட உணர்ச்சிகள் கொண்ட மனிதர்களின் உளச் சிக்கல்களையும் தனது நாவல்களின் மையமாகக் கொண்டு எழுதி வந்தார். பிரதான ருஷ்ய கதாசியர்களின் இலக்கியப் போக்கிலிருந்து முற்றிலும் மாறுபட்ட கதை சொல்லலை முன் வைத்த நாவலாசிரியராக லெர்மன் தேவை சொல்லலாம். அவரது நம் காலத்து நாயகன் நாவலின் கதாநாயகன் பிச்சோன் ருஷ்ய இலக்கியத்தின் தனித்துவமான பாத்திரப் படைப்பாகும்.

பிச்சோரின் சாகசங்களின் பாதையில் அலைந்து திரிபவன். காதலும் வீரமும் மட்டுமே அவனது உலகம். பிச்சோரின் மனத்துணிவும் நேரடியான செயல்பாடும் லெர்மன் தேவால் மிக நுட்பமாக வெளிப்படுத்தப்பட்டுள்ளது. பிச்சோரினுக்கு நிகராக உருவாக்கப்பட்ட பாத்திரப் படைப்பே ஒப்லமோவ்.

ஆனால் ஒப்லமோவ் சாகசங்களுக்கு எதிரானவன். ஒரு வகையில் இவன் ஒரு ருஷ்ய ஹாம்லெட் ஷேக்ஸ்பியரின் ஹாம்லெட் பழி வாங்குவதா வேண்டாமா என்ற மனக்குழப்பம் கொண்டவன். ஒப்லமோவின் குழப்பம் அவ்வளவு தீவிரமானதல்ல. ஆனால் அதே அளவு நெருக்கடி கொண்டது. ஒப்லமோவிற்கு உள்ள ஒரே பிரச்சினை வாழ்வை எப்படி எந்த மாற்றமும் இல்லாமல் கொண்டு செல்வது என்ற முடிவின்மை மட்டுமே.

அவனது ஒரே விருப்பத்திற்கு உரிய இடம் படுக்கை அறை மட்டுமே. அதைப் படுக்கையறை என்று மட்டும் சொல்லி விட முடியாது. அதுதான் அவனது படிப்பறை. உணவு உட்கொள்ளும் அறை. விருந்தினர்களைச் சந்திக்கும் அறை தூங்கினாலும் விழித்திருந்தாலும் அவன் படுக்கையை விட்டு எழுந்து கொள்வதேயில்லை.

நாவலிலும் முதல் நூறு பக்கங்கள் ஒப்லமோவ் தனது படுக்கையிலே கிடக்கிறான். முப்பது வயதை கடந்த நிலப்பிரபுவான அவன் சோம்பல் பீடித்தவனாக உறக்கத்திலிருந்து எட்டு மணிக்கு எழுந்து அடுத்து என்ன செய்வது என்று முடிவு செய்ய முடியாமல் வெற்று யோசனைகளுடன் படுக்கையில் புரண்டு படுத்துக்கொள்கிறான்.

பிறகு இப்படியே இருந்தால் தன் வாழ்க்கை வீணாகிவிடும் என்று தனக்குத் தானே கவலைப்பட்டுக் கொள்கிறான். ஏதாவது செய்ய வேண்டும் என்று மட்டும் தோன்றுகின்றதேயன்றி என்ன செய்வது என்று புரியவில்லை.

ஒப்லமோவிற்குச் சொந்தமான எஸ்டேட் ஒன்று ஆயிரம் மைல் தொலைவில் உள்ளது. அந்த எஸ்டேட்டின் நிலைமை மிக மோசமாக உள்ளது. ஆகவே ஒரு முறை நேரில் வந்து போகவும் என்று அதை நிர்வகிக்கும் மேலாளர் ஒரு கடிதம் எழுதியிருக்கிறான். அந்தக் கடிதத்திற்கு இன்று பதில் எழுதி விடலாம் என்று முடிவு செய்கிறான். ஒப்லமோவ். ஆனால் அந்தக் கடிதத்தை எங்கே வைத்தான் என்று அவனுக்குத் தெரியவில்லை.

இந்தக் குழப்பத்தினூடாக படுக்கையை விட்டு கீழே இறங்க மனதின்றி அப்படியே உட்கார்ந்தபடியே எதை எதையோ யோசிக்கிறான். பிறகு அவனது வேலைக்காரனான ஜாகிரை அழைக்கிறான். அந்த வீட்டில் உள்ள ஒரே வேலைக்காரன் ஜாகிர் மட்டுமே. அவனுக்கு பல நேரங்களில் தன் எஜமானின்

சோம்பேறித்தனம் எரிச்சல் ஊட்டுவதாக இருக்கிறது. அதே நேரம் மனதளவில் தன் எஜமான் மிகச் சிறந்தவர் என்ற பாராட்டு உணர்வும் அவனிடமிருக்கிறது.

ஒப்லமோவின் அறைக்குள் நுழைந்த வேலையாள் என்ன வேண்டும் என்று கேட்கிறான். ஒப்லமோவிற்கு எதற்காக அவனை அழைத்தோம் என்பது மறந்து போய்விடுகிறது. யோசித்து எதற்காக அழைத்தேன் என்று நினைவு வரும்போது அழைக்கிறேன். அதுவரை உன் வேலையைப் பார் என்று அனுப்பி விடுகிறான். சில நிமிடங்களுக்குப் பிறகு அவனுக்கு தான் ஒரு கடிதம் எழுத நினைத்த விஷயம் நினைவிற்கு வருகிறது. அதற்குள் இன்னொரு தேநீர் அருந்திக்கொள்ளலாம் என்றும் ஒரு யோசனை உருவாகிறது.

திரும்ப ஜாகீரை அழைக்கிறான். தனக்கு வந்த கடிதத்தைத் தேடி எடுத்து வரச் சொல்கிறான். அவர் எங்கே வைத்திருக்கிறார் என்று தனக்கு எப்படித் தெரியும் என்று புலம்பியபடியே ஜாகீர் அறையில் தேடுகிறான். அறை முழுவதும் ஒரே குப்பையாக உள்ளது. பல நாட்களாகச் சுத்தம் செய்யப்படாத தரை விரிப்புகள். சிலந்தி வலை பின்னிய சுவர்கள். பாதி சாப்பிட்டுத் தூக்கி எறிந்த ரொட்டித்துண்டுகள், படித்துவிட்டுப் பாதியில் திறந்து கிடந்த புத்தங்களில் தூசியேறியிருக்கின்றன.

இரவு உடை அணிந்திருந்த ஒப்லமோவ் தன்னைச் சுற்றிய குப்பைகளை பெரிதாகக் கவனத்தில் கொள்ளவேயில்லை. ஜாகீர் கடிதத்தைத் தேடியபடியே தாங்கள் கொடுக்க வேண்டிய பாக்கிக்காக பலசரக்கு கடைக்காரனும் இறைச்சிக் கடைக்காரனும் காத்திருப்பதாகச் சொல்கிறான். சிறிய கணக்கு என்றாலும் அதைப் பார்ப்பதற்கு தனக்கு நேரமில்லை இன்னொரு நாள் வரச் சொல் என்று ஒப்லமோவ் மறுத்துவிடுகிறான்.

ஜாகீர் திரும்பவும் சமையல் அறையில் சென்று தனது அன்றாட வேலையைக் கவனிக்கத் துவங்குகிறான். கடிதம் கிடைக்கவில்லை. ஆகவே உடனே படுக்கையை விட்டு எழுந்து கொள்ள வேண்டிய அவசியமில்லை என்று ஒப்லமோவிற்குத் தோன்றுகிறது. ஆகவே அவன் சாய்ந்து கொண்டு யோசிக்கத் துவங்குகிறான். திடீரென்று ஜாகீர், ஜாகீர் என்று கூச்சலிடுகிறான்.

அவசரமாக ஓடிவந்த ஜாகீர் என்ன வேண்டும் என்று கேட்க தனது கர்சீப் எங்கேயிருக்கிறது என்று தேடிப்பார் என்று

கத்துகிறான். அதற்குள் ஒப்லமோவிற்கு தும்மல் வந்து கொண்டு வேறு இருக்கிறது. ஜாகீர் கர்சீப்பை கூடவா நீங்களாக தேடி எடுத்துக் கொள்ளக்கூடாது என்று நேரடியாகவே சொல்கிறான். கடைசியில் கர்சிப் ஒப்லமோ உட்கார்ந்த இடத்தில் அவன் தொடைக்கு அடியிலே கிடக்கிறது.

இப்படியே காலை முழுவதும் ஒப்லமோவ் படுக்கையிலே கிடக்கிறான். அவனைப் பார்க்க வரும் நண்பரைக்கூட அங்கேயே சந்திக்கிறான். தனது அறையில் உள்ள ஒழுங்கீனத்திற்கு காரணம் தனது வேலைக்காரன் என்று பழியை அவன் மீது போடுகிறான். ஒப்லமோவின் நண்பன் ஒரு இரவு விருந்திற்கு அழைக்கிறான்.

ஒப்லமோவோ தனக்கு வீட்டை விட்டு வெளியேறி வர விருப்பமேயில்லை. இந்த வீட்டில் நான்கு அறைகள் உள்ளன. இருந்தாலும் படுக்கையறையை விட்டு இன்னொரு அறைக்கு போய் வருவதற்கே தனக்குப் பிடித்தமானதாகயில்லை என்று புலம்புகிறான்.

ஒப்லமோவ் இப்படியே அறையிலே அடைந்து கிடப்பதற்கு காரணமாக அவனது பால்ய வயது விவரிக்கப்படுகிறது. வசதியான வீட்டில் பிறந்த ஒப்லமோவ் நல்ல சாப்பாடும் நீண்ட தூக்கமுமாக வளர்க்கப்படுகிறான். பாதி நாட்களுக்கு மேல் பள்ளிக்குப் போவதேயில்லை. எங்காவது சுற்றுலா அழைத்துச் செல்லப்பட்டுவிடுவான். இப்படி வளர்ந்த காரணத்தால் அவனுக்கு இருப்பிடமே சொர்க்கமாகத் தோன்றுகிறது.

ஒப்லமோவிற்கு உள்ள ஒரே நட்பு அவனது தோழன் ஸ்டோல்ஜ், ருஷ்ய தாயிற்கும் ஜெர்மனிய தகப்பனுக்கும் மகனாக பிறந்த ஸ்டோல்ஜ் மிகக் கண்டிப்பாக வளர்க்கப்படுகிறான். வாழ்வில் ஒரு நாளைக்கூட வீண் அடித்துவிடக்கூடாது என்ற கவனம் அவனது எண்ணத்திலிருக்கிறது. அவன் எப்படியாவது ஒப்லமோவை மாற்றிவிட முடியும் என்று தொடர்ந்து முயற்சி செய்கிறான். ஆனால் அது வெற்றி பெற முடியவில்லை.

முப்பது வயதைத் தாண்டுவதற்குள் ஒப்லமோவிற்கு வெளியுலகம் அலுத்துப் போய்விடுகிறது. அறைக்குள்ளாகவே பகல் கனவு கண்டபடியே சாப்பாடும் யோசனைகளுமாக அவனது நாட்கள் நீண்டு கொண்டிருக்கின்றன.

ஒருவகையில் ஒப்லமோவ் டான் குவிகாத்தேயின் சாயலைக் கொண்டிருக்கிறான். டான் குவிகாத்தேயும் (Don Quixote)

சான்சோ பான்சோவும் போலவுமே ஒப்லமோவும் அவனும் வேலைக்காரனும் பல நேரங்களில் நடந்து கொள்கிறார்கள். ஆனால் டான் குவிகாத்தேவிற்கு சாகசம் செய்ய வேண்டும் என்ற விருப்பமிருக்கிறது. கற்பனையான எதிரிகளோடு சண்டையிடுகிறான்.

ஒப்லமோவோவிற்கு அத்தகைய ஆசைகள் இல்லை. அவன் தனது பகல் கனவில் ஒரு பள்ளிக்கூடம் கட்டுவது போன்றும் தனது பண்ணையை பெரியதாக விஸ்தீரணம் செய்து நிர்வகிப்பது போன்றும் கனவு காண்கிறான். ஒருவகையில் அவனுக்கு வீடும் படுக்கை அறையுமே போதுமானதாக இருக்கிறது.

உலகின் பரபரப்பையும் தீர்மானிக்க முடியாத அதன் மாற்றங்களையும் ஒப்லமோவால் ஏற்றுக் கொள்ள முடியவில்லை. அவன் மாறாத ஒரு உலகில் சகல சௌகரியங்களோடும் ஒளிந்து கொண்டு வாழவே விரும்புகிறான். அதற்கு அவனது வீடு பாதுகாப்பானதாக இருக்கிறது. நத்தை தன் முதுகில் தன் வீட்டைச் சுமந்து திரிவது போல ஒப்லமோவ் தன் அறைக்குள்ளாகவே சுருண்டு கிடக்கிறான்.

ஆனால் மாற்றமில்லாத வாழ்க்கையே இல்லை என்பது போல அவனையும் மாற்றுவதற்கு ஒரு பெண் வந்து சேர்கிறாள். இசையில் ஆர்வம் கொண்டிருந்த ஒப்லமோவிற்கு அவனது நண்பன் ஒல்கா என்ற பாடகியை அறிமுகம் செய்து வைக்கிறான்.

அவள் ஒப்லமோவின் சோம்பேறித்தனத்தை அறிந்து கொண்டவளாக அவனைத் தன்னால் மாற்றிவிட முடியும் என்று கூறி முதன் முறையாக வீட்டை விட்டு வெளியே அழைத்துச் செல்கிறாள். ஒப்லமோவ் அவளோடு மலைப் பயணத்திற்குச் செல்கிறான். அவளுக்காக கவிதைகள் படித்துக் காட்டுகிறான். கொஞ்சம் கொஞ்சமாக அவன் வெளி உலகில் சஞ்சரிக்கத் துவங்குகிறான். அவளால் மட்டுமே வாழ்வை சுவாரஸ்யப்படுத்த முடியும் என்று நம்புகிறான்.

ஒல்காவின் மீதான காதல் வளர்ந்து கொண்டேயிருக்கிறது. ஒரு வேளை தான் ஒல்காவை திருமணம் செய்து கொண்டால் எல்லா கணவன்களையும் போல குடும்பத்தை நிர்வகிக்க வேண்டும், அதற்காக வேலைகள் செய்ய வேண்டும், குழந்தைகளைப் பராமரிக்க வேண்டும் ஆகவே அவளது காதலை விட்டு மெல்ல வெளியேறி திரும்பவும் தன்

அறைக்குள் சென்று ஒடுங்கிக்கொண்டுவிட வேண்டியதுதான் என்று திடீரென முடிவு செய்கிறான்.

அதன்படியே ஒல்காவை விட்டு பிரிந்து செல்கிறான். அவனது தயக்கத்தை புரிந்துகொள்ள முடியாத ஒல்கா ஏன் தன்னை வெறுக்கிறான் என்று திரும்பத் திரும்ப கேட்கிறாள். தன்னால் மற்றவர்களைப் போல் வாழமுடியாது, காரணம் தான் ஒரு ஒப்லமோவ் என்று சொல்கிறான்.

அவள் எவ்வளவோ சமாதானம் செய்தும் அவனது முடிவை மாற்றிக் கொள்ள முடியவில்லை. வேறு வழியின்றி ஒல்கா அவனைப் பிரிந்து செல்கிறாள். அதுவரை வீட்டில் இருப்பதில் எந்தப் பிரச்சினையும் இல்லாமல் வாழ்ந்து வந்த ஒப்லமோவ் காதலைப் பிரிந்து தனிமையில் வாடும்போது மிகுந்த மன நெருக்கடி கொண்டவனாக மாறிவிடுகிறான்.

தன்னுடைய வாழ்வை தன்னால் தீர்மானித்துக்கொள்ள முடியவில்லை என்பதை அவன் ஒத்துக் கொள்கிறான். தனது தவறான முடிவுகள் தான் தன்னை இப்படிப் படுக்கையில் தள்ளியிருக்கின்றன என்பதை அவன் அறிந்தபோதும் அதிலிருந்து விலகி வர முடியாதவனாக இருக்கிறான். சிலந்தி தன் வலைக்குள்ளாகவே தன் வாழ்வை கழித்து விடுவதைப்போன்று தன் அறைக்குள்ளாகவே மீதமுள்ள வாழ்வைக் கடந்து செல்ல முயற்சிக்கிறான்.

முறையான நிர்வாகம் இன்றி எஸ்டேட் நஷ்டமடைகிறது. காதலை மறுத்த வேதனை ஒரு பக்கம் மனதில் வாட்டுகிறது. இன்னொரு பக்கம் பணக்கஷ்டம் நாளுக்கு நாள் வளர்ந்து கொண்டே வருகிறது. வேறு வழியில்லாமல் ஒரு விதவையை திருமணம் செய்து கொண்டு அவள் சொத்தை அடைந்து கொள்கிறான்.

உப்புச்சப்பு இல்லாமல் நடைப் பிணமாக வாழ்ந்து முடிவில் வயதாகி ஒரு நாள் மரணமடைகிறான். ஒப்லமோவ் அப்படி வாழ்ந்ததற்கு என்ன காரணம் என்று அவனது வேலைக்காரனிடம் கேட்டதற்கு அவர் ஒரு ஒப்லமோவ் அதற்கு மேல் வேறு என்ன காரணம் வேண்டியிருக்கிறது என்று சொல்கிறான். அத்தோடு நாவல் நிறைவு பெறுகிறது.

ஒருவிதத்தில் இந்த நாவல் ருஷ்ய மேல்தட்டு வர்க்கத்தின் மனநிலையை பரிகாசமாகப் பிரதிபலித்துக் காட்டுகிறது. தங்களுக்கு வசதியாக மட்டுமே வாழ்வை அமைத்துக் கொள்ள

வேண்டும் என்ற மனப்பாங்கும் அதன் பின்விளைவுகளும் நாவலில் விரிவாக எழுதப்பட்டுள்ளன.

படுக்கையை விட்டு எழுந்து கொள்ளாத ஒரு மனிதனின் நாட்களை இத்தனை துல்லியமாக வேறு ஒருவரால் எழுதவே முடியாது என்ற அளவிற்கு கோன்சரோவ் படைத்திருக்கிறார். நாவலின் மையப் படிமமாக இருப்பது வெறுமையே. அதை வாசகன் உணரும் வகையில் முழுமையாக வெளிப்படுத்தியிருக்கிறார். அத்தோடு நாவல் முழுவதும் விரவிக்கிடக்கும் பகடியும் வெளிப்படையான கேலியும் வாய்விட்டுச் சிரிக்க வைக்கக் கூடியவை.

கோன்சரோவ் ருஷ்ய அரசு உயரதிகாரியாக பதவி வகித்தவர். இவரது அப்பா ஒரு பிரபலமான வணிகர். மிக வசதியான குடும்பத்தில் பிறந்த கோன்சரோவ் சிறு வயதிலே அப்பாவை இழந்த காரணத்தால் தாய்மாமன் வீட்டிலிருந்து வளர்க்கப்பட்டார். மாஸ்கோ பல்கலைக்கழகத்தில் பட்டம் பெற்ற இவர் ருஷ்ய அரசுப் பணிக்குத் தேர்வு செய்யப்பட்டு நிதித்துறையில் சில காலமும், சில காலம் தணிக்கை அதிகாரியாகவும் பணியாற்றினார்.

தணிக்கை அதிகாரியாக பணியாற்றியபோது அரசுக்குச் சாதகமாக பல முக்கியப் படைப்புகளை வெளி வராமல் செய்த குற்றச்சாட்டு இவர் மேலிருக்கிறது. ஆனால் அவரது முயற்சியின் காரணமாகவே தாஸ்தாயெவ்ஸ்கியின் படைப்புகள் தணிக்கையின்றி வெளியானது என்றும் விமர்சகர்கள் குறிப்பிடுகிறார்கள்.

முப்பது ஆண்டுகாலம் அரசுப் பணியில் இருந்த கோன்சரோவ், ஒப்லமோவ் என்பது ஒரு தனிப்பட்ட மனிதன் மட்டுமல்ல. உலகம் முழுவதுமே மாற்றத்தை ஏற்றுக்கொள்ள மறுத்து தன் படுக்கை அறைக்குள்ளே சுருண்டு கொண்ட மனிதர்கள் இருக்கிறார்கள். அவர்கள் யாவருமே ஒப்லமோக்கள்தான் என்று குறிப்பிடுகிறார்.

கோன்சரோவ் தான் வாழும் காலத்தில் முக்கிய படைப்பாளியாக அங்கீகாரம் பெறவில்லை. அவரது மற்றப் படைப்புகளும் கூட பரவலாக வாசகர்களால் விரும்பப் படவில்லை. ஆனால் நூறு வருடங்களுக்கு பிறகு ருஷ்ய இலக்கிய விமர்சகளாலும் தீவிர இலக்கிய வாசகர்களாலும் விரும்பிப் படிக்கக் கூடியவராக மாறினார் கோன்ச ரோவ்.

சக படைப்பாளிகள் தனது கதைகளைத் திருடிக் கொண்டார்கள் என்று சண்டையிட்ட கோன்சரோவ், துர்கனேவ் தான் சொல்லிய ஒரு கதைக்கருவை திருடி நாவல் எழுதிவிட்டார் என்று ஒரு இலக்கியக் கூட்டத்தில் உரக்க அறிவித்ததோடு துர்கனேவைத் திருடன் என்று வசைமாரிப் பொழிந்ததும் நடந்துள்ளது.

தன் வாழ்நாள் முழுவதும் அவர் துர்கனேவை தனது எதிரியாகவே கருதி வந்தார். அவரால்தான் தனது படைப்புகள் போதிய கவனம் பெறாமல் போய்விட்டன என்று கூடக் குறிப்பிட்டிருக்கிறார்.

கோன்சரோவை முக்கிய படைப்பாளியாக அடையாளம் கண்டவர்களில் மிக முக்கியமானவர் சாமுவேல் பெக்கட். அவர் மிகச் சுமாரான மொழியாக்கத்தில் வெளியாகியிருந்த ஒப்லமோவ் நாவலை தன் மனைவி வாசிப்பதற்குச் சிபாரிசு செய்ததோடு அந்த நாவல் ருஷ்ய இலக்கியத்தில் மிக முக்கியமானது என்றும் தனது நாட்குறிப்பில் எழுதியிருக்கிறார்.

இந்த நாவலை ருஷ்ய சினிமாவின் முக்கிய இயக்குனரான Nikita Mikhalkov திரைப்படமாக்கியிருக்கிறார். இப்படம் சிறந்த இயக்கம் மற்றும் நடிப்பு, திரைக்கதைக்கான முக்கிய ஆக்ஸ்போர்டு திரைப்பட விழா விருதுகளைப் பெற்றிருக்கிறது. அத்தோடு ஓபராவாகவும் தொலைக்காட்சித் தொடராகவும் வெற்றி பெற்றிருக்கிறது.

எந்த தனித்துவமும் இல்லாத ஒரு சோம்பேறியை நாவலின் கதாநாயனாகக் கொண்டு நானூறு பக்கங்களுக்கும் மேலாக ஒரு நாவலை எழுதி ஒரு துயர காவியத்தின் நாயகன் போல் வாசித்து முடிக்கையில் அவன் மீது வேதனையும் ஈர்ப்பும் ஏற்படுத்திய விந்தைதான் இந்த நாவலை வாசிப்பதற்கு இன்றும் காரணமாக இருக்கிறது. அவ்வகையில் காலம் மறந்த கோன்சரோவின் பெயர் இன்று மீட்டு எடுக்கப்பட்டிருக்கிறது.

நட்சுமி சுசூகி

மிடில் கிளாஸ் பூனை

A dog, I have always said, is prose; a cat is a poem.

- Jean Burden

ஆங்கிலத்தில் பேசுவது, எழுதுவது என்பது குறித்த மிடில் கிளாஸ் மக்களின் விருப்பம் உலகமெங்கும் ஒன்று போலவே உள்ளது. ஆங்கிலேயக் காலனி நாடுகளாக இருந்த நாடுகளில் மட்டுமில்லாது வணிகத்தின் காரணமாக ஆங்கிலக் கலாச்சாரம் பரவிய தேசங்களிலும் ஆங்கிலம் கற்றுக்கொள்வது பெருமைக்குரிய அடையாளமாகயிருக்கிறது.

ஆங்கில வழி ஆரம்பப் பள்ளிகள், கல்லூரிகள் மற்றும் ஆங்கில இலக்கியத்தின் மீதான பிரமிப்பு போன்றவை நம்மைப் போலவே ஆசிய நாடுகள் யாவிலும் வெளிப்படையாகக் காணமுடிகிறது. ஆங்கிலக் கல்வி குறித்த பெருமைகளைப் பக்கம் பக்கமாக எவ்வளவோ பேர் எழுதியிருக்கிறார்கள். ஆனால் ஆங்கிலம் கற்றுக்கொள்ளாதவர்களை முட்டாள்களைப் போலவும் தாய் மொழி மட்டுமே அறிந்தவர்களை நாகரீகமற்ற காட்டுமிராண்டிகளாகவும் நடத்துவது குறித்து எதிர்வினைகள் இலக்கியத்தில் அதிகம் பதிவாகவில்லை.

இன்று ஆப்ரிக்க நாடுகளில் ஆங்கிலத்தை மறுப்பது ஒரு அரசியல் நடவடிக்கையாக உருக்கொண்டு வருகிறது. ஆப்ரிக்காவின் பிரபல எழுத்தாளரான நுகூகி, சினுவா அசுபே போன்றவர்கள் தங்களது தாய்மொழியில் எழுதுவதை ஆங்கில அதிகாரத்திற்கு எதிரான ஒரு அரசியல் செயல்பாடு என்கிறார்கள்.

வேறு எந்தக் காலனி நாட்டைப் போல இந்தியாவில் ஆங்கிலம் காலூன்றுவதற்கு எந்தப் போராட்டமும் நடத்தவேயில்லை. எவ்விதமான எதிர்ப்பும், மறுப்புமின்றி மக்கள் தங்களது தாய்மொழியைப் புறக்கணித்து ஆங்கிலத்தை உடனடியாக ஏற்றுக்கொண்டார்கள். ஆங்கிலம் கற்றுக்கொள்வது அவரவர் விருப்பம் என்பதைத் தாண்டி, அதை ஒரு கலாச்சாரம் மற்றும் அறிவாளிக்கான அடையாளமாக்கியது காலனிய அரசு. நாடு விடுதலையடைந்த போதும் அந்த காலனிய மனதிலிருந்து நாம் விடுபடவேயில்லை.

ஆங்கிலம் அறிமுகப்படுத்தப்பட்ட பிறகு இந்திய மொழிகள் யாவிலும் தாய்மொழிக் கல்வி நேரடியாக பாதிக்கப் பட்டிருப்பதை கண்கூடாகவே காணமுடிகிறது. அத்தோடு ஆங்கிலம் அதிகாரத்தின் மொழியாகவும், அடித்தட்டு மக்களை ஒதுக்கிவைக்கப் பயன்படும் கருவியாகவும் மாறியிருப்பது ஆபத்தானதும்கூட.

ஆங்கிலம் ஒரு மொழி மட்டுமல்ல. அது காலனியாதிக்கத்தின் அடையாளம் மற்றும் காலனியாக்குவதற்கான கருவி என்கிறார்கள் அரசியல் விமர்சகர்கள். சீனா, ஜப்பான், கொரியா என்று தொன்மையான மரபும் கலாச்சாரமும் கொண்ட ஆசிய நாடுகளில் கூட இன்று ஆங்கிலம் அன்றாட மொழியாக மாறிவிட்டிருக்கிறது. ஒருபக்கம் ஆங்கிலம் கற்றுக்கொள்வதில் ஏற்படும் அதீத ஈடுபாடு, மறுபக்கம் தாய்மொழி மறுப்பு இந்த இரண்டும் எல்லா நாடுகளிலும் கண் கூடாகவே காணமுடிகிறது.

இந்த ஆங்கில மனப்பாங்கிற்கு எதிராக மிகுந்த கேலியும் விமர்சன முமாக எழுதப்பட்ட ஜப்பானிய நாவல் I A ma Cat. இதை எழுதியவர் நட்சுமி சுசூகி (Natsume Soseki). 1905ஆம் ஆண்டு ஜப்பானில் எழுதப்பட்ட இந்த நாவல் மெய்ஜி காலகட்டத்தில் மக்கள் எப்படி போலியானதொரு ஆங்கில மோகம் கொண்டிருந்தார்கள் என்பதைக் கேலி செய்கிறது. இதை எழுதிய நட்சுமி சுசூகி ஒரு ஆங்கிலப் பேராசிரியர் என்பது குறிப்பிடத்தக்கது.

சுயசரிதைத்தன்மை கொண்ட நாவல் என்று இதை வகைப்படுத்த முடியும். நாவலின் மையக் கதாபாத்திரம் நட்சுமி சுசூகியின் சாயலையே கொண்டிருக்கிறான். ஆங்கிலம் கற்பிக்கும் ஆசிரியர் ஒருவன் வீட்டில் உள்ள ஒரு பூனை, அந்த

ஆசிரியர் மற்றும் குடும்பத்தினர் எவ்வளவு போலியானதொரு வாழ்வை நடத்துகிறார்கள் என்பதைப் பகடி செய்வதே நாவல்.

நாவல் முழுவதும் பூனையின் குரலில் விவரிக்கப்படுகிறது. ஆங்கிலம் பிடிக்காத பூனையது. ஜப்பானில் பிறந்து ஜப்பானிய உணவைத் தின்று வாழும் அந்த பூனை ஆங்கில ஆசிரியன் வீட்டில் வாழ்ந்து கொண்டிருக்கிறது. அதற்கு எளிய ஜீரண சக்தி மட்டுமே உள்ள தனது எஜமான் பகட்டிற்காக ஆங்கில கனவான் போல வேஷம் போடுவது பிடிப்பதில்லை.

பூனை தனது ஜப்பானிய அடையாளம் பற்றி நிறைய யோசிக்கிறது. ஆங்கிலத்தை எதற்காகக் கொண்டாடுகிறார்கள் என்று எரிச்சல் படுகிறது. நல்லவேளை தானொரு பூனையாக இருந்துவிட்டோம் இல்லாவிட்டால் ஆங்கிலம் கற்றுக் கொள்ள வேண்டிய கட்டயாம் ஏற்பட்டுவிடும் என்று கேலி செய்கிறது. பூனையின் நினைவுகளும் அது எதிர்கொள்ளும் சம்பவங்களுமே இந்த நாவலின் அடிப்படை. 600 பக்கங்களைக் கொண்ட நாவல் முழுவதுமே பூனையின் கண்ணோட்டத்திலிருந்தே விவரிக்கப்படுகிறது. நாவலில் கதை என்று பெரிய சம்பவங்கள் அதிகமில்லை. மாறாக பூனையின் கூர்மையான அவதானிப்பு மற்றும் அது மனிதர்களின் நடவடிக்கை பற்றிய தனது அதிருப்தியை எதிரொலிப்பதிலுமே வெளிப்படுகிறது. குறிப்பாக உணவின் மீது ஜப்பானியர்கள் காட்டும் கவனம் மற்றும் சகமனிதர்களோடு உள்ள நெருக்கமற்ற உறவு இரண்டும் மிகவும் கேலி செய்யப்படுகின்றன.

திருடியும் ஒளிந்தும் சோம்பேறித்தனமாக வாழ்வை நடத்துவதாக அறியப்பட்ட பூனை அந்தச் செயல்களை தன்னை விடவும் மிக ரகசியமாகவும் போலியான பாவனைகளோடும் செய்கின்றவன் மனிதனே என்பதை அடையாளம் காட்டுகிறது.

நாவலில் வரும் ஆங்கில ஆசிரியர் மற்றும் அவரது குடும்பம் அவரை தேடிவரும் அறிவாளி நண்பன், அவனது தோழி ஆகிய எல்லாக் கதாபாத்திரங்களும் உருவகமானவர்களே. அவர்களது பெயர்களும், மேற்கொள்ளும் அபத்தமான செயல் களும் கூட அதிகம் உருவகப்படுகின்றன. அந்த வீட்டில் யார் பூனைபோல நடந்து கொள்கிறார்கள் என்பது மிக கேலியாக விவரிக்கப்படுகிறது.

ஜப்பானிய மொழியில் வாசிக்கும்போது சில குறிப்பிட்ட சொற்கள் நேரடியான அர்த்தம் தராமல் மறைமுகமான கேலித்தன்மையை வெளிப்படுத்தக்கூடியது. அது ஆங்கில

மொழியாக்கத்தில் கிடைக்கவில்லை என்று விமர்சகர்கள் தெரிவித்தபோதும், நாவல் முழுவதும் மெல்லிய நகைச்சுவை பீறிடுவதை வாசிக்கையில் உணர முடிகிறது.

பலநேரங்களில் மனிதர்களின் நடவடிக்கை மீது அதிருப்தி யடைந்த பூனை வாழ்வு குறித்து தனது எண்ணங்களை வெளிப்படுத்துகிறது. அதுபோன்ற இடங்களில் தத்துவம் மற்றும் அதிநுட்பமான கருத்துகள் வெளியாகின்றன.

நாவலில் பூனை ஒரு எலியைக் கூட பிடிப்பதில்லை என்பது கவனிக்கப்பட வேண்டிய செய்தி. பௌத்த மதம் பூனையை விழிப் புணர்வின் குறியீடாகக் கருதுகிறது. இதனால் பௌத்த மதத் துறவிகள் பூனையை மடாலயங்களில் வளர்ப்பதற்கு அனுமதிக்கப்பட்டார்கள். அதுபோலவே பூனைக்கு ஒன்பது உயிர் இருப்பதாகவும் அதனால் பூனை சாவிலிருந்து தப்பித்துவிடக்கூடியது என்றும் பௌத்த சாரங்கள் கூறுகின்றன.

உலகமெங்கும் பூனை குறித்த எண்ணங்கள் சாவோடும் ரகசியமான இச்சைகளோடும் நேரடியாக தொடர்பு கொண்டவை. எட்கர் ஆலன் போ கறுப்பு பூனை என்று ஒரு சிறுகதை எழுதியிருக்கிறார். இந்த கதையில் சாவு ஒரு கறுப்பு பூனையின் வடிவத்தில் அலைந்து கொண்டேயிருக்கிறது.

எகிப்தியர்கள் பூனைக்கு சமாதி கட்டும் பழக்கம் கொண்டிருந்தார்கள். மலையாளத்தில் கூட வைக்கம் முகமது பஷீர் மாயப் பூனை என்றொரு கதை எழுதியிருக்கிறார். அதில் பூனை நட்சத்திரங்களின் நகர்வை அவதானிக்கக்கூடியது என்று ஒரு குறிப்பு வருகிறது. பூனையைச் சுற்றிலும் ஏதோவொரு மர்மமிருப்பதாக பொது நம்பிக்கையிருக்கிறது.

இதற்கு விதிவிலக்காக சிரிக்கும் பூனையை இலக்கியத்தில் பதிவு செய்தவர் லூயி கரோல். அவரது ஆலிஸின் அற்புத உலகில் ஷெசாயர் பூனை வருகிறது. அது சிரிக்கக்கூடியது. உலகின் பரவசத்தையே பூனை என்ற குறியீடாக்கி லூயி கரோல் எழுதியிருக்கிறார் என்று விமர்சகர்கள் அடையாளப் படுத்துகிறார்கள்.

பைபிளில் பூனை பற்றி ஒரு குறிப்புகூடக் கிடையாது. நாய்களைப் பற்றி பல இடங்களில் தகவல்களும் குறிப்புகளும் இடம் பெற்றுள்ளன. ஆனால் பூனைகளை பற்றி எவ்விதமான தகவலும் பைபிளில் கிடையாது. ஆனால் குரானில் பூனைகள் தூய்மையின் அடையாளமாகக் கருதப்படுகிறது.

மசூதியிலிருந்து பூனையை விரட்டுவது பாவத்திற்குரிய செயல் என்றும் அடையாளம் காட்டுகிறது.

செவ்வியந்தியர் பூனைகள் போன்ற முகமூடியை அணிந்து கொண்டு சண்டையிடுவதன் வழியாக தங்களைச் சாவிலிருந்து காப்பாற்றிக் கொள்ள முடியும் என்று நம்பினார்கள். அதுபோலவே சுதந்திரத் திற்கான ரோமானிய கடவுள் லிபர்டி, பூனை வடிவத்திலே சித்தரிக்கப் படுகிறார். இத்தோடு பூனை சந்திர சூரியர்களின் இயக்கங்களை முன்கூட்டியே அறிந்து கொள்ளக்கூடியது என்ற நம்பிக்கை எல்லா நிலப்பரப்புகளிலும் இருந்து வருகிறது.

ஜப்பானின் முதல் நவீன நாவல் எனப்படும் ஐ ஆம் தி கேட் பூனையின் வழியாக மனிதர்களின் அபத்தமான வாழ்வையும் போலித் தனத்தையுமே விவரிக்கிறது. இதில் வரும் பூனை விழிப்புணர்வு பெற்ற ஒரு பௌத்த துறவிக்கு நிகராக உள்ளது. பல நேரங்களில் அது பூனையாக இருப்பதைப் பற்றி அதுவே யோசிக்கிறது. சில வேளைகளில் பூனையாக இருக்கவேண்டியதன் அபத்தத்தை அது துயரத்தோடு வெளிப்படுத்துகிறது.

பூனையின் முக்கியப் பிரச்சினையாக இருப்பது அதன் தனிமை மற்றும் சுய அடையாளம். நாவலில் வரும் பூனைக்கு பெயர் இடப்படவில்லை. அது ஒரு பெயருக்காகக் காத்திருக்கிறது. தனது பெயர் பற்றி மனிதர்கள் பெரிதாகக் கவலைப்படுவதில்லை என்று பூனைக்குத் தெரிந்திருக்கிறது.

அத்தோடு அந்தப் பூனை அதிகம் மனிதர்களோடு வாழ்ந்து பழக்கப்பட்டிருக்கவில்லை. ஆகவே அது மனிதர்களோடு தான் சேர்ந்து வாழ்வது குறித்த அதிருப்தியை நேரடியாகவே வெளிப்படுத்துகிறது. அத்தோடு பூனையாக இருப்பதால் வாழ்நாள் முழுவதையும் தனிமையில் கழிக்கவேண்டிய நிலையைத் தவிர்க்க முடியாது என்பதையும் அது அறிந்திருக் கிறது.

பூனையின் எஜமானாக உள்ள ஆங்கில ஆசிரியருக்கு எதிலும் பெரிய ஈடுபாடுகள் கிடையாது. அவர் தன்னைத் தேடிவரும் பழைய மாணவர்களுடன் அவ்வப்போது பேசிக்கொண்டேயிருக்கிறார். அந்த உரையாடல்களில் பாதி அர்த்தமற்றது. எதற்காக அவர்கள் இப்படி அபத்தமாகப் பேசிக்கொள்கிறார்கள் என்று எரிச்சல்படுகிறது பூனை. அத்தோடு அந்த வீட்டில் தன்னை சுவாரஸ்யப்படுத்தும் நிகழ்ச்சி எதுவும் நடக்கவில்லை என்று வருத்தப்படுகிறது.

நாவலின் முடிவில் பூனை வெறுமையைத் தாளமுடியாமல் மதுவைக் குடித்துவிட்டு ஒரு தண்ணீர் தொட்டியினுள் விழுந்துவிடுகிறது. பூனையின் வழியாக சொல்லப்பட்டபோதும் நாவல் முழுவதும் நவீன மனிதன் அடையாளம் இழந்து போனவனாகவும், அபத்தமானதொரு வாழ்வை நடத்துகின்ற வனாகவுமிருப்பது வெளிப்படுத்தப் படுகிறது.

பல நேரங்களில் பூனையின் குரல் நூற்றாண்டைக் கடந்து நமது சமகால வாழ்வின் மீதான தீவிர விமர்சனமாக உள்ளது என்பதே இதன் சிறப்பு.

இந்த நாவலை முதலில் ஒரு சிறுகதையாக எழுதத் துவங்கினார் நட்சுமி சுஸூகி. ஆனால் இதற்கு கிடைத்த வரவேற்பு அதை ஒரு முக்கிய நாவலாக உருமாற்றும்படியாக நேர்ந்தது. இன்று ஜப்பானிய மறுமலர்ச்சிக் காலகட்டத்தின் வாழ்வைப் பிரதிபலிக்கும் முதல் நாவல் என்று இலக்கிய விமர்சகர்கள் கொண்டாடுகிறார்கள்.

இந்த நாவலை ஒரு சோதனை முயற்சி என்று வகைப்படுத்த முடியாது. காரணம் இதுபோன்ற கதை சொல்லும் முறை ஜப்பானிய நாட்டார் கதைகளில் காணப்படுகிறது. பொதுவாக நாட்டார் கதைகள் அந்தந்த நிலப்பகுதியில் வாழ்ந்த மக்களது நினைவு அடுக்குகளே. அவை பெரிதும் யதார்த்தம் தாண்டி மாயமும் அற்புதமும் சாகசமும் கொண்டதாகவே இருக்கின்றன. ஆகவே இந்த நாவல் ஒரு வகையில் மரபான கதை சொல்லும் முறையை மீட்டெடுத்திருக்கிறது. ஆனால் மரபான கதைக்கருவை தேர்வு செய்வதற்குப் பதிலாக சமகால வாழ்வின் மீதான அவதானிப்பை நாவல் மையம் கொண்டிருக்கிறது.

காஃப்காவின் கதைகளை வாசிக்கும்போது அது கிராமத்தில் உள்ள தனது பாட்டி சொல்லும் தொல்கதைகளைப் போன்றோருக்கிறது என்று கேப்ரியல் கார்சியா மார்க்வெஸ் நேர்முகம் ஒன்றில் குறிப்பிடுகிறார். அது நிஜமானதும்கூட. இன்றைய மேஜிகல் ரியலிசம் மற்றும் சர்ரியலிசக் கதைகளுக்கு வெவ்வேறு நிலப்பரப்பில் வழங்கப்படும் நாட்டார் கதைகள் ஏதோவொரு விதத்தில் முன்னோடியாக இருக்கின்றன.

ஒவ்வொரு நிலப்பரப்பிற்கும் ஒரு கதை சொல்லும் முறையிருக்கிறது. அது பிரத்யேகமான நினைவுகளாலும் சடங்குகள், குறியீடுகள் மற்றும் நம்பிக்கைகளாலும் நிரம்பியது. நாவல் என்ற ஐரோப்பிய கதைவடிவம் அறிமுகமாகும் வரை

கதை என்பது கவிதையின் ஊடாகவும் தனித்த வாய்மொழி மரபாகவுமே நீண்டு வந்து கொண்டிருந்தது. நாவல் என்ற வடிவம் ஒவ்வொரு மொழியிலும் அறிமுகமான போது அது உள்வாங்கிக் கொள்ளப்பட்ட விதம் இன்று மிகவும் விமர்சனப்பூர்வமாகக் கவனிக்கப்படுகிறது.

ரியலிசம் என்ற பெயரில் கதை மரபின் குறியீட்டுத்தளங்கள் மற்றும் ஆழ்நிலை யதார்த்த கூறுகள் மறுக்கப்பட்டதோடு கதையை வெறும் மத்தியதர வர்க்கத்து புலம்பல்களுக்கான வெளியாக மாற்றி யமைத்ததும் இந்தியா போன்ற நாடுகளில் நடந்தேறியுள்ளது.

நாவல் என்ற வடிவம் குறித்து தீவிர பிரக்ஞையுடன் செயல்பட்டவர்கள் பிரெஞ்சு மற்றும் ருஷ்ய இலக்கியவாதிகள் மட்டுமே. அவர்கள் நாவலை காவியத்திற்கு நிகரான வடிவமாக அடையாளம் கண்டு கொண்டனர். நாவலின் மொழியும் கதைக்களமும் கதையின் ஊடாக விவரிக்கப்படும் வாழ்வும் மிக தனித்துவமானதாகவும் அக தரிசனத்தைத் தருவதாகவுமிருந்தது.

ஆசிய நாடுகளில் பௌத்த மதம் சார்ந்த கதைமரபுகள் அதிகம் உள்ளன. அதிலும் குறிப்பாக பௌத்த ஜாதகக் கதைகளின் பாதிப்பு ஒவ்வொரு மனிதனின் வாழ்வோடும் நேரடியாகத் தொடர்பு கொண்டது. அந்தக் கதைகள் ஒவ்வொரு மொழிக்கும் ஏற்ப வேறுவேறு கதை வடிவம் கொண்டிருக்கின்றன.

அடிப்படையில் பௌத்த ஜாதகக் கதைகள் உலகை அதன் தோற்றத்திற்கு அப்பால் சென்று சந்திக்கும் வெளியை உருவாக்க முயற்சிக்கின்றன. சிங்கம், நரி, யானை என்று மிருகங்களை உருவகங்களாகக் கொண்டு சொல்லப்பட்ட கதைகளின் வழியாக மனிதனின் அடிப்படைக் குணங்களும் அதன் இயல்பு குறித்தும் போதிக்கப்படுகின்றன. அவ்வகையில் பௌத்த தத்துவங்களும் வாழ்வு குறித்த அவர்களது பார்வைகளும் ஜாதகக் கதைகளின் வழியாக பரிமாற்றம் கொண்டன.

உருவகங்களையும் மீமாயங்களையும் விலக்கிய ரியலிசக் கதை சொல்லும் மரபு உலகமெங்கும் தீவிரமாகப் பரவிய பத்தொன்பதாம் நூற்றாண்டு நாவல்மரபில் கதைகளின் ஊடாகச் செயல்பட்டு வந்த தொன்மையான மனம்

துண்டிக்கப்பட்டு செயற்கையான வறட்டு யதார்த்தக் கதைகள் உருவாகத் துவங்கின.

இதை விலக்கி மரபான கதை மரபின் வழியாக நவீன நாவல்களை எழுதியவர்கள் இந்த நூற்றாண்டின் துவக்கத்தில் பல நாடுகளிலும் உருவானார்கள். குறிப்பாக ஜப்பானின் நவீன நாவல் துவங்கும்போது அங்கு ஏற்பட்ட சமூகக் கலாச்சார மாற்றங்கள் குறித்த பகடியான விமர்சனங்களும் ஆழ்ந்த அவதானிப்பும் கொண்டதாக நாவல்கள் வெளியாகத் துவங்கின.

ஜப்பானின் முதல் நவீன நாவலாசிரியர் என்று கொண்டாடப் படுகின்றவர் நட்சுமி சுசூகி. இவர் மெய்ஜி காலகட்டத்தை சேர்ந்தவர். சிறுவயதிலே பெற்றோரைப் பிரிந்து வளர்க்கப்பட்ட அவருக்கு குடும்பம் என்ற அமைப்பின் மீது கடுமையான விமர்சனங்களிருந்தன. மெய்ஜி காலகட்டத்தில் ஜப்பானில் வழி வழியாக வந்த நிலப்பிரபுத்துவ மரபு மாறி ஜனநாயகக் கருத்துக்களும் மேற்கத்திய சிந்தனையின் தாக்கமும் அதிமாகத் துவங்கியிருந்தன.

ஜப்பானிய வரலாற்றில் மெய்ஜி காலகட்டம் சமூக சீர்திருத்தங்களுக்கான காலமாகும். ஜப்பானியனின் வாழ்க்கை முறையில் பெரிய மாற்றங்கள் இந்தக் காலகட்டத்தில் ஏற்பட்டன. குறிப்பாக ஆங்கிலக் கலாச்சாரத்தின் தாக்கம் மேலோங்கியிருந்தது.

புதிய தலைமுறையொன்று ஆங்கிலக் கலாச்சாரம் மட்டுமே மிகவும் மேலோங்கியது என்று தங்களது மரபான பழக்க வழக்கங்களைத் கைவிடத் துவங்கியது. பௌத்த மதத்தைப் பற்றிய மறுபரிசீலனைகள் வரத் துவங்கின. பொருளாதார ரீதியாகவும் ஜப்பானில் புதிய மாற்றங்கள் உருவாகின. இந்தப் பாதிப்பு இலக்கியத்திலும் எதிரொலித்தது.

தன் பிள்ளைகளை ஆங்கிலம் படிக்க வைக்கவேண்டும் என்ற சராசரி மத்தியதர வர்க்கத்து ஜப்பானியன் ஒவ்வொருவரும் ஆசைப்பட்டார்கள். அதை ஊக்கப்படுத்துவது போல அரசே கல்வி நிலையங்களில் ஆங்கில இலக்கியம் படிப்பதற்கும், ஆங்கில மொழியைக் கற்றுக் கொள்வதற்குமான ஏற்பாடுகளைச் செய்தன.

ஆங்கிலத்தின் மீதான மித மிஞ்சிய மோகம் ஏற்பட்ட அந்தக் காலகட்டத்தில் நட்சுமி சுசூகி கல்லூரியில் ஆங்கில

இலக்கியம் கற்று ஜப்பானிய அரசின் உதவித் தொகையோடு லண்டன் சென்று அங்கேயுள்ள ஆங்கிலக் கல்லூரிகளில் மூன்று வருட காலம் தங்கி பயின்று வந்தவர். திரும்பி வந்து டோக்கியோ பல்கலைக்கழகத்தில் ஆங்கிலப் பேராசிரியராகப் பணியாற்றினார். அந்த நாட்களில் அவருக்குள் ஆங்கிலக் கலாச்சாரம் மற்றும் அதன் மீதான மக்கள் மோகம் ஜப்பானின் செவ்வியல் மரபை, நுட்பமான பௌத்தக் கவிதையியலை புறக்கணிக்கிறது என்ற குற்ற உணர்வு ஏற்படத் துவங்கியது.

ஜப்பானின் பண்டைய இலக்கியங்களின் மீதும் சீன மொழியின் மீதும் ஆர்வம் கொண்டவராகப் படைப் பிலக் கியத்தில் ஈடுபடத் துவங்கினார். ஹைக்கூ கவிதைகள் எழுதுவதில் ஆர்வம் கொண்டார் நட்சுமி சுசூகி. லண்டனில் ஆங்கிலம் படிப்பதற்காக அவர் தங்கியிருந்த மூன்று ஆண்டுகள் அவரது வாழ்வில் மிக மோசமான நாட்கள். பசியும் குளிரும் தனக்கு இஷ்டமில்லாத கலாச்சாரமும் அவரை மிகுந்த வேதனை கொள்ளச் செய்தன.

தனியறை ஒன்றில் தங்கிக் கொண்டு கணப்பு அடுப்பின் முன்பாக அமர்ந்தபடியே விருப்பமான புத்தகங்களைப் படித்தபடியே வெளியே செல்லாமலே பலகாலம் வாழ்ந்து வந்தார். ஜப்பான் திரும்பி ஆங்கில பேராசிரியராகி கல்வி போதித்தபோதும் கூட அவரால் லண்டன் ஏற்படுத்திய மனப்பாதிப்பிலிருந்து வெளிவர முடியவேயில்லை.

சிலகாலம் மனச்சிதைவுற்ற நிலையில் வைத்தியம் செய்து கொண்டார். அத்தோடு அவரது மனைவி நரம்பு தளர்ச்சி மற்றும் மனக்கொந்தளிப்பு நோயால் அவதியுறவே அவரது வாழ்வு சிக்கல்களும் சிடுக்கும் நிரம்பியதாக அமைந்தது. இதனால் மனரீதியாகவும் உடல்ரீதியாகவும் அவர் பாதிப்பு கொண்டவராக இருந்தார்.

தனது சுய அடையாளத்தை இழந்து வெறுமையின் முன்பாகத் தன்னை ஒப்படைத்துக்கொண்டவனாகவே இன்றைய ஜப்பானிய இளைஞன் இருக்கிறான் என்று நட்சுமி அதிருப்தி கொண்டிருந்தார். அந்த எண்ணமே அவரது படைப்புகளிலும் திரும்பத் திரும்ப வெளிப்பட்டது.

தனது காலகட்டத்தின் முக்கிய இலக்கியவாதியாக அறியப்பட்ட நட்சுமி சுசூகி வயிற்றுப் புற்றுநோயால் பாதிக்கப் பட்டார். நோய்மையின் ஊடாகவும் தொடர்ந்து எழுதியும் பேசியும் வந்த அவர் 1916ஆம் ஆண்டு இறந்தார். ஜப்பானிய

இலக்கியத்தின் முன்னோடி என்று கௌரவிக்கப்படும் நட்சுமி சுஞூகியின் இந்த நாவலை யுனெஸ்கோ, உலகின் சிறந்த நாவல்களின் ஒன்றாக அங்கீகாரம் செய்து சிறப்பித்தது. அதைத் தொடர்ந்து அவரது இலக்கிய சேவையைச் சிறப்பிக்கும் விதமாக ஜப்பானிய அரசு 1000 யென் நோட்டில் அவரது உருவத்தை வெளியிட்டுக் கௌரவித்தது. 1975ஆம் ஆண்டு கோன் இசிஹறவா என்ற இயக்குனர் இந்த நாவலைப் படமாக்கினார். அப்படம் புதிய தலைமுறை ஜப்பானியப் படங்களில் மிகத் தனித்துவம் வாய்ந்ததாக அறியப்படுகிறது.

பின் நவீனத்துவ நாவல்கள் கதை சொல்லும் முறையில் புதிய தேடுதல்களை உருவாக்கிவரும் இன்றைய சூழலில் இந்த நாவல் நூறு வருடங்களுக்கு முன்பாகவே கதை சொல்லலில் புதிய உத்தியை கைக்கொண்டிருப்பதால் மிகுந்த முக்கியத்துவம் வாய்ந்த ஒன்றாக அடையாளம் காணப்படுகிறது.

இவரை வாசிக்கையில் மிக நெருக்கமாக நினைவிற்கு வரும் எழுத்தாளர் நகுலன் மட்டுமே. நகுலன் பூனைகளைப் பற்றி எழுதியதை மட்டும் தனித்து ஒரு நூலாக்கினால் அது மிகத் தனித்துவமானதாக இருக்கக்கூடும் என்றே தோன்றுகிறது. பூனைகள் தங்கள் நினைவை பகிர்ந்து கொள்ளத் துவங்கினால் கூட அதிகம் மௌனமாகவே இருக்கும் என்று ஒரு கிரேக்க பழமொழியிருக்கிறது. இந்த நாவல் பகிர்ந்து கொள்வதும் அது போன்றதொரு மௌனத்தையே.

தான்டெர்ன் ஒயில்டர்

மனசாட்சியின் பாலம்

Being with you and not being with you is the only way I have to measure time.

- Borges

வாழ்வின் சுவாரஸ்யங்களில் ஒன்று எதிர்பாராமை. யார் யாரை எப்போது சந்தித்துக்கொள்வார், ஒரு மனிதன் எப்போது வாழ்வில் முன்னேறுவான், எப்போது வீழ்ச்சியடைவான், சாவு எப்படி எப்போது நேரும் என்று எதிர்பாராமையின் கிளைகளிலிருந்தே பல நாவல்கள் பிறக்கின்றன.

குறிப்பாக இறை நம்பிக்கைக்கு ஆழமான காரணமாக எதிர் பாராமையைச் சந்திக்க வேண்டிய தைரியமும் நம்பிக்கையுமே உள்ளது. வாழ்வு முன்கூட்டி தீர்மானிக்கப்பட்ட ஒரு வரைபடம். அதிலிருந்து ஒரு துளி கூட மாற்றம் ஏற்பட்டுவிட முடியாது என்று நம்பும் ஒரு தத்துவமும் வாழ்வு எந்த அர்த்தமும் அற்றது, வாழ்வதன் வழியாக நாம்தான் அதற்குத் தனித்துவத்தை வழங்குகிறோம் என்று இன்னொரு கருத்தும் எப்போதுமே இருந்து வருகின்றது.

தத்துவச் சார்புடைய நாவல்கள் என்று வகைப்படுத்தப்படும் சித்தார்த்தா, நார்சிஸ் அண்ட் கோல்ட்மென், ஜோர்பா தி கிரேட் போன்ற நாவல்கள் மானுட அக விடுதலையை முன்வைத்து வாழ்வை ஆராய்கின்றன. அந்த வகையில்தான் டெர்ன் ஒயில்டரின் The Bridge of San Luis Rey நாவல் கடவுளுக்கும் மனிதனுக்குமான உறவையும், வாழ்வின் புதிர்த் தன்மையையும் விவரிக்கிறது. 1927ஆம் ஆண்டு வெளியான இந்த

நாவல் இன்றுவரை ஆழ்ந்த வாசிப்பிற்கும் விமர்சனத்திற்கும் உள்ளாகி வருகின்றது.

இந்த நூற்றாண்டின் சிறந்த நூறு நாவல்களில் ஒன்றாக பலராலும் பட்டியலிடப்பட்ட ஒயில்டரின் நாவல் நிஜ சம்பவம் ஒன்றை அடிப்படையாகக் கொண்டது.

பெரு நாட்டிலுள்ள செயிண்ட் லூயிஸ் ரே பாலம் மிகப் புராதனமானது. லிமா என்ற, நகரின் வெளியில் இரண்டு மலைகளுக்கு நடுவில் அமைக்கப்பட்ட இந்தத் தொங்குப் பாலத்தை ஒவ்வொரு நாளும் பல நூறு பயணிகள் கடந்து வந்தனர். 1714ஆம் ஆண்டு ஒரு நாள் இந்தப் பாலம் அறுந்து விழுந்து பாலத்தைக் கடக்க முயன்ற ஐந்து பேர் பள்ளத்தாக்கினுள் விழுந்து இறந்து போயினர்.

இந்த நிஜச்சம்பவத்தை அடிப்படையாகக் கொண்டு இறந்துபோன ஐந்து பேரின் வாழ்விற்குள்ளும் ஏதாவது பொதுத்தன்மை, மறைமுகமான தொடர்பு இருக்கிறதா? எதற்காக அவர்கள் ஐந்து பேர் மட்டும் இறந்து போனார்கள், கடவுள் இந்த ஐவரையும் சாகடிப்பதன் வழியாக எதைத் தெரியப்படுத்த விரும்புகிறார் என்று அந்தச் சம்பவத்தின் சாட்சியாக இருந்த ஜர்னிபர் என்ற மதபோதகர் ஆராயத் துவங்குகிறார்.

விபத்து என்பது தற்செயலானதல்ல, அது கடவுளின் விருப்பம். எதற்காக இந்த விபத்து நடைபெற்றது, அதில் மரணம் அடைந்தவர்களின் பாவங்களுக்குக் கிடைத்த தண்டனைதான் அந்தச் சம்பவமா என்று ஜர்னிபர் ஆராயத் துவங்குகிறார். ஒருவருக்கொருவர் அறிமுக மற்ற, விபத்தில் இறந்துபோன ஐந்து பேரின் சொந்த வாழ்வையும் அவர் தேடித் திரிந்து சேகரிக்கத் துவங்குகிறார். அவர்கள் எது போன்றதொரு வாழ்வை மேற்கொண்டார்கள், சாவதற்கு முந்திய நாள் அவர்கள் எப்படியிருந்தார்கள் என்று துல்லியமாக விசாரணை மேற்கொள்கிறார்.

கடவுள் மனித வாழ்வோடு விளையாடுகிறார். மனித நம்பிக்கைகளை வலுவூட்டுவதற்காகவே இது போன்ற சம்பவங்களை ஏற்படுத்துகிறார் என்று நம்பும் ஜர்னிபர் தனது விசாரணையை ஒரு புத்தகமாக எழுதி அதை ஆர்ச் பிஷப்பிடம் சமர்ப்பிக்கிறார். தலைமை குருவோ இது ஓர் அபத்தமான கற்பனை; கடவுள் மனிதர்களைச் சோதிப்பதோ, நம்பிக்கை ஏற்படுத்தும்படியாகக் கட்டாயப்படுத்துவதோ

இல்லை. இது ஒரு தற்செயல் என்று அந்த விசாரணையைத் தூக்கி எறிகிறார்.

ஜர்னிபருக்கு இறந்து போன ஐந்து பேரின் வாழ்விற்கும் ஊடாக உள்ள ஒற்றுமைகள் மிக முக்கியமாகத் தெரிகிறது. இவர்களின் வழியாக கடவுள் உலகிற்கு ஒரு செய்தியை அனுப்பியிருக்கிறார். அந்தச் செய்தி மிக முக்கியமானது என்று நம்புகிறார். முடிவில் ஐவரும் நெருக்கடியான வாழ்க்கை இடர்பாடுகளிலிருந்து இந்தச் சாவின் வழியாக விடுவிக்கப்பட்டிருக்கிறார்கள் என்ற உண்மையைப் புரிந்து கொள்கிறார். மரணம் அவர்களுக்குக் கிடைத்த தண்டனை அல்ல, விடுதலை என்ற உண்மையை அவர் தெரியப்படுத்தும்போது அது கேலிக்குள்ளாக்கப் படுகிறது.

தான்டௌர்ன் ஒயில்டரின் இந்த நாவல் ஐந்து வெவ்வேறு கதாபாத்தி ரங்களையும் அவர்களது வாழ்வையும் விசாரணை செய்கிறது. அந்த ஐவரையும் இணைக்கும் புள்ளியாக உள்ளது சென் லூயிஸ் ரே பாலம். ஒரு வகையில் இந்தப் பாலம் என்பது ஒரு குறியீடு. மனசாட்சிதான் இந்தப் பாலமாக உருக்கொண்டிருக்கிறது. இன்றைய மனிதன் தனது மனசாட்சியின் மீது நம்பிக்கையற்றவனாக இருக்கிறான். தீமைகள் அவனை ஊசலாட வைக்கின்றன. வாழ்வின் உண்மையான அர்த்தத்தை அறிந்து கொள்ளாமல் மனிதர்கள் தங்கள் இச்சைகளின் பின்னால் அலைந்து திரிகிறார்கள் என்பதை உணரச் செய்வதற்காக ஒயில்டர் இந்த நாவலில் தீவிரமான தத்துவார்த்த விசாரணையை மேற்கொள்கிறார்.

இந்த நாவலை உலகின் மிக முக்கிய நாவலாக அடையாளப் படுத்துவது நாவலின் வடிவம் மற்றும் கதை சொல்லும் முறை. குறிப்பாக நாவலின் ஊடாக வரும் பாலமும், ஜர்னிபர் என்ற மதகுருவின் விசாரணையின் வழியாக வெளிப்படும் கதாபாத்திரங்களும், அக நெருக்கடியை எதிர்கொள்வதற்கான தத்தளிப்பும், ஆன்மீகத் தேடுதல் அற்ற மனிதர்களின் நெருக்கடியான வாழ்வும் விரிவாக எழுதப்பட்டிருக்கின்றன.

விதிவசம் என்று ஒதுக்கி வைக்கப்பட்ட ஒன்றை விஞ்ஞானப்பூர்வமான விசாரணையின் வழியாக உள்ளோடிக்கொண்டிருக்கும் அர்த்தத்தையும் ஒழுங்கையும் விவரிக்க முயல்கிறார் ஒயில்டர்.

‘Either we live by accident and die by accident, or we live by plan and die by plan’ என்பதே இந்த நாவலின் மையப்புள்ளி.

மார்கெசா (Marquesa de Montemayor), பெபிடா, (Pepita) எஸ்தபன் மற்றும் அவனது சகோதரன் மேனுவல் (Esteban & Manuel) அங்கிள் பியோ (Uncle Pio), டான் ஜிமே (Don Jaime) மற்றும் மார்கெசாவின் மகள் கிளாரா, மேனுவல் காதலிக்கும் காமிலா என்ற நடிகை என்று நாவல் முக்கிய கதாபாத்திரங்களைச் சுற்றியே கதை புனையப்பட்டிருக்கிறது.

குறிப்பாக மார்கெசா எனப்படும் மார்க்கெஸ் டி மாண்டெமர் என்ற பெண்மணி தன் மகளின் மீது மிகுந்த அன்பு கொண்டவள். மகள் தாயின் மூச்சுத் திணற வைக்கும் அன்பைத் தாங்க முடியாமல் ஸ்பெயினுக்குச் சென்று விடுகிறாள். பிரிந்து சென்ற மகளுக்காக மார்கெசா தொடர்ந்து கடிதங்கள் எழுதிக்கொண்டேயிருக்கிறாள். இந்த எல்லாக் கடிதங்களிலும் பிரிவுத்துயர் அவளை எப்படி வாட்டுகிறது, எந்த அளவு அவள் தன் பெண்ணை நேசிக்கிறாள் என்ற விவரணை உள்ளது.

இந்தக் கடிதங்களின் வழியாக அவள் தன்னைப் பற்றிய பெருமைகளையே வெளிப்படுத்துகிறாள். அதில் துளியளவுகூட உண்மையில்லை என்பதை அவள் உணர்வதேயில்லை. இவள் கடிதங்கள் எதற்கும் மகள் பதில் போடுவதேயில்லை. இந்நிலையில் மார்கெசாவின் தனிமையைப் போக்கிக்கொள்வதற்காக அவளுக்குத் துணையாக வந்து சேர்கிறாள் பெபிடா என்ற வேலைக்காரச் சிறுமி. அநாதையான அந்தச் சிறுமி பாசத்திற்காக ஏங்குகிறாள்.

அவளது வருகை மார்கெசாவிற்கு, தான் எந்த அளவு சுயநல மிக்கவளாக இருந்திருக்கிறோம் என்பதை உணரச் செய்கிறது. குறிப்பாக பெபிடா எழுதும் ஒரு கடிதம் மார்கெசாவின் மனதை வெகுவாக மாற்றிவிடுகிறது. இந்த நிலையில் அவள் பெபிடாவைத் தன் மகளைப் போல வளர்த்து படிக்க வைக்கவேண்டும் என்று முடிவு செய்கிறாள். இதே நேரம் ஸ்பெயினில் உள்ள தனது மகள் கர்ப்பம் அடைந்திருக்கிறாள் என்ற தகவல் அறிந்தவுடன் சுகமாகப் பிள்ளை பெற வேண்டும் என்பதற்காக ஒரு புனிதப்பயணம் மேற்கொள்கிறாள். அதற்காக அவள் பெபிடாவைத் துணைக்கு அழைத்துச் செல்கிறாள். அவர்கள் பயணத்தின் வழியில் பாலத்திலிருந்து விழுந்து உயிரை விடுகிறார்கள்.

இன்னொரு பக்கம் இரட்டையர்களில் ஒருவனாக எஸ்தபானிற்கும் அவனது சகோதரனுக்குமான உறவு விளக்கப்

படுகிறது. மேனுவல் என்ற அவனது சகோதரன் காமிலா என்ற நடிகையைக் காதலிக்கிறான். அது பிடிக்காத எஸ்தபான் சகோதரனுடன் சண்டையிடுகிறான்.

எஸ்தபானிற்குத் தன் சகோதரனின் இயல்புகள் பிடிக்காமலே போகின்றன. மிகவும் சுயநலமிக்கவனாக மாறிப்போன எஸ்தபான் திடீரெனத் தற்கொலை செய்து கொண்டுவிட்ட தனது சகோதரனின் நிலை கண்டு உடைந்து போகிறான். அதிலிருந்து மனமீட்சி கொள்வதற்காகக் கடற்பயணம் மேற்கொள்கிறான். லிமா துறைமுகத்திற்கு கப்பல் வந்து சேர்ந்தபோது அவன் பாலத்தைக் கடந்து செல்ல முயன்று அவனும் பாலம் முறிந்த காரணத்தால் விழுந்து சாகிறான்.

காமிலா என்ற நடிகையோ உயர்குடிப் பிரபுக்களோடு பழகுவதாலும் விருந்தில் கலந்து கொள்வதாலும் அகமகிழ்ச்சி ஏற்பட்டுவிடும் என்று நம்புகிறவளாக இருக்கிறாள். ஆனால் அது பொய் என்று அவளே உணரத் துவங்குகிறாள். அக நெருக்கடியோடு பொய்யாகச் சிரித்துப் பேசி மகிழ்வித்து பார்வையாளர்களை ஏமாற்றிக்கொண்டிருக்கிறோம் என்ற நம்பிக்கை கொண்டவளாக இருக்கிறாள். இவளை நடிகையாக்கி வழிகாட்டி வரும் அங்கிள் பியோ அவளது மனச் சோர்வைப் போக்கி அவளைக் கொஞ்சம் கொஞ்சமாகத் தயார் செய்கிறார்.

அங்கிள் பியோதான் காமிலாவின் தகப்பன் என்பது போன்ற மறைமுகக் குறிப்பு நாவலில் வெளியாகிறது. ஆனால் அது நேரடியாக வெளிப்படுத்தப்படுவதில்லை. மாறாக பியோ காட்டும் அன்பு தகப்பனின் நேசத்தைப் போலவே இருக்கிறது. பனிரெண்டு வயதில் காமிலாவை ஒரு நடிகையாக்கிக் காட்டுவது என்று முடிவு செய்த பியோ அதற்காக அவளை அழகியாக்கி கொஞ்சம் கொஞ்சமாக அவளைப் புகழின் உச்சிக்குக் கொண்டு செல்கிறான்.

வெவ்வேறு இடங்களில் பயணம் செய்து புகழ்பெற்ற காமிலா லிமா நகருக்கு வந்து சேர்கிறாள். அங்கே டான் ஆண்டரஸின் காதலில் விழுகிறாள். இது பியோவிற்குப் பிடிக்கவில்லை. ஒருவேளை அவள் தன்னிடமிருந்து பிரிந்து போய்விடுவாளோ என்றுகூட பயப்படுகிறார். ஆனால் அந்த உறவின் காரணமாக அவள் ஒரு மகனைப் பெற்று எடுக்கிறாள். ஆனால் கால மாற்றத்தில் அவள் அம்மை நோய் தாக்கி உடல் அழகை இழந்துவிடுகிறாள். இனிமேல் தன்னால் நடிக்க முடியாது என்று ஒதுங்கிக்கொள்ளும் அவளுக்குத் தன்னைக்

காதலித்து அற்ப ஆயுளில் இறந்துபோன மேனுவலின் நினைவுகள் அரித்துத் தின்கின்றன. அத்தோடு இனி தன் வாழ்விற்கு என்ன அர்த்தமிருக்கின்றது என்று புரியாமல் அவள் புலம்புகிறாள்.

அவளது மகன் டான் ஜிமே சிறுவயதிலே நோயுற்றவனாக யிருக்கிறான். வலிப்பு நோயின் காரணமாக ஆள் மெலிந்து ஒடுங்கிப் போனவனாக இருக்கிறான். தனது தவறுகள் தான் அவனை நோயாகப் பற்றிக்கொண்டிருக்கின்றன என்று காமிலா நம்புகிறாள். அவனை வளர்த்துப் பெரியவனாக்குவது தனது வேலை என்று ஏற்றுக்கொள்ளும் அங்கிள் பியோ அவனை அழைத்துக்கொண்டு இந்தப் பாலத்தை கடந்து செல்கிறார். பாலம் முறிவு ஏற்பட்டு அவரும் சிறுவன் டான் ஜி மேவும் அதே இடத்தில் இறந்து போகிறார்கள்.

இந்த ஐந்து கதாபாத்திரங்களும் வாழும் காலத்தில் மிதமிஞ்சிய நெருக்கடி கொண்டிருந்தார்கள். அவர்கள் அன்பிற்காக ஏங்கிக் கொண்டிருந்தார்கள். இந்த விபத்து அவர்களை நெருக்கடியிலிருந்து விடுதலை செய்திருக்கிறது என்ற உண்மையை ஜர்னிபர் முடிவில் அறிந்து கொள்கிறார்.

வாழ்விற்கும் சாவிற்குமான இடைவெளியாக பாலம் என்ற குறியீடு உள்ளது. அது போலவே நாவலின் பிரதான உருவகமாக வெளிப்படுவது நாடக அரங்கம். வாழ்க்கை ஓர் அரங்கம் போல எண்ணிக்கையற்ற தனித்தனி நிகழ்வுகளால் நிரம்பியது என்ற உண்மை நாவல் முழுவதும் வெளிப்படுத்தப்படுகிறது.

நாவல் முழுவதும் வாழ்க்கையின் எதிர்பாராத தருணங்கள் மற்றும் நிகழ்வுகள் குறித்த கேள்விகள் விரவிக்கிடக்கின்றன. மனித வாழ்வின் அக்நெருக்கடிக்கான காரணங்களைத் தேடும் இந்த நாவல் சமகால நாவல்களில் மிகத் தனித்துவமானதாக உள்ளது.

அமெரிக்காவின் விஸ்கான்சியில் 1897ஆம் ஆண்டு பிறந்த தான் டொர்ன் ஒயில்டர் சிறுவயதை ஹாங்காங்கிலும் சீனாவிலும் கழித்தார். இவரது அப்பா அரசு தூதுவராகப் பணியாற்றியதால் வெவ்வேறு நாடுகளில் வசிக்கும் நிலை ஏற்பட்டது. வளர்ந்து கல்லூரிப் படிப்பை முடிந்த ஒயில்டர் சிலகாலம் ராணுவச் சேவையை மேற்கொண்டார்.

ஆரம்ப நாட்களில் நாடகங்கள் எழுதுவதில் ஆர்வம் கொண்டிருந்த ஒயில்டர் 1926—ம் ஆண்டு The Cabala என்ற

நாவலை எழுதி வெளியிட்டார். அதன் பிறகு 1928—ம் ஆண்டு The Bridge of San Luis Rey நாவல் ஒயில்டருக்குப் பெரும் பெயரைப் பெற்றுத் தந்தது. புக்கர் பரிசு பெற்றதோடு மூன்று லட்சம் பிரதிகள் விற்பனையானது. அதன் பிறகு சினிமா நாடகம், ஓபரா என்று பல்வேறு வகையான வடிவங்களில் இந்த நாவல் மாற்றம் கண்டிருக்கிறது.

மிகச் சமீபமாக ராபர்டி நீரோ நடித்து இந்தப் படம் வெளியாகி பரவலான வரவேற்பைப் பெற்றது. 1975ஆம் ஆண்டு அமெரிக்காவில் மரணமடைந்த ஒயில்டர் நவீன் அமெரிக்க இலக்கியத்தின் முன்னோடியாக அறியப்படுகிறார்.

அமெரிக்காவின் செப்டம்பர் 11 நிகழ்வை ஒட்டி, தான்டெர்னின் இந்த நாவல் மறுபடியும் மிகுந்த கவனத்திற்கு உள்ளானது. விபத்தில் இறந்து போனவர்களுக்குள் என்ன ஒற்றுமையிருக்கிறது, அந்த விபத்தில் உயிர் பிழைத்தவர்கள் என்னென்ன காரணங்களால் உயிர் பிழைத்தார்கள் என்று ஒயில்டரின் நாவலைப் போலவே விசாரணைகள் நடைபெற்றன. செப்டம்பர் 11ன் நினைவாக 11 திரைப்படங்கள் உருவாக்கப்பட்டதில் ஒன்று ஒயில்டன் நாவலை நினைவூட்டும் வடிவத்திலே படமாக்கப்பட்டுள்ளது குறிப்பிடத்தக்கது.

ஒரு மனிதன் தன் வாழ்நாளில் என்ன நன்மைகளை மேற்கொள்கிறான், எது போன்ற ஒரு வாழ்க்கையை நடத்து கிறான். அவனது நடவடிக்கைகள் யாரைப் பாதிக்கின்றன என்று ஜர்னிபர் நாவலின் ஆரம்பத்தில் தனது விசாரணைக்கான அடிப்படை அம்சங்களாகக் கூறுகிறார். இது நாவலில் வரும் ஐந்து கதாபாத்திரங்களுக்கு மட்டும் மல்லாது சமகாலத்தில் நடைபெறும் பல சம்பவங்களுக்கும் பொருந்தக் கூடியதாகவே உள்ளது.

டி. ஹெச். லாரன்ஸ்

சொல்லில் அடங்காத காமம்

There is no such thing as sin. There is only life and anti-life.

- D.H. Lawrence

நடைபாதையோரமுள்ள புத்தகக் கடைகளில் இன்றைக்கும் பரபரப்பாக விற்பனையாகிக்கொண்டிருக்கும் நாவல் டி.ஹெச். லாரன்ஸின் லேடி சாட்டர்லிஸ் லவ்வர் (Lady Chatterley's Lover). கிளர்ச்சியூட்டும் பாலியல் பிரதி என்று கூவி விற்கப்படும் இந்தப் புத்தகம் 1928இல் வெளியானதிலிருந்து இன்றுவரை கள்ளப் பிரதிகளாக மட்டும் ஒன்றரைக் கோடிக்கும் மேலாக விற்பனையாகி உள்ளது. இன்னொரு பக்கம் உலகின் முக்கிய பல்கலைக்கழகங்கள் யாவிலும் ஆங்கிலத் துறைகள் இதைப் பாடமாக வைத்துக் கற்பித்து வருகின்றன. கருத்தரங்குகளும் ஆய்வுக் கட்டுரைகளும் தொடர்ந்து வெளியாகி வருகின்றன.

சூறைக்காற்றைப் போல இன்றும் இந்த நாவலைச் சுற்றிலும் வாத பிரதிவாதங்கள் நடைபெற்றபடியே உள்ளன. டி.ஹெச். லாரன்ஸ் (D.H. Lawrence) வெளிப்படையாகப் பாலுணர்வுக் கிளர்ச்சிகளை எழுதிப் பரபரப்பு அடைந்தவர் என்று அவரை ஒதுக்குபவர்கள் ஒருபுறமும், லாரன்ஸ் மட்டுமே பாலுணர்வு குறித்து மிக நுட்பமாக எழுதியவர் என்று புனிதரைப் போல அவரை ஆராதிப்பவர்கள் மறுபக்கமும் இன்றுமிருக்கிறார்கள். தன் வாழ்நாளில் மட்டுமல்லாது இன்றும் லாரன்ஸ் ஒரு சர்ச்சைக்குரிய மனிதரே.

டி.ஹெச். லாரன்சை என் கல்லூரி நாட்களில் வாசிக்கத் துவங்கினேன். ஆங்கிலத் துறைகளில் இரண்டு வகையான மனப்போக்குகள் எப்போதுமேயிருக்கின்றன. ஒன்று அமெரிக்க

இலக்கியம் மட்டுமே ஆங்கில இலக்கியம் என்று நம்பு கின்றவர்கள். இன்னொன்று பிரிட்டிஷ் இலக்கியம் மட்டுமே ஆங்கில இலக்கியம் என்று வாதாடுபவர்கள். இந்த இரண்டு தரப்பினரும் இதற்கு வெளியே இலக்கியம் என்பதே கிடையாது என்று உறுதியான எண்ணம் கொண்டவர்களே. அதிலும் மரபான செவ்வியல் ஆங்கில இலக்கியங்களைக் கற்பிக்கும் பேராசிரியர்கள் நவீன எழுத்தாளர்களை மூட்டைப்பூச்சிகளை விடவும் கேவலமாகவே நினைப்பது வழக்கம்.

வகுப்பறைகளில் டி.ஹெச். லாரன்ஸ் கற்றுக் கொடுக்கப் படும்போது ஆசிரியர்கள் மேற்கொள்ளும் தணிக்கைகளும் லாரன்ஸ் பற்றிய எதிர்மறையான விமர்சனங்களும் பகடியும் அவரை மிகவும் ஆபாசமான எழுத்தாளராகவே அடையாளம் காட்டின.

ஆனால் லாரன்ஸின் படைப்புகளைத் தனித்து வாசிக்கும் எவரும் அவர் நவீன இலக்கியத்தின் மிக முக்கியமான எழுத்தாளர் என்பதையும், அவருடைய நாவல்கள் ஆண் பெண் இருவருக்குமான ஈர்ப்பையும் அகநெருக்கடியையும், உண்மையாகவும் இயல்பாகவும் பதிவு செய்திருப்பதை உணர முடியும். லாரன்ஸை வாசிப்பதற்குத் தடையாக உள்ளது பாலுணர்வு குறித்து நமக்குள் உறைந்து போயுள்ள கலாச்சாரத் தடைகள் மட்டுமே.

லாரன்ஸின் நாவல்கள் உடலை ஆராதனை செய்யக்கூடியவை. மனிதர்களால் பிரபஞ்சத்தின் ரகசியங்களைத் தேடித் தெரிந்து கொள்ள முடிந்திருக்கிறது. ஆனால் தனது உடலின் இச்சைகள் மற்றும் உணர்ச்சிகள் குறித்து இன்றுவரை முழுமையாக அறிந்து கொள்ள முடிந்ததில்லை.

மனித உடல் மிக முக்கியமானதொரு வெளியாகும். வேறு எந்த உணர்ச்சிகளை விடவும் காமம் மட்டுமே உடலை முழுமையாகத் தன் கட்டுப்பாட்டிற்குள் கொண்டு வந்து வைத்துக் கொள்கின்றது. காட்டுத்தீயைப் போல அணைக்க முடியாத நெருப்பாகக் காமம் எரியத் துவங்கி உடலினுள் எண்ணிக்கையற்ற பிம்பங்களையும் கொந்தளிப்பான உணர்ச்சி நிலைகளையும் ஏற்படுத்துகின்றது.

காம விழைச்சிற்கான உடற்செயல்பாடுகளை விடவும் பாலுணர்வு குறித்த சொல்லாடல்களே மனிதர்களை மிகவும் கிளர்ச்சி கொள்ள வைக்கின்றன. பாலியல் கதைகளும் பாலுணர்வை வெளிப்படுத்தும் கவிதைகளும் எல்லா சமூகத்திலும் காணப்படுகின்றன. இதற்குக் கடவுளும் விதிவிலக் கல்ல. கிரேக்கத் தொன்மங்களில் கடவுள்கள் காமத்தால்

அலைகழிக்கப்படுகிறார்கள். இந்தியப் புராணங்களில் இந்திரன் உடல் முழுவதும் யோனி உள்ளவராகச் சபிக்கப்படுகிறார்.

பாலுணர்வு குறித்த எழுத்தின் மீது சமூகத்திற்கு எப்போதும் ரகசியமான இச்சையும் வெளிப்படையான எதிர்ப்புமே இருந்து வருகின்றன. பாலுறவு குறித்த தடைகளையும் கட்டுப் பாடுகளையும் எல்லா மதங்களும் தொடர்ந்து வலியுறுத்தி வருகின்றன. பாலுறவில் மிகுந்த இன்பம் காண்பவன் கட்டாயம் கடவுளால் தண்டிக்கப்படும் வான் என்றே மதக்கருத்துகள் வலியுறுத்துகின்றன. ஆனால் மனிதர்களின் உச்சபட்ச சந்தோஷமும் விடுதலையும் பாலுறவில் இருந்தே துவங்குகின்றது என்கிறார் லாரன்ஸ்.

உடல் குறித்த நமது அறியாமைதான் பாலுணர்வு குறித்த தடுமாற்றங்களுக்கான மூலகாரணம் எனும் லாரன்ஸ் பாலுணர்வு ஏக்கம் என்பது ஒரு நோயல்ல, மாறாக அது ஆரோக்கியமான வெளிப்பாடு என்று அடையாளம் காட்டுகிறார்.

The White Peacock என்ற லாரன்ஸின் ஆரம்பகால நாவலில் இருந்தே பாலுணர்வை வெளிப்படையாக எழுதக்கூடியவர் என்னும் குற்றச் சாட்டு எழுந்தது. அதைத் தொடர்ந்து சன்ஸ் அண்ட் லவ்வர்ஸ், வுமன் இன் லவ், ரெயின்போ போன்ற நாவல்களின் வழியே இந்த சர்ச்சையை லாரன்ஸ் அதிகப்படுத்தினார். ஆகவே லாரன்ஸின் நாவல்கள் இலக்கிய விமர்சகர்களால் ஒதுக்கப்பட்டதோடு மதவாதிகளாலும் கலாச்சாரக் காவலர்களாலும் மிரட்டப்பட்டுத் தணிக்கை செய்யப்பட்டு வந்தன. அவருடைய பல முக்கிய நாவல்கள் தீ வைத்துக் கொளுத்தப்பட்டன. லாரன்ஸின் குடும்பமே அச்சுறுத்தப் பட்டது. பொது இடங்களில் லாரன்ஸ் அவமதிக்கப்பட்டார்.

இந்த எதிர்ப்புணர்வும் அச்சுறுத்தலுமே லேடி சாட்டர்லிஸ் லவ்வர் நாவலின் மிக வெளிப்படையான பாலுணர்வு வாசகங்களுக்குக் காரணமாக அமைந்திருக்கின்றன என்கிறார் விமர்சகர் ஹெர்பட் ரைட். ஆனால் லாரன்ஸை வாசிப்பவர்களுக்கு அவரது தனிப்பட்ட வாழ்வில் பாலுணர்வு ஏற்படுத்திய கிளர்ச்சியும் வேதனையுமே அவரை இந்த நாவலை எழுத வைத்திருக்கின்றது என்பதை அறிந்து கொள்ள முடியும்.

அதிகாரம் எப்போதும் தனக்கு விருப்பமானதை மட்டுமே அனு மதிக்கிறது. அதுவும் கலாச்சாரத் தளங்களில் நடைபெறும்

எதிர்ப் புணர்வுகள் அதிகார நிலையில் இருப்பவர்களுக்கு ஏற்படுத்தும் நெருக்கடி மிக அந்தரங்கமானது. ஆகவே இந்த நாவல் வெளிவந்த காலத்தில் இதன் மீதான எதிர்ப்புணர்வும் நீதிமன்ற வழக்கும் மிகவும் பரபரப்பாகப் பேசப்பட்டன.

லாரன்ஸின் கடைசி நாவலான லேடி சாட்டர்லிஸ் லவ்வரை 1928லிருந்து 1960 வரை இங்கிலாந்து அரசு தடை செய்திருந்தது. 1960களில் இந்தத் தடை நீக்கம் செய்யப்பட்ட போது இரண்டு லட்சத்து இருபத்தைந்தாயிரம் பிரதிகள் ஒரு மாத காலத்தில் விற்றுத் தீர்ந்து போயிருக்கின்றன. இந்த நாவலை ஆஸ்திரேலிய அரசும் தடை செய்தது. அமெரிக்காவில் நீதிமன்ற விசாரணைக்கு ஆளானது.

இந்தியாவில் 1964ஆம் ஆண்டு மும்பையில் உள்ள பிரபல புத்தக வியாபாரியான ரஞ்சித் விதேசி லேடி சாட்டர்லி நாவலை விற்பனைக்காக வைத்திருந்தார் என்று அவரை போலீஸ் கைது செய்து நீதிமன்ற விசாரணைக்கு அனுப்பியது. குற்றத்தை நீதியரசர் தயதுல்லா விசாரித்தார். லேடி சாட்டர்லி நாவல் ஆபாசமான ஒரு பிரதி என்றும் அதை விற்பனை செய்தது தவறு என்றும் விசாரணை நடைபெற்றது. இந்த வழக்கில் லாரன்ஸின் நாவல் குறித்து தனது நீண்ட விளக்கவுரை ஒன்றை எழுத்தாளர் முல்க்ராஜ் ஆனந்த் நேரில் சென்று அளித்தார். அதன் பிறகே நாவலின் மீதான தடையை நீதிபதி நீக்கினார்.

இங்கிலாந்திலும் இந்த நாவல் 1959ஆம் ஆண்டு நீதிமன்ற வழக்கைச் சந்தித்தது. அங்கே அதன் பதிப்பாளர் மற்றும் வெளியீட்டாளர்கள் யாவரும் நீதிமன்றத்திற்கு அழைக்கப் பட்டார்கள். ஈ.எம்.பாஸ்டர் மற்றும் ரேமண்ட் வில்லியம்ஸ், கோகார்த் என்று பிரபல இலக்கிய எழுத்தாளர்களும் விமர்சகர் களும் சாட்சிகளாக அழைக்கப்பட்டு நாவலின் தரம் குறித்து தங்களது எண்ணங்களை வெளிப்படுத்தினார்கள். முடிவில் நாவல் ஆபாசமானது அல்ல என்று தீர்ப்பு அளிக்கப்பட்டது.

தன்னுடைய நாவல் ஏற்படுத்தியுள்ள பிரச்சினைகள் ஒருபுறமும், நீண்ட காலமாகத் தன்னை வருத்திவரும் காசநோயின் காரணமாக ஏற்பட்ட உடல் உபாதைகள் மறுபக்கமுமாக சுகவாசஸ்தலங்களைத் தேடிப் பயணம் செய்து கொண்டிருந்தார் லாரன்ஸ். பயணத்தின் நடுவில் அவரைச் சந்தித்த ஒரு பத்திரிகையாளர் உங்களது நாவலை ஒரு நீதிபதி வாங்கி வாசித்திருக்கிறார். நாவல் மிக ஆபாசமானது என்று அவரே கூறுகிறாரே என்று கேட்டதற்கு லாரன்ஸ் ஆத்திரத்

தோடு இங்கிலாந்தின் நீதிபதி என்பது ஒரு பதவிதானே அன்றி தகுதியல்ல. என் வரையில் அவர் இலக்கிய ரசனையற்றவர் என்றே கருதுகிறேன் என்று பதில் அளித்திருக்கிறார்.

ஒரு நாவலின் வழியாக உலகின் கவனத்தைத் தன்பக்கம் திருப்பிய லாரன்ஸ் இன்றுவரை லேடி சாட்டர்லிஸ் லவ்வர் எழுதியவர் என்றே அடையாளம் காணப்படுகிறார். இவ்வளவு சர்ச்சைக்கும் வழக்கிற்கும் காரணமாக இருந்த அந்த நாவலில் அப்படி என்னதான் இருக்கிறது?

லாரன்ஸின் நாவல்களை வாசிப்பதற்கு முன்பு அவரது வாழ்க்கையைப் பற்றி தெரிந்து கொள்வது அவசியம். காரணம் அவருடைய நாவல்களில் பெரும்பான்மை சொந்த வாழ்விலிருந்து உருவானவை. கதாபாத்திரங்கள் மற்றும் கதைப் பின்னணி யாவும் அவர் வாழ்ந்த, அறிந்த உலகிலிருந்தே உருவானவை.

டிஹெச். லாரன்ஸ் எனப்படும் டேவிட் ஹெபர்ட் ரிச்சர்ட் லாரன்ஸ் இங்கிலாந்தின் நாட்டிங்ஹாம்ஸ் பியர் பகுதியில் உள்ள ஈஸ்ட்வுட் என்ற நகரில் 1885ஆம் ஆண்டு பிறந்தார். இவர் அப்பா ஆர்தர் ஜான் லாரன்ஸ் ஒரு நிலக்கரிச் சுரங்கத் தொழிலாளி. அம்மா லிடியா. ஈஸ்ட் வுட் நிலக்கரிச் சுரங்கங்கள் நிரம்பிய பகுதி. அங்கேயுள்ள குடியிருப்புகள் பெரும்பான்மை சுரங்கங்களில் வேலை செய்பவர்களுடையன.

லாரன்ஸின் அப்பா ஆர்தர் அதிகம் படிக்காதவர். அவரது வேலை கூலிகளை வைத்துச் சுரங்கம் தோண்டி நிலக்கரி எடுத்து வருவது. அவர்கள் எவ்வளவு நிலக்கரி வெட்டி எடுக்கிறார்களோ அதற்கு ஏற்ப ஊதியம். லாரன்ஸின் அம்மா லிடியாவிற்குக் கணவரின் இந்த வேலையும் வறுமையும் பிடிக்கவில்லை. அவர் நடுத்தர வர்க்கம் போல வாழ வேண்டும் என்னும் ஆசை கொண்டிருந்தார். கணவரின் குடிப்பழக்கமும் குடும்பத்தின் வறுமையான சூழலும் கணவரை வெறுத்து ஒதுக்கச் செய்தது.

இந்த வெறுப்பை அவர் தன் பிள்ளைகளிடமும் வளர்த்தார். லாரன்ஸ் தனது நாட்குறிப்பு ஒன்றில் இதைப்பற்றி குறிப்பிடும்போது சிறுவயதில் இருந்தே அப்பாவை நான் வெறுத்து வந்தேன். அம்மாவை அவர் நடத்திய விதமும் அவரது குடிப்பழக்கமும் அவரை விட்டு விலக்கியே என்னை வைத்திருந்தன என்று குறிப்பிடுகிறார்.

லாரன்ஸின் அம்மா பிள்ளைகளை அப்பாவைவிட்டு விலக்கியே வைத்திருந்த காரணத்தால் லாரன்ஸின் அப்பா

ஆத்திரமடைந்து பிள்ளைகளை அடிப்பதும் மனைவி யிடம் சண்டையிடுவதுமாக இருந்தார். பால்ய வயது முழுவதும் கசப்பான நிகழ்வுகளால் நிரம்பியிருந்தன. லாரன்ஸ் ஈஸ்ட்வுட்டிலிருந்த பள்ளியில் சேர்ந்து படித்தார். சிறுவயதி லிருந்தே சுவாசக் கோளாறு உள்ளவராக வளர்ந்து வந்ததால் மிகவும் தனிமையான வாழ்க்கையை அவர் வாழ நேர்ந்தது.

அவருக்கிருந்த ஒரே துணை அம்மா ஒருவரே. சகோதரர்கள் குடும்பத்தை விட்டுப் பிரிந்து அருகாமை நகரங்களில் வாழத் துவங்கினார்கள். லாரன்ஸ் நாட்டிங்ஹாம்ஸ்பியர் கல்லூரியில் பயிலத் துவங்கினார்.

அந்த நாட்களில்தான் அவருக்குள் பெண் துணை குறித்தும் பாலுணர்வு குறித்துமான ஏக்கங்கள் உருவாகின. எந்தப் பெண்ணைக் காணும்போதும் அம்மாவின் பிம்பம் நினைவிற்கு வந்து மனத் தடையை உருவாக்கியது என்று லாரன்ஸ் ஒரு இடத்தில் குறிப்பிடுகிறார்.

புலன் இச்சைகள் அவருக்குள் கரையான் புற்றைப் போல வளரத் துவங்கின. உடல் அவரை இம்சிக்கத் துவங்கியது. இந்த நாட்களில் அவர் லண்டன் சென்று ஆசிரியராகப் பணியாற்றத் துவங்கினார். கவிதையிலும் கதைகளிலும் ஈடுபாடு கொண்டிருந்த லாரன்ஸ் தன் வாழ்வு அனுபவத்தை அடிப்படையாக வைத்து ஒரு நாவலை எழுதினார். தி ஒயிட் பீகாக் என்ற அந்த நாவல் 1910ஆம் ஆண்டு வெளியானது.

அது வெளியான சில மாதங்களில் லாரன்ஸின் அம்மா புற்று நோயால் இறந்து போனார். லாரன்ஸால் அந்த அதிர்ச்சியைத் தாங்கிக்கொள்ள முடியவில்லை. நிமோனியாக் காய்ச்சலில் விழுந்தார். அதன் பிறகு இரண்டு ஆண்டுகள் தனிமையில் வசிக்க நேர்ந்த அவருக்கு எழுத்து மட்டுமே துணையாக இருந்தது.

நாட்டிங்ஹாம்ஸ்பியர் பல்கலைக்கழகத்தில் மொழித்துறைப் பேராசிரியரான எர்னஸ்ட் வீக்லியின் வீட்டிற்குப் பகுதிநேர ஆசிரி யராகப் பணியாற்ற லாரன்ஸ் சென்றார். பேராசிரியரின் மனைவியும் இரண்டு குழந்தைகளின் தாயுமான பிரைடாவைப் பார்த்த மாத்திரத்தில் அவளது அழகு லாரன்சை மயக்கியது. அவளோடு பழகத் துவங்கினார்.

பிரைடா அதைப்பற்றி பின்னாளில் எழுதும்போது அவரைச் சந்தித்த இரண்டு நாட்களில் அவரோடு படுக்கையைப் பகிர்ந்துகொள்ளும் ஆசை உருவானது. இச்சையை அடக்க முடியவில்லை. அவரும் அப்படியே உணர்ந்திருந்தார் என்று

குறிப்பிடுகிறார். பிரைடாவின் மீதான காதல் லாரன்ஸைப் பைத்தியமாக்கியது.

தன்னைவிட ஆறுவயது மூத்த அவரைத் திருமணம் செய்து கொள்ள வேண்டும் என்று லாரன்ஸ் ஆசைப்பட்டார். பிரைடா இதற்காகத் தன் குழந்தைகளைக் கணவரிடம் விட்டுவிட்டு லாரன்ஸோடு ஓடி வந்தார். இருவரும் இங்கிலாந்தை விட்டு வேறு தேசங்கள் சென்றுவிட வேண்டும் என்று திட்டமிட்டுப் பயணம் செய்யத் துவங்கினார்கள்.

ஆனால் முதல் உலகப்போரின் காரணமாக அவர்களால் எங்கும் நிம்மதியாக வாழமுடியவில்லை. சுவிட்சர்லாந்து, இத்தாலி, இலங்கை, நியூ மெக்சிகோ என்று அலைந்து திரிந்த லாரன்ஸ் நோயாளியாகவும் காமத்தால் உந்தி அலைகழிக்கப் பட்டவராகவும் மாறியிருந்தார். இந்த வருடங்களில் கவிதை, கட்டுரை, நாவல், ஓவியம் என்று அவரது படைப்பியக்கம் மிகவும் வலுப்பெற்றிருந்தது.

ஆனால் பிரைடா ஜெர்மானியப் பெண் என்பதால் லாரன்ஸையும் அவரையும் உளவாளிகள் என்று சந்தேகித்த அரசு அவரை எங்கும் தங்கவிடாமல் துரத்திக்கொண்டே இருந்தது. யுத்தம் லாரன்ஸின் மனதில் வெறுமையை ஏற்படுத்தியது. அவர் ஆயுதக் கலாச்சாரத்தைக் கடுமையாக எதிர்த்தார்.

பிரைடாவிற்குச் சில ஆண்டுகளில் லாரன்ஸ் போரடித்துப் போய்விட்டது. காமம் அவருக்குள் குற்றவுணர்ச்சியை மட்டுமே ஏற்படுத்தியிருந்தது. அவரால் தான் விரும்பிய காமசுகத்தைத் தர முடியவில்லை என்று நேரடியாகவே பிரைடா குற்றம் சாட்டினார்.

நோயாளியான லாரன்ஸ் உடலின்பத்தைவிடவும் மனம் வேறு எதையோ நாடுகிறது என்று விளக்கியபோது பிரைடா அவரை ஆண்மையற்றவர் என்று கேலி செய்யத் துவங்கினார். அத்தோடு இத்தாலியர் ஒருவரோடு சேர்ந்து பழகத் துவங்கினார். தன்னால் அதைத் தாங்கிக்கொள்ள முடியாமலும் அதே நேரம் மனைவியைப் பிரிய முடியாமலும் லாரன்ஸ் இக்கட்டான சூழலில் தவித்தார். இந்த மன உணர்ச்சியும் கொந்தளிப்புமே அவருடைய நாவல்களில் பாலுணர்வு குறித்த விரிவான வாசகங்களை எழுதத் தூண்டியது.

நீண்ட காலத்தின் பிறகு அவர் வடக்கு இத்தாலியில் ஒரு வீட்டை விலைக்கு வாங்கிக்கொண்டு அங்கேயே வசிக்கத் துவங்கினார். அங்கிருந்த நாட்களில்தான் அவர் லேடி

சாட்டர்லிஸ் லவ்வர் எழுதினார். நாவலைப் பல நாடுகள் தடை செய்தன. லாரன்ஸின் நோய் முற்றியது. சுகவாசஸ் தலங்களைத் தேடி மலைப்பிரதேசங்களில் அலைந்து திரிந்த அவர் நோய் முற்றி தனது 44 வயதில் இறந்து போனார்.

சிறுவயதில் அனுபவித்த நிலக்கரிச் சுரங்க வாழ்க்கை, அப்பா அம்மாவிற்கான சண்டை மற்றும் அவர்களின் மூர்க்கமான பாலுறவு, நிலக்கரித் தொழிலாளர்களுடன் ஏற்பட்ட ஓரினப் புணர்ச்சி மற்றும் வாலிபவயதில் பாலுணர்வு நிறைவேறாத ஏக்கம் என்று ஆழ்ந்த மனப்பாதிப்பிற்கு உள்ளான லாரன்ஸ் வாழ்நாள் முழுவதும் பால் இச்சைகளின் அலைக்கழிப்பின் வழியே வாழ்வின் நெருக்கடியையும் சந்தோஷத்தையும் அறிந்து கொண்டிருக்கிறார்.

லாரன்ஸின் நாவல்கள் விவரிக்கும் உலகமும் இத்தகையதே. பாலுணர்வு ஒரு நிசப்தத்தை உருவாக்குகிறது. அந்த நிசப்தம் இதுவரை நாம் அறியாதது. நம் உடலின் ஆழத்திலிருந்து அந்த நிசப்தம் பீறிடுகிறது. ஏதோ ஒரு நிலையில் அது காட்டுத் தாவரங்கள் வளர்வதைப்போல் கண்ணுக்குத் தெரியாமல் வளர்ந்து கொண்டிருக்கிறது. காமம் நாம் நினைப்பது போலதற்காலிகமான உணர்ச்சி நிலையல்ல. மாறாக அது எப்போதும் தகித்துக்கொண்டேயிருக்கும் ஒரு மனநிலை. காமம் உடலுறவால் திருப்தியடைந்து விடுவதில்லை. அது ஒரு ஆழ்ந்த ஏக்கம். மனிதர்கள் வாழ்நாள் முழுவதும் சுமந்து கொண்டிருக்கும் அறியாத துக்கத்திற்கான வடிகால்.

சம்பிரதாயமான காமப்பிரதிகள் காமசுகத்தை ஆண்களுக்கு மட்டுமேயான சந்தோஷமாகக் கணக்கில் கொண்டபோது லாரன்ஸின் பிரதிகளில் மட்டுமே பெண்கள் தங்களின் பாலுணர்ச்சிகளை இயல்பாக வெளிப்படுத்துகிறார்கள். அத்தோடு அதை உடல் சார்ந்த தேவையாக அடையாளம் காட்டுகிறார்கள். லாரன்ஸின் நாவல்களிலும் சிறுகதைகளிலும் இடம்பெற்றுள்ள பெண் கதாபாத்திரங்கள் பலரும் முக்கியமான ஆளுமைகளே.

லேடி சாட்டர்லிஸ் லவ்வர் நாவல் 1920களில் வெளியானது. அந்தக் காலகட்டம் நவீன இலக்கியத்தின் ஆரம்ப காலம். 1920களில் தான் ஜேம்ஸ் ஜாய்ஸின், யூலிசிஸ் வெளியானது. நாவலின் வளர்ச்சி என்னும் வகையில் மிக முக்கியமான திருப்புமுனையை உருவாக்கிய நாவல் அது.

லாரன்ஸின் நாவல் அதுபோன்ற எவ்விதமான கதையாடலையும், நாவல் வடிவத்தையும் கொண்டிருக்கவில்லை.

அத்தோடு பழைய விக்டோரிய நாவல்களைப் போல நாவல் எளிய கதை சொல்லலை மட்டுமே கொண்டிருந்தது. நாவலின் மையக்கதை யுத்தம் தனி மனிதர்களின் உலகில் ஏற்படுத்தும் உளவியல் சார்ந்த பாதிப்புகளை முன் வைக்கிறது.

கோனி ரீட் என்னும் இளம் பெண் கிளிபோர்ட் சாட்டர்லி என்னும் பிரபுவை மணம் செய்து கொள்கிறாள். உயர்குடும்பத்தைச் சேர்ந்தவர்கள் என்பதால் உல்லாசமாகத் திருமண வாழ்வைத் துவங்குகிறார்கள். ஆனால் எதிர்பாராமல் முதல் உலக யுத்தம் துவங்கிவிடுகிறது.

ஆகவே கிளிபோர்ட் ராணுவத்திற்குச் செல்கிறான். யுத்தத்தில் காயம்பட்டு வீடு திரும்புகிறான். பக்கவாதம் வந்தவனாக மருத்துவ சிகிச்சை அளிக்கப்பட்டு படுக்கையில் வீழ்கிறான். இளம் மனைவி கோனிக்கு இது பலத்த ஏமாற்றத்தை உருவாக்குகிறது. கிளிபோர்ட்டின் நோய் அவனை ஆண்மையற்றவனாக்கிவிடுகிறது. ஆகவே அவனால் மனைவியோடு உறவு கொள்ள முடிவதில்லை.

அவன் தன் ராணுவ அனுபவங்களைப் பத்திரிகைகளில் எழுதத் துவங்குகிறான். அத்தோடு சக்கர நாற்காலியில் இருந்தபடியே வணிகத்தில் ஈடுபடவும் துவங்குகிறான். பெயரும் புகழும் தேடி வரத் துவங்குகின்றன. கிளிபோர்ட் தன்னை ஒரு அறிவுஜீவியாக அடையாளம் காட்டிக்கொள்கிறான். இதனால் அவனைத் தேடி எழுத்தாளர்களும் அறிவுஜீவிகளும் வந்து சேர்கிறார்கள்.

வீட்டில் எப்போதும் விவாதமும் அரட்டைக் கச்சேரிகளும் நடந்து கொண்டேயிருக்கின்றன. கோனி தனிமையில் என்ன செய்வது என்று அறியாமல் வாடுகிறாள். இந்த நிலையில் கிளிபோர்ட்டைத் தேடி வந்து உரையாடும் நாடகாசிரியரான மிகையல்ஸ் அவளோடு பழகத் துவங்குகிறான். அவளை மறுமணம் செய்து கொள்ளவும் தயாராக இருக்கிறான். ஆனால் இன்னொரு திருமணம் செய்து கொள்வதில் தனக்கு விருப்பமில்லை என்று அவனை விட்டு ஒதுங்குகிறாள் கோனி.

அப்போது கிளிபோர்ட்டின் எஸ்டேட்டை நிர்வகிக்கவும் அவனது பண்ணையைப் பராமரிக்கவும் ஆலிவர் மெலோர்ஸ் என்பவன் வந்து சேர்கிறான். அடித்தட்டு வகுப்பைச் சேர்ந்த அவன் ஒரு கொல்லனாக வேலை செய்து கொண்டிருந்தான். மனைவியின் பிடுங்கல் தாங்க முடியாமல் அவன் ராணுவத்திற்குப் போய்விடுகிறான். ராணுவத்தில் அவனுக்கு உயர்பதவி கிடைக்கிறது. ஆனால் நிமோனியா நோயால்

உடல்நலக்குறைவு ஏற்பட்டவுடன் பதவியிலிருந்து அனுப்பப் படுகிறான்.

அவனைப் பார்த்த மாத்திரத்தில் கோனிக்குப் பிடித்துப் போய்விடுகிறது. தனிமையில் வசிக்கும் அவனைத் தேடிப்போய்ப் பழகத் துவங்குகிறாள். ஒரு நாள் இருவரும் உடலுறவு கொள்கிறார்கள். ஆனால் அது கோனியைத் திருப்தி செய்யவில்லை. அவனிடமிருந்து அதையும் தாண்டிய எதையோ தான் எதிர்பார்ப்பதாக அவள் சொல்கிறாள். கோனியை மெலோர்ஸால் புரிந்துகொள்ள முடியவில்லை.

தன் மனைவி அடித்தட்டு வகுப்பைச் சேர்ந்த ஒருவனோடு பழகுவது கிளிபோர்ட்டிற்கு எரிச்சலை உண்டு பண்ணுகிறது. கோனியோ கிளிபோர்ட்டை வெறுப்படைய வைப்பதற்காகவே மெலோர்ஸ் உடன் நெருக்கமாகிறாள். ஒருமுறை இருவரும் காட்டிற்குள் சென்று உடலுறவு கொள்கிறார்கள்.

அன்று அவள் மிகுந்த சுதந்திரமாகவும் இயற்கையைப்போல தான் எல்லையற்று விரிந்து கிடப்பதைப் போலவும் உணர்கிறாள். அன்று ஏற்பட்ட பாலுறவு அவளுக்குள் தீர்க்கமுடியாத போதை போலப் படிகிறது. அவள் அந்த உறவு மறுபடியும் நடக்க வேண்டும் என்று அவனைத் திரும்பத் திரும்ப இணைவிழைச்சிற்கு அழைக்கிறாள்.

அந்த உறவால் கோனி கர்ப்பம் கொள்கிறாள். அவள் கர்ப்பமான செய்தி அறிந்த பிறகு மெலோர்ஸ் குற்றவுணர்ச்சிக்கு உட்படுகிறான். அவனால் காமத்தைக் கொண்டாட முடியவில்லை. அது கோனியை எரிச்சல் அடையச் செய்கிறது. கோனி அவனை விட்டுப் பிரிந்து வெனிஸ் செல்கிறாள்.

இதற்கிடையில் பிரிந்திருந்த மெலோர்ஸின் மனைவி அவனைத் தேடி வந்து சேர்கிறாள். அவர்களுக்குள் சண்டை நடக்கிறது. மெலோர்ஸை வேலையை விட்டுத் தூக்குகிறான் கிளிபோர்ட் மனைவியை விவகாரத்து செய்துவிட்டுக் கோனியைத் திருமணம் செய்து கொள்வதற்காகக் காத்துக் கிடக்கிறான் மெலோர்ஸ். கோனி கர்ப்பிணியாகத் தன் சகோதரியின் பொறுப்பில் தன்னை ஒப்படைத்துக் கொண்டு வேதனையும் தனிமையுமாகக் காத்திருப்பதோடு நாவல் முடிவடைகிறது.

நாவலில் கோனி, மெலோர்ஸ் இருவரும் தங்கள் உடலை ஆராதனை செய்வதும் பால் உணர்வைத் தூண்டுவதற்கான அர்த்தமற்ற உரையாடல்களை மேற்கொள்வதையும் துல்லியமாக லாரன்ஸ் விவரித்திருக்கிறார். இந்தப் பகுதிகளே நாவலைத்

தடை செய்வதற்கான ஆதாரங்களாகக் காட்டப்பட்டன. ஆனால் இவை மலினமான ஆபாசவரிகள் அல்ல. மாறாகக் காமம் மனதில் ஏற்படுத்தும் வலியும் சந்தோஷமுமே இந்த வரிகளை உருவாக்கியிருக்கின்றன. காமம் இந்த நாவலின் வழியே சொல்லைக் கடந்த நிசப்தத்தை உருவாக்கியிருக்கிறது.

தண்ணீர் வடிந்து செல்லுமிடமெல்லாம் ஈரமிருப்பதைப் போலப் புலன் இச்சை உருவானதிலிருந்து அது தனக்காக வெளிப்பாட்டு வழியை எப்படியெல்லாம் உருவாக்கிக் கொண்டேயிருக்கிறது என்பதையே நாவல் மையப்படுத்துகிறது.

அத்தோடு நூற்றாண்டுகளாக மனித சமூகம் கண்டு வந்த பாலியல் சிக்கல்களும் ஒடுக்குமுறையும் மனப்பிறழ்வுகளுக்கும் அடியில் உள்ள காரணத்தை நாவல் வெளிப்படையாகவே விவாதிக்கிறது.

லாரன்ஸின் கோனி தனக்கு மனதளவில் ஏற்படும் பாலுணர்ச்சி மட்டும் போதாது, அது உடலாலும் திருப்தி செய்யப்பட வேண்டும் என்று கூறுகிறாள். அது அவளது குரல் மட்டுமல்ல. பால் உணர்ச்சிகளின் ஊமைகளாக அடக்கி வைக்கப்பட்ட பெண்களின் குரலே அது. அதுபோலவே லாரன்ஸ் பாலுணர்வின் வழியே ஒரு மீட்பு உணர்வு உருவாகிறது, அது மெய்த்தேடலின் உயர்நிலைக்குச் சமமானது என்றும் குறிப்பிடுகிறார்.

லேடி சாட்டர்லிஸ் லவ்வர் நான்கு முறை திரைப்படமாக்கப் பட்டிருக்கிறது. ரேடியோ நாடகமாகவும் தொலைக்காட்சித் தயாரிப்பிலும் வெளியாகியிருக்கிறது. 2006இல் பிரெஞ்சில் வெளியான லேடி சாட்டர்லிஸ் லவ்வர் திரைப்படம் சீஸர் விருது உள்ளிட்ட பல முக்கிய விருதுகளைப் பெற்றிருக்கிறது.

பின்நவீனத்துவ நாவல்களின் வருகைக்குப் பிறகு நாவல் என்பது பொது ஒழுக்க விதிகளையோ, கலாச்சாரக் காரணிகளையோ காப்பாற்றி அடுத்த தலைமுறையினரிடம் ஒப்படைக்கும் கலை வடிவம் என்பது சிதைந்து மாற்றுக் கலாச்சார வெளிகளையும் உணர்ச்சி வெளிப்பாடுகளையும் முன்வைக்கத் துவங்கியிருக்கின்றது. அந்த வகையில் இன்று வெளியாகும் பல நாவல்களுக்கு முன்னோடியாக உள்ளது லாரன்ஸின் இந்த நாவல்.

டால்ஸ்டாய்

போரும் அமைதியும்

The best way to obtain true happiness is without any rules, to throw out from oneself on all sides, like a spider, an adhesive web of love to catch in it all that comes.

- Tolstoy

டால்ஸ்டாயின் போரும் அமைதியும் (War and Peace) நாவலை வாசிப்பது ஒரு தனி அனுபவம். 1400 பக்கங்கள் கொண்ட அந்த நாவலை வாசிப்பதற்குக் குறைந்தபட்சம் இரண்டு மாதகால அவகாசமும் இடைவிடாத விருப்பமும் தேவை. நான் போரும் அமைதியும் நாவலை வாசிக்க நேர்ந்ததும் அப்படியொரு சூழ்நிலையில்தான்.

எனது சித்தப்பா சாலை விபத்து ஒன்றின் காரணமாக மன நலம் பாதிக்கப்படவே அவரது சிகிச்சைக்காக மதுரை அரசுப் பொது மருத்துவமனையின் மனநலக் காப்பகத்தில் அனுமதிக்கப்பட்டிருந்தார். அவரோடு துணைக்கு இருப்பதற்காக நானும் எனது அண்ணனும் இரண்டு மாதங்கள் மருத்துவமனையில் தங்கியிருக்க வேண்டிய சூழ்நிலை ஏற்பட்டது.

மனநலச் சிகிச்சை பெறும் வார்டில் யார் நோயாளி, யார் துணைக்கு வந்திருப்பவர்கள் என்று பிரித்துக் காண முடியாது. பெரும்பாலும் முகவொற்றுமை அப்படியே இருக்கிறது. வலையடிக்கப்பட்ட ஜன்னல்களும் பெயிண்ட் உதிர்ந்துபோன இரும்புக் கட்டில்களும், கை நிறைய மாத்திரை விழுங்கும் நோயாளிகளும் எதிர்பாராமல்

வெடிக்கும் அழுகையும், வலியும் நிரம்பியது காப்பகம். மற்ற வார்டுகளைப் போலப் பார்வையாளர்கள் அங்கே அதிகம் வருவதுமில்லை. பெரும்பாலும் நோயாளிகள் பகலிலும் உறங்கிக்கொண்டேயிருப்பார்கள். ஆகவே செவிலியர்களைத் தவிர வேறு நடமாட்டமிருக்காது. மரங்களில் உள்ள இலைகள் கூட அதிகம் அசையாத புறச்சூழல் கொண்டது.

இதற்கு நேர்மாறாக இரவில் நோயாளிகளில் சிலர் மருத்துவ மனையை விட்டுத் தப்பிப் போய் விடுவார்கள். ஆகவே துணைக்கு வருபவர்களில் சிலர் இரவெல்லாம் விழித்திருக்க வேண்டும். அப் படியொரு சூழ்நிலையில் துணைக்குப் போரும் அமைதியும் நாவலைக் கையில் வைத்தபடியே இரவின் நீண்ட தனிமையில் பாதி மின்சாரத்தில் எரியும் விளக்கின் அடியில் அமர்ந்தபடியே வாசித்துக் கொண்டிருப்பேன்.

பின்னிரவுகளில் மருத்துவனை கொள்ளும் தோற்றம் மிக விசித்திரமானது. உறக்கமற்ற நடமாட்டம் எப்போதுமிருக்கும். நோயின் கடுமையும் சிகிச்சையும் பார்க்கப் பார்க்க ஒரு வார காலத்திற்குள் மெல்ல நமக்கும் மனச்சோர்வு ஏற்படத் துவங்கிவிடும்.

அப்படியொரு சூழலில் நல்ல வேளை என்னோடு டால்ஸ்டாய் துணைக்கு இருந்தார். அவர் என்னருகே நெருக்கமாக அமர்ந்தபடியே ருஷ்ய வாழ்வை விவரிப்பது போலவே இருக்கும். வானம் தெரியாத மருத்துவமனையின் இரவில் டால்ஸ்டாயின் குரல் மட்டுமே கேட்டுக் கொண்டிருக்கும். பொம்மலாட்டம் நடத்துகின்றவன் தானே எல்லா பாத்திரங்களின் குரலிலும் மாறிமாறிப் பேசுவது போல டால்ஸ்டாயே போர்வீரர்களாகவும் இளவரசனாகவும் குதிரை வண்டியோட்டியாகவும் சீமாட்டியாகவும் மாறிமாறிப் பேசி தன் நினைவில் தீராதுள்ள கதைகளைச் சொல்வது போலவே இருந்தது.

பொது மருத்துவமனையின் மஞ்சள் விளக்கொளியில் இரண்டு மாதங்கள் கொஞ்சம் கொஞ்சமாகப் போரும் அமைதியும் நாவலை வாசித்தேன். பல இரவுகளில் மெல்ல மருத்துவமனை, மதுரை மாநகர் யாவும் மறைந்துபோய் ரஷ்ய நிலப்பரப்பும் மூர்க்கம் கொண்டு அலையும் போர் வீரர்களும் குதிரைகளின் கனைப்பொலியும் குளிரும் என்னை ஆக்ரமித்துக்கொண்டுவிடும். தொலைவில் கேட்கும் தேவாலயத்தின் மணியோசைகூட எனக்குக் கேட்பது போலவே இருக்கும்.

புத்தகத்தை மூடி வைத்துவிட்டுத் தொலைதூரத்துச் சாலையை வெறித்துப் பார்த்தபடியே உட்கார்ந்திருப்பேன். மனம் துக்கத்தில் ஆழ்ந்து போகத் துவங்கும். என்ன வாழ்க்கை இது. மனித வாழ்வு இவ்வளவு சிக்கல்களும் அவலமும் நிரம்பியதுதானா என்று வெறுமையாகத் தோன்றும். சில நேரங்களில் வாழ்க்கை எத்தனை மகத்தான பரிசு, எவ்வளவு அரிய சந்தர்ப்பம் என்று வியப்பும் ஏற்படும்.

டால்ஸ்டாய் மனதின் ரகசிய அறைகளைத் திறந்து அதன் உள்ளே கசியும் இருட்டையும் கசப்பையும் வெளியே கொண்டு வருபவர். ஆகவே நாவல் ஒரே நேரம் கதாபாத்திரங்களின் வாழ்வையும் வாசிப்பவனின் வாழ்வையும் ஒன்று சேர்த்து மீட்டத் துவங்கும். போரும் அமைதியும் நாவலை வாசிக்கையில் மனம் கொள்ளும் பிரமிப்பும் வேதனையும் சம அளவிலானது.

ஒருவகையில் டால்ஸ்டாயை வாசிப்பது என்பதேகூட மனநலச் சிகிச்சைகளில் ஒன்றுதான் என்று தோணியது. ஆயிரத்திநானூறு பக்கங்கள் கொண்ட அந்த நாவல் இன்றுவரை உலகின் தலைசிறந்த நாவல்களில் ஒன்றாகக் கொண்டாடப்படுவதற்கு நூறு காரணங்கள் இருக்கின்றன.

நாவல் என்னும் இலக்கிய வடிவத்தின் உச்சபட்ச சாத்தியங்களைத் தனது எழுத்தின் மூலம் டால்ஸ்டாய் சாதித்துக் காட்டி இருக்கிறார். உறைந்து கிடந்த பனிப் பாளங்கள் கோடையில் உடைந்து ஆறெனப் பெருக்கெடுத்து ஓடுவது போல் ருஷ்யாவின் உறைந்துபோன சத்திரம் மெல்ல உடைபட்டு அதிலிருந்து நூற்றுக்கணக்கான மனிதர்களும் அவர்களின் ஆசை நிராசைகளும் பீறிடுகின்றன.

சம்பிரதாயமான நாவல்களைப்போல டால்ஸ்டாய் ஒரு நீண்ட கதையைச் சொல்வதற்கு முயற்சிக்கவில்லை. மாறாகச் சிறியதும் பெரியதுமாகக் கிளைவிடும் கதைகளின் தொகுதியொன்றை உருவாக்கம் செய்கிறார். நாவலின் அமைதியைக் கெடுக்கிறது என்று இலக்கிய விமர்சகர்கள் திரும்ப திரும்ப அடையாளம் காட்டும் யுத்தம் குறித்த அவருடைய எண்ணங்கள் மற்றும் சொற்பொழிவுகள் யாவும் நாவலின் அவசியம் கருதியே இடம்பெற்றிருக்கின்றன என்றே தோன்றுகிறது. நாவல் சரித்திரம் சொல்லாத கதையைச் சொல்லத் துவங்குகின்றது.

ரஷ்ய இலக்கியத்திற்கு இரண்டு சிகரங்களிருக்கின்றன. ஒன்று டால்ஸ்டாய். மற்றது தாஸ்தாயெவ்ஸ்கி. இரண்டும்

ஒன்றோடு ஒன்று ஒப்பிட்டு எது பெரியது எது சிறியது என்று ஒப்புமை கொள்ளத் தேவையற்ற தனித்த ஆளுமைகள். டால்ஸ்டாயின் புத்துயிர்ப்பு நாவலை வாசித்து முடிக்கையில் அதுவரை நான் வாசித்திருந்த ருஷ்ய நாவல்களில் அதுவே மிகச்சிறந்தது என்னும் எண்ணம் உருவானது.

அன்னா கரீனினா சிறந்த நாவல் என்ற போதும் அதில் எடிட் செய்துவிடலாம் என்பது போன்ற நூறு பக்கங்களுக்கும் மேலாக உள்ளன. அத்தோடு நாவலின் மையமான அன்னா மீது நாம் கொள்ளும் ஈடுபாடு, தாய்மை குறித்து நமக்குள் எப்போதுமே வெளிப்படும் உணர்ச்சிப் பிரவாகம். ஆனால் புத்துயிர்ப்பு நாயகி மாஸ்லாவோ (Maslova) மீது நாம் கொள்ளும் ஈடுபாடு அத்தகையதல்ல. அத்தோடு அந்த நாவல் முழுவதும் குற்றமனப்பாங்கின் முணுமுணுப்பும், அன்பிற்காக ஏங்கும் பெண்ணின் பெருமூச்சும் காணப்படுகிறது. டால்ஸ்டாயின் மிகச் சிறந்த படைப்புகளில் ஒன்று புத்துயிர்ப்பு.

எனக்கு டால்ஸ்டாயை மிகவும் பிடித்திருப்பதற்கான காரணம் அவருடைய குறுநாவல்கள். ரஷ்ய இதிகாசங்கள் என்று போற்றப்படும் அளவு மிக முக்கிய நாவல்களை எழுதியிருந்தபோதும் டால்ஸ்டாயின் வலிமை அவரது குறுநாவல்களில்தான் சிறப்பாக வெளிப்பட்டிருப்பதாகத் தோன்றுகிறது.

டால்ஸ்டாயின் வாழ்க்கை மூன்று பகுதியாக உள்ளது. ஒன்று மிகப்பெரிய நிலப்பிரபுவின் வீட்டில் பிறந்து ஒன்பது வயதுவரை கூட்டுக்குடும்பம் ஒன்றில் வாழ்ந்தது. இரண்டு வயதிலே அம்மாவை இழந்துவிட்ட டால்ஸ்டாய் அத்தையின் கண்காணிப்பில்தான் வளர்க்கப்பட்டார். டால்ஸ்டாயின் நினைவாற்றல் ஆச்சரியம் கொள்ள வைக்கக்கூடியது. அவர் பிறந்து இரண்டு மூன்று வாரங்களில் அவரைக் குளிக்க வைத்த போது உடலில் பட்ட வெளிச்சமும், அன்று உபயோகப்படுத்திய சோப்பின் மணம்கூட அவரது நினைவில் தங்கியிருக்கிறது.

இரண்டு வயதில் தான் படுத்துக்கிடந்த மெத்தை எந்த நிறத்தில் இருந்தது, தன்னைக் குதிரை வண்டியில் முதல்முதலாக அழைத்துக் கொண்டுபோன போது வழியில் அடித்த காற்று எப்படியிருந்தது, சாலையோரத்து குத்துச் செடிகளின் இலைகள் எப்படி அசைந்தன, எந்த மரத்தடியில் குதிரை

வண்டி நின்றது என அத்தனையும் துல்லியமாக நினைவில் வைத்திருக்கிறார். அத்தோடு தனது பால்யத்தில் ஒவ்வொரு நாளும் எத்தனை மணிக்குக் காலை உணவு அருந்தினார், என்ன உணவு அது, எவ்வளவு சூடாக இருந்தது என்பது போன்ற தினசரி நடவடிக்கை பற்றிகூட அவர் துல்லியமாகப் பதிவு செய்திருக்கிறார்.

யாஸ்னயா போல்யானா (Yasnaya Polyana) என்னும் இடத்திலிருந்த அவரது பண்ணை மிகப் பெரியது. குதிரையில் சுற்றிவருவது என்றாலே சில மணி நேரங்கள் பயணம் செய்ய நேரிடும். டால்ஸ்டாயின் வீட்டில் முப்பத்தி நான்கு அறைகளிருந்தன. பணியாளர்களும் உறவினர்களும் சேர்ந்து அறுபதிற்கும் மேற்பட்டவர்கள் இருந்தார்கள். உணவு வேளைகளில் மணியடிக்கப்படும். ஒவ்வொரு பத்துப் பேராக வந்து உணவருந்திவிட்டுச் செல்வார்கள்.

ஒன்பது வயதில் அவர்கள் குடும்பம் மாஸ்கோவிற்கு இடம் பெயர்ந்தது. வீட்டிற்கே வந்து ஆசிரியர்கள் பாடம் கற்பித்தனர். ஒரு ஆசிரியர் பிரம்பால் அடித்து அடித்துப் படிக்கச் சொன்ன காரணத்தால் படிப்பில் டால்ஸ்டாய்க்கு விருப்பமற்றுப்போனதோடு ஒரு மனிதன் இன்னொரு மனிதன் மீது பிரயோகிக்கும் வன்முறை எந்தக் காரணத்தாலும் ஏற்றுக்கொள்ளப்பட முடியாதது என்ற எண்ணத்தையும் உருவாக்கியது. ஆரம்பக் கல்விகளில் டால்ஸ்டாய் அதிகம் ஈடுபாடு காட்டவில்லை.

அவருக்கு இருந்த ஒரே துணை அவர் சகோதரன் நிகோலய். இருவரும் மாஸ்கோவின் சிறியதும் பெரியதுமான வீதிகளில் சுற்றி அலைந்தார்கள். கசான் பல்கலைக் கழகத்தில் கல்வி கற்க அனுப்பப் பட்டார். அங்கு என்ன கற்றுக்கொள்வது என்னும் குழப்பம் ஏற்பட்டது. கீழைத்தேய கலாச்சாரங்களை ஒரு வருடம் கற்றார். படிப்பில் ஆர்வம் கொள்ளவில்லை. மாறாக இளமை அவருக்குப் பெண்கள் மீதான ஈடுபாட்டை அதிகப்படுத்தியது.

அன்று மாஸ்கோவிலிருந்த வேசையர் விடுதிகள் அத்தனையும் டால்ஸ்டாய் அறிந்திருந்தார். வேசையர்களில் சிலரோடு அவர் நெருக்கமான உறவும் கொண்டிருந்தார். அதன் காரணமாகப் பால் வினை நோய் ஏற்பட்டு சிகிச்சையும் பெற்றிருக்கிறார். டால்ஸ்டாயின், அப்பா இறந்து போகவே

சொத்து பிரிக்கப்பட்டது. தனக்கு உரிய பங்கை ஏற்றுக்கொண்டு பண்ணையை விரிவுபடுத்தப் போவதாக டால்ஸ்டாய் நகர் புறத்திற்கும் மாஸ்கோவிற்கும் அலைந்து திரியத் துவங்கினார்.

அந்த நாட்களில் சூதாட்டத்தில் ஈடுபாடு உருவானது. பகலிரவாகச் சூதாடினார். சூதில் தோற்ற பணத்திற்காகத் தனது நிலத்தில் ஒரு பாதியை விற்றார். குடியும் சூதும் வேசையர் பழக்கமும் அவரைக் கொஞ்சம் கொஞ்சமாக வீழ்ச்சியை நோக்கித் தள்ளியது. அதிலிருந்து வெளி வருவதற்காகவே அவர் கசாக்குகளின் படையில் சேர்ந்து ஒரு போர்வீரனாக மாறுவது என்று முடிவு செய்தார்.

யுத்தக்களம் அவருக்கு வாழ்வின் இன்னொரு பக்கத்தை அறிமுகம் செய்தது. சண்டையும் சாகசமும் எளிய மனிதர்களின் வாழ்வை எப்படி பாதிக்கின்றது என்பதை நேரடியாகக் கண்டறிந்தார். அதன் பிறகே அவருக்கு எழுத்து படைப்பு போன்ற விஷயங்களில் ஆர்வம் உருவானது. அதற்குத் துணை போவது போலவே ரஷ்ய அரசில் ஏற்பட்ட மாற்றங்கள் புத்துருவாக்கங்களுக்கு வழி செய்தன. அந்த நாட்களில் டால்ஸ்டாயின் நண்பராகயிருந்தவர் பிரபல எழுத்தாளர் இவான் துர்கனேவ்.

தனது முப்பத்தி நாலாவது வயதில் தன்னை விடவும் பதினெட்டு வயது சிறிய பெண்ணான சோபியா ஆண்ட்ரவினாவை டால்ஸ்டாய் திருமணம் செய்து கொண்டார். புதுமணப்பெண்ணிடம் தனது கடந்த கால வாழ்க்கை எதையும் அவர் மறைத்து வைக்கவில்லை. தனக்கு நெருக்கமாகயிருந்த பெண்களைப் பற்றிய அத்தனை குறிப்புகளையும் கொண்ட டயரியை அவளிடம் வாசிக்கக் கொடுத்தார். தனது கணவனின் விசித்திர மனப்போக்கு சோபியாவிற்கு ஆத்திரத்தைத் தந்தது. சோபியா தனது டயரிக் குறிப்பில் டால்ஸ்டாய் குறித்து எழுதியுள்ள யாவும் அவர் குறித்த எதிர்மறையான எண்ணங்களே.

ஆனாலும் அவர்கள் மணவாழ்க்கை சிறிய சண்டைகளும் சச்சரவுகளுடனும் நீண்டது. பதிமூன்று பிள்ளைகளைப் பெற்றுக்கொண்டார்கள். அதில் ஐந்து பேர் பால்யத்திலே இறந்து போயினர். அத்தோடு தனது சகோதரனின் மரணம் டால்ஸ்டாயை மிகவும் துயரத்தில் ஆழ்த்தியது. ஆனால் படைப்பாற்றல் மிக வலிமையாக வெளிப்படத் துவங்கியது. எழுதி எழுதிக் குவித்தார். ஒவ்வொரு நாவலும் இரண்டு

மூன்று முறை திருத்தி எழுதப்பட்டிருக்கிறது. நாள் ஒன்றிற்கு எட்டு மணி நேரம் எழுதியிருக்கிறார். ஒரே நேரம் அவரது நாவல்கள் ரஷ்யாவில் மட்டுமல்லாது பிரெஞ்சு மற்றும் ஆங்கிலத்தில் மொழியாக்கம் செய்யப்பட்டுத் தொடர்கதையாக வெளிவந்தன.

தனது தவறுகளுக்காக வருந்தத் துவங்கிய டால்ஸ்டாய் ஏழை எளிய மக்களின் வாழ்வு குறித்த அக்கறையை ஏற்படுத்துவதே இலக்கியத்தின் பிரதான நோக்கம் என்று அறிவித்தார். நேரடியாக உதவிகள் செய்வதிலும் தன்னை ஈடுபடுத்திக் கொண்டார். கிறிஸ்துவ மதம் அவரை ஆக்கிரமித்துக் கொண்டது. ஒரு போதகரைப் போல அவர் உலகின் சகல துயரங்களுக்காகவும் பிரார்த்தனை செய்யத் துவங்கினார். எளிய மக்களை தான் புரிந்து கொண்டதன் அடையாளமாகச் செருப்பு தைப்பதற்குப் பழகிக்கொண்டார். சாலையில் பிச்சைக்காரர்களுடன் சேர்ந்து ஒன்றாக உணவருந்தினார். புறச்சூழலின் கடுமை அவரை நிம்மதியற்றவராக அலைக்கழித்தது.

தனது 82 வயதில் வீட்டிலிருந்து வெளியேறி ஒரு நாடோடி போல அலைந்து திரியத் துவங்கினார் டால்ஸ்டாய். பனிக்காலத்தில் ஒரு ரயில்நிலையத்தில் மயங்கிக் கிடந்த அவரை அடையாளம் கண்டு சிகிச்சை செய்தார்கள். ஆனாலும் ரயில்நிலையத்திலே டால்ஸ்டாய் இறந்து போனார். அவரது விருப்பப்படியே ஓக் மரங்கள் அடர்ந்த பண்ணையின் இயற்கையான வெளியில் டால்ஸ்டாய் புதைக்கப்பட்டார்.

டால்ஸ்டாய் இறந்த அன்று ரஷ்ய பாராளுமன்றம் ஒத்தி வைக்கப்பட்டது. நாடே துக்கத்தில் ஆழ்ந்தது. அவர் பயின்ற கசான் பல்கலைக்கழகத்தில் மாணவர்கள் இறுதி ஊர்வலம் ஒன்றை அமைதியாக நடத்தினர். நாளேடுகள் முதல் பக்கத்தில் செய்தி வெளியிட்டன. இன்றும் அவர் பெயரால் மியூசியங்களும் வீதிகளும் காணப்படுகின்றன.

டால்ஸ்டாயின் எல்லா நாவல்களிலும் அவரது சொந்த வாழ்வு கரைந்து கிடக்கிறது. போரும் அமைதியும் நாவலிலும் டால்ஸ்டாயின் சொந்த வாழ்வின் அடிகுறிகள் காணப்படுகின்றன. இந்த நாவலை 1865ஆம் ஆண்டு ரஷ்ய பத்திரிகை ஒன்றில் தொடர்கதையாக எழுதத் துவங்கினார். மூன்று ஆண்டுகள் இந்தத் தொடர்கதை வெளியானது. இந்த நாவல் 1812இல் ரஷ்யாவிற்குள் நெப்போலியன் படையெடுப்பின் சரித்திரத்தைப் பின்புலமாகக் கொண்டிருக்கிறது. ஒருவகையில்

இது ஒரு யுத்தத்தின் சரித்திரம். அதே நேரம் யுத்தம் எங்கெல்லாம் எதிரொலிக்கும். எவரது வாழ்வையெல்லாம் ஊடுருவிச் செல்லும் என்பதையும் நாவல் விரிவாக விளக்குகிறது.

நாவலில் இரண்டு முக்கிய அம்சங்கள் காணப்படுகின்றன. ஒன்று மிக விரிவான வர்ணனை. துல்லியமாக ஒவ்வொரு கதாபாத்திரத்தின் உடைகளின் நிறம், குழந்தைகளின் அழுகுரல், காலணிகளில் படிந்த சேறு, உதிர்ந்து கிடக்கும் இலைகளின் சப்தம், இரவின் அமைதி, போர்வீரர்களின் துர்சொப்பனங்கள் என மிக நுணுக்கமான விவரங்கள் பதிவு செய்யப்பட்டிருக்கின்றன. இரண்டாவது, கதை சொல்லும் முறை. சிறியதும் பெரியதுமான 580 கதாபாத்திரங்கள் கொண்டிருந்த போதும் அவர்கள் அனைவரது வாழ்வும் மிக உன்னிப்பாக எழுதப்பட்டிருக்கிறது.

நாவலில் இடம்பெறும் ஒவ்வொருவரும் தன்னளவில் மிக முழுமையானவர்களாகவும் தனித்துவமானவர்களாகவும் உருவாக்கப்பட்டிருக்கிறார்கள். மிக வலிமையான கதை சொல்லும் முறை இப்போது வாசிக்கையிலும் நாவலினுள் நம்மை இழுத்துச் செல்கின்றன.

அதுபோலவே பத்தொன்பதாம் நூற்றாண்டில் ரஷ்ய பிரபுக்களிடம் காணப்பட்ட பிரெஞ்சு மோகம் காரணமாக நாவலில் ஆங்காங்கே இடம்பெற்றுள்ள உரையாடல்கள் பிரெஞ்சு மொழியிலே எழுதப்பட்டிருக்கின்றன. நாவல் ஐந்து பிரபுக்களின் வாழ்வை மையமாகக் கொண்டு பின்னப்பட்டிருக்கின்றது. ஆனாலும் நாவலின் உண்மையான கதாநாயகன் ரஷ்ய நிலப்பரப்பும் அதனைக் கைப்பற்றத் துடிக்கும் நெப்போலியனின் பேராசையுமே.

பாடப்புத்தங்களில் வாசிக்கப்பட்ட ரஷ்ய சரித்திரம் ஒரு நிகழ்வென வெளிப்படுத்தும் நெப்போலியன் படையெடுப்பை மிக நெருக்கமாக அணுகி அதன் பிரமாண்டத்தையும் ஏற்படுத்திய தாக்கத்தையும் வெளிப்படுத்துகிறார் டால்ஸ்டாய். ஒருவகையில் பாடப் புத்தகத்திலிருந்த சரித்திரத்தைவிட டால்ஸ்டாய் எழுதிக் காட்டிய சரித்திரமே ரஷ்யாவின் உண்மையான சரித்திரமாகும். பெரிய படையொன்று நிலப்பரப்பைக் கடந்து செல்லும் அரிய காட்சிகள் நாவலில் பிரமாண்டமான ஓவியமாகச் சித்தரிக்கப்படுகிறது.

ஐரோப்பா முழுவதையும் தன் ஆதிக்கத்தில் கொண்டிருந்த நெப்போலியன் 1812ஆம் ஆண்டின் ஜூன் மாதத்தில் ரஷ்ய ஜார் அரசிற்குத் தனது ஒப்புதல்களுக்குப் பணிந்து தனது ஆதிக்கத்தின் கீழே வந்துவிடும்படியாக மிரட்டல் விடுவித்தான். ஆனால் அது ஏற்றுக்கொள்ளப்படவில்லை.

ஆகவே நெப்போலியன் ஐந்து லட்சத்திற்கும் அதிகமான தனது பிரமாண்டமான பிரெஞ்சுப் படைகளுடன் ரஷ்யாவைப் பிடிப்பதற்காகப் புறப்பட்டான். நெப்போலியனின் படையை எதிர்கொண்டு வெல்ல முடியாது என்னும் சூழலில் அடுத்து என்ன செய்வது என்று தெரியாத குழப்பம் அரசில் உருவானது.

பிரெஞ்சுப் படைகள் ரஷ்ய நிலப்பரப்பிற்குள் வரட்டும் என்று அவர்கள் பின்வாங்கும் நடவடிக்கையை மேற்கொண்டனர். பசியும் மயக்கமும் போர்வீரர்களின் வலிமையைக் குறைக்கத் துவங்கியது. செப்டம்பர் மாதத்திற்குள் வீரர்களில் மூன்றில் ஒரு பகுதி வலிமை இழந்தனர். மாஸ்கோவிற்கு நூறு கிலோமீட்டர் தொலைவில் ரஷ்யப் படைகளும் பிரெஞ்சுப் படைகளும் மோதிக்கொண்டன. ஒரு லட்சம் பேருக்கும் அதிகமாக இறந்து போன போதும் வெற்றி தோல்வியைத் தீர்மானிக்க முடியவில்லை. இதற்கு மேலும் மாஸ்கோவைக் காப்பாற்ற முடியாது என்று நகர மக்களோடு அரசர் பின் வாங்கி மறைவிடத்தில் ஒளிந்து கொண்டார்.

பிரெஞ்சுப் படைகள் மாஸ்கோவைக் கைப்பற்றித் தீ வைத்தன. ஆனால் நகரில் மக்கள் எவருமில்லை. வெறுமையோடிய தெருக்களைப் பிரெஞ்சுப் படைகள் சிதைத்தனர். விஷப்பனியும் குளிரும் மாஸ்கோ நகரை முற்றுகையிட்டது. பிரெஞ்சுப் படை வீரர்கள் உணவும் போதுமான குளிராடைகளும் இன்றித் தவித்தனர். பனி அவர்களைக் கொஞ்சம் கொஞ்சமாக வதைக்கத் துவங்கியது. நரம்புகளில் ஊசியேற்றுவது போலக் கடுமை உருவானது. பிரெஞ்சுப் படைகளால் குளிரைத் தாங்க முடியவில்லை. நாடு திரும்புவது என்று நெப்போலியன் முடிவு செய்தான்.

அதற்காகப் படையைக் கூட்டிக்கொண்டு நகரை விட்டு வெளியேறியபோது மறைந்திருந்த ரஷ்யப் படைகள் தாக்கத் துவங்கின. நெப்போலியன் படையால் அதை எதிர்கொள்ள முடியவில்லை. பிரெஞ்சுப் படைகள் தோற்றன. ரஷ்யாவின் வரலாற்றில் அந்தப் போர் ஒரு முக்கியத் திருப்பமாக அமைந்தது. இந்த நிகழ்வின் ஊடாகவே போரும் அமைதியும் நாவல் பயணிக்கிறது.

நாவலில் மறக்க முடியாத கதாபாத்திரங்கள் பியாரியும் நடாஷாவும். பியாரியிடம் டால்ஸ்டாயின் ஜாடையே அதிகம் காணப்படுகிறது. நடாஷா வாழ்வை அனுபவிக்கப் பிறந்தவள். அவள் தன் ஆசைகள் கூட்டிச் செல்லும் வழியில் பயணம் செய்கிறாள். அதன் வலி அவளுக்குள் வாழ்வைப் புரிந்துகொள்ள வைக்கிறது. இந்த நாவலின் வருகைக்குப் பிறகு நடாஷா என்று பெண் குழந்தைகளுக்குப் பெயர் வைப்பதில் மக்கள் மிகுந்த ஆர்வம் காட்டினர்.

நாவலில் பியாரியைவிடவும் மிக அழுத்தமான கதாபாத் திரமாக பதிந்துவிடுகின்றவர் ஆண்ட்ரு போலன்ஸ்கி. அது போலவே ரஷ்யப் படைகளுக்குத் தலைமை தாங்கும் ராணுவ அதிகாரி குட் ஷோவ் ஒற்றைக் கண் உள்ள மனிதராகவும் ஆழ்ந்த புரிதல் கொண்டவராகவும் வெளிப்படுகிறார்.

நாவல் நெப்போலியன் படையெடுப்பிற்கு முன்பாக ஒரு விருந்தில் துவங்குகிறது. நெப்போலியன் படையெடுப்பை முன்வைத்து ரஷ்ய வாழ்க்கை எதிர்கொள்ளும் கலாச்சார மற்றும் பொருளாதார மாற்றங்களும் அதன் விளைவுகளும் நாவலின் மையமாக விரிகின்றன. இன்னொரு வகையில் இது ஒரு தேசத்தின் அடையாளம் எது என்னும் கேள்வியினைச் சார்ந்து இயங்குகிறது.

டால்ஸ்டாய் வீழ்ச்சியுற்ற மனிதர்களின் கதையைச் சொல்வதில் தேர்ந்தவர். இதிலும் வீழ்ச்சியுற்ற குடும்பங்களின் வாழ்வும் அதன் மனிதர்களின் குற்றவுணர்வும் மிக அழகாக வெளிப்படுத்தப்பட்டிருக்கின்றன. டால்ஸ்டாயின் பெற்றோர்களின் ஜாடை கொண்ட கதாபாத்திரங்களும் நாவலில் இடம் பெற்றுள்ளார்கள்.

தொடர்கதையாக இந்த நாவலை எழுதிய நாட்களில், இதை ஒரு நாவல் என்றே குறிப்பிட வேண்டாம் என்றே டால்ஸ்டாய் அறிவித்திருந்தார். காரணம் நாவல் முழுவதும் இடம்பெறும் சரித்திர பூர்வமான தகவல்கள் மற்றும் நிகழ்வுகள். பல நேரங்களில் இவை கற்பனை என்று மக்கள் ஒதுக்கிவிடக்கூடும் என்னும் பயம் டால்ஸ்டாயிடம் இருந்தது. ஆகவே அவர் வடிவம் பற்றிய கவலையின்றித் தான் எழுத விரும்பியதைத் தொடர்ந்து எழுதிக் கொண்டேயிருந்தார்.

தொடர்ந்து நாட்குறிப்பு எழுதும் பழக்கம் கொண்டிருந்த காரணத்தால் டால்ஸ்டாய் தனது சொந்த அனுபவங்கள் மற்றும் மன உணர்ச்சிகள் அத்தனையும் துல்லியமாகப்

பதிவு செய்து வைத்திருந்தார். போரும் அமைதியும் நாவல் உருவாக்கத்திற்கு அவரது நாட் குறிப்புகள் மிகவும் துணை செய்திருக்கின்றன.

டால்ஸ்டாயின் மொத்தப் படைப்புகள் 90 தொகுதிகளாக வெளியிடப்பட்டிருக்கின்றன. மகாத்மா காந்தி உருவானதில் டால்ஸ்டாய்க்கு மிகப் பெரிய பங்கிருக்கிறது. அதுபோலவே ஒட்டு மொத்த ரஷ்ய இலக்கியத்திலும் உரைநடைக்கு மிகப் பெரிய அந்தஸ்தை உருவாக்கித் தந்தது டால்ஸ்டாயின் எழுத்துகளே.

டால்ஸ்டாயின் நாவல்களில் பெரும்பான்மை ஒன்றிற்கும் மேற்பட்ட முறை படமாக்கப்பட்டிருக்கின்றன. குறிப்பாக அன்னா கரீனினா ஆறு முறை படமாக்கப்பட்டிருக்கிறது. ஆனால் கிரேட்டா கார்போ அன்னா கரீனினாவாக நடித்ததிற்கு நிகரான படம் எதையும் இதுவரை நான் பார்க்கவில்லை. அது போலவே போரும் அமைதியும் நான்கு முறை படமாக்கப்பட்டிருக்கிறது. 1915இல் முதன்முறையாக உருவாக்கப்பட்ட போரும் அமைதியும் திரைப்படத்தை விளாதிமிர் கார்டின் இயக்கியிருந்தார்.

1956ஆம் வருடம் ஹாலிவுட்டில் கிங்விடோர் இந்தப் படத்தை இயக்கினார். 208 நிமிடங்கள் ஓடக்கூடிய இந்தத் திரைப்படத்தில் நடாஷாவாக ஆட் ஹெரிபனும் பியாரியாக ஹென்றி போன்டாவும் நடித்திருந்தார்கள். 1968ஆம் ஆண்டு நான்கு பகுதிகளாக முழுமையாகப் போரும் அமைதியும் நாவல் ரஷ்யாவில் படமாக்கப்பட்டது. இந்தப் படம் அயல் மொழிக்கான ஆஸ்கார் விருதினைப் பெற்றது குறிப்பிடத்தக்கது. இவை மட்டுமின்றி ஓபராவாகவும் ரேடியோ நாடகமாகவும் தொலைக்காட்சித் தயாரிப்பிலும் போரும் அமைதியும் உருவாக்கப்பட்டிருக்கிறது.

உலகின் சிறந்த நாவல் வரிசையில் ஒன்று அல்லது இரண்டாவது இடத்தில் எப்போதும் இடம் பெற்றிருக்கும் போரும் அமைதியும் நாவல் செவ்வியல் நாவல்களில் ஒவ்வொருவரும் படிக்க வேண்டிய ஒன்றாகும்.

தாஸ்தாயெவ்ஸ்கி இறந்தபோது அவரது மறைவு குறித்து டால்ஸ்டாய் ஒரு கடிதம் எழுதினார். அதில் ‘நான் தாஸ்தாயெவ்ஸ்கியை நேரில் அறிந்ததில்லை. அவரோடு நெருக்கமான பழக்கமும் எனக்கில்லை. ஆனால் அவரது எழுத்து எனக்கு விருப்பமானது. அவரது மரணம் என்னை

வேதனை கொள்ளச் செய்கிறது. ஒரு எழுத்தாளன், கலைஞன் என்னும் முறையில் அவரது மரணம் எனக்குள் மிகுந்த இழப்பை உணரச் செய்கிறது. அவருக்குள் இயங்கிய கலையின் ஆளுமை என்னைப் பல நேரங்களில் பொறாமை கொள்ள வைத்திருக்கிறது. அதே நேரம் அவருடைய சாதனைகள் என்னைப் பெருமைப்பட வைத்திருக்கின்றன. வாழ்வை அவர் புரிந்து கொண்ட விதம் தனித்துவமானது. அது எல்லோருக்கும் இயலக்கூடியதில்லை.'

இதே வரிகள் இன்று டால்ஸ்டாய்க்கும் பொருத்தமானதாகவே இருக்கின்றன. அவ்வகையில் படைப்பிலக்கியம் சார்ந்து இயங்கும் யாவருக்கும் டால்ஸ்டாய் என்றும் நித்யமான தோழனே.

ஷெல்டன் பி. காப்

சாலையில் புத்தரைக் கொல்லுதல்

நீ சாலையில் புத்தரைச் சந்திக்க நேர்ந்தால் கொன்று விடு

விசித்திரங்கள் நம்முள் ஆழப் பதிந்துவிடுகின்றன. எப்போதும் சாத்தியமற்ற ஒன்றின் சாடையைத் தனதாகக் கொண்ட விசித்திரங்களை வாழ்வில் பலமுறை பல இடங்களிலும் கண்டிருக்கிறேன். ஒரு பாசஞ்சர் ரயிலின் வருகைக்காகத் தனியாக ஒரு மாலை நேரத்தில் செங்கோட்டை ரயில்வே நிலையத்தில் காத்துக் கொண்டிருந்தேன். ரயில்நிலைய வழியெங்கும் வெட்டப்பட்டு வீழ்ந்து கிடக்கும் கிளைகளற்ற ஸ்தூலமான மரங்களைக் காணும்போது வனத்தின் வாசனை கசிவதாகவேயிருக்கின்றன. வெட்டப்பட்ட மரங்கள் தமது சுபாவத்தில் மூர்க்கமான மனிதனைப் போல வேறு தோற்றம் கொண்டுவிடுகின்றன. எல்லா மரங்களிலும் குறியிடப்பட்டு அது சென்றடைய வேண்டிய நகரின் ஒற்றை எழுத்துக்கள் பதிவாகியிருந்தன. ரயில்நிலையத்தின் பெஞ்சுகளில் மிகச் சிலரே தென்பட்டார்கள். யாரும் வந்தமராத ஒரு பெஞ் சில் தனியனாக இருந்தேன். மாலை ஒரு பெரும் திட்டென அங்கே விரிந்திருந்தது. மீதமிருந்த பகலின் ரேகைகள் தொலைவில் ஓடிக்கொண்டிருந்தன. மிகவும் பழகிய மனிதரோடு பேசுபவரைப் போல தன்னுடனே தானே பேசிக் கொண்டிருக்கும் ஒரு மனிதனைக் கண்டேன். அந்த மனிதர் நாற்பது வயதைக் கடந்திருக்கும் மெலிந்த முக அமைப்பு கொண்டவராயிருந்தார். ரயில் பயணத்திற்காகவோ அல்லது எவரையேனும் அழைத்துப் போக வந்தவராகவோ காத்துக்கொண்டிருப்பவரின் முகபாவமிருந்தது. அவரால்

ஓரிடத்தில் நிலைகொள்ள முடியவில்லை. குருவிகள் வந்தமர்ந்து கொண்டிருக்கும் எலக்டிரிக் கம்பத்தில் தனது ஆழ்ந்த கண்களுடன் வெறித்துக்கொண்டிருந்தார். முகம் சதா சிவந்து காணப்படுவதாகயிருந்தது. அவர் தன்னை மிகுந்த சிடுசிடுப்புடன் மூன்றாவது மனிதனைப் பற்றி கோபப்படும் குரலில் திட்டிக்கொண்டிருந்தார். காத்திருப்பவர்கள் சிலர் அவரைக் கண்டுகொண்டிருக்கிறார்கள் என்பதைப் பற்றிய எந்த நினைவுமற்றவராக பிளாட்பாரத்தின் கடைசி நுனிவரை நடப்பதும் மிக அவசரமாகத் திரும்பி வருவதாகவுமேயிருந்தார். அவரது சுயபேச்சில் ஒரு குடும்பத்தின் பெண்களும், சில மனிதர்களின் பெயர்களும், திரும்பத் திரும்பக் கேட்டன. அவர் நான் பயணிக்கக் காத்திருக்கும் ரயிலுக்காகத்தான் காத்திருக்கிறார் என்பதைப் புரிந்துகொள்ள முடிந்தது. மாலை நேரத்தின் கதி மெல்ல தாழ்ந்து கொண்டிருந்தபோது, தொலைவில் ரயிலின் ஓசை மெல்ல நீந்தி வந்தது. அவர் பரப்பரப்புடன் முன்னேறி நடந்தார். அவர் கண்கள் மிக வேகமாக யாரையோ தேடின. பயணம் செய்யும் மனிதர்கள் பலரின் ஊடேயும் அவர் ஒரு மனிதனைத் தேடியலைந்தவராக ரயிலின் என்ஜின் அறை வரை நடந்து வந்தார். புறப்படுவதற்கான மணியோசை துவங்கியதும் அவரது முகத்தில் தாங்க முடியாத வேதனையும் கோபமும் பீறிட்டது. மிகக் கொச்சையான வசைகளை அவர் கத்தியபடி நின்றார். ரயில் புறப்படத் துவங்கும்போது எதிரில் வந்த போர்ட்டர் ஒருவன் அவரிடத்தில் மலையாளம் கலந்த தமிழில் கேட்டான்.

“தாமோதரன் வந்தோ?”

அந்த ஆள், இல்லை என தலையாட்டிவிட்டு புறப்படும் ரயிலைக் காண விருப்பமற்றவராக எதிர் திசையை நோக்கி உட்கார்ந்து கொண்டார்.

நான் அவரைக் காணும் விருப்பம் மிகுதியாக, ரயில் பெட்டியின் வாசலைப் பற்றி நின்றபடி வெளியே பார்த்தபோது போர்ட்டர் தனது சகாவிடம் சொன்னான்.

“இன்றைக்கும் வரவில்லையாம்.”

மற்றவன் சிரித்தபடி சொன்னான்.

“பைத்தியம்... பிசகு. அவன் தானே தாமோதரன். அவனே தன்னைத் தேடி தினமும் வந்து கொண்டிருக்கிறானா?”

எனக்கு ஒரு நிமிஷம் திகைப்பும் வருத்தமும் மீறிட அந்த மனிதனைக் காணவேண்டுமென்ற ஆசை மீறியது. அவர் பின் திரும்பாமலே தொலைவில் நடந்து கொண்டிருந்தார். எங்கேயிருந்து தான் வரக்கூடும் என காத்திருக்கிறான், தன்னை யாரென கொண்டிருக்கிறான் அந்த மனிதன். மிக மெதுவாக விலகி, பயணிக்கத் துவங்கிய பாசஞ்சர் ரயிலின் வழி சடசடவென துக்கம் தலைக்கேறியது. மனம் ஒரு விசித்திர கேந்திரம். மனத்தளத்தின் நிறமும், ஆழமும் கண்டறிய முடியாதவை. மனம் ஒரு விசித்தரமான சுழலும் படிகம். அது சதா உருண்டு கொண்டேயிருக்கிறது. அது மாய தடாகம். அதில், பொருள்கள் ஒரே நேரத்தில் மிதந்தும் மூழ்கியும் கிடக்கின்றன. மனத்தின் கிளைப்பாதைகள் விரிந்து ஒரு பாதை மற்றதைக் கவ்வியபடி சுற்றுகின்றன.

அந்த மனிதன் தனது இருப்பை ஏதோ ஒரு விதத்தில் கலைத்து விட்டான். அது ஒரு துக்கம். நம்மில் துக்கத்தின் வடுக்கள் உடலெங்கும் ஓடியிருக்கின்றன. துக்கம் உலகின் சாரமென்கிறார் கௌதம புத்தர். துக்கத்தின் மூல தாராவை நோக்கி நம்மைத் திரும்பச் செய்கிறார். எப்போதெல்லாம், புத்தரைப் பற்றி நினைவு கூடுகிறதோ அப்போ தெல்லாம், தன்னைத் தானே தேடியலையும் ரயில்நிலைய மனிதனின் முகம் தொலைவில் மங்கிக் கலைகிறது.

ஒரு ரயில்வே நிலையத்தின் புத்தகக் கடையில் தான் அந்தப் புத்தகத்தை முதலாகக் கண்டேன். அதன் தலைப்பே அதை வாங்கத் தூண்டுவதாக இருந்தது.

'நீ சாலையில் புத்தரைச் சந்திக்க நேர்ந்தால் கொன்றுவிடு' என்ற தலைப்பு மட்டுமே நீண்ட நாட்கள் ஏதோ ஒரு உணர்ச்சி நிலையை உருவாக்குவதாகயிருந்தது. இது ஒரு ஜென் பௌத்த வாசகம். இது மறைமுகமாக, ஒரு அகவயமான புத்த நிலையைப் பற்றி விளக்குகிறது.

ஷெல்டன் பி. காப் ஒரு உளவியலாளர். உளவியல் மருத்துவத்தில் டாக்டரேட் பெற்றவர். அமெரிக்காவின் வாஷிங்டனில் பிரபலமான ஒரு உளவியல் மருத்துவராக 25 ஆண்டுகளுக்கு மேலாகப் பணியாற்றி வருபவர். 1972ஆம் ஆண்டு வெளியான இப்புத்தகம் ஒரு அகவய பயண நூல் என்கிறார் ஷெல்டன்.

குரு என்பவன் தூக்கிலிடப்பட வேண்டியவன் என்ற தலைப்புடன் முன்னதாக உளவியல் பற்றிய ஒரு புத்தகத்தை எழுதியிருக்கிறார்.

‘நீ சாலையில் புத்தரைச் சந்திக்க நேர்ந்தால் கொன்று விடு’ என்ற புத்தகம் ஒரு உளவியல் மையமாகக் கொண்ட ஒரு அகபயணத்தைப் பற்றியது. தனது அனுபவங்கள் மற்றும் வாசித்தலின் வழியே, ஷெல்டன் ஒரு உள்முக யாத்திரையை விளக்குகிறார். ஒரு வகையில் இது புத்தகங்களுக்கு ஊடான ஒரு பயணமெனக்கூட சொல்லலாம்.

நம் யாவருக்குள்ளும் ஒரு புத்த நிலை உள்ளது. இதனை நாம் அறிந்துகொள்ளுதல் வேண்டும். இதுவே நமக்கு பிரதானம். இதனை யன்றி ஒரு குருவோ, அறிவாளியோ வெளியில் இருந்து நம்மை வழிகாட்டுபவனாக இருப்பது வெறும் ஏமாற்று வேலை என்கிறார். நம்முள் இருப்பதைப் பற்றிய விழிப்புணர்வு தோன்றாத வரை நாம் பிறரை நம்மை விடப் பெரியவராக, ஒரு பிம்பத்தை உருவாக்கி அதைக் கண்டு வழிபடுபவராக பின்பற்றுபவராகவே இருந்து வருவோம். நாம் இந்த மனோநிலையில் இருந்து விடுபட வேண்டும் என்பது மிக அவசியம்.

உளவியல் சிக்கலால் பாதிக்கப்பட்ட மனிதர்களைப் பற்றிய தனது மருத்துவ அனுபவங்களைப் பகிர்ந்து கொள்ள முற்படும் ஷெல்டன் இவர்கள் எந்தப் புறஉலகின் சிக்கல்களைத் தங்களது அக உலகின் சிக்கல்களாக மாற்றுகிறார்கள் என்பதைத் தனது குவிமையமாகக் கொள்கிறார். சீனாவின் பாரம்பரிய முறையான ஐசிங்எனப்படும் நுண் உணர் முறையின் வழியாக நாம் மனதின் மாற்றங்களை அறிவது முக்கியம். இது ஒரு பயணம். எல்லா மத யாத்திரைகளைப் போலவே இதுவும் துன்பத்தில் இருந்து விடுபடுவதற்கான ஒரு எத்தனிப்பு.

இந்தப் பயணத்தை தான் வாசித்த சில பிரதான கதாசிரியர்களின் வழியே கண்டறிகிறார் ஷெல்டன். ஒரு குறிப்பிட்ட வகையான மன அமைப்பின் வெளிப்பாடு, முடிச்சிடப்பட்ட சிக்கல்கள், உளவியலின் மையங்கள் என காஃப்காவின் கதைகள் வழி காஃப்காவை ஒரு உளவியல் மருத்துவராகவே அணுகுகிறார். இது போலவே ஷேக்ஸ்பியர், செர்வாண்டிஸ், தாந்தே, கின்ஸ்பெர்க், ஹெர்மன் ஹெஸ்ஸே போன்றோரின் எழுத்து வழி உருவான புனைவுருவங்களின் பலதரப்பட்ட மனதளங்களைக் கண்டறிகிறார்.

இந்தப் புத்தகத்தின் வழியே தேடுதல் நீண்டு செல்கிறது. கதாபாத்திரங்களாக, நாம் அறிந்தவர்களை ஒரு யாத்ரீகராக அடையாளப் படுத்துகிறார். டான் குவிகாந்தே உலகினை

நோக்கிப் பயணிப்பதை, அவர் தன்னை நோக்கிய ஒரு தேடுதலாகக் காண்கிறார். இதன் சகபயணியாகவே ஹெஸ்ஸேயின் சித்தார்த்தாவும் வெளிப்படுகிறார்.

தன்னில் புதையுண்டிருக்கும் புத்தனை விழிப்படையச் செய்வதற்கு, இந்தப் புத்தகம் முன் அறிந்த கதைகளின் வழியே ஒரு சாதனத்தை உருவாக்குகிறது. ஒரு உளவியலாளரின் வாசிப்பின் வழியே இலக்கியப் பிரதியென முன் அறியப்பட்ட கதைகள் உருக்குலைந்து புதிய வடிவம் கொள்கின்றன. இந்தக் கட்டுரைகளில், தனது ஆலோசனையின் பொருட்டு வந்திருந்த மனக்குழப்பமுற்ற மனிதர்களைப் பற்றிய சித்திரங்களையும் அவர்களது பயத்தின் குழப்பத்தின் பின்னே ஒளிந்திருக்கும் அடித்துகளையும் விரிவாக எடுத்துப் பேசுகிறார். இது இலக்கிய விமர்சனத்தின் கடுமையை விலக்கி வாசிப்பின் வழியே நாம் உணர சாத்தியமான மன அமைப்புகளை விளக்குகிறது என்பதே இதன் தனித்த தன்மையாகும்.

வழிகாட்டுதல் அல்ல, வாழ்தலே முதன்மையானது. தனது மனதின் வெளிப்பாடுகளை மொழியின் வழியே சாத்தியப்படுத்திக் கொண்டிருக்கிறான் எழுத்தாளன் என்கிறார் ஷெல்டன்.

புத்தனைப் பற்றிய எத்தனையோ தத்துவ, கோட்பாட்டியல் புத்தகங்களைத் தேடி வாசித்த போதும், இப்போதும் ரயில் நிலையத்தின் துயரவனான தாமோதரனை நினைவூட்டியபடி தேங்கியிருக்கிறது இப்புத்தகம்.

இதாலோ கால்வினோ

புலப்படாத நகரங்கள்

நான் ஒரு நகரைக் கண்டேன், முதன் முதலாக எனது எட்டாவது வயதில். அப்போது நகரம் என்பதைப் பற்றிய என் கற்பனை மயக்க மூட்டுவதாக இருந்தது. கேட்ட கதைகளின் வழியாகவும் காமிக்ஸ் வழியிலும், நகரமென்பது ஒரு சாகசக்கூடாரம் என்பதாகவே மனதில் பதிவாகியிருந்தது. மிகச்சிறிய கிராமத்தில் அலைந்து கொண்டிருந்த சிறு வயதில், நகரமென்பதில் குதிரைகள் சுற்றியலைந்து கொண்டிருக்கும்; சில இடங்களில் துப்பாக்கி ஏந்தியவர்கள் நின்று கொண்டிருப்பார்கள் என யோசனைகள் அவிழ்ந்தபடியிருக்கும். சில நேரங்களில் இது மிதமிஞ்சிப் போக நகரமென்பது ஒரு பெரிய மிருகம், அது சதா உறங்கிக் கொண்டேயிருக்கும் என கற்பனை துளிர்க்கும். நகரில் இருந்து விடுமுறைக்கு வரும் சகவயதுப் பையன்கள் நகரைப் பற்றிய நம்ப முடியாத தகவல்களைத் தந்தபடியிருப்பார்கள். நகரில் ஒரு யானையைக் கூட தூக்கிச் சென்றுவிடும் காற்று வீசுமென்றும்; அங்கே விமானம் பறக்கும்போது அதிலிருந்து வீசியெறியப்படும் சாக்லெட்களைச் சிறுவர்கள் ஓடி எடுத்து சாப்பிடுவார்கள் என்றும் கேட்ட விஷயங்கள் மனதில் வசீகரத்தினை ஏற்படுத்திய வண்ணமிருந்தது. நகரில் இருந்து ஒரு சர்க்கஸ் எனது கிராமத்தின் அருகாமையில் உள்ள சிறு நகரத்திற்கு வந்தது. அது வந்திருப்பதன் அடையாளமாக ஒரு பெரிய சர்ச்லைட் ஒன்றைப் பொருத்தியிருந்தார்கள். அந்த ஒளி இரவில் எட்டு மைல் சுற்றளவு சுற்றி வரக்கூடியதாகவிருந்தது. அந்த ஒளி கிராமத்தின் மீது மெல்லப் படர்ந்து வட்டமிட்டு ஒரு பருந்தைப் போல சுற்றிச் சுற்றி செல்லும். அது வயதான

மனிதர்களையும் பெண்களையும் வெகுவாகக் கவர்தாகயிருந்தது. நாங்கள் அந்த வெளிச்சத்தின் பின்னால் சப்தமிட்டபடியே ஓடுவோம். அது தெருக்களைக் கடந்து மரங்களின் மீதேறி பள்ளிக் கட்டிடத்தில் சரிந்து பின் மறைந்துவிடும். சர்க்கஸ் பார்ப்பதற்காக பள்ளி மாணவர்கள் அனைவரையும் அழைத்துப் போனார்கள். நாங்கள் சப்தம் செய்யாது வியப்பு மேலிட அந்தக் கூடாரத்தின் வெளியே பார்த்தோம். அங்கிருந்த விலங்குகள், சர்க்கஸ் மனிதர்களை விட அந்த சர்ச்லைட்தான் எனக்கு மிகவும் பிடித்ததாகயிருந்தது. வேடிக்கைகளும் உற்சாகமுமாக சர்க்கஸ் முடிந்து நாங்கள் திரும்பும்போது அந்த ஒளியோட்டம் எங்கள் முன்னால் கடந்து சென்றபடியிருந்தது. சர்க்கஸ் ஊரை விட்டுப் போன பிறகும் நகரமென்பதை நினைவுபடுத்தும் அந்த நீண்ட ஒளியின் விசிறிமடிப்பு எனக்குள் விரிவதும் கூடுவதுமாகவே இருக்கிறது. நான் கண்டிருந்த நகரங்களை விடவும் காணாத பல நகரங்களும் கூட ஏனோ பரிச்சயமானதாகவே இருக்கிறது. ஒரு நகரமென்பது என்ன? நாம் காணாத நகரில் காணாத பொருள், காணாத உருவங்கள் ஏதேனும் இருக்கிறதாயென்ன. உலகில் உள்ள எந்த நகரத்திற்குப் போனாலும் அது எனது ஊரை விடப் பெரிதாகயிருக்கிறது. அல்லது சிறியதாகயிருக்கிறது. எனது ஊரில் இல்லாத இன்னென்ன விஷயங்கள் இங்கேயிருக்கின்றன எனத் தான் அறிந்துகொள்ள முடிகிறது. எனில் எனது ஊரானது எல்லா ஊரின் அமைப்பிலும் பொருத்திப் பொருத்தி பார்க்கப்படுவதாகிறது. அல்லது ஒவ்வொரு ஊரிலும் எனது ஊர் கொஞ்சம் படிந்திருக்கிறது. கதைகளின் வழியே நான் பல நகரங்களுக்கு மிக நெருக்கமானவனாக இருந்திருக்கிறேன்.

தஸ்தாவெஸ்கியின் நாவல்கள் வழியாக எனக்கு பீட்டர்ஸ் பெர்க் நகரம் அறிமுகமானது. அந்த நகரில் ஓடும் நேவா ஆறும் பழைய கோட்டைகளும் குதிரை வண்டிகளும் மது விடுதிகளும் கூட நெருக்கம் கொண்டன. ‘குற்றமும் தண்டனையும்’ நாவலின் கதாநாயகனான ரஸ்லோனிகோவ்வின் நேவா ஆற்றின் பகுதியில் உள்ள வசிலெஸ்கி தீவிற்குப் பயணம் செய்வதைப் பற்றிய குறிப்பு அருகாமை ஊரைப் போலவே பசுமை பீறிடத் தெரிகிறது. பீட்டர்ஸ்பெர்க் நகரின் குளிரும் அடுக்குமாடி வீடுகளும் வேதக் கோவிலின் மணியோசையும் சிவப்பு காலுறையணிந்த இளம் பெண்களும் கூட நன்றாக அறிமுகமானவர்களே. அந்த நகரில் எங்காவது தொலைந்து போய்விட்டால் நானாக வீடு திரும்பிவிடுமளவிற்கு நகரம்

பழகியிருந்தது. ருஷ்ய நகரம் என்பது தனி ஒரு ருசி என்பது புரிகிறது. இது போலவே ஜேம்ஸ் ஜாய்ஸ் வழியாக டப்ளின் நகரமும், போர்ஹே வழியாக ப்யுனஸ் அயர்ஸ் நகரும், யசுனாரி கவாபத்தா வழியாக டோக்கியோவும் நெருக்கமான நகராகவே இருக்கிறது. நகரமென்பது ஒரு சூட்சும வடிவம். அதன் வடிவாக்கம் மட்டுமே ஒன்றிற்கொன்று மாறியிருக்கிறது.

நகரங்களின் தனித்துவமாக நான் காண்பது பாதைகளை. ஒரு கிராமத்திற்கு இரண்டே பாதைகள் இருக்கின்றன. ஒன்று உள்ளே பிரவேசிக்கும் வழி, மற்றது வெளியேறும் வழி. (மிகச் சில கிராமங்களில் இந்த இரண்டும் ஒரே வழியாகவே இருக்கிறது. இதனால் ஊருக்குள் பிரவேசிப்பவர் எவராக இருந்தாலும் அவர்கள் மற்றவர்களின் பார்வையில் பட்டே கடந்து போக நேரிடும். இதனால் பரஸ்பர அறிமுக மின்றி மனிதர்கள் தப்பிப் போக முடியாது. நகரம் பல்வேறு பாதைகள் சங்கமமாகுமிடம். இங்கிருந்து பாதைகள் கிளைத்துப் போகின்றன. இதனால் ஒரு பாதையில் வரும் மனிதன் இன்னொரு பாதையின் வழியாக நகரின் மையத்திற்கு வராமலே கடந்து போய்விட முடியும்.

சென்னை மாபெரும் பாதைகளின் விநோத இணைப்பு மையம். வட சென்னையில் இருந்து வரும் மனிதன் கடலே சென்னையின் தோற்றமென்கிறான். மேற்கில் இருந்து நகருக்குள் வந்து போகின்ற வனுக்கு சென்னையில் கடலே இல்லை. எது சென்னையாக இருக்கிறது. ஒரு தோற்ற மயக்கம் தானோ நகரின் விஸ்தீரணம் விரிந்து கொண்டேயிருக்கிறது. அது தனது இருப்பை அருகாமை ஊர்களின் மீதும் படர விடுகிறது. பறவையின் நிழல் போல நகரம் கடந்து சென்று கொண்டிருக்கிறது.

ஒரு நகரை முற்றாகக் காண்பது இயலாதது. அது ஒரு சாத்தியமற்ற சாத்தியம். ஒரு நேரத்தில் ஒரு நகரம் பல்வேறு காலத்தில் வாழ்கிறது. நகரின் ஒரு கோபுரம் 14வது நூற்றாண்டிலும், ஒரு கோவில் 7ஆம் நூற்றாண்டிலும் ஒரு வழிபாடு பௌத்த காலத்திலும், இன்னமும் சில பயங்கள், வன்முறை என கற்காலத்திலும் இருக்கின்றன. காலம் நகரின் ஊடே தனது இருப்பை வேறு கதியில் தூவியுள்ளது. நாம் இதில் எந்த நகரைக் காண்கிறோம். இன்னும் சொல்வதாயின் நகரினுள் பிரவேசிப்ப தென்பது காலத்தினுள் பிரவேசிப்பதேயாகும்.

நகரமென்பதில் முதலில் எனக்குப் பிடிபடாமலிருந்தவை படிக்கட்டுகள். நகரில் எண்ணிக்கையற்ற படிக்கட்டுகள்

இருக்கின்றன. தரையில் இருந்து உயர்ந்து கொண்டே போகும் கட்டிடங்கள்தான் நகரின் வெளி வடிவத்தைத் தீர்மானிக்கின்றன. இன்றும் படிக்கட்டுகளின் பல்வேறு வடிவங்களைக் காணும்போது நகரம் திகைப்பூட்டுவதாகவே இருக்கின்றது.

இதுபோல நகரைப் பற்றிய தொடர்பற்ற எண்ணங்கள் நிரம்ப அலைந்து கொண்டிருந்த நாட்களில் முதன் முதலாக இந்தியாவை நோக்கி வந்த பிற தேச யாத்ரீகர்கள் பற்றி வாசித்துக் கொண்டிருந்தேன். அப்போது நண்பர் ஒருவரிடமிருந்து வாஸ்கோடகாமாவைப் பற்றிய பயணக் குறிப்புகளை வாங்கி வாசித்தபோது, மார்க்கபோலோ பற்றிய பயணக் தொகுதிகள் ஏழு பகுதியாக வெளியாகியிருப்பதை அறிந்து அதைத் தேடி வாசிக்க முற்பட்டேன். போலோ ஒரு கடலோடி. சீனாவிற்கு யாத்ரீகனாக சென்று வந்தவர். அவரது குறிப்புகளில் புனை கதைகளைவிட மயக்கமான சம்பவங்கள் இடம் பெற்றிருந்தன. ஒரு இரவில் இது பற்றிய உரையாடலின் போது கல்கத்தாவில், தான் படித்த புத்தகமாக இதாலோ கால்வினோவின் புத்தகமொன்றை நண்பர் சஷி காந்த் எனக்குத் தந்தார். அது, ‘புலப்படாத நகரம்.’

‘புலப்படாத நகரம்’ சிறப்பானதொரு பின் நவீனத்துவ நாவலாகும். இது இதுவரையிருந்த கதை சொல்லும் முறையில் ஏற்பட்ட மாற்றத்தின் வீச்சு என சொல்லலாம். இத்தாலிய மொழியில் எழுதப்பட்டு வில்லியம் வேவரால் ஆங்கிலத்தில் மொழியாக்கம் செய்யப்பட்ட இந்நாவல் இதாலோ கால்வினோவின் மிகச்சிறந்த புனைகதை.

இக்கதை மார்க்கோ போலோ பற்றியது. இக்கதையில் இரண்டே பாத்திரங்கள் பிரதானமாக இருக்கிறார்கள். சீன அரசன் குப்ளாகான், மார்க்கோ போலோ. இருவருக்கும் நடக்கும் உரையாடலும் போலோ தான் கண்டுவந்ததாக எடுத்துச் சொல்லும் பல்வேறு நகரங்களைப் பற்றிய குறிப்புகளும் நிரம்பியுள்ளன. நாவல் நகரமென்பதன் வடிவத்தைப் போலவே ஒரு அடுக்கினுள் மற்றதாகப் பொருந்தியிருக்கிறது. மார்க்கோ போலோ தனது பயணத்தில் தான் கண்ட சில விசித்திர நகரங்களைப் பற்றி குப்ளாகானிடம் விளக்குகிறார். வேறு தேசங்கள் எதையும் பார்த்து அறியாத குப்ளாகான் இந்த விவரிப்புகளின் வழியாகவே தான் கண்டிராத நகரங்களைக் காண்கிறார். சொல் வழியாக நகரங்கள் உருக்கொள்கின்றன. ஒரு நகரத்தை எப்படி நினைவு வைத்துக் கொள்வது என்பதைப்

பற்றி மார்க்கோ போலோவிடம் குப்ளாகான் கேட்கிறார். போலோவோ அதன் நிலவியலை, அதன் சுபாவத்தை, பருவகால மாறுதல்களைப் பற்றியதன் வழியாக நினைவு கொண்டதாகச் சொல்கிறார்.

இருவரின் நீண்ட உரையாடல்கள் வழியாக, தான் ஒரு போதும் காணாத நகரங்களைப் பற்றி தனது கற்பனையின் வழியாகவே புனைவு கொள்ளத் துவங்குகிறார் குப்ளாகான். இது தான் கண்டுவந்த நகரங்களின் தன்மையிலே இருப்பதாக ஒத்துக் கொள்கிறான் மார்க்கோ போலோ. எனில் இதுவரை தான் சொல்லி வந்த நகரைப் பற்றிய குறிப்புகள் யாவும் கூட ஒரு புனைவுதானோ என்ற மயக்கத்தை ஏற்படுத்துகிறார். இருவரும் எது நகரமெனத் தன்னை வெளிப்படுத்திக் கொண்டிருக்கிறது என்ற தேடுதலில் துவங்கி புனைவுதான் நகரமென்பதாக ஒரு கற்பிதத்தை உருவாக்குகிறார்கள்.

இதாலோ கால்வினோ இத்தாலிய மொழியின் சிறந்த நாவலாசிரியர். தேவதை கதைகளிலும் சொல் கதைகளிலும் மிகுந்த ஈடுபாடு உடையவர். இதனால் கதை சொல்லும் முறையில் மிகுந்த ஆர்வம் கொண்டிருந்தார். இதன் வெளிப் பாடாக டேரட் எனப்படும் எதிர் காலத்தைக் கணிக்கும் அட்டைகளின் வழியே ஒரு கதையினைச் சொல்ல முற்பட்டு 'கேசில் ஆப் கிராஸ்டு டிஸ்டனிஸ்' எனப்படும் நாவலை எழுதியிருக்கிறார். இதில் காண்டர்பரி தேவாலயத்திற்கு வருடம் தோறும் தங்களது பிரார்த்தனைகளை நிறைவேற்ற நடந்தே செல்லும் பயணிகள் வழியில் தங்குமிடங்களில் சொல்லிய கதைகளாகத் தொகுக்கப்பட்டுள்ள காண்டர்பரி கதைகளைப் போலவே கதைத் தொடர்ச்சியொன்றை உருவாக்கியுள்ளார் கால்வினோ.

கால்வினோ நாவல்கள் புனைவின் பரப்பை விஸ்தரிக்கின்றன. பின் நவீனத்துவ நாவல்களின் பொதுக்குணமான ஒரு கதையைச் சொல்வதற்குப் பதிலாக கதையின் அல்லது கதைகளின் கதையை விவரிப்பதும், சொல்பவர் கேட்பவர் என்ற வேறுபாட்டைக் கலைத்து கதையோடு தலையும், மொழியில் மிக நுண்மையான பதிவுகளை அவை புனைவு என்ற ரீதியிலே பதிவுறச் செய்வதுமாக ஒரு கதை மரபை உருவாக்கியிருக்கிறார் கால்வினோ. இதுவரை நாவல் என்ற வடிவம் கையகப் படுத்தியிராத வடிவங்களின் வழியே கதை தன்னைக் கடந்து செல்வதை கால்வினோ உருவாக்குகிறார்.

ஒவ்வொரு நகரமும் தனது இசையை வெளிப்படுத்திக் கொண்டேயிருப்பதை இந்நாவலின் வழியாக நுட்பமாக உணர முடிகிறது. பேசிக் கொண்டிருக்கும் மனிதர்களை விடவும் வலிய கதாபாத்திரங்களாக உருக்கொள்கின்றன இந்நகரங்கள். சில நகரங்கள் அதன் குறியீடுகளால் அறியப்படுவதும், சில நகரங்கள் தமது பிம்பத்தை பிரதிபலிக்கச் செய்வதும் ஒரு நகரில் மக்கள் சிலந்தி வலையைப் போல வீடுகள் அமைத்து வாழ்வதும் மாயாதார்த்த மொழியால் எழுதப்பட்டுள்ளன. இந்நாவல், நகரம் பற்றி நம் மனப்பதிவுகளை மாற்றியமைக்கின்றது. புனைவு நகரங்களை நமக்குள் சிருஷ்டித்துக்கொண்டேயிருக்கும் இந்நாவல் தமிழில் சா. தேவதாஸ் மொழிபெயர்ப்பில் வெளியாகியுள்ளது.

1923ல் க்யுபாவில் பிறந்த கால்வினோ பத்திரிகையாளராகவும் ஒரு பதிப்பகமொன்றின் எடிட்டராகவும் பணியாற்றி 1985ல் இறந்து போனார்.

ஜோர்ஜ் லூயி போர்ஹே

புதிர்வழி

கனவுகள் எங்கிருந்து நுரைத்துப் பொங்குகின்றன எனத் தெரிவதேயில்லை. எந்த வயதில் கனவுகள் முதன்முதலாக நமக்குள் பிரவேசிக்கின்றன எனத் திட்டமாக அறியமுடிய வில்லை. தொட்டிலில் உறங்கும் குழந்தை சதா தூக்கத்தினுள் கைகளை அசைத்து, எதையோ பற்றிட முயற்சிக்கும்போது, சிரிப்பும் தோன்றித் தோன்றிக் கலைவதைக் காணும்போது, கடவுள் கையில் ஒரு மலரை வைத்துக் கொண்டு, குழந்தையிடம் தராமல் ஏமாற்றி காட்டி விளையாடுகிறார் என்பார்கள். எந்த வயதில் கடவுளுடன் கூடிய ஸ்நேகம் கலைந்தது எனத் தெரியவில்லை. ஒருவேளை அவரது கை மலரைப் பறித்துவிட்ட கோபத்தில், கடவுள் வெகு தொலைவிற்கு பின் சென்றுவிட்டாரோ? அவரது கையிலிருந்து பறிக்கப்பட்ட மலர்தான் கனவென தன்னை விரித்துக் கொண்டிருக்கிறதோ.

எப்போதும் கனவுகள் அவிழ்க்கப்பட முடியாத புதிரின் திகைப்பும் வசீகரமும் கொண்டிருக்கின்றன. நமது விருப்பங்களும் சற்றும் இடம் தராத, தனது கதியைத் தானே நிர்ணயித்ததோடு ஒரு நீள் பரப்பும் நிகழ்ச்சிகளுமே கனவில் இடம்பெறுகின்றன. கனவில் தொடர்ந்துவந்து நரம்புகளை நடுங்கச் செய்யும் கோர உருவங்களை எப்படி விரட்டுவது எனத் தெரியாமல் எத்தனையோ இரவுகளில் அழுது வேதனையைப் பகிர எவருமின்றி படுக்கையிலே துக்கித்த பால்ய ராத்திரிகள் தொலைவில் மினுக்குகின்றன.

வெவ்வேறு வயது வெவ்வேறு கனவைக் கொண்டிருக்கின்றன போலும். படித்து முடித்த காலங்களில் தொடர்ந்து சில

கனவுகள் ஒரு நீண்ட கதையின் பகுதிகளைப் போல விட்டு விட்டு வந்திருக்கின்றன. அந்தக் கனவுகளில் நான் ஒரு நிழலைப் போல நிசப்தமான பங்கு மட்டுமே பெற்றிருக்கிறேன். அப்போது ஒரு கனவு நான் உறங்கக் காத்திருந்தது போல எப்போதும் பற்றிக் கொண்டுவிடும். அக்கனவு ஒரு நீண்ட வரிசையாக எதையோ நோக்கி நடந்து செல்லும் மனிதர்களைப் பற்றியது. ஆயிரக்கணக்கான மனிதர்கள் வெள்ளையும் கறுப்புமான அங்கிகளில் முகத்தை மறைத்தபடி வரிசை வரிசையாக ஊர்ந்து கடக்கிறார்கள். எவரது உருவமும் துல்லியமாகத் தெரியவில்லை. அந்த இடம் எதோ ஒரு மலையின் சரிவில் இருப்பதைப் போலவேயிருக்கும். நீண்ட நேரமாகும் சில அடிகள் நடப்பதற்கு நடந்து நடந்து செல்ல, பாதைகள் திரும்பிக்கொண்டேயிருக்கும். எதைக் காண்பதற்காகச் செல்கிறார்கள் எனப் புரியாத வரிசையில் நான் நின்றிருப்பேன். எதோ வொரு மர்ம ஈர்ப்பில் அந்த நீள் வரிசை முன்னேறிக் கொண்டிருக்கும். எவ்வளவு நேரம் இதே காட்சிகள் தொடர்ந்து கொண்டேயிருக்கும் எனத் தெரியாத நிலை வரும்போது விழிப்பு வந்துவிடும். இந்தக் காட்சி எதில் இருந்து துண்டிக்கப்பட்டது; இதன் முந்தைய, பிந்தைய நிகழ்ச்சிகள் எதுவாக இருக்கக்கூடும் எனப் பகலில் யோசித்தபடியிருப்பேன். அந்த வயதில் புத்தகங்களில் வாசித்த இடங்கள், விசித்திரமான தோற்றங்கள் கட்டாயம் கனவில் இடம் பெற்றுவிடும். குறிப்பாக, பேரிரைச்சலிடும் பெரிய சைன்யத்தையும், துருப்புகள், பீரங்கி வண்டிகள், குதிரைகள் சகிதமாக பெரிய வயலில் இறங்கி, சேற்றில் கால் புதையக் கடந்து போவதையும் (அந்த வயலும், தென்னையும் எனது வீட்டுக்குரிய வயலாகவும், தென்னையாகவுமேயிருப்பது எப்படியோ) கண்டிருக்கிறேன். ஹே, ஹேவென கூக்குரல்கள் எழும்பும். அவர்கள் வேட்டைக்காரர்களைப் போல எதையோ தேடி நடந்து போவார்கள். பல்லாயிரம் பேர் கொண்ட சைன்யம் பற்றிய கனவுகள் கூடக் கூடியிருக்கின்றன. எதோ ஒரு ருஷ்ய கதை வரிதான் இந்தக் கனவுகளை எனக்குள் ஊன்றிக்கொண்டிருக்கின்றது என்பது போலிருக்கும்.

அந்த வயதில் அழகோடும், ஸ்நேகத்தோடும் காதலைத் தனது கண்களால் மலரச் செய்துவிடும் இளம் பெண்களை, அதிலும் வெளிர் மஞ்சள் உடையணிந்த பெண்களை, கனவில் வரச் செய்வதற்காக நிறைய சிரமப்பட்டிருக்கிறேன். பெண்கள் எளிதில் கனவிற்குள் பிரவேசித்து விடுவதில்லை. பெண்களின்

ஜாடைகள் எதாவது கனவில் கூடி வந்தால் கூட விடிகையில் மிகுந்த சந்தோஷமிருக்கும். விருப்பமான பெண்ணைக் கனவில் நடமாடவிடும் ஜாலம் எளிதானதல்ல. அது தானே கூடிய ஒரு சந்தர்ப்பம். அது நிகழ்வுற்றுவிட்டால் பின் அந்தப் பெண் எளிதில் கனவிலிருந்து வெளியேறிப் போவதில்லை. ஆடைகளைக் களைந்து, தனது வனப்பின் சுழிகளில் நம்மைப் பதுங்க அந்தப் பெண்கள் அனுமதிக்கிறார்கள். நீர் நிலையைப் போல கனவுப் பெண்களின் உடலில் மூழ்கிட முடிகிறது. கனவு எதோவொரு மாயவிசையின் சூட்சம் தாழ்வாரமாகயிருக்கிறது. துர்சொப்பனங்கள்தான் நம்மைப் பின்தொடர்ந்து வருகின்றன. அதை நாம் துண்டித்துவிட முடிவதேயில்லை. நோய்மையுறும் நாட்களில் எல்லாம் துர்சொப்பனம் நமது கனவின் படிக்கட்டுகளில் வந்து கூட்டமாக உட்கார்ந்து கொள்கின்றன. பகல், இரவு என தூக்கபேதமற்று அவை ஊடுருவி நடமாடுவதாகவும், சப்தமிடுவதுமாகவே இருக்கின்றன. நோய்மையால் பலஹீனம் கொண்ட உடல் அந்த ருசியை அறியும்போது ஏற்படும் நடுக்கம் விளக்கக்கூடியதல்ல. ஒரு சிறிய ஓட்டு வீடு, அதன் முன் பகுதியில் சிறிய பெட்டிக்கடை, அதில் ஒரு குள்ளமான மனிதன் அமர்ந்திருப்பான். அவன் கால்கள் தரையில் பதிந்திருக்கவில்லை. அவனது கடையில் உள்ள பாட்டில்கள் யாவும் காலியாக இருக்கின்றன. எதையோ வாங்குவதற்காக நான் தரும் நாணயங்களை அவன் தனது பல்லால் கடித்துத் தின்று விடுகிறான். இரும்பும், பித்தளையுமான பற்கள் தானா? கட்டி மஞ்சள் நிறமும் கறுப்பும் கலந்த பற்கள் அவை. நாணயங்களைத் தின்று முடித்துவிட்டுத் தனது பற்களை அவன் காட்டி இன்னும் வேண்டுமென மிரட்டும் போது செய்வதறியாத நடுக்கமேற வலி தொண்டை அடைக்கும். கனவில் இருந்த அந்த உருவம் எத்தனை வருடங்கள் கூடவே வளர்ந்திருக்கிறது. இப்போது அவனை நான் காண்பதேயில்லை. எதோ ஒரு கனவின் நீள்படுகையில் அவன் வயோதிகம் அடைந்துவிட்டானாயென்ன? விழித்த பிறகும் நெடுநேரம் தொண்டையில் இயலாமையின் வலி எச்சில் விழுங்கவிடாமல் செய்தபடியிருக்கும் கனவின் குமிழ்கள் தோன்றி வெடித்தபடியேதானிருக்கின்றன.

நம்மைத் தவிர வேறு ஜீவராசிகள் கனவு காண்கின்றனவா யென்ன? விருட்சத்தின் கனவில் நாமே துர் உருவாக நடமாடக்கூடலாம் அல்லவா. அல்லது ஒரு சிங்கத்தின்

கனவில் மிதமிஞ்சிய மான்கள் பெருத்துப்போக ஒரேயொரு சிங்கமாக இருப்பது தனிமை கூடத்தானே செய்யும். அராபிய கதையொன்றில் ஒரு மனிதன் தினமும் தன் கனவில் ஆறு கிஸ்மிஸ் பழங்களை மட்டுமே எடுத்துச் சாப்பிட அனுமதிக்கப்படுவான். ஒரு நாளில் அவன் ஏழு கிஸ்மிஸ் பழங்களைத் தின்றுவிடுவான். ஒரேயொரு உலர்ந்த திராட்சையை கனவில் அதிகமாகத் தின்ற மனிதன் விடியும்போது இறந்து போய்விடுவான். கனவுகள் நிஜ வாழ்விற்குள் பிரவேசித்து விடவே துடித்துக்கொண்டிருக்கின்றன என்பது போலவேயிருக்கும்.

கனவுகள் நிரம்பிய வயதில் ஒரே துணையாக புத்தகங்களே இருந்தன. கதைகளுக்கும், நீண்ட புனைவுகளுக்கும் மத்தியிலே சுற்றிக் கொண்டிருந்தேன். எழுதுதல் என்பது கனவைத் திரும்ப உருவாக்குதல், அல்லது கனவை நாமே கூடிடச் செய்தல் என்ற ஒரு வாசகத்தின் வழியேதான் ஜோர்ஜ் லூயி போர்ஹே என்ற ஸ்பானிய கதாசிரியர் எனக்கு அறிமுகம் ஆனார். எவ்வளவு நிஜம் என அந்த வாசகத்தை வாசித்தும், மனதிற்குள் சொல்லிக் காட்டியும் பலமுறை சந்தோஷப் பட்டிருக்கிறேன்.

பின்னாட்களில் போர்ஹே என அழைக்கப்படும் இந்த அர்ஜென்டினாவின் மிகச்சிறந்த கதாசிரியர், கவிஞர், குடும்ப மனிதரைப் போல மிக அந்நியோன்யம் கொண்டுவிட்டார். அவரது கதைகள் மட்டுமல்ல, வருகையும், நடவடிக்கைகளும், அவரது சொந்த விருப்பு வெறுப்புகளும், மணல் கடிகாரமும், ஸ்பானிய பாஷையும் கூட அகப்பொருட்களாகி விட்டன.

போர்ஹே இந்த நூற்றாண்டின் மிகச் சிறந்த கதையாசிரியர். கதைகளை தனது எழுத்தின் வழி அது முன் கண்டிராத, அடைந்திராத சூட்சும தளங்களுக்கு அழைத்துப் போனவர். ஒரு கணிதவியலாளரின் துல்லிய வடிவாக்கமும், குழந்தையின் வெகுளிமையும், கடவுளைப். போல் விசித்திரமும், கலைஞனைப் போல மொழியையும் கையாண்டவர்.

நூற்றுக்கும் குறைவான கதைகளை எழுதி, இவர் இந்த நூற்றாண்டில் உலகமெங்கும் தனது புனைகதைகளின் வழியே புதியதொரு கதை மொழியை, கதாம்சத்தை, கதை சொல்லும் எழுத்துமுறையை உருவாக்கியிருக்கிறார். இவரது கதைகளில் இருந்து தங்களின் புனைவுப் பயணத்தைத் துவக்கியவர்களாக ஜூலியோ கொர்த்தசார், உம்பர்த்தோ ஈகோ, இதாலோ கால்வினோ என இன்றைய பின்நவீனத்துவ கதாசிரியர் பலரும்

இருக்கிறார்கள். இவருக்கெனத் தனியே ஆய்வு வட்டமும், பல்கலைக் கழகச் சிறப்புத் துறைகளும் உலகின் பல பல்கலைக் கழகங்களில் இருக்கின்றன.

போர்ஹேயின் Labyrinths என்ற கதைத் தொகுதி இருபதுக்கும் குறைவான கதைகளைக் கொண்டது. இந்தத் தொகுதி நவீன கதைக்கான ஒரு முன்மாதிரி, அல்லது எழுத்துருவம் என குறிப்பிடலாம். Labyrinths என்பது ஒரு புதிர்வழி. இது ஒரு விநோத அமைப்பு. கிரேக்க புராணீகத்தில் இடம்பெற்ற ஒரு வெளி. இதற்குள் பிரவேசிப்பது எளிமையானது. வெளியேறுவதற்கு எண்ணிக்கையற்ற வழிகள் இருப்பதால், ஒரு மனிதன் இதற்குள்ளாகவே சுற்றிக் கொண்டேயிருக்க முடியுமே தவிர, வெளியேற முடியவே முடியாது. இந்தப் புதிர் வழியில் ஒரு பாதை ஒரு சுற்றில் இன்னொரு பாதையாகிவிடும். இந்தப் புதிர் அமைப்பையே கடவுள் எனக் கொள்ளும் ரகசிய ஆராதனையாளர்கள் இருந்திருக்கிறார்கள். சிருஷ்டிப் பரப்பை போர்ஹே Labyrinths என்கிறார்.

போர்ஹேயின் கதைகள், கதை என்பதை நிகழ்ச்சிகளின் சுட்டுதலாகவோ, அனுபவத்தைச் சுற்றி அடுக்கப்படும் வரிசையாகவோ காண்பதில்லை. அது எழுதுதலை சாத்தியத்தின் முடிவுறா விளையாட்டு என்றே காண்கிறது. கதைகள் மொழி வடிவத்தில் சேகரமாவதைப் போலவே, மொழியின் நமது பரிச்சய வடிவத்திற்கு அப்பாலும் சேகரமாகியிருக்கக்கூடும் எனவும், இந்த மொத்த பிரபஞ் சமும் ஒரு நூலகம்! இங்கேயுள்ள யாவும் புத்தகம் போல ஒரு குறிப்பிட்ட வகையில் ஒன்றிணைக்கப்பட்டிருப்பதாகவும், புலியின் உடலில் உள்ள கறுப்பும் மஞ்சளுமான நிறத்திட்டுகள் கூட, ஏதோவொரு பாஷையின் கதை எழுதப்பட்டு இருப்பதாகவும், நிறம் என அறியாமல் நிறத்தைப் பாஷையாகப் படிக்கக்கூடிய மனிதன் இருக்கக்கூடுமானால் அவன் இந்தப் புலியை ஒரு கதைவடிவமாகக் காண்பான் என்பது போன்ற விசித்திர எண்ணமுடையவர்.

போர்ஹேயின் கதைகளில் மொழி மிகச் செறிவுடையதாகவும் கவிதைக்கும் உரைநடைக்கும் ஊடாக, சில நேரங்களில் மிகுந்த தனித்துவமாகவும், சில நேரங்களில் விவரண மொழி போலவும் இருக்கின்றது. போர்ஹேயை வசீகரித்த விஷயங்களாக அவரது கதைகளில் தொடர்ந்து இடம் பெறுபவை கனவுகள், இரட்டை நிலை, மற்றும் காலம், வெளி பற்றிய எண்ணங்கள்.

நாம் எவரின் கனவிலோ நடமாடிக் கொண்டிருக்கும் நிழல் உருவம் என லூயி கரோலின் ஆலிஸ் சொல்வதை தனது கதையின் முன் வாசகமாகக் கொள்ளும் போர்ஹே, கனவிற்குள் நடப்பதும், நாம் அறிந்த மெய் பரப்பும் ஒன்றல்ல. மெய் பரப்பைப் போலவே கனவு என்பது ஒரு மாற்றுவெளி என கதையில் உருவாக்குகிறார். போர்ஹேயின் சிறந்த கதைகளில் ஆறேழு கதைகள் இத்தொகுப்பில் இடம்பெற்றுள்ளன. ரகசிய அற்புதம் என்ற ஒரு கதை காலம் பற்றிய மிகக் குறிப் பிடத்தக்கவொன்று. அரசு எதிர்ப்பு நாடகத்தினை எழுதும் ஒரு நாடக ஆசிரியரினை அரசாங்கம் கைது செய்து சிறையில் அடைக்கிறது. அவன் ஒரு நாடகம் பாதி எழுதியிருந்த நிலையில் கைது செய்யப்பட்டதால், அதைத் தொடர முடியாமல் சிறைப்படுகிறான். அவனுக்கு மரண தண்டனை அளிக்கப்படுகிறது. தண்டனை நிறைவேற்ற, அழைத்துப் போகிறார்கள். அப்போது பறந்து கொண்டிருக்கும் சிறிய பூச்சியொன்றைக் காண்கிறான். சட்டென ஒரு நிமிஷம் அதன் சிறகடிப்பு நின்று விடுகிறது. அவன் மனதில் தான் எழுத வேண்டிய நாடகத்தின் மீதமிருக்கும் பகுதிகள் யாவும் எழுதப்பட்டு விடுகின்றன. நாடகம் முடிவடையும்போது அவன் சந்தோஷமடைகின்றான். பூச்சியின் சிறகு திரும்ப அசைகிறது. ஒரு நிமிஷத்திற்குள் மனம் எண்ணிக்கையற்ற இரவு, பகல் கடந்து ஒரு வாழ்நாளின் சாத்தியத்தை வசப்படுத்தி விடுகிறது. காலம் பற்றி இதுபோல் மயக்கமூட்டும் எண்ணங்கள் கொண்டிருந்தார் போர்ஹே.

காலத்திற்கு முடிவிலி என்பது அதன் இறுதியாக இருப்பது போல வெளியின் எல்லையின்மை பற்றிய அவரது கதை Aleph இதில் உலகில் உள்ள எல்லா இடங்கள், நகரங்கள், பொருட்கள் யாவையும் ஒரே நேரத்தில் காணக்கூடிய சிறிய மைய வெளியொன்று ஒரு இடிபாடுள்ள பழைய வீட்டில் ஒரு இடத்தில் தகைவு கொண்டிருப்பதாகக் கூறுகிறார்.

போர்ஹேயின் கதைகள் வாசகனை விழிப்படையச் செய்கின்றன. வாசகன் இக்கதையின் வழி நுகர்ச்சிக்கு மட்டும் அனுமதிக்கப்படுவதில்லை. சதுரங்கம் ஆடுபவனைப் போல கதையின் எதிர் அமர்ந்து விளையாடவே அழைக்கப்படுகிறான்.

கீழைத்தேய தத்துவ மரபாலும், குறிப்பாக பௌத்த தத்துவத்தில் ஈடுபாடுடைய போர்ஹே, இந்திய சரித்திரம், மற்றும் இந்திய வாழ்வியல் குறித்த, மிக நுட்பமான கதைகள்

எழுதியிருக்கிறார். 'அல்முட்டாசிம் ஓர் அணுகுமுறை' என்ற இவரது கதையில் ஹைதராபாத்தில் நடை பெற்று வரும் ஹிந்து, முஸ்லீம் கலவரம் இடம் பெறுகிறது. (இவர் இந்தியாவுக்கு வந்ததேயில்லை.) மதக்கலவரத்தால் ஒரு கொலை நடந்துவிட, அதில் ஒளிந்து தப்பி அலையும் ஒருவனைப் பற்றியது இக்கதை. இக்கதையில் மயானத்தின் இறந்துபோன மனிதர்களின் தங்கப் பல்லைத் திருடவரும் குறிப்பிட்ட வகை மனிதர்களைப் பற்றி போர்ஹே எழுதியிருக்கிறார். ஏறத்தாழ இக்கதை வெளியாகி 30 வருடங்களுக்குப் பிறகு மராத்திய கதாசிரியர் ஒருவர் இது போல மயான தங்கம் திருடுபவர்களைப் பற்றி ஒரு கதை எழுதியிருக்கிறார். இது தனது வம்ச மனிதர்களின் குலத்தொழில் என்று. மராத்திய கதை உலகில் இக்கதை வெகுவாக சர்ச்சிக்கப்பட்டது. மிக நுட்பமான தகவல்களையும், மனோதளங்களையும் போர்ஹே தனது கதைகளில் உருவாக்கியிருக்கிறார்.

தனது வாலிப வயதில் இருந்து கொஞ்சம் கொஞ்சமாகப் பார்வை இழந்து வந்த போர்ஹே 35 வயதிற்குள் பார்வையை முற்றாக இழந்து விட்டார். மற்றவர்களைப் படிக்கச் சொல்லிக் கேட்பதும், எழுதச் சொல்லிக் கதைகளை தான் புனைவதுமாக எண்பது வயது வரை வாழ்ந்த இவர் "பார்வையின்மை என்பது வெறும் இருட்டல்ல, அது தனக்கென சில நிறங்களைத் தக்கவைத்துக் கொள்கிறது. எனக்குள் மஞ்சள், கறுப்பு திட்டுகள் உள்ளன" என்கிறார்.

அமெரிக்க பல்கலைக்கழகங்களில் கவிதை பற்றிய சிறப்பு பேராசிரியராகப் பணியாற்றிய இவருக்கு மூன்று பல்கலைக் கழகங்களில் டாக்டர் பட்டம் கிடைத்திருக்கிறது.

கதைதான் உலகின் புராதன வஸ்து எனக் கூறும் போர்ஹே அரேபியாவில் இருந்து வரும் ஆயிரம் மற்றும் ஓர் இரவுகள் (ஆயிரத்தோரு இரவுகள் அல்ல என்கிறார்) என்ற கதைத் தொகுதிதான் மிகச் சிறந்த கதை வரிசை என்கிறார். சரித்திரம் எனும் கடந்தகால நிகழ்வின் அடுக்கில், நடைபெறாத, ஒரு புனைவை ஊடு கலப்பதும், சாகசக்காரர்களின் எழுச்சியை விவரிப்பதும், துப்பறிபவனின் மர்ம நிசப்தத்தை எழுதுவதையும் கதைகளில் எழுதியிருக்கிறர்.

கதை வாசகனுக்கு போர்ஹேயின் கதைகள் மட்டுமல்ல, போர்ஹே என்ற கதாசிரியரும் ஒரு புதிர் வழியாகவே இருக்கிறார்.

போர்ஹே என்ற புனைவியலாளரின் உலகிற்குள் பிரவேசிக்கும் எவரும் எளிதில் அதிலிருந்து விடுபட முடிவதில்லை. அவர் நமக்குள் கனவுகளை உருவாக்குகிறார். அக்கனவில் நாம் ஒரு நீலப்புலியாகவோ, ஒரு மணற்குடுவையாகவோ, யாரும் படிக்காத ஒரு புத்தகமாகவோ, ஒரு பக்கம் மட்டுமே உள்ள நாணயமாகவோ எதுவாகவும் இருக்கக்கூடும். கன்வைப் போலவே எழுத்தும் சாத்தியங்களின் முடிவற்ற வெளிதானே.

ஸ்டீபன் ஹாக்கின்ஸ்

காலத்தின் சரித்திரம்

முன்னெப்போதோ ஒரு ஊரில் நான்கு சகோதர சகோதரிகள் இருந்தார்கள். அதில் இருவர் ஆண், மற்ற இருவர் பெண்கள் உலகைச் சுற்றிக் கண்டு வருவதற்காக இவர்கள் தமது தாயிடம் சொல்லியவர்களாக வெளியே புறப்பட்டு அலைந்த போது வழி தவறியவர்களாகப் பிரிந்து போனார்கள். அதன் பிறகு ஒருவர் மற்றவரைத் தேடி வருகிறார்கள். தொலைவில் ஒருவரை ஒருவர் காண்பது மட்டுமே சாத்தியமானது. பிரிந்த அவர்கள் ஒன்று கூடவேயில்லை. அவர்கள்தான் கோடை காலமாகவும் காற்றடி காலமாகவும் மழைக் காலமாகவும் பனிக் காலமாகவும் உருமாறி அலைகிறார்கள் என ஒரு கதையை எப்போதோ என்னிடம் அம்மா சொன்ன நாளில் பருவ கால மாற்றம் என்பது புதியதொரு தோற்றத்தில் எனக்குள் புகுந்தது. கோடை மூர்க்கமான ஆண்; அவன் வரும்போது கையில் எரிகொம்பு போல வெயிலை ஏந்தி வருவான்; இவனுடைய சுபாவம் கோடையின் சுபாவமாக இருக்கிறது. அடுத்தவன் காற்றடி காலம். அவன் ஓரிடத்தில் நிற்க மாட்டான். சுற்றிக்கொண்டேயிருப்பான். இலைகளைச் உதிரச் செய்தபடியும் வெற்று மைதானங்களைச் சுழற்றிப் பந்தாடியும் அலைபவன். இவர்களுக்கு ஒரு சகோதரி மழை; இவளோ சதா எதையோ நினைத்துக் கண்ணீர் விடுபவள். கடைசிப் பெண் பனி மிருதுவானவள்; இவள் தனது கைகளை அகலமாக்கி ஊரையே வளைத்துக் கொண்டு படுத்துக் கொள்வாள்.

காலம் தன்னை வெளிப்படுத்திக் கொள்வதைப் பற்றிய இந்தக் கதை இன்றைக்கும் எனக்கு மிக விருப்பமானதாகவேயிருக்கிறது.

காலம் முதலில் அம்மாவின் வழியேதான் யாவருக்குள்ளும் பிரவேசிக்கிறது. தனது அம்மாவைக் காணும் எவரும் காலத்தின் முதல் துளியையே காண்கிறார்கள். காலம் மெல்ல அவளிடமிருந்து உலகை நோக்கி உருண்டோடி தகப்பன், சகோதரர்கள், வயதானவர்கள், பறவைகள், தெரு, ஊர், நதி, மலை, கடல், பூமி, பிரபஞ்சம் என வியாபகம் கொண்டு தனது மாயநெசவை நெய்யத் துவங்கிவிடுகிறது.

பகல், இரவு என்பது எத்தனை பெரிய அற்புதம். ஒரு நாளிலாவது பகல் தனது நிறத்தை மாற்றிக்கொண்டிருக்கிறதா; இரவு தனது எல்லையின்மையைக் குறைத்திருக்கிறதா? எப்படி இது அன்றாட காட்சியானது. சில நேரம் எனது நீண்ட தெருவில் பகல் மடிந்து இரவு கொஞ்சம் கொஞ்சமாகக் கூடி வருவதைப் பார்த்தபடியிருந்திருக்கிறேன். சரியாக அந்தக் கைகள் பரிமாறிக் கொள்கின்றன உலகின் கதியை. தன்னிடமிருந்த முழு உலகினையும் பகல் இரவின் கைகளில் தந்துவிட்டதாக விலகும் போது மிகப்பெரிய சுமையை ஏந்தியது போல இரவு மிக மெதுவாக ஊர்ந்து நிரம்புகின்றது.

எந்தக் காத்தில் பிறக்கிறார்களோ அதன் சுபாவம் குழந்தை களுக்குப் படிந்துவிடுகிறது. வெளித் தோற்றம் கண்ணில் படாவிடினும் இயல்பில் அவர்களின் பிறப்பு காலம் ஒரு சாறைப் போல் உடலில் ஓடிக் கொண்டிருப்பதாகவே படுகிறது. பிறந்த சில நாட்களுக்குப் பகலில் பிறக்கும் குழந்தைகள் இரவில் அழுது கொண்டேயிருப்பார்கள் என்றும், இரவில் பிறக்கும் குழந்தைகள் பகலில் அழுது கொண்டிருப்பார்கள் என்றும், ஒரு நம்பிக்கையிருக்கிறது. தங்கள் பிறப்பின் ஏதோ ஞாபகத்தில்தான் அப்படி இருக்கிறார்கள் என்பார்கள். எனக் கென்னவோ அவர்கள் இருவேறு காலத்தின் வழியே சில நாட்கள் அசைவு கொள்வதாகத்தான் அறிய முடிகிறது.

எனது பையனுக்கு நான்கு வயதான போது ஒரு நாள் அவன் தனது விளையாட்டுகளால் சலிப்புற்றவனாக தன்னுடன் விளையாடும் சிறுவர்களுடன் வீட்டில் இருக்கும் பழைய புகைப்பட ஆல்பங்களைப் புரட்டி விளையாடிக்கொண்டிருந்தான். அதில் இருந்த எனது திருமண புகைப்படமொன்றைக் காட்டிய போது உடனிருந்த சிறுவன் "இதுல நீ இல்லையே, எங்கடா போயிருந்தே?" எனக் கேட்க அவன் உடனே பதில் சொன்னான். "அப்போ நான் எங்கேயிருந்தேனு எனக்கு தெரியும்" எனச் சொல்லியபடி

யோசிக்கத் துவங்கினான். அவனது பதிலுக்காக நானும் கூட காத்திருந்தேன். அவன் சில நிமிஷ முயற்சிக்குப் பிறகு சொன்னான்: "மறந்து போச்சுடா."

இந்தப் பதிலைத் தவிர அவன் வேறு எதைச் சொல்லியிருந்தாலும் இத்தனை வியப்பாகியிருக்காது. ஞாபகம் என்பதுதான் காலத்தின் சேகரக் கூடம் அல்லது உற்பத்தி ஸ்தானம். அவன் விளையாடிக் கொண்டேயிருக்கிறான். எனக்கு வேறு வேறு ஞாபகங்கள் கிளறிவிடப் பட்டதாக கடக்கின்றன. அந்தக் கேள்விக்கு நான் பதிலைத் தேடியபடியிருந்தேன்.

நானும் என் பையனைப் போல், பிறப்பதற்கு முன்பாக எங்கேயிருந்தேன். யோசனை ஒரு மன விளையாட்டைத் துவக்கியது. ஒரு முயலாக இருந்ததிருக்கக்கூடும். அந்த முயல் மாபெரும் காட்டின் அடர்ந்த பச்சைப் புல்லைத் தின்றபடி காதுகளை அசைத்துக்கொண்டு வாழ்ந்திருக்கக்கூடும். இல்லை நான் அமைதியானவனல்ல, என் மனம் மறுக்க, நான் புலியாக இருந்ததிருப்பேன், உடலில் மஞ்சள் கோடுகள் மினுங்க சதா வேட்டை வலிமையோடு இருந்திருப்பேன். அல்லது ஒரு துண்டு மேகமாக, ஒரு மீன் குஞ்சாக, ஒரு மலையாக, ஒரு வானவில்லாக, ஒரு திராட்சைப் பழமாக, ஒரு கைவிளக்காக, ஒரு காகிதமாக, ஒரு சுடராக, ஒரு பாலையின் மணலாக, ஒரு அலையின் நுரையாக, ஒரு பின்னிரவு நட்சத்திரமாக, ஒரு துப்பாக்கியாக, ஒரு சாத்தானாக, ஒரு தேவதையாக, ஒரு கடற்கன்னியாக, ஒரு ஏவல் பூதமாக, ஒரு புல்லாங்குழலாக, ஒரு கால் கொலுசாக, ஒரு முத்தமாக, ஒரு வசீகரமான பெண்ணின் உதட்டு மச்சமாக, ஒரு கடவுளாக எதுவாகமிருந்திருக்க முடியும் என்றபோது, மனம் உலகின் காட்சிகளையும் அதனைத் தன்னோடு பொருத்திக்கொள்ளும் விருப்பத்தையும் கொண்டுவிடுகிறது. இந்தப் பிறப்பின் தனிநடனம் எப்போது நடந்தேறியது என்பதில் காலம் என்ற ஒரு விசித்திர வெளிச்சம் அடித்துச் செல்கிறது.

காலம் பற்றி எப்போது யோசிக்கும் போதும் ஒரு காட்சி கனவைப் போல மனதில் தோன்றிக்கொண்டிருக்கிறது. நீண்டதொரு வெளியில் முற்றிய தானியங்களை ஒரு கை தனது கதிர் அறுவாளால் அறுத்தபடி கடந்து போய்க்கொண்டேயிருக்கிறது. முற்றிலும் அறுத்து முடிந்து விடாதபடி நீண்டு சென்று கொண்டேயிருக்கிறது விளைச்சல் கண்ட நிலம். காலம்தான் அந்த மனிதனாகவும் உலகயியலின்

காட்சிகள் அறுத்து சேகரமாகிக்கொண்டே வருவது போலவு மிருக்கிறது. நாம் முற்றி கனிவு ஏறிய காட்சிகளைத்தான் தினமும் கண்டு கொண்டேயிருக்கிறோம். எல்லா அன்றாடக் காட்சிகளும் புத்தம் புதியதாகப் பிறக்கின்றன. ஒரு காகிதம் கிழிந்து குப்பையென வீசப்படுவதும் ஒரு விண்மீன் வானில் பிரகாசிப்பதும் காட்சிகளின் உலகில் எந்த பேதமும் அற்றவை. இரண்டும் சம அளவில் புதியவை.

காட்சிகள் காலத்தின் தனித்த வாசனை எதையும் கொண்டிருப்பதில்லை. கடந்த கால நிகழ்ச்சி என்பதற்கு தனி நிறமும் எதிர்கால நிகழ்ச்சி என்பதற்கு தனி நிறமும் இருப்பதில்லை. ஆனாலும் கடந்த காலம் என்ற உடன் நம் மனம் சிருஷ்டிக்கும் சித்திரங்கள் யாவும் மிகப் பழையதாகவும் எங்கோ தொன்மையான சரித்திர ஆழம் கொண்டது போலவுமிருக்கிறது. நிஜத்தில் நெப்போலியன் காலத்திற்கும் சென்ற விநாடி அருந்தி முடித்த தேநீருக்கும் கடந்த காலம் என்ற ரீதியில் பெரிய பேதமில்லை. நெப்போலியன் கற்பனையான ஆழமொன்றைக் கடந்த காலத்தினுள் உருவாக்கிவிடுகிறான். காலம் பற்றிய எண்ணங்கள் யாவும் வெளியோடு தொடர்பு கொண்டவை. நாம் வாழ்வைக் காலத்தின் வழியேதான் கற்பனை கொள்கிறோம். நமது எதிர்காலம் காலத்தால் நிர்ணயிக்கப்படுவதாக அறிதல் கொள்கிறோம். எதிர்காலத்தைப் போல ஒரு தொலைவு வெளியை மனம் கற்பனை செய்து கொள்வதில்லை. எவர் கற்பனையிலும் எதிர்காலம் வெளியாக உருக்கொள்வதில்லை.

காலம் பற்றிய நமது எண்ணங்களுக்கும் கண்டுபிடிப்புகளுக்கும் ஊடே நமது தொன்மையான பயமும், திகைப்பும், விடைகாண முடியாத புதிர் தன்மையும் ஒளிந்திருக்கின்றன. மானைத் துரத்திக் கொண்டுவரும் வேடுவன் இருளில் மான் மறைந்ததை புதிராகத்தான் கண்டிருப்பான். அவனுக்கு மாலை முடிந்து இரவு வந்து விட்டது என்ற காலக்குறிப்பு குகை வாழ்வில் புதிராகவேயிருக்கும். தோன்றுதல், மறைதல் என்ற காலத்தின் திகைப்பில் இருந்து எளிதில் மனிதன் விடுபட்டு இருக்க முடியாது. மனிதன் கால் வசப்பட்டவன் என்பதில் இன்று நமக்கு எந்த வியப்பும் திகைத்தலுமில்லை. தொல்காலத்தில் மனிதனின் மிகச் சிக்கலான புரிய முடியாத பிரச்சனை காலம். அதுவும் மரணம் பிறப்பு வாழ்தலில் ஏற்படும் மாற்றங்கள் இயற்கை தோற்ற மாற்றங்கள். மனிதன் தொடர்ந்து காலத்தை அறிந்து கொள்ளவும் அதனைத் தன் வசப்படுத்தி வென்றிடவும்

பல்வேறு வழிமுறைகளை உண்டாக்கிக்கொண்டேயிருக்கிறான். காலம் மனிதனால் பகுதி பகுதியாகத் துண்டிக்கப்பட்டு அவனது மேஜையில் பயன்பாட்டிற்காக தயாராக இருக்கிறது. நாட்கள், மாதங்கள், கிழமைகள், வருடம், வயது, பருவகாலம், இளமை, முதுமை, பழசு, புதுசு, மணி, நிமிஷம், நொடி என காலம் எத்தனையோ விதங்களில் வடிவம் எடுத்துக் கொண்டேயிருக்கிறது. ஆனாலும் காலம் என்பதைப் பற்றிய அடிப்படையான கேள்விகள் பதிலற்று இருந்து கொண்டேயிருக்கின்றன.

காலம் என்பது காலா என்ற தெய்வத்தின் நாக்கு என்கிறது இந்திய புராணீகம். உலகில் காலம் பகுக்கப்படாத போது வாழ்வு மிகக் குழப்பமாகியதால் காலா என்ற கடவுள் மொத்த உலகையும் விழுங்கிவிட்டதாகவும் பின்பு அதன் நாவு கொஞ்சம் கொஞ்சமாக வெளிப்பட நேற்று இன்று நாளை என காலமும் வாழ்வும் தொடர்வதாக அக்கதை விளக்குகிறது. இதுபோலவே காலம் தொடர்ந்து ஓடிக்கொண்டேயிருக்கும் ஒரு நதி. இதில் ஒரு இடத்தில் இருமுறை கால் வைக்க முடியாது எனவும் காலம் என்பது வில்லில் இருந்து விடுபட்ட அம்பென சென்றுகொண்டிருக்கிறது எனவும் ஒரு எண்ணமிருக்கிறது. மதமும் தத்துவமும் காலம் பற்றிய சில விசித்தமான எண்ணங்களைக் கொண்டிருக்கின்றன. காலத்தை அறிந்து கொள்வதற்காகவும் முன் கூட்டியே கால நிகழ்வுகளை முன் சொல்லவும் கிரகமாற்றங்களும் நாளிகை எண் கணிதமும் சூரிய சந்திர மாற்றங்களைக் கொண்ட கணித முறைகளும் ஜோதிடம் ஜாதகம் போன்ற காலமறியும் முறைகளும் உலகெங்கும் நிரம்பியுள்ளன. இந்தியாவில் காலத்தைப் பற்றிய கருதுகோள்களும் கதைகளும் எண்ணிக்கையற்று இருக்கின்றன.

காலத்தை கடந்த காலம், நிகழ்காலம், எதிர்காலம் என முள்கரண்டி போல பகுத்து சிருஷ்டித்தவனின் மனம் வெகு ஆச்சரியமானது. அது காலத்தைத் துண்டிக்காமலே பிரிக்கக் கூடிய சாத்தியத்தை உண்டாக்கியிருக்கிறது. இந்த அடுக்குமானத்தால் ஒரு நேரத்தில் ஒரு காலம் மட்டுமே கடந்த காலம் என்பதிலிருந்தே நிகழ், எதிர் காலங்களின் இருப்பு முடிவாகிறது. இந்த நேர் கோட்டு கால் முறையிலிருந்து விலகிய காலத்தை ஒரு நீருற்று போல சதா எல்லா பக்கமும் வழிந்து கொண்டிருப்பதாகவும், ஒரே நேரத்தில் பல காலத்தில் வாழ்தல் சாத்தியம் போலவும் எண்ணங்கள் இருக்கின்றன. காலத்திற்கு மனித இருப்பு பற்றிய விசேஷ கவனம் எதுவுமில்லை. ஒரு

மரம் ஒரே நேரத்தில் இரண்டு பருவகாலத்தை கண்டு விடமுடியாது. கால அடுக்கினுள் சென்று திரும்புவது காலத்தை மீறுவது போன்ற முயற்சிகளை மனம் சதா பின்னிக் கொண்டேயிருக்கிறது. இது கால இயந்திரம் துவங்கி காலமற்ற நிலை வரை தனது கற்பனையை விரித்திருக்கிறது. படைப்பு மனம் காலத்தின் இழைகளைத்தான் தனது நெசவிற்குப் பயன்படுத்திக் கொள்கிறது.

காலம் வாழ்வின் மிக இயல்பானதொரு புதிர். கனவில் நாம் காலத்தின் வேறு அடுக்கினுள் வாழ்கிறோம். கனவைக் காண்பவன் ஒரு காலத்திலும், கனவின் நிகழ்வு ஒரு காலத்திலும் நடக்கின்றன. விழித்துக்கொண்ட பிறகு மனது இதில் இன்னொரு கால அடுக்கை வேறு சிருஷ்டித்து முந்தைய நிகழ்வுகளைப் பின்னிக்கொண்டு விடுகிறது. காலத்தின் முடிவுறா நிலைகள் கனவின் சாத்தியமாகின்றன. கனவைப் போலவே படைப்பிலும் சாத்தியமாகின்றன. காலத்தின் புனைவுப் பரப்பில் நுழைவது மிக எளிதாகவேயிருக்கிறது. ஒரு தலைக்கவசம் போதும் நாம் சரித்திர காலத்தின் வாசனையை அறிந்து கொள்வதற்கு. காலத்தைப் பற்றிய பயம் சாவைப் பற்றியதாகவுமிருக்கிறது. அல்லது காலத்தின் முன் பின் பற்றிய அறியாமையாக இருக்கிறது. கடலை புகைப்படத்தில் பார்க்கும்போது எந்த சலனமும் பிரமாண்டமும் தெரிவதில்லை என்பது போலவே, கடந்த காலத்தின் மீதமாக எஞ்சியிருக்கும் நாணயங்கள், புகைப்படங்கள், போர்க்கருவிகள், ஆபரணங்கள், இடிபாடுகள் எதுவும் கடந்த காலத்தின் நூதனத்தை நமக்கு முழுமையாகக் காட்டிவிட முடிவதில்லை. நாம் கடந்த காலத்தை எடையற்றுப் புரட்டிக்கொண்டிருக்கிறோம். யாவும் தகவல்கள் நடந்து முடிந்த நிகழ்ச்சிகள் என்ற ரீதியில் மட்டுமே அறிமுகமாகின்றன. ஒரு அடிமையாக விற்கப்படுவதன் வேதனையோ, கிரேக்க மதுவின் ருசி தரும் சந்தோஷமோ தகவல் அளவில் நம்மைத் தீண்டுவது போதுமானதாகயில்லை.

விஞ்ஞானத்தின் வருகை காலம் பற்றிய கற்பிதங்களைப் பொய்த்துப் போகச் செய்தது. அறிவியலின் வழி காலம் என்பதன் சாராம்சம் கண்டறியப்பட்டது. காலத்தின் வேகமும் மாறுபாடுகளும் நுண்மையாக அறியப்பட்டன. விஞ் ஞானம் காலத்தை சார்பியல் கொண்டதாக விளக்குகிறது. காலம் பற்றிய விஞ்ஞான முடிவுகள் புராணீகம் தந்திருந்த மயக்கத்தைக் கலைத்தன. காலம், வெளி இரண்டும் பிரிக்கப்பட முடியாதவை என அறிவியல் விளக்கியது. ஒரு

மனிதன் காதலிக்காகக் காத்திருக்கும் சில நிமிஷங்கள் கூட மிக அதிக நேரமானது போலிருப்பதும், அதுவே அந்தப் பெண்ணுடன் பேசி சந்தோஷிக்கும் சில மணி நேரங்கள் நிமிஷம் போலாகிவிடுவதும் காலத்தினை மனம் அறியும் மயக்க நிலையாகவே கொள்ள வேண்டியுள்ளது.

காலம், வெளி இரண்டும் இருவிதமான நுகர்வைத் தரக்கூடியவை. அண்ணாசாலையில் ஒருவன் எல்ஐசி கட்டிட உயரத்தில் நின்று பார்க்கும் போது தொலைவில் உள்ள ஜெமினி பாலம், ஸ்பென்சர்ஸ் யாவும் தெளிவாகக் காண முடியும். இதுவே ஸ்கூட்டரில் போகும் மனிதனுக்கு ஜெமினி பாலத்தில் ஏறும்போது ஸ்பென்சர் கட்டிடம் எதிர்காலத்தில் இருக்கிறது. சென்றடையும் வரை அது சாத்தியத்திலேயிருக்கிறது. வெளியில் ஒரு நுகர்வும் வேகத்தில் ஒரு நிகழ்வுமே கூடுகின்றன. இது போலவே புலன் விசாரணை செய்யும் காவல்துறையினர் நிகழ்வின் காலமான கடந்த காலத்தை அதன் இயல்பிலே மறுஉருவாக்கம் செய்து திரும்ப நடத்திப் பார்ப்பதன் வழியாகவே குற்ற நிகழ்வை அடையாளம் காண முயற்சிக்கின்றனர். நம்மிடையே காலம் வெகு நுட்பமாக பிரிக்கப்பட்டிருக்கிறது. நமக்கு ஒரு வித கால அடுக்கும் கடவுளின் உலகத்திற்கு ஒரு கால அடுக்குமிருக்கின்றன. மறுபிறவி நம்பிக்கைகூட காலத்தின் ஒரு பகிர்மானமே. மனிதனின் நான்காவது பரிமாணம் காலம்தான் என்கிறது விஞ்ஞானம்.

சென்ற தலைமுறை விஞ்ஞானிகள் பலரும் பிரபஞ்சம் பற்றிய தங்களது அறிவியல் சிந்தனைகளில் காலம் பற்றிய எண்ணங்களையே பிரதானமாகக் கொண்டிருந்தனர். கடவுளின் சிருஷ்டியென இருந்து வந்த காலத்தை விஞ் ஞானம் மீட்டது. கடவுளின் விரலில் சொடுக்கப்பட்டு வந்த நூலிழையான காலத்தை தனது அறிவியல் தாக்கத்தால் விஞ்ஞானம் மறு உருவாக்கம் செய்தது. காலம் பற்றிய விசித்திரக் கனவுகளைப் புனைவுலகில் சாத்தியமாக்கிய கதாசிரியர்கள் பெரிதாக பேசப்பட்டார்கள். ஹெச். ஜி. வெல்ஸ், ஜூல்ஸ் வெர்னி, அசிமோவ், ஆர்தர் சி. கிளார்க் போன்ற கதாசிரியர்கள் விஞ்ஞான நிரூபணம் சார்ந்தே தமது கதைகளைப் படரவிட்டனர். ஆனாலும் காலம் பற்றிய அறிவியல் சிந்தனை கொண்டவர்களும் கூட மத ரீதியான பிரபஞ்ச வியலை கடவுளின் சர்வவியாபகத்தை மீற முடியவில்லை. சார்பியல் தத்துவத்தை உலகிற்கு

விளக்கிய ஐன்ஸ்டீன் கூட கடவுள் பிர பஞ்சத்தோடு சூதாடுவதில்லை; அவரது வல்லமை பெரிது என்கிறார். மதமும் பயமும் முடிச்சிட பல விஞ்ஞானிகள் தங்களின் சோதனை முடிவுகளைத் தங்களோடு புதைத்துக்கொண்டனர். கலிலியோ போன்றவர்கள் தங்கள் முடிவுகளைத் தாங்களே மறுத்து தேவசபையில் மன்னிப்பு கேட்டனர். ஆனால் இந்த பிரபஞ்சத்தின் மாபெரும் ஒழுங்கை ஆராயும் போது அதில் கடவுளுக்கு எந்த வேலையுமில்லை. அவர் எங்காவது ஒரு புள்ளியில் இருப்பதாகக் கொண்டாலும் அது நம்மைப் பாதிக்கக்கூடியதல்ல. கடவுள் மனிதனோடு சூதாடுபவரும், தன்னை ஒளித்துக்கொண்டு ஆடுபவராகவுமிருக்கிறார் என இதுவரை எவரும் வெளியிடத் தயங்கிய, சுயமான குரலை வெளிப்படுத்தியவர், இந்த நூற்றாண்டின் தலைசிறந்த அறிவியல் அறிஞரான ஸ்டீபன் ஹாக்கின்ஸ்.

பிரபஞ்சத்தின் தோற்றவியல் பற்றிய ஆய்வுகளை மேற்கொண்டு வரும் இந்த பௌதிகத் துறைப் பேராசிரியரின் அறிவியல் சாதனைகள் ஒருபக்கமிருக்க இதுபோன்ற ஒரு மனிதனின் இருப்பும் வாழ்வும் சாத்தியமா என்பதை முறியடித்த ஒரு விசித்திர தைரியமும் வாழ்வும் கொண்டவர்.

1942 ஜனவரி 8ல் இங்கிலாந்தில் உள்ள ஆக்ஸ்போர்டில் பிறந்தார். இவரது அப்பா அங்குள்ள தேசிய மருத்துவ நிறுவனத்தில் உயிரியல் ஆய்வாளராகப் பணியாற்றினார். சிறுவயது முதலே அறிவியல் துறையில் தீவிர ஈடுபாடு கொண்ட இவர் 1959ஆம் வருடம் ஆக்ஸ்போர்டில் பௌதீகம் படிக்கச் சேர்ந்தார். படிப்பில் மிக ஈடுபாடு கொண்டிருந்த இவர் தனது மேற்படிப்பிற்காக கேம்பிரிட்ஜில் சேர விரும்பினார். கல்லூரி நாட்களிலே பிரபஞ்சவியலில் ஈடுபாடு கொண்டிருந்த இவருக்கு கல்லூரியில் படிக்கும் போது திடீரென ஒரு நோய் தாக்கியது. லோஹெரிக் நோய் என அழைக்கப்படும் இந்நோய் மூளையைத் தாக்கி அது செயல்படும் திறனைப் பாதித்தது. அதாவது மோட்டார் நியூரான் நோய் எனப்படும் இவ்வியாதியால் மூளை செல்கள் செயல்பாடு இழந்து போக உடல் தசைகளின் செயல்பாடு துண்டிக்கப்படும். இதன் இறுதியாக மூச்சுவிடுதல் பாதிக்கப்பட்டு மரணம் சம்பவிக்க நேரிடும். இந்நோய் தாக்கி பலவீனமாகிப் போன அவருக்கு கை கால்கள் முகம் செயலற்றுப் போனது. சிகிச்சைகள் தொடர்ந்தன. அதிகபட்சமாக இரண்டு ஆண்டு காலம் உயிர் வாழ்வார் என கருதப்பட்ட இவர் தனது மனோதிடத்தால்

இன்று வரை இந்நோயுடன் போராடி வென்றவராக வாழ்ந்து வருகிறார்.

ஒரு சக்கர நாற்காலியில் அமர்ந்தபடி தனது உடல் இயக்கங்கள் செயலிழந்தபடியே ஆய்வுப்பணிகளைக் கவனித்து வருகிறார். இவருக்கென தனியே வடிவமைக்கப்பட்ட கம்யூட்டர் ஒன்றின் உதவியால் தனது அன்றாட காரியங்களை நடத்தி வருகிறார். காலத்தின் தோற்றம் பற்றிய ஆதாரமான தனது கருத்துகளை இவர் தனது ஆய்வின் துவக்க காலம் தொட்டே செய்து வந்தார். பிரபஞ்சத்தின் இருப்பும் தோற்றமும் பற்றிய பௌதிக முடிவுகளை வெளிப்படுத்தும் சிறப்புரை ஒன்றிற்காக இவர் தயாரித்த குறிப்புகளும் பல்கலைக்கழகமொன்றில் ஆற்றிய சிறப்புரையுமே இந்தப் புத்தகம் எழுதுவதற்கான அடிப்படை. 1982—ல் துவங்கிய இந்த யோசனை நான்கு ஆண்டுகள் இடைவெளியில் செயல்படுத்தப்பட்டது. கைகளால் எழுத முடியாத நிலை கொண்ட இவருக்காக ஸ்பீச் சின்தசைசர் என்ற சிறப்பு வசதி கொண்ட கணிப்பொறி மூலம் தனது சொல்வழியாக எழுதுவது நடந்தேறியது. முற்றாக உடல் நலிவுற்று வந்தபோதும் மனம் மட்டும் தனது கிரியா சக்தியை பெருக்கியபடியேயிருந்தது.

பெருவெடிப்பு எனும் நிகழ்வினால் பிரபஞ்சம் தோன்றி யிருக்கக் கூடுமென்ற அடிப்படைக் கருத்தின் மீது செயல்படும் இவர் காலம் அநாதியானதல்ல. அது தோன்றியது. காலத்தின் தோற்றம் விளக்கப் படக்கூடியது. இதைப் புரிந்துகொள்ள வெளியைப் பற்றிய நமது புரிதல்கள் அவசியமென்கிறார். பிரபஞ்ச இயக்கம் குறித்த ஐன்ஸ்டீனின் சார்பியல் தத்து வத்தினை முன்னெடுத்துச் சென்று பொது மற்றும் சிறப்பு சார்பியல் தத்துவ அடிப்படையில் பிரபஞ்சத்தின் தோற்றம் மற்றும் அதன் இருப்பை விளக்க முற்படுகிறார் ஹாகின்ஸ். மனித சரித்திரத்தின் ஆகப்பெரிய முயற்சி பிரபஞ்சத்தை முழுமையாக அறிந்துகொள்ள நினைப்பதுதான். ஒரு சிறிய கிரகமொன்றில் சிறிய புள்ளியில் இருந்தபடியே ஒட்டுமொத்த பிரபஞ்சத்தையும் அறிய முயற்சிப்பதே மனிதனின் பெரிய சாதனை என்கிறார் முரேகில்மான். இது ஐன்ஸ்டீன் விஷயத்தில் நிஜமாகியது. தனது வாழ்வில் முப்பது வருடங்கள் அவர் பிரபஞ்சத்தை இயக்கும் சக்தி குறித்தும், இதன் இயல்பைப் பற்றிய ஒற்றை விதியை அறியவும் முயற்சித்தார். ஆனால் பிரபஞ்சம் தனது ஒவ்வொரு கதிக்கும் தளத்திற்கும் வேறு வேறு ஒழுங்கையும் விதியையும் கொண்டது என்பதை அவர்

புரிந்து கொள்ளவேயில்லை. இதைப் புரிந்து கொண்டவர் ஸ்டீபன் ஹாக்கின்ஸ்.

பிரபஞ்சத்தின் தோற்றம் பெருவெடிப்பில் துவங்கியதெனக் கொண்டால் அதன் உருவாக்கம் எப்படி நடந்திருக்கக்கூடும் என பல ஆயிரம் கோடி ஆண்டுகளுக்கு முந்தைய ஒரு நிகழ்வைப் புரிந்துகொள்ள முயற்சிக்கிறார்கள் விஞ்ஞானிகள். பிரபஞ்சத்தின் ஆதாரமான விசைகள் நான்கு. இதில் மிகத் தொன்மையானது புவிஈர்ப்பு விசை. இந்த விசையின் காரணமாகவே நட்சத்திரங்கள் வானில் மிதப்பதும் நாம் தரையில் நடந்து செல்வதும் நடந்தேறுகிறது. இந்த விசையின் இயல்பைப் புரிந்துகொள்ள கலிலியோ பைசா நகர கோபுரத்தில் இருந்து குதித்தது நடந்தேறியது. நியூட்டன் காலம் துவங்கி இந்த விசை பற்றிய சர்ச்சைகள் தொடர்ந்தன. இதனை ஐன்ஸ்டீன் தனது பொருளின் நிறை மற்றும் விசை கோட்பாட்டால் விளக்கி இதனை ஒரு உந்து சக்தியே என புரியச் செய்தார். ஐன்ஸ்டீன் சார்பியல் தத்துவமான $E=MC^2$ மூலமாக முற்றான காலம் என ஒன்றில்லை; காலம் பொருளின் இயக்கத்திற்கு ஏற்ப மாறக் கூடியது. ஒரு மனிதன் விண்வெளியில் ஒளியின் வேகத்தில் பயணம் செய்து ஒரு கிரகத்திற்குச் சென்று திரும்பி வருவதாக இருந்தால் அவனது வயது பூமியில் இருக்கும் அவனது சகோதரனுக்கு ஆவதை விடக் குறைவாகவே ஆகியிருக்கும் எனில் முடிவான ஒற்றையம்சமான காலமில்லை என்பதை விளக்கிய ஐன்ஸ்டீன் வழியிலே ஹாகின்ஸ் காலத்தின் இயல்பை விளக்குகிறார். இதற்கு வெளியைப் பற்றிய நமது புரிதலை மேம்படுத்துகிறார். நாம் காணும் பரிமாணங்கள் யாவை, இதில் ஒற்றைப் பரிமாணம் என்பது என்ன, இரட்டைப் பரிமாணம் எப்படியிருக்கும், மூன்றாவது பரிமாணத்தை நாம் உணர முடிந்தால் நமக்கு நான்காவது பரிமாணம் எப்படியிருக்கும் போன்ற அடிப்படைக் கருத்துக்களை விளக்கிய ஹாகின்ஸ் காலத்தின் துவக்கம் பெரு வெடிப்பிலிருந்து துவங்குவதாகச் சொல்கிறார். இத்தோடு கருந்துளை எனப்படும் நட்சத்திரங்களின் இறப்பினால் உண்டாகும் ஒரு குழிவைப் பற்றி விவரிக்கிறார்.

காலத்தின் இயல்பை மிக எளிமையாக விளக்க முற்படும் ஹாகின்ஸ் விஞ்ஞான பரிச்சயமற்றவர்கள் புரிந்துகொள்ள வேண்டிய முறையிலே தனது புத்தகத்தை எழுதியிருக்கிறார். 1988ல் இதனை வெளியிட முயன்ற போது கேம்பிரிட்ஜ் பல்கலைக் கழகம் இதனை வெளியிட முன்வரும் என ஆய்வாளர்கள்

தெரிவித்தபோது தனது புத்தகம் ஆய்வாளர்களுக்கானதல்ல, இது பொதுமக்களைச் சென்றடைய வேண்டும். ரயில்நிலைய புத்தகக் கடைகளில் கிடைக்க வேண்டும் என விரும்பி காமிக்ஸ் புத்தகத்தை வெளியிடும் பேந்தம் புக்ஸ் நிறுவனத்தில் வெளியிட ஒப்புக்கொண்டார். இந்தப் புத்தகத்தை எடிட் செய்வதற்காக பீட்டர் கசார்டி என்பவர் நியமிக்கப்பட்டார். இவரே இப் புத்தகத்திற்கு A Brief History of Time எனப் பெயரிட்டவர். உலகமெங்கும் பல லட்சம் விற்பனையான இப்பதிப்பு இன்றும் தொடர்ந்து பேசப்பட்டு வருகிறது. இந்தப் புத்தகத்தை முழுமையாக ஒருவர் புரிந்துகொள்ள முடிந்தால் அவர் பௌதீகத்தில் டாக்டர் பட்டம் பெறத் தகுதியானவர் என ஹாகின்ஸ் குறிப்பிடுகிறார்.

வடக்கில் மிகத் தொலைவில் ஒரு பாறை இருப்பதாகவும், அது நூறு மைல் நீளமுடையது; நூறு மைல் அகலமுடையது; ஒவ்வொரு ஆயிரம் வருடத்திற்கும் இடையில் ஒரு சிறிய பறவை பறந்து அங்கே வந்து தனது அலகை உரசிச் செல்கிறது. இந்தப் பறவையின் அலகால் உரசி உரசிப் பாறை தேய்ந்து எப்போது இல்லாமல் போகுமோ அன்றுதான் முடிவற்ற காலத்தின் ஒரு நாள் முடிந்திருக்கிறது என்கிறது இந்திய தொன்ம கதையொன்று. காலத்தைப் பற்றிய இக்கதையில் வரும் பறவையைப்போல ஹாகின்ஸ் காலமெனும் மாபெரும் இருப்பைத் தனது அலகால் உரசி தேய்மானமாக்கிட முயற்சித்து வருகிறார். அதன் சுவடே இந்தப் புத்தகம்.

பால்ராப்ஸ் & நயோஜென் சென்ஜாய்

ஜென் எலும்புகள் ஜென் கதைகள்

ஒரு டேபிள் வெயிட்டைப் பார்த்திருக்கிறீர்களா? கண்ணாடியினுள் கிளைகள் விரிந்தபடி வெளிர் சிவப்பு பூக்களும் அசையாத இலைகளுமாக கருநீல வண்ணத்தில் அது மேஜையில் ஒரு பிரதிமையென அமர்ந்திருக்கும். நான் பார்த்துக்கொண்டே இருந்திருக்கிறேன். கண்ணாடியினுள் எப்படி இந்த மரம் முளைத்து கிளைத்திருக்கக் கூடமென அறியாத புதிரோடு பார்த்த வயதிலிருந்து உருண்டு சுழலச் சுழல மரங்கள் தலைகீழாகத் திரும்பி அகத்தில் எந்த சலனமுமில்லாத அந்தக் கண்ணாடி விருட்சத்தை, ஒரு தியான நிலையைப் போல மௌனமாகக் கண்டுகொண்டிருந்த நாட்கள் வரை, எத்தனையோ முறை திரும்பத் திரும்பப் பார்த்த போதும் கண்ணாடியினுள் உள்ள விருட்சம் சலிப்பு தரவேயில்லை. சில சமயம் அது ஒரு கனவு காட்சிபோல சுருண்டு கிடக்கிறது. யோசிக்கையில் காலத்திலிருந்து துண்டிக்கப்பட்டு எப்போதும் ஒரே வயதில் வாழ்வதை சாத்தியமாகக் கொண்டிருக்கும் ஒற்றை மரமோ எனப்படும். சில நேரங்களில் இது மரத்தின் வர்ண நிழலோ எனத் தோன்றும். அப்பா கொழும்புவிலிருந்து வாங்கி வந்திருந்தார். கண்ணாடியினுள் இருந்தபடியே அது எனது பால்யத்தைக் கண்டிருக்கிறது. அதைக் கைப்பற்றுவதற்காக சகோதரிகளுடன் நடந்த சண்டையில் எனது கை மாறிப் போயிருக்கிறது. எத்தனையோ முறை மேஜை விளிம்பின் எல்லையுணராமல் தவறி வீழ்ந்திருக்கிறது. மரத்திடம் எந்த ஒரு சலனமுமில்லை. ஒரு இலை உதிரவில்லை. காற்றால் தீண்டப்படாத அந்த கண்ணாடி விருட்சம் ஒரு மோன நிலையைப் போல அமர்ந்திருக்கிறது. அந்தக் கண்ணாடியினுள்

இருப்பது வெறும் தோற்றம், நிஜமல்ல என மனம் பேதம் அறிந்த போதும் நிஜத்தை விடவும் தோற்றம் தரும் ஈர்ப்பு அதிகமாகவே இருந்தது. உலகில் உள்ள மரங்கள் யாவும் கூட இதுபோல அசைவற்று இருந்துவிட்டால் எப்படியிருக்கும். இல்லை இந்த பூமியே ஒரு கண்ணாடி கோளம் போலத் தானே. இதில் நமது வாழ்வும் சகலகோடி உயிரினங்களும் மலைகளும் கடலும் கூட இந்த கண்ணாடி விருட்சங்களைப் போலத்தானிருக்கின்றனவா? எவரது கைகள் இதை உருட்டி விளையாடிக்கொண்டிருக்கின்றன. காகிதங்கள் பறந்து போய்விடாமல் இருப்பதற்காகக் கண்ணாடிக் கோலம் காவல் காத்தபடி இருக்கிறது. காகிதங்களில் என்ன எழுதப்பட்டிருக்கிறது என்றோ அது எழுதப்படாத ஒரு வெண்பரப்பு மட்டுமா என்பதைப் பற்றி கோளம் அறிய முயற்சிப்பதேயில்லை. அது ஒரு நிலை. சமன் குலையாததொரு விந்தை. பார்த்துக்கொண்டிருக்கும் மனோநிலைகளுக்கும் பொழுதுகளுக்கும் ஏற்ப கண்ணாடிக் கோளத்தின் இருப்பு மாறிவிடுகிறது. ஒரு இரவில் அப்பாவின் மேஜை டிராயரைத் திறந்தபோது டேபிள் வெயிட், கொட்டிக்கிடக்கும் ஊதா மையினுள் அமிழ்ந்து கிடந்தது. கடலில் மிதந்து கொண்டிருக்கும் மலரைப் போல அது நீலத்தைத் தன் மீது படரவிடாமலே மிதந்து கொண்டிருந்தது. உதிராத பூக்கள் வெறித்துக்கொண்டிருந்தன. அந்த மரம் ஒருபோதும் தன்னைப் போல இன்னொரு மரத்தை உருவாக்கிவிடப் போவதில்லை. அது ஒற்றை உயிர். இரவில் பார்க்கும்போது அது தொலைதூர நட்சத்தி ரத்தைப் போல் மிகுந்த அழகுடையதாகவும் முன் எப்போதும் பார்த் திராததொரு பொருள் போலவுமிருந்தது. எவ்வளவு நேரம் பார்த்துக் கொண்டிருந்தேன் எனத் தெரியவில்லை. ஆனாலும் பார்ப்பதற்கு கற்றுக்கொள்வது காகித வெயிட்டில் இருந்துதான் துவங்கியது. வீட்டிற்கு வந்திருந்த இரண்டு வயது நிரம்பிய குழந்தையொன்று கண்ணாடி வெயிட்டை எடுத்து தின்றுவிடப் பார்த்தபோது கோளம் தின்னமுடியாத பொருளாக எஞ்சியிருப்பதன் காரணம் புரியாமல் விக்கித்து அழுத குழந்தையைச் சமாதனப்படுத்த எவரிடமும் எந்த மார்க்கமுமில்லை. யாவரின் சொல்லையும் மீறி அந்தக் கோளத்தைத் தின்றுவிடப் பார்த்து ஓய்ந்தது. இன்று வரையிலும் அந்த மனநிலை தொற்றிக்கொண்டேதான் எனக்குமிருக்கிறது. பிரபஞ்சத்தையல்ல, ஒரு கண்ணாடிக் கோளத்தையாவது தின்றுவிட முடியுமா உங்கள் எத்தனத்தால்?

இதற்கு சமமான திகைப்பை சில கவிதைகளில் வாசித்திருக்கிறேன். அக்கவிதை வரியினுள் இது போல சலனமுறாத காட்சிகள் ஒளிர்ந்து கொண்டிருக்கின்றன. நாம் உறவு கொள்ளும் கதிக்கு ஏற்ப அவை நெருக்கமும், விலகலும் கொண்டுவிடுகின்றன. சர்ச் கட்டிடங்களைக் கடந்து போகும்போது சில வாசகங்கள் கண்ணில் படும். 'நானே முதலும் முடிவுமாகயிருக்கிறேன். நல்லவரா என்பதை ருசித்துப் பாருங்கள்' என்பவை எளிய வாசகங்களைப் போல தோற்றம் கொண்டிருந்த போதும் இதைச் சொல்லிய மனிதன் அதை எந்தப் பொருளில் சொல்லியிருக்கக்கூடும். இந்த வாக்கியங்களை நாம் எந்த அர்த்தத்தில் பொருள் கொள்வது. இதே வாசகங்களை நாம் திரும்பச் சொல்லும்போது பொருளற்றது போலாகிவிடுவதேன்? என மனம் பின்னத் துவங்கும். நானே முதலும் முடிவுமாகயிருக்கிறேன் எனச் சொல்லிய வரி புரிவது போலவும் புரியாதது போலவும் ஒரே நேரத்திலிருக்கிறது. நாம் முதல் முடிவு இரண்டைப் பற்றியும் கற்பிதமான ஒரு எண்ண ஓட்டத்தை மட்டுமே கொண்டிருக்கிறோம். பின் எப்படி இதை ஒரு முற்றாகப் புரிந்து கொள்வது. இது ஒரே நேரத்தில் தோற்றம் உள் இரண்டு நிலைகளும் கொண்டதாகயிருக்கிறது. கவிதையின் சாடை கொண்ட இது போன்ற வரிகள் தொடர்ந்து பார்வையை உருமாற்றிக்கொண்டேயிருக்கின்றன.

தேவதச்சனின் கவிதையொன்று இப்படி துவங்குகிறது:

தாளின் இரண்டு பக்கங்களையும்
ஒரே நேரத்தில் படிக்கக்கூடிய விநோத ராட்சசனைக்
காணச் சென்றேன்
மீனை எல்லாத் திசைகளிலும்
பார்த்துக்கொண்டிருக்கும் தண்ணீரில் அவன்
குடியிருப்பதாக உப்பு வியாபாரி ஒருவன்
சொல்லிப் போனான்
அதோ
தெரிகிறது கண்ணீர்
துளியொன்றில்
திறந்து கிடக்கும் அவனது
வீடு.

இந்தக் கவிதை வரிகள் சில காட்சிகளை முன்வைக்கின்றன. காட்சி மிக துல்லியமாகவும் வியப்பானதொரு கதை

தொனி கொண்டுமிருக்கிறது. ஆனால் காகிதத்தின் இரண்டு பக்கத்தையும் ஒரே நேரத்தில் படிப்பது என்பதை எப்படிப் புரிந்து கொள்வது. இரண்டு பக்கமும் ஒரே நேரத்தில் வாசிக்க சாத்தியமுள்ளதா? இல்லை இரு பக்கமும் ஒரே நேரத்தில் வாசிக்கப்படும்போது காகிதம் எந்த வடிவத்தில் இருக்கும். உலகில் ஒரு பக்கம் மட்டுமேயுள்ள பொருள் ஏதாவது இருக்கிறதாயென்ன. (போர்ஹேயின் கதையில் மட்டுமே ஒரு பக்கமுள்ள ஒரு நாணயம் இடம்பெறுகிறது.) காகிதத்தின் இரண்டு பக்கத்தையும் ஒரு சேர படிப்பது என்பது ஒரு உயர்நிலையா? இந்த சொல்வழி எத்தனையோ அர்த்தங்கள் விரிகின்றன. கலைகின்றன. இது புரிவது போலவும் புரியாமையாகவும் எஞ்சிவிடுகிறது. நமக்கு இந்த விநோத ராட்சசனைப் போலதொரு வாசித்தல் சாத்தியமா என்ற ஆதங்கம் சில வேளை எஞ்சுகிறது. சில நேரம் இந்தக் கவிதை வாசித்தலைப் பற்றியது அல்ல, நமது இருப்பின் சாரம் பற்றியது என தோன்றுகிறது. இந்த வரியை அதன் அடுத்த வரியோடு பொருத்திக் காணும்போது இன்னமும் மயக்க நிலை அதிகரிக்கிறது. மீனை தண்ணீர் எல்லா திசைகளிலும் ஒரே நேரத்தில் பார்த்துக் கொண்டிருக்கிறது என்றதும் தண்ணீரின் உருவம் மாறிவிடுவதோடு முன் அனுபவம் கலையத் துவங்குகிறது. இக்கவிதையின் மீதான நெருக்கம் கண்ணாடிக் கோலத்தைப் போல மாறிக்கொண்டேயிருக்கிறது. எனில் கண்ணாடிக் கோளம் ஒரு கவிதையெனத்தான் நிசப்தித்திருக்கிறதா?

இப்படி ஒரே நேரத்தில் அவிழ்க்கப்பட்டும் முடிச்சிடப் பட்டுமிருக்கும் நிகழ்வுகள் தருணங்கள் கவிதைகளைப் போலவே பௌத்த கதைகளில் காணமுடிகிறது. பௌத்த கதைகள் உலகியல் காட்சிகளை வேறு வசத்தில் கைப்பற்ற முயற்சிக்கின்றன. உலகினை வழிகாட்ட வந்தவர்களாக அறியப்பட்ட மகாவீரர், புத்தர், கிறிஸ்து யாவரும் தங்களது பிரதான உபகரணமாகக் கதையை பயன்படுத்துகிறார்கள். இக்கதைகள் ஒரு நிலையில் எளிய கதாம்சமும் மற்றொரு நிலையில் உயர் கருத்துகளும் கொண்டிருக்கின்றன. கௌதம புத்தரின் மொழி எளிய நிலையிலே இது போன்றதொரு பல தளங்களை உருவாக்குகின்றது. பாத்திரம் ஒருபோதும் உணவின் சுவையை அறிந்து கொண்டு விட முடியாது. நாக்கு மட்டுமே உணவை ருசிக்க முடியும் என்ற அவரது ஒரு பதில் கதையின் எளிய தோற்றத்தில் அமைந்தேயிருக்கிறது. புத்தர்

தனது கற்பித்தலுக்கு கதை வழியைத் தேர்வு செய்கிறார். கதை ஒரு புராதன வஸ்து. இதன் இயல்பு அதை கைக்கொள்ளும் மனிதனுக்கு ஏற்ப மாறிக் கொள்ளக்கூடியது. புத்தர் ஒரு தியான நிலையை உருவாக்குகிறார். இது அன்றாட நிகழ்வுகளை விலக்கியதொரு சாத்தியபாடு. துக்கத்தின் மாற்றாக அவர் ஆசைகளின் வேட்கையைத் துறக்கச் செய்கிறார். கோதமரின் புத்த நெறியில் கோதமரின் இருப்பும் நிகழ்வும் இரண்டாம் நிலைப்பட்டவை. புத்தம் கடல் கடந்து சீனா, ஜப்பான் நாடுகளுக்கு அறிமுகமான போது ஜப்பானில் பௌத்தம் நன்றாக வேரூன்றிவிட்டது. இங்கு பௌத்த சமயத்தின் தனிவழியாக அறியப்பட்ட ஜென் பௌத்தம் உண்டானது. உலகின் அனைத்து சிக்கலையும் அது எதிர்கொள்ள எளிய வழியை உண்டாக்கித் தந்தது. அவ்வழி எது பிரச்சனையோ அதை அனுமதிப்பது மற்றும் உணர்ச்சிப் பூர்வமாக அதை நேரடியாக எதிர்கொண்டு கொந்தளிக்காமல் அவதானிப்பது. ஜென் ஒரு பார்வையை உண்டாக்க முயற்சிக்கிறது. இப்பார்வை அன்றாட உலகினை மிகக் கவனமாக துய்த்துணர வேண்டுகிறது. அது உலகின் பெரிய விந்தையாக அன்றாட காட்சிகளைக் காட்டுகிறது.

தண்ணீரின் மீது நடந்து வரும் பிக்கு மற்றொரு கரையிலிருந்த பிக்குவைச் சந்தித்து தனது விந்தையைக் காட்டுகிறான். அதைப் பார்த்த மற்ற கரை பிக்குவின் சீடன் "உங்களிடம் இது போல விந்தை ஏதுமில்லையா?" எனக் கேட்க அவர் தன்னிடம் மூன்று விந்தைகள் இருப்பதாகச் சொல்லி, "தனக்கு தாகம் ஏற்படும் போது தண்ணீர் குடித்தால் அடங்கிவிடுகிறது. இது முதல் விந்தை. பசிக்கும் போது சாப்பிட்டால் பசி அடங்கி விடுகிறது. இது இரண்டாம் விந்தை. இதையெல்லாம் விட பெரிய விந்தை தூக்கம் வந்தால் உறக்கம் கூடி விடுகிறது. பிறகு என்ன நடக்கிறது எனத் தெரிந்து கொள்ள முடிவதேயில்லை" என்கிறார்.

இக்கதை விந்தைகளின் அன்றாடத்தை விடவும் அன்றாடத்தின் விந்தைகளைக் கொண்டாடுகிறது.

ஜென் பௌத்தம் சிரிப்பை தனது உபகரணமாகக் கொண்டிருக்கிறது. சிரிப்பது என்பது ஒரு விழிப்பு நிலை என்கிறது. ஒரு மனிதன் சிரிக்கும்போது அவன் எதிர் கொண்டிருந்த கடினம் நெகிழ்வுற்று விடுகிறது. எல்லாக் கேள்விகளும் பதிலைவிட எது கேள்வியை ஒன்று சேர்த்து முடிச்சிட்டிருக்கிறதோ அதை மட்டும் அவிழ்த்து விட ஜென்

முயற்சிக்கிறது. பதில் என்பது கேள்விக்கு அளிக்கப்படும் வெறும் சமாதானம் கேள்விகளைப் புரிந்து கொள்ளாததன் எதிர்வினை. ஒரு கேள்வி தனியே வாழ்வது சாத்தியம். ஆனால் ஒரு பதில் மட்டும் தனியேயிருக்க சாத்தியமுண்டா? கேள்விகள் ஒரு விதத் தீண்டுதல். இது பதிலால் திருப்தியடைவதில்லை. கேள்விகள் எதில் நின்றிருக்கிறதோ அதைப்பற்றிய விழிப்புணர்வு மட்டுமே கேள்வியில் இருந்து ஒரு மனிதனை விடுபடச் செய்யும் என்கிறது ஜென் பௌத்தம்.

"சிகோ மடாலயத்திற்கு செல்லும் வழி எப்படி" என ஒருவன் கேட்கிறான். மற்றவன் அதற்கு "கல் உடைந்து கிடக்கிறது" என பதில் சொல்கிறான். கேள்விக்குரிய பதில் இல்லை என கோபமுற்றவன் திரும்பவும் இதே கேள்வி கேட்க, நின்றவன் திரும்பவும் சொல்கிறான் "தவளைகள் குதிக்கின்றன" வந்தவன் சில நிமிஷ திகைப்பில் போய் விடுகிறான். இங்கு கேள்வியை அதிர்வுறச் செய்கிறது பதில் தானே தேடிக்கொள்ளும் ஒரு முறையை உருவாக்க முயற்சிக்கிறது. வழியைக் காட்டி உதவி செய்வதில்லை. நீச்சல் தெரியாத சீடனை மலை உச்சியிலிருந்து ஏரியில் தள்ளிவிடுகிறார் குரு. தண்ணீரினுள் குதித்தவன் இறந்து போவான் என மற்றவன் சொல்ல தண்ணீரில் குதிப்பதால் இறந்து விடமாட்டான். வெளியேறி வரத் தெரியாததால்தான் இறந்து விடுவான் என்கிறார் குரு.

ஜென் கதைகள் மட்டுமல்ல, கவிதைகள் புதிர்கள் ஓவியங்கள் வாழ்தல் யாவுமே எளிமையானதொரு விந்தையையும் புதிரையும் கொண்டிருக்கின்றன.

101 ஜென் கதைகளையும் 50 குவான்களையும் ஒரு காளை பற்றிய குறிப்பு ஏட்டையும் கொண்ட இந்த Zen Flesh and Zen Bones புத்தகம் இருவரால் எடிட் செய்யப்பட்டது. சிறிய முன்னுரையுடன் கூடிய இந்தத் தொகுப்பு ஜென் உலகினை அறிவதற்கு முன்னுதாரணமான புத்தகமாகும். இதனை எடிட் செய்தவர்கள் Paul Raps and Nyogen Sewzaki. நையோஜென் ஒரு பௌத்த பிக்கு.

ஆறாம் நூற்றாண்டில் இந்தியாவிலிருந்து சென்ற போதி தர்மரின் வழியாக பௌத்தம் சைனாவிற்கு அறிமுகமானது. அதன் வளர்ச்சிக்குப் பிறகு 11 மற்றும் 12ஆம் நூற்றாண்டில் அது ஜப்பானில் அறிமுகமானது. மனப்பிரச்சனைகளைக் களைவதற்காக இது ஒரு வழியை உண்டாக்கியது. அது ஒவ்வொரு நிமிஷத்தையும் வாழ்வதாகும். சுயதேடலை

முன்வைக்கும் இது பௌத்த நடைமுறைகளைப் போலின்றி எளிமையான எவ்விதமான கட்டுபாடுகளுமின்றி மனத்தடைய ஒரு வாழ்தலை உண்டாக்க முயற்சிக்கிறது. யார் புத்தர் என்ற கேள்விக்கு ஒரு பிக்கு பதில் சொல்கிறார்: "அது ஒரு மாட்டுச் சாணம்" என்று. இப்படித் தேடுதலை மட்டுமே முதன்மையாகக் கொண்ட ஜென் வார்த்தைகளின் வழியே அதைக் கடந்த மனநிலையைக் கைப்பற்றிட முயற்சிக்கிறது. ஜென் என்பது ஒரு பௌத்த மார்க்கமல்ல. அது ஒரு அனுபவம். அன்றாட வாழ்வின் ருசியை அறியச் செய்யும் முறை.

13ஆம் நூற்றாண்டில் வாழ்ந்த பிக்குவான முசு என்பவர் தொகுத்த ஜென் கதைகளின் தொகுப்பான 'மணலும் கூழாங்கற்களும்' என்ற தொகுப்பிலிருந்தே இந்தப் புத்தகத்தின் கதைகள் மொழியாக்கம் செய்யப்பட்டிருக்கின்றன. ஜென் தரும் விழிப்புநிலை நிமிஷ தியானம் போன்ற ஒரு உடனடி தன்மையை உண்டாக்குகிறது.

ஜென் கதைகள் பெரும்பாலும் பௌத்த மடாலயம் சார்ந்தவை. ஒரு குருவிற்கும் சீடனுக்கும் இடையே நடக்கும் உரையாடல் அல்லது ஒரு பிக்குவிற்கும் மற்ற பிக்குவிற்குமான சந்திப்பு அல்லது தேடுதலை விரும்பி வருபவனுக்கான அறிமுகம். சில நேரங்களில் இக்கதைகள் அரசர் படைவீரர்கள் இவர்களின் மன நெருக்கடியைப் பற்றிப் பேசுகிறது. ஜென் கதைகளின் முக்கியமான பாத்திரங்களில் ஒன்று திருடர்கள். ஒரு திருடன் பிக்குவின் வீட்டில் திருடப்போய் சாமான்களை எடுத்துக்கொண்டு புறப்படுகிறான். பிக்கு அவனிடம் விலை மதிப்பில்லாத ஒன்றைத் திருட மறந்து போகிறாயே, வேண்டுமானால் எடுத்து போ என தன் வீட்டின் முன் ஒளிரும் பௌர்ணமி நிலவைக் காட்டுகிறார். திருடர்கள் ஒரு மன உணர்ச்சியின் உருவமாகவே ஜென் கதைகளில் வருகிறார்கள். ஜென் கதைகள் பெரும்பாலும் பேச்சு மொழியிலே அமைந்திருக்கின்றன. இதில் கடினமான வார்த்தைகளோ உருவகங்களோ இடம் பெறுவதில்லை. நகைச்சுவையும் எதிர்பாராத வரிகளுமே இடம்பெறுகின்றன. இவை கதை சொல்லுவதற்கான நிகழ்வுகளை விவரிப்பதற்குப் பதிலாக நிகழ்வின் கதியிலே கதையை நடத்தி விடுகின்றன.

ஜென் புதிர்கள் மிக பிரசித்தி பெற்றவை.

நதி சலனமில்லாமல் உறைந்திருக்கிறது. மலைகள் நீந்திக்கொண்டிருக்கின்றன என்பது ஒரு ஜென் புதிர். இது

விளக்க முற்படுவதற்குப் பதிலாக உணர்ந்து கொள்வதையே பெரிதாக நாடுகிறது. விழிப்புணர்வு நிலையை அடைவதற்குரிய பாதையை அறிந்து கொள்வதற்காக ஒரு காளையைத் தேடிச்செல்லும் மனிதனைப் பற்றிய உருவகக் குறிப்பு ஒன்று ஜென் உலகில் இடம் பெறுகின்றது. காணாமல் போன காளையைத் தேடி ஒரு மனிதன் கண்டடைகிறான். காளையின் வழியே தியான சாரம் விளக்கப்படுகிறது. இது மரச்செதுக்கு ஓவியத்தின் வழியே காட்சிப்படுத்தப்பட்டு வருவது ஜப்பானில் மிகப் பிரசித்தி பெற்றது.

ஜென் என்பது என்ன என்ற கேள்விக்கு இரு பதில்கள் இருக்கின்றன.

ஒன்று:

கடலில் நீந்தும் மீன் கேட்டது "கடல் என்றால் என்னவென." மற்ற மீன் சொன்னது "நீ பிறந்த இடம் கடல், உனது உடல் கடல், இருப்பும் நீந்துதலும் கடலே, உனக்கு வெளியே உள்ளே சுற்றிலும் யாவும் கடல் தான். நீ கடலிலே பிறக்கிறாய், கடலே நீதான்" என.

மற்றொன்று:

இந்த இரண்டு பதில்களில் இரண்டாவதாக எதுவுமில்லாமல் இருப்பதையே ஜென் நிலை என்கிறார்கள். இந்த ஜென் நிலைக்கான ஒரு வழிமுறையாகவே அமைகிறது இத்தொகுப்பு.

இத்தொகுப்பிலிருந்து இரு ஜென் கதைகள்.

ஒரு பிக்குணி நீண்ட காலமாக மடாலயத்திலிருந்தும் விழிப்புணர்வு அடையவேயில்லை. ஒரு இரவு அவள் மூங்கில் வாளியொன்றில் தண்ணீர் தூக்கிக் கொண்டு வரும்போது கனம் தாங்காமல் கீழே போட்டுவிட மூங்கில் பிளந்து விடுகிறது. அவள் சட்டென விழிப்புணர்வு பெற்றவளாகச் சொல்கிறாள்:

மூங்கில் வெடித்த பிறகு துளி தண்ணீர் வாளியில் நிற்பதில்லை. தண்ணீரில் பிரதிபலித்த நிலவுகூட துளியளவும் இல்லை.

ஒரு சாமுராய் ஒரு பிக்குவிடம் வந்து கேட்டான்:

"சொர்க்கத்திற்கு நரகத்திற்குப் போவதற்கான வாசல் நிஜமாகவேயிருக்கிறதா?"

பிக்கு அவனைப் பார்த்தபடியே கேட்டார்:

"உன்னைப் பார்த்தால் வீரனைப் போலவேயில்லையே. பிச்சைக் காரனை போலத்தானிருக்கிறாய்."

சாமுராய் கோபமாகி தனது வாளை உருவினான். இதனைக் கண்ட பிக்கு "இந்த மொட்டைக் கத்தியை வைத்தா எனைக் கொல்லப் போகிறாய்" என கேலி செய்தார். கோபம் மிகுதியாகி வாளால் பிக்குவைக் கொல்ல நெருங்கும்போது சொன்னார்:

"இப்போது பார்த்தாயா நரகத்தின் கதவு திறப்பதை."

சாமுராய் தன்னை உணர்ந்தவனாக வாளைக் கீழே போட்டான். உடனே பிக்கு சொன்னார்: "பார்த்தாயா சொர்க்கத்தின் கதவுகள் திறப்பதை."

டவ் சென்கோ

வசீகரமான டெஸ்டினா

மலைப்பகுதியில் நடந்து திரிந்திருக்கிறேன். குறிப்பாக மேற்குத் தொடர்ச்சி மலையின் மூணாறு மலைப்பகுதியின் சரிவுகளில் வளைந்த மலைப்பாதைகளும், கற்கள் சரிந்து கிடப்பதும் விதவிதமான உருத் தோற்றங்களில் பாறைகள் மீறி நிற்பதும் காண முடியும். காட்டாறுகளின் கிளைப்பாதைகள் ஊர்ந்து செல்லும் வனங்களின் சரிவில் திட்டுத்திட்டாக எப்போதும் மிதந்து கொண்டிருக்கும் பஞ்சைப் பார்ப்பது அலாதியாகயிருக்கும்.

இலவ மரமது. இலவ மரத்தின் காய்கள் பருத்துக் காய்ந்து வெடிக்கின்றன. சிறிய பஞ்சுகள் காற்றேறி மிதக்கின்றன. மரங்களில் அமர்ந்தபடி கிளிகள் சப்தமிடுகின்றன. இலவு காத்த கிளி என்பார்கள். அது நிஜம்தான் என்பதை அங்குதான் கண்டேன். இலவங்காய் சொரிந்து தொங்கும் மரங்களில் கிளிக்கூட்டம் சுற்றியலைகிறது. அதை உண்ணும் ஆசை மீறி குரலிடுகின்றன. இலவம் பஞ்சு வெடித்துச் சிதறி, காற்றில் திட்டுத்திட்டாக மிதக்கின்றன. அது எப்போதும் கனவைப் போல ஒரு காட்சியினை உண்டாக்குகின்றன.

வெடித்த இலவம்பஞ்சுகள் காட்டுச் சரிவில் வெடித்து பாறைகளில் அலைவுறுவது போலத்தான் பால்யத்தின் நினைவுகள் வெடித்து சிறிய வெண்பொதி போல மிதக்கின்றன. சமீபத்திய பேட்டி ஒன்றில் மார்க்வெஸ் வியக்கிறார். பல வருஷங்களுக்குப் பிறகு ஊர் திரும்பும் போது எனது வீட்டின் நிலைக்கதவு மிகச் சிறியதாக இருக்கக் கண்டேன். சிறிய படுக்கை, சிறிய சமையலறை, சிறிய மரங்கள் என காணும் யாவும் மிகச்

சிறியதாகத் தெரிந்தன. ஆனால் இவை நான் சிறுவனாக இருந்தபோது மிகப் பிரமாண்டமானதாக எப்படி இருந்தது என புரியவேயில்லை என ஆச்சரியமேற்படுகிறது. பால்யம் உலகின் காட்சிகளை வேறு கதியில் அறிமுகப்படுத்ததுகின்றது.

நான் பல வருஷங்களுக்குப்பிறகு, நான் பிறந்த மருத்துவ மனையைப் பார்க்க விரும்பிச் சென்றேன். அந்த மருத்துவமனை நகரின் ஒரு குறிப்பிட்ட தெருவில் 12ஆம் நம்பர் வீட்டில் செயல் பட்டதாகவும் அங்கே இரட்டைத் தூண்கள் உண்டு எனவும் அம்மாவிடமிருந்து பெற்ற ஞாபகங்களை வைத்துக்கொண்டு சென்றேன்.

அந்தத் தெருவே மாறியிருந்தது. தெருவின் பூர்விக வீடுகள் இடிக்கப்பட்டிருந்தன. மிகுந்த கூச்சத்துடன் 12ஆம் நம்பர் வீட்டினைத் தேடினேன். அது இப்போது மழலையர் பள்ளிக்கூடமாக செயல்பட்டுக் கொண்டிருந்தது. முன்னர் அது மருத்துவமனையாக இருந்ததைப் பற்றிய விவரம் தெரிந்தவர்கள்கூட எவருமில்லை. ஆனால் அம்மா குறிப்பிட்ட அதே கட்டிடம், இரட்டைத் தூண்கள். நான் நடந்து உள்ளே சென்றேன்.

குழந்தைகள் விளையாடிக் கொண்டிருந்தார்கள். இரண்டு டீச்சர்கள் பாடம் நடத்திக்கொண்டிருந்தார்கள். மிக தயக்கமும் கூச்சமுமாக உள்ளே காலடி வைத்து நடந்தேன். இதே இடத்தில் முப்பது வருடங்களுக்கு முன்பாக நூற்றுக்கும் மேற்பட்ட குழந்தைகள் பிறந்திருக்கின்றன. அதன் அழுகையோசை இதே இடத்தில் கேட்டிருக்கின்றன. பிரசவித்த வேதனையில் பெண்களின் கண்ணீரும், வேதனையும் இந்த இடத்தில் படிந்திருக்கிறது. அம்மா சொன்ன குறிப்புகளில் இருந்த கேரள பெண் மருத்துவரின் கூந்தல் கூட நான் காணாமலே நினைவு வந்தது.

ஒரு ப்யூன் நான் யாரைக் காண வந்தேன் என கேட்டபடியே வந்தான். நான் பிறந்த இடத்தைப் பார்க்க வந்திருப்பதை எப்படி சொல்வது. வார்த்தைகள் தடுமாறுகின்றன. அவன் திரும்பத் திரும்ப அதே கேள்வியைக் கேட்கிறான். நான் சும்மா இதே இடத்தை முன்பு கண்டதாகவும், பார்க்க விரும்புவதாகவும் சொன்னேன். அவனுக்குப் புரியவேயில்லை. குழந்தைகள் இரைச்சலிடுகிறார்கள். நான் உள் அறைகளில் நடந்தேன். சிறிய, மாற்றிக் கட்டப்பட்ட சுவர்களில் முந்தைய நிறம் மாறவில்லை. அங்கிருந்த மருத்துவமனை, அதில் பணி

செய்த மருத்துவச்சிகள், பிறந்த குழந்தைகள், கண்ணீர் பெருகிய பெண்கள், வேதனை, சந்தோஷம், துக்கம், யாவையும் விழுங்கியபடி உத்திரம் கறுத்து மௌனித்திருந்தது. நான் அங்கே எதைப் பார்க்க விரும்பி வந்தேன். சுவர்கள், தரை, உத்திரம், கட்டிடம், எதில் எதைத் தேடுகிறேன். நான் காண விரும்புவதுதான் என்ன? நான் பிறந்து அழுகையோடு துயிலும் காட்சிதானா? பதில் சொல்ல முடியாமல் வெளியேறி வீதிக்கு வந்தேன். எனது மனம் எதையோ இழந்துவிட்டது போலதொரு வெறுமையைத் தூண்டியபடியிருந்தது.

ஒரு மனிதனின் பிறப்பு என்பது எத்தனை விசித்திரமானது. அந்த மனிதன் ஒரு மலரைப் போல தனது இருப்பை விரிக்கத் துவங்குகிறான். அதன் வாசமும், வர்ணமும் உலகில் பரவத் துவங்குகின்றன. ஒரு மனிதன் பிறக்கும் போதே அவனது சகல மாற்றங்களையும் வரைபடமாக தனக்குள் கொண்டிருக்கிறான் தானா?

வீடு திரும்பிய போது அம்மாவிடம் நான் தேடிச் சென்ற மருத்துவமனையைப் பற்றிச் சொன்னேன். அம்மா அதற்கு," நீ அங்கே மகிழம்பூ மரம் இருந்ததே அதைக் கண்டாயா?" எனக் கேட்டார். நான் பிறந்த நாட்களில் அது தினமும் உதிர்ந்து மணத்தை அடர்த்தியாக வீசியதாக அம்மாவின் ஞாபகம் அவிழ்கிறது. நான் மகிழ மரத்தைக் காணவில்லை. எனது முதல் நாட்களில் அந்த வாசம் எனது நாசிகளில் தொற்றிய தடயமேயில்லை.

அம்மா ஏதோ யோசனைக்குப் பிறகு சொன்னார் "உனக்கு எப்படி தெரியும்...?"

நான் பால்யத்தின் உதிர்ந்த விதைகளை ஏதோ நகரங்களில் இருந்தபடி நினைத்துக்கொண்டு படுத்திருக்கிறேன். பள்ளிக்கூடம் திறக்கப்போகிறதே என விசும்பி அழுது வேதனைப்பட்ட இரவும், வைக்கோல் வாசம் வீசும் ராத்தூக்கம் நீண்ட கரிசல் வெளியும், பாதி சிதைவுற்ற காட்டு கோவில்களும் கனவில் இருந்து மெல்ல தாளமிடுகின்றன.

பரிச்சயமான காட்சிகள் மிகச் சிறியதாகத் தோன்றத் துவங்கும் நாளில் நாம் பால்யத்தைக் கடந்து விட்டோம் என்பதைப் புரிந்து கொண்டேன். டவ் சென்கோ என்ற ருஷ்ய திரைப்பட இயக்குனரின் அனுபவமும் இப்படித்தான் துவங்கியது.

பால்யமென்பது வானத்து நட்சத்திரங்களை நிமிர்ந்து பார்க்காமல், நதியில் அவை பிரதிபலித்து ஓடுவதைக் காண்பது என்ற அவரது வரிகள்தான் எனக்கு முதலில் அறிமுகமாயின.

ருஷ்ய திரைப்பட உலகின் பிதாமகர்களாகக் கருதப்பட்ட ஐசன்ஸ்டீன், புதோவ்கின் போன்ற சாதனையாளர்களுடன் ஒப்பிட்டு சொல்லக்கூடிய தனித்திறன் மிக்க இயக்குனர் டவ் சென்கோ. இவரது Earth என்ற படத்தைப் பார்த்தபோது இது உறுதியாகத் தெரிந்தது.

ருஷ்ய கிராமப்புறத்திலிருந்து வந்த டவ் சென்கோ, அவரது படத்தின் காட்சிகளின் வினோதத் தன்மையும் மூர்க்கமான மனித சுபாவத்தையும் வெளிப்படுத்தினார். Earth ஒரு விவசாயியின் கதை. அப்படத்தில் இடம்பெறும் மழைக்காட்சிகள் அபூர்வமாகப் படமாக்கப்பட்டவை. சிறந்த திரைப்படக் கர்த்தாவாக அறிமுகமான டவ் சென்கோ தனது பால்ய நாட்களைப் பற்றி எழுதிய The Enchanted Destina என்ற புத்தகம் அவரது பால்ய நிழல்களின் தொகுப்பு எனலாம். Destina என்ற நதியின் அருகே வாழ்ந்த அவர்களின் குடும்பத்தைப் பற்றிய சிறு வயது நினைவுகளை விளக்கும் மிகச்சிறிய புத்தகம்.

இந்தப் புத்தகத்தில் பிரதேசம் பற்றிய கோட்டுருவங்கள், சித்திரங்கள் இடம் பெறுகின்றன. பால்யம் பற்றிய அசலான பதிவுகளை இந்தப் பிரதியில் காண முடியும். ஒரு திரைப்படக் கர்த்தா என்ற முறையில் விரிவான, துல்லியமான காட்சிகளைப் போல, தனது பால்யத்தை விவரிக்கத் துவங்குகிறார் டவ் சென்கோ.

டவ் சென்கோவின் வீடு ஒரு புல்வெளியில் நதிக்கரை அருகே இருக்கிறது. டவ் சென்கோ குடும்பம் புகையிலை பயரிடக்கூடியது. வீட்டை ஒட்டி புகையிலைத் தோட்டம் இருக்கிறது. அருகிலே டெஸ்டினா என்ற நதி ஓடுகிறது. டவ் சென்கோவின் தாத்தா கடுமையான உழைப்பாளி. அடர்ந்த தாடி கொண்ட, மெலிந்த மனிதர். அவர்களது வீட்டில் இயேசு கிறிஸ்துவின் உருவப்படமொன்று சுவரில் சித்திரமாக மாட்டப் பெற்றிருக்கிறது. டவ் சென்கோ சிறுவயதில் அதைக் காணும்போது அது தனது தாத்தாவின் முக்சாடையைப் போலவே இருப்பதைக் கண்டு, தனது தாத்தாதான் கடவுள் என நம்பிக்கொண்டு இருந்தார். ஒருநாள் தாத்தாவிடமே நேரில்கேட்டுவிட முடிவு செய்த போது, தாத்தா சிரித்தபடி,

தான் கடவுளின் நிழல் என சொன்னதாக டவ் சென்கோ எழுதுகிறார்.

சிறுவயதில் வீட்டின் பின்புறமுள்ள புகையிலைத் தோட்டத்தில் அவரும் சகோதரிகளும் ஓடும்போது அந்தச் செடிகளே பெரிய வனம் போல தெரியும். அந்தச் செடிகளுக்குள் ஒளிந்து கொண்டு ஒருவர் மற்றவரைத் தேடிக் கண்டுபிடிப்பார்கள். அப்போது ஒருவித மயக்கமூட்டும் நெடியும், நீண்ட சிறு இருளும் படர்ந்திருக்கும். அந்தப் புகையிலைத் தோட்டமே முடிவற்ற பெரிய வனமாகத் தெரிந்தது. ஆனால் அதே தோட்டத்தை தனது மத்திய வயதில் வந்து பார்த்தபோது அந்த புகையிலைத் தோட்டம் தனது முழங்க காலிற்கு கீழாக இருப்பதைக் கண்டது மிகவும் வருத்தம் தருவதாக விருந்ததாக டவ் சென்கோ குறிப்பிடுகிறார்.

டவ் சென்கோவின் தாத்தா எப்போதும் அவரிடம் சொல்வார். “நீ சூரியனை விட்டு விலகாதே. சூரியனுக்கு நேராக நில். அதைக் கவனி” அது போலத்தான் தாத்தாவும் தினமும் சூரியனைக் கண்டபடி வீட்டுக்குள்ளாக படுத்துக்கிடப்பார். இந்த வாசகம்தான் தனது முதல் சினிமா அறிவு. எல்லா காட்சிகளும் சூரிய ஒளியின் பிரதிபலிப்பு தான். சூரியனுக்கு ஏற்ப எப்படி காட்சிகள் மாறுகின்றன. ஒளிதான் மூல காரணம் என்ற சினிமாவின் அடிப்படையைத் தான் கற்றுக் கொண்டது தனது தாத்தாவிடமே என்று டவ் சென்கோ நினைவு கூறுகிறார்.

டவ் சென்கோவின் டெஸ்டினா என்ற நதியைப் பற்றிய விவரிப்பும், அவரது பால்ய காட்சிகளும் மிகத் துல்லியமானவை. திரைப்படத் தோடு எவ்விதமான அறிமுகமின்றி தொலைதூர நிலப்பரப்பில் விஞ்ஞான வளர்ச்சியின் அறிதலுக்கு வெளியே வாழக்கூடிய, மரபான நம்பிக்கைகள், பிரச்சனைகள், கற்பனைகள் கொண்ட ஒரு விவசாய குடும்பத்திலிருந்து உருவாகி, அந்த பின்புலத்தில் வாழ்வின் நிர் தாட்சண்யமான நிஜங்களை, குரூரங்களைக் கண்ட ஒருவனின் மனப்பதிவுகளை, பின்பு சினிமா என்ற கலை வடிவம் அறிமுகமாகி, அதில் செயல்படும்போது வெளிப்படுவதாக டவ் சென்கோ விவரிக் கிறார்.

செவ்வியல் மரபில் வரும் ருஷ்ய இயக்குனர்களின் திரைப் படங்களைப் போல காட்சிகளின் தேர்ந்தெடுப்பு அழகாக அடுக்குகளையும் தாண்டி உக்கிரமான காட்சியமைப்

யையும், பிராந்திய இசையையும், மனோகதியையும் வெளிப் படுத்துகின்றன.

டவ் சென்கோ தனது பால்ய காலத்தில் எதனோடும் தொடர்பற்ற ஒரு இயற்கையின் உள்ளங்கையில் வாழ்ந்திருக்கிறார். குடும்பம் மற்றும் அதன் வாழ்வியல் போராட்டங்கள், இயற்கையோடு அவர்களுக்கு உள்ள உறவு மற்றும் போராட்டம் இதை அறிந்திருக்கிறார். இதையே இந்த திரைப்படத்திலும் விவரிக்கிறார்.

கடந்த காலத்தை நினைவு கூறுதல் போல இன்றி இப்புத்தகத்தில் பால்யம் தனது பச்சையிலைகளை இப்போதுதான் விரிப்பது போல விவரிக்கப்பட்டிருக்கிறது. சொற்கள் காட்சிகளைத் தாண்டியதொரு மனோநிலையின் கவ்வுதலை மேற்கொள்கின்றன.

டவ் சென்கோ தனது பால்யத்தின் சந்தோஷத்தை, துக்கத்தை, பயத்தை சொற்களின் வழியே தேங்கச் செய்திருக்கிறார். நமது ஆழ்மனதில் எப்போதும் ஒரு சூரியன் ஒளிர்ந்து கொண்டிருப்பதாகவே டவ் சென்கோ நம்புகிறார்.

பால்யத்தின் மீதே நமது கனவுகள் உருவாகின்றன. காட்சிகள் மங்குவதேயில்லை, என விவரிக்கும் டவ் சென்கோ தனது The Enchanted Destina புத்தகத்தின் வழியே யாவரின் பால்யமும் திரவமென உறைநிலை கொண்டுள்ளாதபடி ஏதோ ஒரு நிலையில் ஓடிக்கொண்டிருப்பதாகவே உணர்த்துகிறார்.

ருஷ்ய கதைகளுக்குள் இடம்பெறும் நிலவியலும், கதாபாத்திரங்களும் உணர்ச்சி நிலைகளும், இவரது எழுத்தில் ஊடாடி நிரம்பி உள்ளன. டெஸ்டினா என்ற நதி நாம் கண்டிராத போதும் வரிகளின் வழியே நமது கண்களுக்கு அருகாமையில் ஓடிக்கொண்டேயிருக்கிறது.

ரில்கே

தேர்ந்தெடுக்கப்பட்ட கவிதைகள்

லோபர் பெர்ட்ஸியை உங்களுக்குத் தெரியாது. பதினாலாவது வயதில் பள்ளியின் கோடை விடுமுறைக்காக மாமா வீடு சென்றிருந்த நகரில், அதே வீதியில் அவள் வீடும் இருந்ததை நீங்கள் அறிந்திருக்க முடியாது. இந்தப் பெயர் ஏதோ ஒரு கிறிஸ்துவ பெயராக, எங்கோ படித்த புத்தக கதாபாத்திரத்தின் பெயரைப் போலக்கூட உங்களுக்கு தோன்றக்கூடும். இது நீங்கள் அவளை அறியாததன் குற்றம் மட்டுமே. பெர்ட்ஸியை அவள் பெயரைச் சொல்வதால் மட்டுமே உங்கள் மனதில் அந்த அழகின் மென்கோடுகளை வரைந்துவிட சாத்தியமான மொழி என்னிடமில்லை. பெர்ட்ஸியை பரிச்சயம் செய்து கொள்ள வேண்டியது என்னைப் போலவே உங்களுக்கும் முக்கியமானது. இந்தப் பெயரை இப்போதாவது சரியாக உச்சரிக்க பழகிவிட்டேனா என என்னை நானே கேட்டுக்கொள்கிறேன். அவளது சிநேக நாட்களில் இதை சரியாக உச்சரிக்க வராமல் தடுமாறிய போதெல்லாம் அவளிடம் பீறிடும் சிரிப்பும், பொய் கண்டிப்பையும் நீங்கள் பார்த்திருக்கவில்லை.

பெர்ட்ஸின் அப்பா ரயில்வே நிலைய அதிகாரியாக ஏதோ ஒரு அருகாமை கிராம ரயில்நிலையத்தில் வேலையில் இருந்தார். பெர்ட்ஸியும் அவளது இரண்டு சகோதரிகளும் (பெர்ட்ஸி மூத்தவள் என்பது சொல்லும்போது மட்டுமே நினைவில் வரும்) சிறகைக் கழட்டித் தந்துவிட்டு பூமியிலே தங்கிவிட்ட தேவதைகளைப் போலவே தென்பட்டார்கள். அதிலும் பெர்ட்ஸின் நீண்ட கூந்தல் தங்கரேகை ஓடுவதாக

கற்பனை செய்து கொள்ளும்போது அவள் தனது உடலை ஒரு பறவையைப் போல விரித்து எங்கள் வீதியில் பறந்து, மிதந்து சந்தோஷம் கொள்வதாகத் தோன்றும். பெர்ட்ஸிக்கு ரோஸ் கலரில் மிக விருப்பமிருந்தது. இதைத் தெருப் பையன்கள் யாவரும் தெரிந்திருந்தார்கள். (ரோஸ் நிறக் கைக்குட்டையை அவர்கள் வைத்திருந்ததை நானும் பார்த்திருக்கிறேன். அப்போது இது புரியவில்லை) பெர்ட்ஸிக்கு நன்றாக சைக்கிள் விடத் தெரியும். அவள் வீட்டு முகப்பறையில் உள்ள மீன் தொட்டியில் ஒன்பது விதமான வர்ண மீன்கள் இருந்தன. (நீங்களும் என்னைப்போல இதை எண்ணுவதற்காக அவள் வீட்டுக்கு செல்ல முடிந்தால், அவளிடம் இந்த எண்ணிக்கையைச் சொல்லியதும் அவள் சிரிப்பதைக் காணவும் முடிந்தால், பெர்ட்ஸியைப் பற்றி இப்படிப் பேசிக்கொண்டிருக்கத் தேவையில்லை.) பெர்ட்ஸி கூந்தலை எப்போதும் மார்பின் முன் போட்டுக் கொள்வாள். பெர்ட்ஸி தங்க சிலுவையிட்ட மெல்லிய செயின் அணிந்திருக்கிறாள். பெர்ட்ஸியின் நக நுனியில் கொக்குகள் வானிலிருந்து ஆசைகளைத் தூவிச் சென்றிருக்கின்றன. (இதற்காக நீங்களும் கொக்குக் கூட்டம் வானில் பறக்கும் போது பெர்ட்ஸியுடன் சேர்ந்து கைகளை ஆட்டி, கொக்கே கொக்கே பூப்போடு என பாடுங்கள்.) பெர்ட்ஸியை நெருங்கிப் பேசும்போது எலுமிச்சை வாசம் வரும். எப்போதும் மினி ஸ்கர்ட், அதற்கேற்ற டாப்ஸ் அணிந்து கொண்டிருப்பாள். பெர்ட்ஸி சாப்பிடும் போது ஒப்பனை செய்து கொள்பவளைப் போல வெகுநிதானம், துல்லியம், தியானலயிப்பு இருக்கும். பெர்ட்ஸி சாப்பிடுகிறாள், சிரிக்கிறாள், தூங்குகிறாள். எவ்வளவு ஆச்சரியமாக இருக்கிறது! நம்மைப் போலத்தானிருக்கிறாள். ஆனாலும் நம்மைப் போன்றவளாக பெர்ட்ஸியை ஏற்றுக்கொள்ள மனம் தயங்குகிறதே. பெர்ட்ஸி காய்ச்சலைப் போல உடலெங்கும் நிரம்பியவள்.

பெர்ட்ஸி தினமும் கனவு காணுவாள். அவளது படுக்கை யறை தெற்கு பார்த்தது. அதில் இரு தலையணைகள் இருக் கின்றன. ரோஸ் நிறத்தில். அதில் நீந்தும் அன்னங்கள் வரையப்பட்டுள்ளன. பெடாட்ஸியின் இரண்டு சகோதரிகள் ஒரு அறையிலும் இவள் தனியறையிலும் இருந்தாள். அவள் படுக்கையறை ஜன்னலில் நட்சத்திரங்கள் இறங்கி நிற்கின்றன. அவளது தலையணையடியில் பைபிளின் சிவப்பு நிற பிரதி இருக்கிறது. (இந்த புத்தகத்தின் உள்ளே சுருண்டு காத்திருக்கும் ஒரு வெள்ளி பூச்சியாகக் கூட நான் சம்மதம்

கொண்டிருந்தேன்.) பெர்ட்ஸியின் அறையில் வாசனைத் திரவியங்களும், வட்ட வடிவ கண்ணாடியுமிருக்கின்றன. பெர்ட்ஸி மேஜையெங்கும் நோட்டுப் புத்தகங்கள், காம்பஸ், வர்ண பென்சில்கள், ஒருமைப்புட்டி, மேஜையில் ஒரு சுகந்த ரப்பர் கண்ணாடி வளையல்.

ஓ! பெர்ட்ஸி என அவளுக்காக பையன்கள் சுற்றியலைந்த நாட்கள் அது. நான் அதில் அந்நிய ஊரிலிருந்து வந்தவன். பெர்ட்ஸியை காதலித்துக்கொண்டிருந்த பதினைந்து பேர்களை விடவும் (இந்த எண்ணிக்கை நிலையற்றது) நான் வயதில் சிறியவன் என்றாலும், பெர்ட்ஸி என் வீட்டிற்கு வந்திருக்கிறாள். மாமாவுடன் கேரம் ஆடி இருக்கிறாள். எங்களோடு சேர்ந்து சாப்பிட்டு இருக்கிறாள். எங்கள் வீட்டுத் தோட்டத்துப் பூவைப் பறித்து சூடியிருக்கிறாள். இவ்வளவு போதாதா பெர்ட்ஸியை நேசிக்க.

எல்லா நாளையும் போலவே பெர்ட்ஸி தனது சைக்கிளை எடுத்துக்கொண்டு வீட்டிலிருந்து இறங்குகிறாள். சகோதரிகள் சிரிக்கிறார்கள். (தெருவில் நீண்ட நேரமாக நாலு பையன்கள் சைக்கிளில் சுற்றுகிறார்கள்.) பெர்டஸி காற்றின் திசையில் சைக்கிள் விடுகிறாள். மௌனமாக அவளுக்கு நாலு நிழல்கள் துணை வருகின்றன. சரிவுகளில் அவள் சைக்கிள் துள்ளும்போது பின்னால் வருபவனின் இதயம் விம்முகிறது. தனது ஒரே ஸ்நேகிதியான ராஜலட்சுமி வீட்டு வாசலுக்கு வருகிறாள். பெல் அடிக்கிறாள். (ராஜலட்சுமியின் அண்ணன் தனது காதல் கடிதத்தை இன்றும் அவளிடம் தரத் துணிச்சலற்று பார்வையிலே அவளைக் குடிக்கிறான்.) ராஜலட்சுமி என்ற மெலிந்த பெண் வீட்டு வேலையைப் போட்டுவிட்டு பெர்ட்ஸியின் சைக்கிளில் ஏறிக்கொள்கிறாள். இருவரும் நகரின் பரபரப்பான வாகனங்களுக்குள் கடந்து செல்கிறார்கள். நீண்ட ஒற்றை சாலைகளுக்குள் பயணித்து, மேடேறி, புங்கை மரத்தடியில் நிறுத்துகிறார்கள். (பெர்ட்ஸியைக் காதலிப்பவர்களில் மிக வயதான ஒரு கடைக்காரன் அவர்கள் கேட்காமலே நெல்லிக்காய்களைத் தின்னத் தருகிறான்) நித்ய கடமை போல் இருவரும் நெல்லிக்காயைத் தின்கிறார்கள். பெர்ட்ஸி நெல்லிக் கொட்டையை வானை நோக்கி வீசுகிறாள். அது மயக்கமூட்டுகிறது. இருவரும் கிசு கிசுத்த குரலில் பேசிக் கொள்கிறார்கள். பேச்சு என்பதாக அதைச் சொல்ல முடியுமா. சிரிப்பதன் வழியே உண்டான பாஷையல்லவா. ஒரு குறுஞ்சிரிப்பு. அது முறிய, பின் ஒரு

வெடித்த சிரிப்பு. அதற்குள் விடாத சிரிப்பின் துணுக்குகள். பின் அவர்கள் அக்ரஹாரத்தினுள் செல்கிறார்கள். வெயில் பின் தொடர்கிறது. சைக்கிள் மணி சப்தம் கேட்டு எஸ்.கே. கௌரி வெளியே வருகிறாள். பெர்ட்ஸியின் அலங்காரத்தைக் கண்டு பொறாமைப்படுகிறாள். பெர்ட்ஸியின் அழகைத் தாள முடியாமல் மனதிற்குள் ஏசுகிறாள். கௌரியின் வீட்டிலும் காதலர்கள் இருக்கிறார்கள் தானே.

பெர்ட்ஸி வீடு திரும்பும்போது எனது தெருவிற்குள் வருகிறாள். என் வீட்டின் முன் நிறுத்துகிறாள். படியேறுகிறாள். சிரிக்கிறாள். தாங்க முடியாத கூச்சம் நிரம்ப மாடிப் படியேறிப் பேசுகிறேன். அவளும் மாடியேறுகிறாள். மரக்கட்டிலில் உட்கார்ந்து கொள்கிறாள். தயங்கித் தயங்கி ஒரு மயிலிறகை அவளிடம் தருகிறேன். (பூஜை அறையிலிருந்து திருடியது.) அவள் அதை வருடிக் கொண்டிருக்கிறாள். தானும் ஏதாவது பரிசு தருவதாகச் சொல்லி என்னை அவள் வீட்டிற்கு அழைக்கிறாள். மாடியறையில் இருக்கும் ஷெல்ஃபில் ஏதேதோ பெரிய புத்தகங்கள் இருக்கின்றன. அதற்குள் தேடி எதோ ஒரு புத்தகத்தை எடுத்துக்கொள்கிறாள். பிறகு அவள் மாடிவிட்டு இறங்கும் ஓசை கேட்கிறது.

பெர்ட்ஸிக்கு ஸ்நேகிதன் ஆனேன். அவள் சைக்கிள் பின்னால் அமர்ந்தபடி போகவும், அவளோடு பிரார்த்தனைக்கு வேதக் கோயிலுக்கு நடந்து செல்லவும், வீட்டில் ஆராதனை நடக்கும் நாளில் விருந்திற்கான செர்ரி பழங்கள் வாங்க உடன் செல்வதும், மதிய நேரங்களில் பெர்ட்ஸியின் படுக்கையில் அவளோடு படுத்துக்கொண்டு காமிக்ஸ் படிக்கவும் (இதைப் பற்றி மட்டும் நீங்கள் தயவு செய்து அவநம்பிக்கை கொண்டுவிடாதீர்கள்) சந்தர்ப்பங்கள் உருவாகின. பெர்ட்ஸி புத்தகம் படிப்பதில் விருப்பமானவளாகயிருந்தாள். அவள் படிக்கும் புத்தகங்களில் கதையில்லை.

மாலை நேரத்தில் பெர்ட்ஸி என்னை நகரைவிட்டு விலகிய புலிக்குகையை பார்ப்பதற்காகக் கூட்டிச் சென்றாள். எங்கள் சைக்கிளை உலர்ந்த புல்லில் சாய விட்டுப் படியேறினோம். காற்று உரத்து வீசும் வெளியில் பெர்ட்ஸியின் கேசம் கலைகிறது. அவள் குகையிருக்கும் பாறை சரிவிற்கு வந்துவிட்டாள். நாங்கள் இருவர் மட்டுமேயிருந்தோம். சூரியன் வீழ்ந்து கொண்டிருந்தது. குகைக்குள் இருட்டும் பிசுபிசுப்பான வெக்கையும் இருந்தன. அவள் நாம் புலியைக் குகையில் காண வேண்டுமா எனக்

கேட்டாள். பதில் பேசவில்லை. அவள் ஒரு பாறையில் உட்கார்ந்து கொண்டாள். நானும் அருகாமையில் உட்கார்ந்து கொண்டேன். பெர்ட்ஸி தொலைதூரமென வீழ்ந்து கிடக்கும் நகரைக் கண்டபடி அதன் மீது சிறிய கல்லை எடுத்து வீசினாள். நானும் ஒரு கல் வீசினேன். அவள் நெடுநேர யோசனைக்குப் பிறகு என்னிடம் கேட்டாள்.

"நீயும் என்னைக் காதலிக்கிறாயா?"

நான் ஒரு கல்லை நகரை நோக்கி எறிந்தேன். அவள் திரும்பவும் என்னிடம் கேட்டாள்.

"உன் வயசு என்ன?"

"பதிமூன்று."

அவள் தனது வயதை பதினேழு எனச் சொல்லியபடி ஒரு கல்லைப் பறவையைப் போல நீந்தவிட்டாள். பிறகு நாங்கள் பேசிக் கொள்ளவில்லை. இருட்டிய பிறகும் கூட அவள் காற்றில் கல்லை மிதக்கவிட்டுக்கொண்டேயிருந்தாள். நான் அவமதிக்கப்பட்டேன். மனம் துவண்டிருந்தது. அவள் என் வயதைக் கேட்டிருக்காமலே இருக்கக்கூடாதா என வேதனையானது. வீடு திரும்பும்போது என் கூடவே வந்தாள். மாடியறையில் புத்தகம் தேடி எடுத்துக் கொண்டு போனாள்.

அன்றைய இரவில் தூக்கமற்று அழுதிருந்தேன். பெர்ட்ஸியால் அவமானப்பட்டதை விடவும் உலகில் வேறு எந்த துயரம் என்னை வீழ்த்திவிட முடியும். ஆனால், மறுநாள் காலை அவள் பெல் சப்தம் வாசலில் கேட்டதும் ஓடிப்போய் சைக்கிளில் ஏறிக் கொண்டேன். பெர்ட்ஸியின் சகோதரிகளுடன் சீட்டு ஆடும்போதும், அவர்கள் மீனுக்கு இரை போடும்போதும் காரணமற்ற துக்கத்தில் அழுது விடாதிருக்க கடவுளை வேண்டிக்கொண்டேன்.

பெர்ட்ஸி என் வீட்டிற்கு தேடிவந்த ஒரு மாலையில் நான் ஊரிலிருந்த வந்த அப்பாவோடு சினிமாவிற்குப் புறப்பட்டுக் கொண்டிருந்தேன். பெர்ட்ஸி மாடியேறிப்போய் புத்தகம் எடுத்துக் கொண்டு அங்கேயே படுக்கையில் சாய்ந்தபடி படிக்கத் துவங்கினாள். சினிமா விட்டு வீடு திரும்பி வரும்போது பெர்ட்ஸி படித்த புத்தகம் அப்படியே திறந்து கிடந்தது. மறுநாள் பெர்ட்ஸி என்னைத் தேடி வரக் காணோம். அவள் வீடு தேடிச் சென்றபோது அறையைத் தாழிட்டுக் கொண்டு பிராத்தனையில் இருந்தாள். நெடுநேரம் காத்திருந்த

பிறகு அவள் கதவைத் திறந்து வந்தபோது அழுதிருக்கிறாள் என்பது தெரிந்தது. பின் அவள் என் வீட்டிற்கு வரவேயில்லை. ஊருக்குப் போகும் நாள் நெருங்கிய போது அவளிடம் சொல்லிக்கொள்ள வீட்டிற்குப் போனபோது தனிமையில் இருந்தாள். அவள் என் கைகளைப் பற்றியவளாக நெடுநேரம் மௌனமாக இருந்தாள். பின்பு தனது மேஜையின் இழுப் பறையைத் திறந்து, ஒரு கட்டுரை நோட்டிற்குள் வைத்திருந்த ஒரு கதையை எடுத்துக் கொடுத்தாள். அவை, காதல் கடிதங்கள் எனச் சொல்லி படிக்கச் சொன்னாள். அதைத் தொடக்கூட கூச்சமாக இருந்தது. மேஜையில் தேடி ஒரு நோட்டை எடுத்துத் தந்தாள். அந்த நோட்டின் முகப்பில் “என் உயிர் காதலி நீலோபர் பெர்ட்ஸிக்கு... சிவகுருநாதன்” என எழுதப்பட்டிருந்தது. அது என் மாமாவின் கையெழுத்து. நோட்டு முழுவதும் கவிதைகள். அந்த நோட்டை நானே எடுத்துப் போய்விடச் சொன்னாள் பெர்ட்ஸி. நான் அவள் முன்பு அழுவதைத் தவிர்க்க அவளுக்காகப் பிரார்த்திக்க மண்டியிட்டேன். பெர்ட்ஸி என்னைக் கட்டிக் கொண்டு அழுதாள். நான் சினிமாவிற்குப் போன மாலையில் பெர்ட்ஸியை எனது மாமா முத்தமிட்டதை நான் பின்னாளில் தெரிந்து கொண்டபோது அவள் குடும்பம் ஊரை விட்டே போயிருந்தது. மாமாவின் காதல் கவிதைகள் நோட்டை நெடுநாட்கள் வைத்திருந்தேன். சினிமா பாட்டுகளில் இருந்தும், பழைய புத்தகங்களில் இருந்தும் எடுக்கப்பட்ட காதல் வரிகள். அதில் காதலைவிட ஆழமான வேதனை இருந்தது. காதல் கவிதைகளை அதன் பிறகே தேடி வாசிக்கத் துவங்கினேன். பாரதியார் துவங்கி, நவீன காதல் கவிதை வரி வரை யாவும் நீலோபர் பெர்ட்ஸிக்காக எழுதப்பட்டதாகவே தோன்றியது.

கவிதை ஒரு வாசனையைப் போல பரவிக் கொண்டிருக்கிறது. பைபிளில் வரும் சாலமனின் உன்னதப் பாட்டைப் புரட்டிப் படிக்கிறேன். அற்புதமான காதல் வரிகள். பெர்ட்ஸியும் இதைப் படித்திருக்கக் கூடும். கவிதை எப்போதும் பிரிவின் ஜாடையைத்தான் கொண்டி,ருக்கிறது. ஞாபகத்தின் குடுவையைத் திறந்ததும் கவிதையின் விசித்திர வாசனை கசிகிறது. கவிதை சொற்களின் வழியே சொற்களால் அடைய முடியாத ஆழத்தை, நுண்மையை, உவப்பை கைப்பற்ற எத்தனிக்கின்றன.

காதல் கவிதைகளைக் கண்டுகொள்ள எளிய வழி, அது அதிகம் திருடப்படும் பொருளாக இருப்பதுதான்.

ஒரு வசீகரமான விலை மதிப்பற்ற சொல்லைத் திருடிச் சென்று காதலியின் முன் சமர்ப்பிக்கவே எல்லா காதலனும் விரும்புகிறான். காதல் வரிகள் கடத்தப்பட்டுக் கொண்டே இருக்கின்றன. அது ஒரு சமிக்ஞைபோல ரகசியங்களைப் பரிமாறிக் கொள்கிறது. ஒரு நல்ல கவிதையை அடையாளம் காண எனக்கிருக்கும் ஒரே வழி, அதை வாசித்து முடித்ததும் இதை நான் சொந்தம் கொண்டு தன் வசமாக்கிவிட வேண்டும் என மனம் எத்தனிப்பதுதான்.

மிகக் குறைவாகவே கவிதைகளின் மீது ஈடுபாடுள்ள எனக்கு கல்லூரி நாட்களில் படிக்க மிக விருப்பமாகயிருந்த கவிஞர்களாக லோர்க்கா, பாப்லோ நெருதா, ரில்கே இருந்தார்கள். இந்த மூவரின் காதல் வரிகளையும் எத்தனையோ நோட்டுகளில் டயரியில் காப்பியடித்து எழுதி வைத்திருந்தேன். சந்தர்ப்பங்களில் இதை எடுத்து செலவழித்ததும் உண்டு.

ரில்கே எனப்படும் ரெய்னர் மரியா ரில்கே நவீன கவிதையின் காதலன்.சிற்பத்தைப் போல கவிதையின் உருவாக்கத்தை கச்சிதமாக செயல்படுத்தியவன். 1875ஆம் ஆண்டு ஜெர்மானிய வம்சாவழியில் வந்த ரில்கே பிராக்கில் பிறந்தான். (இதற்கு ஒரு வருஷம் முன்பாக பிறந்த முக்கிய கவிஞர் ராபர்ட் பிராஸ்ட், ரில்கேயின் கவித்துவ குணம் கொண்டவர்.) சிறுவயதில் ரில்கேக்கு மூத்த குழந்தையாக ஒரு பெண் பிறந்து இறந்து போனதால், ரில்கேயின் தாய், தனது மகனுக்கு சோபியா எனப் பெயரிட்டு ஒரு பெண்ணைப் போலவே வளர்த்தார். நீண்டகாலம் தன்னை ஒரு பெண்ணாகவே ரில்கே நினைத்துக்கொண்டிருந்தார். பெண்ணின் உடைகளும், அலங்காரமும், பேச்சும் பாவனையும் கொண்ட சோபியா எனும் ரில்கே ஆரம்பப் பள்ளியில் படிக்கும் நாளில் தானொரு ஆண் என்பதைத் தெரிந்து கொண்டபோது அவருக்கு மிக வேதனையாக இருந்தது. இது அவரது கவிதைகளில் தீவிரமாக இடம் பெறுகிறது. ஆறு வயது சிறுமி என்பதை ஒரு படிமம் போலவே ரில்கே பல கவிதைகளில் பயன்படுத்துகிறார்.

ரில்கேயின் அப்பா ஒரு தோல்வியுற்ற ராணுவ அதிகாரி. இவர் ஒரு குமாஸ்தாவாக பணியாற்றினார். இவரது அம்மா தீவிர ரோமன் கத்தோலிக்க ஈடுபாடு கொண்டவர். இதனால் கிறிஸ்துவ நம்பிக்கையை ஆழமாக மகனிடம் உருவாக்க தாய் முயன்றார். இது ரில்கேயால் ஏற்றுக்கொள்ளப்பட முடியாததாக இருந்தது. சட்டபடிப்பைத் தொடர்ந்த ரில்கே,

தனது பால்ய நாட்கள் மிக துயரம் தருவதாக இருந்ததாகவே நினைவு கொள்கிறார். அம்மாவின் தீவிர மதப்பற்றும், அப்பாவின் தனிமைக்கும் நடுவே வளர்ந்த அவர் பாரீஸிற்கு சென்று புகழ்பெற்ற சிற்பி ரோடினின் உதவியாளராகப் பணியில் சேர்ந்தார்.

நவீன சிற்பக் கலையின் சாதனையாளராக உலகமெங்கும் கொண்டாடப்படும் ரோடினின் சிற்பங்கள் பாரீஸில் மிகவும் விவா திக்கப்பட்டவை. ரோடினின் உதவியாளராக இருந்த காலத்தில்தான் ரில்கேயின் கவிதை மனம் செயல்படத் துவங்கியது. பின்னாளில் ரில்கேயின் கவிதைகளில் தீவிர ஈடுபாடு கொண்ட ருஷ்ய பெண் கவிஞரான மரினா தஸ்வேதவ்யா குறிப்பிடுகிறார்:

"நான் அதிகமாக விரும்பும் கவிஞர்களில் உங்களுக்கு இடமில்லை. ஏனென்றால், நீங்கள் ஒரு கவிஞர் அல்ல. கவிதையே நீங்கள்தான்."

இது மிதமிஞ்சிய புகழ்ச்சி போலத் தோன்றியபோதும்கூட ரில்கே ஒரு காலகட்டத்தில் இப்படி கொண்டாடப்படும் கவிஞராகவே அறியப்பட்டார்.

ரில்கேயின் மொத்த கவிதைகளையும் கொண்ட இத்தொகுப்பை ஸ்டீபன் மிட்செல் மொழிபெயர்த்து, தொகுத் திருக்கிறார். இத்தொகுப்பில் ரில்கேயின் ஆரம்பக் கவிதைகள் முதல், அவரது கவித்துவ உரைநடைகள், நீள் கவிதைகள், இரங்கற்பா யாவும் ஒருங்கே தொகுக்கப்பட்டுள்ளன. ஆங்கி லத்தில் வெளியான மிகச் சிறப்பான மொழி பெயர்ப்பு இது.

எல்லா கவிஞர்களையும் போலவே ரில்கேயின் வாழ்விலும் பெண்களும், காதலும், இழப்பும் முக்கிய இடம் பெறுகின்றன. தனது காதலின் சந்தோஷத்திலும், வேதனையிலும் ரில்கே எழுதிய கவிதைகள் ஆழந்த மன சந்தோஷத்தையும், துக்கத்தையும் வெளிப்படுத்துவதாக உள்ளன.

ரில்கேயின் கவிதை காதலை மையமாகக் கொண்டது. மல்லார்மே கவிதையைப் பற்றிப் பேசும்போது அது இசையைப் போலவே இருக்க வேண்டும் என்கிறார். ரில்கேயின் சமகாலத்தவரான தத்துவ வாதி நீட்சே, புனைவு என்பதே கடவுளை உருவாக்குவது என்கிறார். கடவுளின் நாற்காலி காலியாக இருக்கிறது என்றும், கடவுள் இறந்து விட்டார் எனவும் நீட்சேயின் கடவுள் பற்றிய சிந்தனைகள்

ஒரு தலைமுறை படைப்பாளிகளைத் தீவிரமாகப் பாதித்தது. ‘எக்ஸிஸ் டென்சியலிசம்’ என்ற இருத்தலியக் கோட்பாடும், அது சார்ந்த புனைவுகளும் உருவாகின. ரில்கே இந்தக் கோட்பாட்டில் கவரப்பட்டவர் ராக, நீட்சேயின் அக உலகை வெளிப்படுத்தும் விதமாக கவிதைகளை முன் வைத்தார். (நீட்சே காதலித்த லூ‌ரயி அன்சிரா சலோம், இவள் பிராய்டின் தோழி, ரில்கேக்கு மிக நெருக்கமாகி, அவரைக் காதலித்தவள். ரில்கேயை விடவும் வயதானவள்.)

ரில்கே வாழ்வில் குறுக்கிட்ட பெண்களில் இவள் முக்கியமானவள். கவிதை பற்றிய தனது எண்ணங்களை ரில்கே ஒரு கவிதையின் பொருட்டாக என்ற சிறிய உரைநடை மூலம் வெளிப்படுத்துகிறார்.

“ஒரு கவிதையை உருவாக்க வாழ்நாள் முழுவதும் கூட காத்திருக்க வேண்டியது வரும். கவிதைகள் மனிதன் நினைக்கும் போது உண்டாக்கிக் கொள்ளக்கூடியவையல்ல. அவை வெறும் உணர்ச்சி நிலைகள் மட்டுமல்ல, அவை அனுபவங்கள். ஒரு கவிதையின் பொருட்டு நீ நிறைய நகரங்களை, நிறைய மனிதர்களை, பொருட்களைக் காண வேண்டியதிருக்கும். இதற்காக நீ பறவை எப்படி பறக்கிறது என்பதை அறிந்து கொள்ள வேண்டியதிருக்கும். விவரிக்க முடியாத பால்யத்தை, கடலை, இரவுப் பயணத்தை, பிரசவ வேதனையில் கத்தும் பெண்ணின் அலறலை, பிரசவித்த பெண்ணின் வெற்றியை, சாந்தமான உறக்கத்தை, சாவு அறைகளை, பிரேதங்களை, இப்படி இப்படியாக... எத்தனையோ காணக்கூடுமானால் ஒரு வேளை அப்போது கவிதையின் முதல் வார்த்தை உனக்குள் எழுந்து அருகில் வரக்கூடும்” என்கிறார். ரில்கேயின் கவிதைகள் உணர்ச்சியின் படிக நிலையை முன்வைக்கின்றன. கவிதையில் காட்சிகள் மாற்றி கட்டப்படுகின்றன. சொற்களின் இணைவில் ஒரு இசைமை ஏற்படுகிறது.

‘நீ ஒரு கனவு காண்பவனெனில், நானே உனது கனவு
ஆனால்
நீ விழித்தெழ விரும்புவாயானால்,
உனது விருப்பமே நான்’

என ரில்கேயின் ஒரு கவிதை வரி உள்ளது. உணர்ச்சியின் தெளிந்த, விலக்க முடியாத தன்மை இது போன்ற கவிதையில் படிந்துள்ளது.

சிறுத்தையை பற்றிய இவரது கவிதையொன்றில், சிறுத்தை தொடர்ச்சியான கம்பிகளின் நீள் அடுக்காக உலகைக் காண்கிறது. அதற்கு கம்பித் தடுப்பிற்கு வெளியே உலகமேயில்லை. சிறுத்தை ஒரு பலி நடனத்தைப் போல தனது உடலின் நிறக் கோடுகளை அசைத்தபடி நடக்கிறது. எப்போதாவது அதன் கண் இமைகள் உயரும்போது நிசப்தமாக, ஒரு உருவம் படிமம் போல கண்ணுள் நுழைந்து, இறுகிய தசைகளைக் கடந்து அதன் இதயத்தினுள் சென்றோடி விடுகிறது.

சிறுத்தையின் இதயத்தினுள் நிசப்தமாக உலகின் காட்சிகள் சென்று படிவதாக துளிரும் இக்கவிதை ஒரு இசைப் படிமம் போல உருவாக்கப்பட்டுள்ளது. ரில்கேயின் இரங்கற்பாக்கள் மிக பிரசித்தி பெற்றவை. தனது காதலியின் மரணத்தின் பொருட்டு (இவள் ஒரு நவீன ஓவியர்) ரில்கே எழுதிய இரங்கற்பாக்களில் நாடகம் போல மனக்காட்சிகள் அங்குமிங்கும் நகர்ந்து விவாதிக்கின்றன.

ஒரு சிற்பத்தைப் போல மொழியால் ஆன ஒரு செதுக்குதலே கவிதை எனும் ரில்கே, ரோடினின் மாணவியாக இருந்த பெண்ணைக் காதலித்துத் திருமணமும் செய்து கொண்டார். ரில்கேயின் வாழ்வில் எப்போதும் தனிமை நீங்காது இருந்தது. இவரது கவிதைகளும் இதையே பிரதிபலித்தன.

'காலம் எனும்
தொலைதூர நகரத்தின் மீது ஒளிரும்
நட்சத்திரத்தின் நீள் நிசப்தத்தினுள்
எனை உருமாற்றி ஒடுங்கியிருப்பேன்'

எனும் ரில்கே கவிதை வரிகள் அவரது கடக்க இயலாத தனி வெளியின் குரலாகவே வெளிப்படுகிறது. 1926ஆம் ஆண்டு லூக்கேமியா எனும் ரத்த புற்றுநோயால் இறந்தபோது ரில்கே தனது கவிதைகளைப் போல உலகின் தொன்மையை மலரவிட்டபடி சொற்களின் பின் ஒளிந்து கொண்டு விட்டார்.

ஜாக் லண்டன்

கானகத்தின் குரல்

பகீரதன் கங்கையை பூமிக்குக் கொண்டு வருவதற்காகத் தவம் செய்கிறான். கங்கை பூமிக்கு வந்து சேர இறங்குகிறது. நீர்தாரை பொங்கியோடி பூமியில் சுழித்தோடுகிறது. கங்கை பூமியைத் தொடுவதை ஒரு நாய் பார்த்துக்கொண்டபடி நிற்கிறது. இப்படியொரு சிற்பமொன்று திருச்சி மலைக்கோட்டையினுள் பகீரதன் தவக்கோலம் என செதுக்கப்பட்டிருக்கிறது. இந்த சிற்பத்தில் உள்ள நாய், வியப்பும் அசைவற்ற கண்களும் கொண்டதாக, கங்கையைப் பார்த்துக் கொண்டிருக்கிறது. உலகின் ஆதி சாட்சியைப் போல் அதன் இருப்பு பதிவாகியிருக்கிறது. இச்சிற்பத்தில் கல்லில் நீரின் சுழிப்பு நுட்பமாக செதுக்கப்பட்டிருக்கிறது. வானத்திலிருந்து பீறிட்ட நீரின் விசையை கல்லில் கொண்டு வந்திருக்கிறான் பெயரற்ற ஒரு கல்தச்சன். நாய் ஒரு கால சாட்சி போல் தோன்றுகிறது.

இன்னொரு சிற்பம் திருவிடைமருதூர் கோவிலின் நுழை வாசலில் நிற்கிறது. பட்டினத்தார் வாசல் எனப்படும் இந்த நுழை வாசலில் பட்டினத்தார் மெலிந்த மனிதனாக, துறவு மூர்க்கம் கொண்டு நிற்கிறார். அவரோடு இணைந்து நிற்கிறது ஒரு பைரவ மூர்த்தி. அது நாம் கண்ட நாயைப் போலவே இல்லை. அந்த நாயின் உடலில், முகத்தோற்றத்தில், இருப்பில் பட்டினத்தாரின் இயல்பில் இருக்கும் தீவிரம் பற்றிக்கொண்டிருக்கிறது. கையில் நாயை கூட்டிக் கொண்டு துறவுக்கோல் மனிதனின் சிற்பமாக இருந்தபோதும் அங்கும் நாயின் இருப்பு ஒரு சூட்சும சமிக்ஞை போலத்தானிருக்கிறது. நாயின் கல்படிவ தோற்றங்கள் எப்போதும் மயக்கம் தரக்கூடியவை. இந்திய தொன்ம உலகில் நாய்க்கு தனியிடமிருக்கிறது.

மகாபாரதம் என்ற இதிகாசம் துவங்குவதற்கான காரணமாக சரமை என்ற ஒரு நாயே இருக்கிறது. தேவலோகத்தில் இருந்து பூமியில் நடக்கும் பரிசித்துவின் வேள்வியைக் காண வந்த சரமை என்ற நாயை அது யாக பொருளை தின்னப் போகிறதோ என பயந்து விரட்டி அடிக்கிறார்கள். அது அழுதபடி தனது தாயிடம் சென்று முறையிட தாய் பூமிக்கு வந்து யாகப் பொருளை தின்னாமலே தனது பிள்ளை அடிவாங்கியதால் யாகம் முற்றுப் பெறாது, பரிசித்து இதன் பலனை அனுபவிப்பான் என்கிறது. இதன் பிறகே பரிசித்துவின் மரண சாபம் துவங்குகிறது.

இது போலவே யுதிஷ்டரன் சொர்க்கத்திற்கு போகும்போது கூடவே ஒரு நாயும் பயணம் செய்வதிலே மகாபாரதம் முடிவடைகிறது.

நாய்களை பைரவ நிலையாகக் கொள்வதும் அது ஒரு விழிப்புநிலை என அடையாளம் காண்பதும் ஒரு ஆதி நம்பிக்கை. அஸ்வமேத யாகத்தில் நாய்க்கு மூன்று கண்கள் இருப்பதாக ஒரு சடங்கு நடைபெறுகிறது. இது சிவனைப் பற்றிய குறியீடாகவேயிருக்கிறது.

நாயைப் பற்றிய அனுபவங்களும் நெருக்கமும் மனித வளர்ச்சியோடு நீண்ட தொடர்பு கொண்டது. நகுலன் 'நாய்கள்' என்ற ஒரு நாவல் எழுதியிருக்கிறார். இந்த நாவலில் நாய் என்ற படிமத்தின் உச்ச நிலைகளை தனது எழுத்தின் வழி சாத்தியப்படுத்தியிருக்கிறார். நாய்க்கு 96 வகையான மோப்ப சக்திகள் இருப்பதாகச் சொல்கிறார்கள். நாய் தூங்குவது ஒரு இலை அசைவதைப் போல மிக மேலோட்டமானதாகவேயிருக்கிறது. நாய்களை அவதானிப்பது ஒரு தியான நிலை போன்றது. அது வெகு விநோதமான தன்மைகளைக் கொண்டிருக்கிறது.

நாய் தனது வயிற்றை எப்போதும் காப்பாற்றி வருகிறது. வயிற்றைப் பெருக்க எந்த நாயும் விடுவதேயில்லை. நாய் தனக்கு ஏதாவது உபாதைகள் உடலில் வந்தால் உடனே ஓடத் துவங்கிவிடும். ஓடி எங்கே அதற்கான மருந்துச் செடி இருக்கிறது என்பதை அறிந்து கொள்கிறது. குப்பைமேனி செடியைத் தேடி கண்டு அதில் உடம்பைப் போட்டு புரட்டிக்கொண்டு நாய் கிடப்பதைக் கண்டிருக்கிறேன். சில வேளைகளில் அது தனக்கான மருந்தைத் தேடி ஊரை விட்டு வெளியிலும்கூட அலைய நேரிடும்.

நாய்களின் ஓட்டத்திற்கு லொங்கோட்டம் என எங்கள் பக்கம் அழைப்பார்கள். அது வெயில் முற்றிய பகலில் தனியாக அலைந்தபடி, ஓரிடத்தில் சில நிமிஷங்களுக்கு மேல் கிடப்பாக கிடக்காது. தெருவிலும் குறுக்கு சந்துகளிலும் ஓடிக்கொண்டே யிருக்கும். ஈரமண்ணில் படுத்துக் கிடப்பதில் அதற்கொரு சுகமிருக்கிறது. நாய்கள் வீட்டோடு பழகிப் பழகி பெரும்பாலும் மனித சுபாவத்தைத்தான் கொண்டிருக்கின்றன. அதற்கும் வீட்டு ருசி பழகியிருக்கிறது. சில நாய்கள் மனிதர்களைப் போலவே தனக்குப் பிடிக்காததை சாப்பிடத் தரும் போது முகர்ந்து பார்த்துவிட்டு சாப்பிடாமல் வயிறு காய படுத்தியிருக்கிறது. நாய்கள் இயல்பில் வேடிக்கை குணம் கொண்டவை. தனியாக, கொண்டாட்டமாக இருக்கும்போது அது செய்யும் சேஷ்டைகள் ஏராளம். அதிலும் தன்னைக் கொஞ்சும் மனிதனுடன் அது செய்யும் பாசாங்குகள் அதிகம். நாய்கள் ஊளையிடுவதை மட்டுமே மனிதர்கள் வெறுக்கிறார்கள். அது ஒரு துர்சகுனமாக அறியப்படுகிறது. நாயின் கதைகள் — பயணத்தின் கதையைப் போலவே பெருகியிருக்கின்றன.

நாயைப் பற்றிய பயமும் பலருக்கும் தீராதது. நாயின் வாயைக் கட்டிய பிறகுதான் கள்வன் திருட வருவான் என ஒரு நம்பிக்கையிருக்கிறது. நாயைப் பற்றி எழுதுவதும் மிக தொன்மையானது. தமிழில் சில நல்ல கதைகள் வந்திருக்கின்றன. குறிப்பாக கு. அழகிரிசாமியின் 'வெறும் நாய்', மிக அழகான கதை. ஜெயகாந்தனின் 'சீசர்,' மற்றொரு நினைவில் உள்ள கதை. மிக அதிகமாக தனது கதைகளில் நாயை படிமமாக உருவகமாக மௌனசாட்சியாக நகுலன் பயன்படுத்தியிருக்கிறார். ஆன்டன் செகாவின் 'பச்சோந்தி' என்றொரு கதையிருக்கிறது. நாயை முன் வைத்து அதிகாரத்தை பரிகசிக்கும் சிறந்த சிறுகதைகளில் ஒன்று. வீணை தனம்மாள் "நாயின் ஊளைச் சப்தம் இசையின் அடைய முடியாத குரல்வளம்" என்கிறார்.

ஆனாலும் நாயை முதன்மையான கதாபாத்திரமாக வைத்து அதன் வாழ்வியலை ஒரு நாவலாக எழுதி அதனை இன்றும் குறிப்பிடத்தக்க ஒரு இலக்கிய மாதிரியாக உருவாக்கியவர் ஜாக் லண்டன். இவரது 'கானகத்தின் குரல்' எனப்படும் நாவல் வெளிவந்து 100 வருடமாகப் போகிறது. இன்றும் பெக் என்ற நாயின் கதையான இந்நாவல் அமெரிக்க இலக்கியத்தில் முக்கிய சாதனையாகவே கருதப்படுகிறது.

1876ல் அமெரிக்காவில் உள்ள சான்பிரான்சிஸ்கோவில் பிறந்தவர் ஜாக் லண்டன். இவரது அப்பா ஒரு ராணுவ வீரர். அமெரிக்க உள்நாட்டுப் போரில் கலந்து கொண்டவர். ஜாக் லண்டனின் இயற்பெயர் ஜான் கிரிபித் லண்டன். ஆனால் தனது பெயரை ஜாக் என அழைப்பதையே அவர் பெரிதும் விரும்பினார். சிறுவயது முதலே புத்தகங்கள் படிப்பதும், பகற்கனவு காண்பதுமே வேலையாக இருந்த ஜாக் சாகசங்களில் எப்போதும் ஆர்வம் கொண்டவராக இருந்தார். ஜாக்கின் குடும்பம் ஒக்லாந்திற்குக் குடிபோனபோது அவருக்கு வயது பத்து. அப்போது சாகச கடற்பயணங்களைப் பற்றியும், ஆழ்கடலில் மர்மங்களைத் தேடும் ஆராய்ச்சி பற்றியும் படிப்பதில் பற்றுதல் ஏற்பட்டது. தானும் இதுபோல ஒரு பயணியாக மாறவேண்டும் என்பதாகக் கனவு கண்டார் ஜாக். அந்த வயதில் அவருக்கு குடியார்டு கிப்ளிங்தான் ஆதர்ச எழுத்தாளர். ஒரு முறை ஜாக் தனியே ஒரு தோணியை எடுத்துக்கொண்டு வளைகுடாவில் சுற்றினார். இந்த சாகசம் அவருக்கு புதிய நண்பர்களைப் பெற்றுத்தந்தது. அவருக்கு ஸ்நேகமானவர்களில் ஒருவன் அபின் கடத்தும் சிறுவன் மற்றும் திமிங்கல வேட்டைக்காரன். தகர டப்பாக்கள் செய்யும் தொழிலில் கொஞ்சகாலம் வேலை செய்த ஜாக் எந்திரங்களுக்கு அடிமையாக இருப்பதை விரும்பாமல் அதை விட்டு விட்டு ஆய்ஸ்டர் எனப்படும் ஆழிச் சிப்பிகளைக் கொள்ளையடிப்பதில் ஆர்வம் காட்டினார். இதற்காகத் தனது தாதியிடம் 300 டாலர் கடன் வாங்கி ஒரு பாய்மரக் கப்பலை வாங்கி ஆய்ஸ்டர் சிப்பிகள் அதிகமாகக் கிடைக்கும் வளைகுடாப்பகுதியில் மூழ்கி அவற்றை கொள்ளையடிக்கலானார். பதினாறு வயதில் துவங்கிய இந்த தீவீரம் வாழ்நாள் முழுவதும் அவருக்கு இருந்தது. இப்படிக் கொள்ளையடிப்பது சில காலத்திலே வெறுத்துப் போய்விடவே இதுபோன்ற கொள்ளையர்களை பிடிக்கும் கடற்காவற்படையில் வேலைக்குச் சேர்ந்தார். இந்த நாட்களில் மிதமிஞ்சிக் குடித்தபடி கடல் பூதத்தைப் போல வெறி கொண்டு அலைந்தார். இரண்டு வருடங்களுக்குப் பிறகு கடல் நாய் வேட்டைக்கான கப்பலில் ஜப்பான் போய் சேர்ந்தார். அதையும் விட்டு சணல் தொழிற்சாலை, ரயிலில் கரி அள்ளிப் போடுவது என ஊர் சுற்றினார். நாடோடியாக அலைந்ததற்குப் பிடிபட்டு மூன்றுமாத சிறைத் தண்டனை பெற்றார். அப்போது முதன்முறையாக தான் வாழ்வை வீணடிப்பதாக உணர்ந்து திரும்பவும் படிக்க வேண்டும் என்பதில் ஆர்வம் காட்டினார், எழுதவும் துவங்கினார். இதற்காகத் தினமும் ஒரு படைப்பை

பத்திரிகை அலுவலகத்திற்கு தொடர்ந்து ஆறு மாத காலம் அனுப்பியிருக்கிறார் ஜாக். பிரசுரமாக துவங்கிய பின்னர் தினம் ஆயிரம் முதல் நாளாயிரம் வார்த்தைகள் வரை எழுத வேண்டும் என திட்டமிட்டு பணியாற்றினார். மனைவி குடும்பம் என்றானதால் எதையும் தன்னால் எழுத முடியும் என எழுதித் தள்ளினார்.

இதற்கிடையில் கனடாவின் வடமேற்கில் அலாஸ்கா அருகேயுள்ள கிளாண்டைக் மாவட்டப் பகுதியில் தங்கம் கிடைப்பதாகக் கேள்விப்பட்டு மக்கள் கூட்டம் கூட்டமாக தங்க வேட்டைக்குப் பயணமானார்கள். இந்தப் பகுதியில் வருடத்தில் ஏழு மாதங்கள் கடும் குளிரால் பனி நிரம்பியிருக்கும். மே மாதத்தின் மத்தியில் இருந்து ஆகஸ்டு முதல் வாரம் வரை அங்கே 24 மணி நேரமும் பகலாகவே இருக்கும். நடுநிசியில் கூட இதனால் சூரியனைப் பார்க்க முடியும். இங்கே தங்கம் தேடியலைபவர்கள் நாய் அல்லது மான்கள் பூட்டிய வண்டிகளில் அலைவார்கள். இந்த வேட்டைக்காரர்கள் வருகை அதிகமானதால் தபால் போக்குவரத்து உணவு கொண்டு செல்ல அதிக வாகனங்கள் தேவைப்பட்டன. தங்கம் தேடி ஜாக் லண்டனும் தனது மனைவியின் சகோதரனுடன் புறப்பட்டார். இந்த பயணம் மிக வேதனை தருவதாக இருந்தது. இந்தப் பயணத்தில் பல்வேறு விதமான மனிதர்களையும் துயர நிகழ்வுகளையும் ஜாக் கண்டார். மரணத்தின் நிழல் வீசிக் கொண்டிருந்த பனிப்பாதைகளில், நாய் வண்டியில் தங்கம் தேடியலைந்த நாட்களின் ஞாபகத்தில் இருந்தே இந்த நாவலை ஜாக் லண்டன் எழுதினார். 1903ல் வெளியான இந்நாவல் இதற்கென தனி வாசக அரங்கினை உருவாக்கியது. உலகமெங்கும் 22 மொழியில் மொழிபெயர்க்கப்பட்ட இந்நாவல் பல லட்சம் பிரதிகள் விற்றுள்ளது. தமிழில் பெ. தூரனின் மொழி பெயர்ப்பில் 'கானகத்தின் குரல்' என தென்மொழி நிறுவனத்தால் வெளியாகியுள்ளது.

எழுத்தாளராக மட்டுமின்றி யுத்த கால நிருபராகவும் பணியாற்றி பல தேசங்களில் சுற்றியலைந்து திரும்பிய இவர் வாழ்வின் அந்திமக் காலத்தில் 1300 ஏக்கரில் ஒரு பண்ணை அமைத்து திராட்சைத் தோட்டமும் கற்பூரத்தைல மரங்களும் வைத்தவராக வாழ்ந்தார். ஸ்நார்க் என்ற கப்பலில் உலகம் முழுவதும் கண்டுவரச் சுற்றுப்பயணம் செய்து உடல் நலக்கேடால் பாதியிலேயே திரும்பிய ஜாக் லண்டன் 1916ல் காலமானார்.

The Call of the Wild நாவல் பக் என்ற நாயைப் பற்றியது. ஒரு நிஜ சம்பவத்தின் அடிப்படையில் உருவான கதை. இது போன்ற நாய் ஒன்று சாண்டா கிளாராவில் இருந்த ஒரு நீதிபதி வீட்டில் இருந்தது. அவரது மகன் பாண்ட் தங்கம் தேடி அலாஸ்கா வந்தபோது அந்த நாயைக் கொண்டுவந்தான். அந்த நாயின் சாகசங்களையும், துணிவையும் நேரில் கண்ட ஜாக் அதை மிகவும் விரும்பினார். தங்கம் தேடிப் போகிற மனிதர்களைப் பற்றி எழுத அவர் இந்த நாயின் பயணத்தின் வழியாக ஒரு கதையைப் புனைந்தார். இந்நாவல் பக்கின் நினைவுகள் எனலாம்.

பக் என்ற நாயின் வாழ்வு மற்ற நாயைப் போலவே ஒரு இயல்பான வீட்டுச் சூழலில் துவங்குகிறது.

பக் செய்தித்தாளைப் படிப்பதில்லை. இல்லையென்றால் அது தன்னைப் போன்ற உடற்கட்டுள்ள அந்த வட்டாரத்து நாய்களுக்கு வரப்போகும் தொல்லையை அறிந்திருக்கக்கூடும் என துவங்குகிறது இந்நாவல். ஒரு நீதிபதியின் வீட்டில் வளரும் இந்நாய் தனது பூர்வீக வம்ச ஞாபகம் உடையது. இதன் தகப்பனானவன், பனிப் பிரதேசத்தில் தொலைந்து போனவர்களைத் தேடிப்பிடிக்க உதவும் செயின்டு பெர்னார்டு வகை நாய் என்பது இதற்கு பெருமை. மற்ற நாய்களை விடவும் உடலில் அதிக ரோமமும் வலுவும் கொண்ட நாயாக இருந்த பக் தனது வாழ்வின் கதி மாறி தங்க வேட்டைக்குப் புறப்படுகிறது. அங்கே தன்னைப்போல் பல ஆயிரம் நாய்கள் வந்திருப்பதையும் அவை நாய் வண்டிகளுக்குள் பூட்டப்பட்டு இருப்பதையும் காண்கிறது. குணக்கேடு கொண்டவை, மூர்க்கமானவை, திருட்டுத்தனம் கொண்டவை, நோய் பீடித்தவை என பலவிதமான நாய்களை அறிகிறது. நாய்கள் விற்கப்படுவதும் கைமாறுவதும் நடக்கிறது. பக் ஒரு போட்டியில் மற்ற நாய்களை வெல்கிறது. அது முதல் அதன் வாழ்வு முக்கியத்துவம் பெற்றுவிடுகிறது. வீட்டு நாய் என்ற நிலை மாறி பனிப் பிரதேசத்தின் தனித்த பாதைகளிலும், கடும் குளிரிலும் வேதனையிலும் பயணம் செய்கிறது. பல நாய்களுக்கு நடுவே பூட்டப்பட்டு ரணமாகிறது. ஆனால் பக் அசரவேயில்லை அது தனது இயல்பை மாற்றிக் கொள்கிறது. தனது வீட்டைப் போல சுவாரஸ்யமாக உட்கார்ந்து சாப்பிட நேரமில்லை. இந்த நேரத்தில் அதன் உணவை மற்ற நாய்கள் திருடி விடுகின்றன.

இதனால் கிடைத்ததெல்லாம் சாப்பிடவும் உடலை வலுவாக வைத்துக்கொள்ளவும் மற்ற நாய்களை விட வேகமாகப் போகவும் பக் நல்ல பயிற்சி பெறுகிறது.

ஜாக் லண்டன் தனது கதை சொல்லும் முறையில் விதவிதமான நாய்களையும் அவற்றை வசப்படுத்தி வைத்திருந்த மனிதர்களையும் பனி நாட்களையும் சுவாரஸ்யமாக எழுதிப் போகிறார். இரவில் நாய்களின் கழுத்து மணியோசை கேட்பதையும் எஸ்கிமோ வகை நாய்கள் கூட்டாக பயணம் போவதையும் விரிவாக எழுதியிருக்கிறார். நாய்கள் ஒவ்வோர் இரவிலும் மூன்று முறை ஊளையிடுகின்றன. பக் அதை சந்தோஷமாக நினைத்துக் கத்துகிறது.

இதை ஜாக் எழுகிறார். இரவில் அப்பிரதேசம் வெண்பனியால் மூடப்பட்டுக் கிடக்கும். வானில் நட்சத்திரங்கள் கூத்தாடுவது போல தோன்றும். வானில் எப்போதாவது ஒரு விநோத ஒளி சில இரவுகளில் தோன்றும். இதைக் கண்டு எஸ்கிமோ நாய்கள் ஊளையிடும். இது தங்கள் வாழ்வு நிலை குறித்து அழுவது போலவும் தேம்புவது போலவும் தோன்றும். இந்தப் பழக்கம் நாயின் ஆதி பழக்கமாக இருக்கக் கூடும். இந்த ஊளையில் பல தலைமுறையாக ஏற்பட்ட நாயின் துன்ப உணர்ச்சிகள் பொதிந்திருக்கும். தனது நாகரீக வாழ்வை மறந்து, என்றோ விடுபட்டுப் போன கானக வாழ்வின் குரலை நினைவு கொண்டு நாய்கள் ஊளையிடுகின்றன.

வேதனையும் தோல்வியும் வயதேறிய நிலையும் நாய்களைப் பற்றிக் கொள்கின்றன. பல நாய்கள் சாகின்றன. ஒரு ஓநாயைப் போல சண்டையிடவும் உணவைக் கிழித்து ருசிக்கவும் பழகிய பக் தனது வாழ்வு தொடர்ந்து வேதனை கொள்வதை உணர்ந்தது. திரும்பவும் ஒரு ஆதி வாழ்வை விரும்பி கானகத்தினுள் செல்கிறது. தனியே பசியேறி வெறியோடு அலைகிறது. விலங்குணர்ச்சியின் அடித்தளத்தை அறிகிறது. பழக்கப் படுத்தப்படாத முந்தைய நாள்களின் இயல்பை தன் வசம் கொண்டு விட்ட பக் இப்போதும் தனியே முந்தைய நாட்களின் வாழ்வை, மனிதர்களை, எஜமானர்களை, வீட்டை நினைத்துக்கொண்டு ஊளையிடுகிறது. இக்குரலில் கானகத்தன்மையும் இருளும் வேதனையும் படிந்திருக்கிறது.

பக் என்ற நாய் இதன் பிறகு இலக்கியத்தில் முக்கிய கதா பாத்திரமாகி விட்டது. இந்நாயின் தீவிர வாசகர்கள் இதற்கு

சிலை வைத்தது வரை அமெரிக்காவில் நடந்திருக்கிறது. ஜாக் லண்டன் தனது சாகசப் பயணங்களை முன்வைத்து நிறைய கதைகள் எழுதியிருக்கிறார். இது போலவே மற்றொரு வெறிகொண்ட நாயைப் பற்றிய கதையும் அவரால் எழுதப்பட்டு பிரபலமாகியது. ஆனாலும் பக் திரும்பவும் கானகத்திற்குப் போவது நாயின் இருப்பைப் பற்றியதை மீறி மொத்த மனித வாழ்வின் நாகரீகத்தை, மனிதனின் ஆதாரமான உணர்ச்சிகளை மீட்டு எடுக்க வேண்டும் என்ற ஆதங்கமும் ஜாக் லண்டனிடம் வெளிப்படுவதை விமர்சகர்கள் சரியாகக் குறிப்பிடுகிறார்கள். இந்த நாவல் ஹாலிவுட்டில் சினிமாவாக தயாரிக்கப்பட்ட போது நாவலில் இருந்த தனிமையும் வேகமும் படத்தில் இல்லாமல் போனதால் படம் தோல்வியடைந்தது. இந்த நாவல் தங்கம் தேடிச் சென்ற மக்களின் வேட்கைகளையும் இதில் வேதனைப்படும் நாய்களையும் உலகிற்கு துல்லியமாகப் பதிவு செய்திருக்கிறது. பின்னாளில் சார்லி சாப்ளின் Gold Rush படத்தில் இதுபோன்ற தங்கம் தேடுபவராக வந்து பட்டினி கிடந்து போராடிப் பரிகசிப்பார். இந்த பரிகாசத்தில் மிகுந்த வேதனையிருக்கும். ஜாக் லண்டனின் சாகச எழுத்திலும் இதுபோல வெளிப்படாத ஆழ்ந்த துக்கமே உள்ளது.

கேப்ரியல் கார்சியா மார்க்வெஸ்

ஒரு நூற்றாண்டு காலத் தனிமை

1982ஆம் வருடத்திற்கான நோபல் பரிசு பெற்ற நாவலான மார்க்வெஸின் 'ஒரு நூற்றாண்டுகாலத் தனிமை' என்பதைப் பற்றி சிறிய குறிப்பை இந்தியன் எக்ஸ்பிரஸ் நாளிதழின் இலக்கிய பகுதியில் கண்டபோது இந்த நாவல் கதை சொல்லும் முறையில் மிகுந்த இந்தியத் தன்மை கொண்டிருப்பதாக இருந்த தகவல் உண்டாக்கிய ஆர்வம் மிக, புத்தகத்தினை கல்லூரி நண்பர்கள் வசம் தேடத் துவங்கினேன். இதுபோன்ற ஒரு புத்தகத்தைப் பற்றிய எவ்விதமான பரிச்சயமுமற்ற கல்லூரி ஆங்கிலப் பேராசிரியர்கள் மிகுந்த நகைச்சுவையோடு, இவை யாவும் வெறும் விற்பனைத் தந்திரங்கள், நோபல் பரிசால் மட்டும் புத்தக விதி தீர்மானிக்கப்படுவதில்லை என புத்தகத்தின் நுனி கூட தெரியாமல் மறுதலித்தார்கள். புத்தகத்தை தேடியலைந்த நாளில் ஜோசப் என்ற ஒரு ஆங்கிலப் பேராசிரியர், மலையாளி, புத்தகம் தற்போது திருவனந்தபுரத்தில் கிடைப்பதாகவும் நாவல் பற்றி மலையாள வார இதழ்களில் பிரமாதமாக எழுதப்பட்டதாகவும் சொல்லிய மறுநாளில் புறப்பட்டு திருவனந்தபுரம் சென்று மார்க்வெஸின் ஒரு நூற்றாண்டு காலத் தனிமையை வாங்கி வர நேர்ந்தது. அப்போது எனக்கு மிகவும் ஈர்ப்புடையதாக இருந்த ஐரோப்பிய கதையாசிரியர்களின் தனிநபர் மனோ உலகம் சார்ந்த கதை மொழியும் விவரண எழுத்தும் தந்திருந்த ஈடுபாடு இந்த நாவலை வாசிப்பதற்கு மிகத் தடையாக இருந்தது. கதாபாத்திரங்களின் பெயர்களும் இடம் பெற்றுள்ள லத்தீன் அமெரிக்க நிலவியலும், குடும்ப விபரங்களும் எளிதில் மனதில் நிற்காது கலைந்தன. மார்க்வெஸ் என்ற கொலம்பிய எழுத்தாளர் குறித்த விபரங்கள் எதுவும்

அப்போது பிரபலமாகப் பேசப்படவில்லை. முதல் வாசிப்பில் கதையை அவர் கலைத்துக் கலைத்து சொல்லும் முறையும் அதன் மாய வசீகரமும் பிடித்திருந்தன. சில நேரங்களில் நாவலை தனித்தனிப் பக்கமாக படித்தபோது இது ஒரு பால்ய நினைவுகளின் தொகுப்பு என புரிந்தது. கேப்ரியல் கார்சியா மார்க்வெஸ் பற்றிய பரபரப்புகள் அடுத்த சில வருடங்களுக்குள் இந்தியாவெங்கும் மிக வேகமாகப் பேசப்படத் துவங்கின. மேஜிக்கல் ரியலிசம் என்ற ஒரு மாயவாத எழுத்துமுறையை உருவாக்கியிருக்கிறார். ஒரு குழந்தையோ, ஒரு பாட்டியோ மட்டுமே எழுதச் சாத்தியமான கதை எழுத்து. கதை சொல்லும் முறையில் இதுவரை இருந்த ஐரோப்பிய கதை சொல்லு தலை நிராகரித்து காலம் வெளியை மாற்றி மாற்றி நினைவுகளின் வழியே கதையை முன் எடுத்துச் செல்கிறார். லத்தீன் அமெரிக்காவின் இடதுசாரி நடவடிக்கைகளின் விருப்பத்திற்குரிய கதையாளர், போராட்டங்களிலும் நேரடி அரசியலிலும் ஈடுபாடு கொண்ட பத்திரிகையாளர், ஒரு நவீன கதை சொல்லி என விமர்சனங்கள் இலக்கியக்கூட்டங்களில் மார்க்வெஸ் பேசப்படத் துவங்கி அவரது பாணி எழுத்து இன்று தனித்துவமிக்க ஒரு எழுத்தாக மாறிய பத்து ஆண்டுகளுக்குள், ஒரு நூற்றாண்டு காலத் தனிமையை இருபதிற்கும் மேற்பட்ட முறைகள் முழுமையாகவும், நினைத்த போதெல்லாம் அங்கங்கேயும் படித்திருக்கிறேன்.

ஒரு நாவலோ, கதையோ முதல் வரியில் எல்லோருக்கும் துவங்கி விடுவதில்லை. ஒவ்வொருவரும் ஒரு இடத்தில்தான் நாவல் துவங்குவதாக நினைக்கிறார்கள். நாவலின் முதல் வரியை எழுதுவதில் மிகவும் தேர்ந்தவராகக் கருதப்படுபவர் மார்க்வெஸ். இது அவரது கதையின் மைய படிமம் போல அமையக்கூடும். ஒரு நூற்றாண்டு காலத் தனிமை நாவல் இப்படித்தான் துவங்குகிறது.

“மிகப் பல வருஷங்களுக்கு அப்புறமாகத் தன் மரண தண்டனையை நிறைவேற்றத் தயாராக நிற்கிற துப்பாக்கி வீரர்களை எதிர்நோக்கியிருக்கும் அந்தக் கணத்தில்தான் கர்னல் அவ்ரலியானோ புண்டியாவுக்கு ஐஸ் கட்டியை முதன்முதலாக பார்ப்பதற்காக தன்னை அப்பா கூட்டிப்போன வெகுதூரத்திலான அந்த மதியப் பொழுது நினைவுக்கு வரத் துவங்கியது.”

மக்காந்தோ என்ற கற்பனையான நகரின் தோற்றமும் புண்டியா குடும்பத்தின் வம்சபெருக்கமும் இணைந்து

வளரும் இந்நாவல் நாடோடிகளின் வருகையில் துவங்குகிறது. எங்கிருந்தோ ஜிப்சிகளின் கூட்டமொன்று மக்காந்தோவில் பிரவேசிக்கின்றது. விநோத ரசவாதத்திலும் புதியன கண்டு பிடிப்பதிலும் ஈடுபாடும் கனவும் கொண்ட ஜோஸ் ஆர்கிடியா புண்டியாவிலிருந்து கதை துவங்குகிறது. அவன் முதன்முதலாக நாடோடிகளிடமிருந்து ஒரு காந்தத்தை விலைக்கு வாங்குகிறான். காந்தம் வீடுகளில் இருந்த இரும்புச் சாமான்கள், பாத்திரங்கள், அண்டா குண்டாக்கள், கரண்டிகள், ஆணிகள், உத்திரங்களில் முருக்கேறியிருந்த திருகாணி வரை யாவற்றையும் தெருவில் இழுத்துக்கொண்டு சென்றபோது, 'பொருட்களுக்கு விசித்திரமான விழிப்புணர்வு உண்டு, அதன் ஆத்மாவை விழிப்படையச் செய்துவிட்டால் அவை தனிவாழ்வைத் துவங்கிவிடுமென' மெல்கிடியஸ் என்ற நாடோடி சொல்லும் விசித்திர நிகழ்வில் கதை தொடங்குகிறது. பூமியின் அடியில் புதையுண்ட தங்கத்தை தனது காந்தத்தால் கவர்ந்து கொண்டுவிடலாம் என திட்ட மிடுகிறான் அர்காடியோ புண்டியோ. ஆனால் அவனுக்கு பூமியிலிருந்து கிடைப்பதோ துருவேறிப்போன ஒரு கவச உடையும், அதில் ஒட்டிக்கொண்டிருந்த பெண் கூந்தலின் நீள ஒற்றை ரோமமும் தான். நாடோடிகளின் மீது வசீகரம் கொண்ட கணவனோடு வாழும் உர்சுலாதான் நாவலின் மையம். இவள் மட்டுமே நூற்றாண்டு காலமும் வாழ்கிறாள். மற்ற யாவரும் காலத்தினுள் பிறந்து இயல்பாகவும் அதிசயமாகவும் மறைகிறார்கள்.

இரண்டு பையன்களும் ஒரு பெண்ணும் கொண்ட புண்டியா குடும்பமானது விசித்திரமான கதையாடலில் வளர்கிறது. யார் யாரோ வந்து சேர்கிறார்கள். பில்லர் டொனாரா என்ற வேலைக்காரி, ஆருடமங்கை, ரெபேக்கா என்ற உறவுக்கார சிறுமி, நாடோடிகளாக வரும் பாம்புப் பெண், இளைஞர்களாக வளரும் சிறுவர்கள், புதிய நகரம் உருவாதல், ஒரு சகோதரன் வீட்டை விட்டு நாடோடிகளோடு ஓடிப்போவது அவனைத் தேடிப்போகும் தாயும் காணாமல் போவது என நிகழ்ச்சிகள் பெருகுகின்றன. ஊர் மெல்ல முக்கிய ஸ்தலமாக வளர்கிறது. அதிகார வேட்கையும் சாகசங்களும் துவங்குகின்றன. உறக்கமின்மை ஊரையே தாக்குகிறது. பொருட்களின் பெயர்கள் மறந்துபோக திரும்ப பெயரிடு கிறார்கள். புதிதாக ஊருக்கு ஒரு நீதிபதி தனது குடும்பத்தோடு வருகிறார். அவரது மகளை புண்டியா குடும்பத்தவர்கள் காதலிக்கிறார்கள். கன்சர்வேடிவ் எனும் கடவுள் கட்சிக்கும், பெடரல் எனும் பாட்டாளி கட்சிக்குமான யுத்தம் நடக்கிறது.

சகோதரர்கள் எதிரிகளாகிறார்கள். அதிகாரம் கைப்பற்றப் படுகிறது. வம்சம் பெருகுகிறது. ரத்த உறவின் கிளைகள் விரிய மூதாதையர் பெயரில் புதிய குழந்தைகள் வளர்கிறார்கள். காதலும் தோல்வியும் துக்கமும் மாறி மாறிக் கலைகின்றன. விநோதமான சூழ்நிலைகளில் மனிதர்கள் தங்களை விடவும் இயற்கையை வலுவானதாக உணருகிறார்கள். முடிவில் மகாந்தோ என்ற நகரமும் பெரும் சூறைக்காற்றால் தாக்கப் பட்டு சிதைக்கப்படுகிறது. இந்த பூமியில் இது போன்ற ஒரு குடும்பத்தின் சரிதம் ஒரு முறைதான் சாத்தியம் என்பதாக கதை முடிகிறது. ஒரு கதை விரிந்து, கதைகளின் கதையாக, புதிய புதிய கதாபாத்திரங்களுடன் வியப்பூட்டும் அவதானிப்பு களுடன் பரிகாசத்தோடும் விவரிக்கப்படுகின்றன. இந்த நாவலின் கதாநாயகன் ஒருவனில்லை. சந்தர்ப்பங்களே ஒவ்வொருவரையும் கதாபாத்திரங்களாக சிருஷ்டிக்கிறது. காவியத்தன்மை மிகுந்த நிகழ்ச்சிகளும் கவித்துவமான விவரணைகளும் இந்த நாவலின் கதை சொல்லுதலுக்கு வலுச் சேர்க்கின்றன. இறந்தவர்கள் திரும்பத் திரும்ப வருவதும், காற்றில் ஒரு பெண் மறைந்து போவதும், பன்றி வாலோடு குழந்தை பிறப்பதும், ஓக் மரத்தில் இலைகளைப் போல பிளேடு முளைத்திருப்பதும், காதலன் மரணத்தில் பீறிடும் உதிரம் தெரு வெல்லாம் ஓடி காதலியின் வீடு வரை சென்று சேர்வதும், புதிய விஞ்ஞானப் பொருட்களை மாயங்களாகக் காண்பது மென எண்ணிக்கையற்ற அற்புதங்கள் நடைபெற்றபோதும் நாவல் ஒரு குடும்பத்தின் வாழ்வையும் அதன் வீழ்ச்சியையுமே பேசுகிறது. இது லத்தீன் அமெரிக்க வாழ்வின் ஒரு துண்டு என சொல்லலாம்.

நாவல் அதன் கதை சொல்லல் முறையில் பெரிதும் இந்தியா, அரேபியா, பெர்சிய கதை சொல்லுதலைப் போலவே காலத்தை முன்பின் கலைத்துச் சொல்லும் கதை முறையைக் கொண்டிருக்கிறது. நாவலின் கதாபாத்திரங்கள், இடங்கள் போன்றவற்றை மாற்றி எழுதினால் இது முற்றாக ஒரு இந்திய நாவலாகவே கருத இடமிருக்கிறது. எண்ணிக்கையற்ற நம்பிக்கைகளும் மீமாய நிகழ்ச்சிகள் அன்றாட வாழவில் ஊடுருவுவதும், குடும்பத்திற்கென தனியே ஒரு சரித்திரம் எழுதப்படாமலே இருப்பதையும் இந்நாவல் மிக கவித்துவமான முறையில் வெளிப்படுத்தியுள்ளது.

நாவல் அதன் முதல் வாசகத்தில் எனக்கு துவங்கவில்லை. அது 44 ஆவது பக்கத்தில் ரெபேக்கா என்ற சிறுமி வரும்

வரை மாபெரும் ஒரு மாயாஜால நிகழ்ச்சியில் ஏற்படும் பிரமிப்பைப்போல நம்மை மறந்து வியப்போடு வார்த்தைகள் விருட்விருட்டென மாற, காட்சிகள் கலைகின்றன. முதலில் ஏற்படும் வியப்பு பெருகிக்கொண்டே இருக்கிறது. இரண்டாவது அத்தியாயத்தில் அது பெண்களின் சரித்திரமாக உருக்கொள்ளத் துவங்கியதும் தனது நிறத்தை மாற்றிக் கொள்கிறது. ஆனாலும் காலம் முன்பின் சுழன்றோட கதை வசமாக நிலை தொடர்ந்து கொண்டேயிருக்கிறது. ரெபேக்கா என்ற சிறுமி வந்து சேர்கிறாள். அவள் வீட்டில் உள்ள சுவரின் காரைகளைப் பிய்த்து தின்கிறாள்; எங்கே மண்ணைக் கண்டாலும் மிகுந்த ருசியோடு எடுத்து தின்கிறாள். எவர் சொல்வதையும் கேட்பதில்லை. ரெபேக்காவின் வருகை நாவலை மிக அந்தரங்கமான முறையில் எனது பால்ய காலத்தின் மீது சரியச் செய்கிறது. மண்ணை மிக ருசியோடு தின்று வயிறு ஊதி தள்ளியபடி அலையும் எனது கிராமச் சிறுவர்கள் கண்ணில் படுகிறார்கள். காணாத தேசத்தில் நடந்த கதை என்பது கலைகிறது. ரெபேக்கா என்பவள் மாரியம்மாள், அய்யாவு என யாராகவுமிருக்கக்கூடிய சித்திரமாக மாறுகிறது. இந்த வரியில் இருந்தே எனக்கு நாவல் துவங்கியது. மார்க்வெஸ் மிகத் துல்லியமாகவும் அதே நேரம் நீண்ட வாக்கியங்களை எழுதிப் போவதிலும் மிகுந்த ஈடுபாடு கொண்டவர். இந்த நாவலை அவர் தனது 18 ஆவது வயதிலே ஒரு முறை எழுத முற்பட்டு 'வீடு' என தலைப்பிட்டு எழுதி இயலாமல் கைவிட்டிருந்தார். தற்செயலான ஒரு பயணத்தின் பாதி வழியில் கதையை எழுத வேண்டிய நெருக்கடி மிக்க மனோநிலை கூடிவர வீடு திரும்பிய மார்க்வெஸ் தொடர்ச்சியாக இதை பதினெட்டு மாதங்கள் எழுதியிருக்கிறார்.

எது மனிதர்களை இத்தனை தூரம் தனிமை கொள்ள வைக்கிறது என ஒரு நேர்முகமொன்றில் மார்க்வெஸிடம் ஒருவர் கேட்டதற்கு அவர் "பரஸ்பர நேசமில்லாமல் போனதுதான்" என சொல்கிறார். இந்த நாவலில் பெண்களே வாழ்வை முன்னெடுத்துச் செல்கிறார்கள். மன திடமிக்கவர்களாக, அதிசயங்களை இயல்பெனப் புரிந்துகொண்ட வர்களாக இருக்கிறார்கள். இதில் உர்சுலா என்ற பெண் மிகச் சிறந்த பெண் பாத்திரம். காதல் என்பதைப் பற்றி எவ்விதமான அறிதலுமில்லாத மிக வெகுளியான ரெமடியேஸ் தி ப்யூட்டியும், அமரந்தாவும் தனித்துவம் மிக்கவர்கள். கதை, பகடைகளைப்

போல மாற்றி மாற்றி சம்பவங்களை சிதறடிக்கிறது. இதன் மாய யதார்த்தம் என்பது கதையின் வடிவத்திலும் நிகழ வெளியிலும் பரவி நீண்டுள்ளது.

இந்த நாவலின் வழியே லத்தீன் அமெரிக்க நாவல் பற்றிய புதிய ஈர்ப்பை உலக இலக்கியத் தளதிற்குக் கொண்டுவந்தார் மார்க்வெஸ். கொலம்பியாவைச் சேர்ந்த மார்க்வெஸ் 1928இல் பிறந்தவர். பத்திரிகையாளராக பாரீஸ், நியூயார்க் நகரங்களில் பணியாற்றியவர். க்யூபா அதிபர் பிடல் காஸ்ட்ரோவின் நண்பர். இந்த நாவல் மட்டுமின்றி குறிப்பிடத்தக்க புத்தகங்களாக Leaf Storm, Love in the Time of Cholera, Autumn of the Patriach, போன்ற நாவல்களையும் No One Writes to the Colonel, Strange Pilgrims என்ற கதைத் தொகுதியும் வெளியிட்டவர். கற்பனையான நகரத்தை உருவாக்கி கதையை எழுதுதல் என்பதற்கு வில்லியம் பாக்னர், காஃப்கா போன்ற முன்னோடிகள் இருக்கிறார்கள். இந்த முன்னோடி கதைகளும், பைபிளும் இணைந்து மார்க்வெஸ்ஸின் புனை உலகை உருவாக்கியிருக்கின்றன. தனது பாட்டி சொல்லும் கதை காஃப்கா கதை போலவே இருப்பதாகச் சொல்லும் மார்க்வெஸ், லத்தீன் அமெரிக்க நிலப்பரப்பையும் தொல்குறியீடுகள் நம்பிக்கைகள் சார்ந்து கதையை எழுதிச் செல்கிறார். மார்க்வெஸ் பாதித்த மற்றொரு விஷயம் பயணம். ஒரு பயணம் துவங்கியதுமே சம்பவங்கள் மாறத் துவங்கிவிடுகின்றன. நூற்றாண்டு காலத் தனிமை நாவலில் பலர் பயணம் செய்து கொண்டேயிருக்கிறார்கள். சிலர் வீடு திரும்புகிறார்கள், பலர் வீடு திரும்புவதேயில்லை. தமிழ் போன்ற செவ்வியல் மரபுள்ள மொழியில் நிலவியலை எழுதுதல் என்பது தொன்றுதொட்டு வருகின்றது. ஒரு நிலத்தை மட்டும் எழுதாமல் அங்கிருக்கும் தாவரங்களை, மிருகங்களை அதற்கான இரவு பகல்களை, தனியான உணர்ச்சி நிலைகளைக் கொண்ட கவிதை மரபில் வாசித்து வரும் எவருக்குமே மார்க்வெஸ் இது போன்றதொரு மரபுசார் நுண்மையை தனது கதை வழியாக கைகொள்வது புரியும். தமிழில் கதைகள் பெரும்பான்மையான நகரம் சார்ந்த மத்தியதர வாழ்வின் தினப்பாடுகளை பேசுவதாலும் கிராமிய வாழ்வைப் பற்றி எழுதுபவர்கள் கூட பிரச்சனைகளைக் கிராமிய ரூபம் கொள்ளச் செய்வதிலும் காட்டும் ஈடுபாடு நின்றுவிடுகிறது. நவீன கதைகளில் இது போன்றதொரு நிலவியல் சார்பிலான,

மரபான கதையாடல் தற்போதே புதிய எழுத்து வகையாக உருக்கொண்டு வருகிறது.

தமிழில் மார்க்வெஸின் கதைகள் பல மொழிபெயர்க்கப் பட்டிருந்த போதும் அவரது நாவல் எதுவும் மொழி பெயர்க்கப் படவேயில்லை. நவீன நாவல் வரிசையில் இந்த நூற்றாண்டில் மிக குறிப்பிடத்தக்கதான 'ஒரு நூற்றாண்டு காலத் தனிமை' உலகமெங்கும் 21 மொழிகளில் மொழிபெயர்க்கப்பட்டு 4 கோடிக்கும் அதிகமாக விற்பனையாகியுள்ளது. நாவலைத் தமிழில் வாசிக்க விரும்புவர்கள் இன்னமும் எத்தனை வருடம் தனிமையில் காத்திருக்க வேண்டுமெனத் தெரியவில்லை.

இரண்டு பிள்ளைகளோடு தனது 73 ஆவது வயதிலும் தீராத தனது ஞாபகங்களைக் கிளைத்தபடி எழுதிக்கொண்டே யிருக்கிறார் காப்ரியல் கார்சியா மார்க்வெஸ்.

ஆந்த்ரே தார்கோவெஸ்கி

காலத்தை செதுக்குதல்

சினிமாவிற்குப் போவதற்காகவே பல நாட்கள் பள்ளிக் கூடத்திலிருந்து சுவரேறிக் குதித்திருக்கிறேன். எங்களது பள்ளிக்கு மிக அருகில் ஒரு திரையரங்கம் இருந்தது. அங்கே காலைக்காட்சி பத்தரை மணிக்கு துவங்கும். பள்ளிக்கு காலை ஒன்பது மணிக்கே வந்து சேரும் நாங்கள் (நானும் வகுப்புத் தோழர்கள் இருவரும்) முதல் இரண்டு பீரியட் முடியும்வரை வகுப்பில் இருப்போம். மூன்றாவது பீரியட் துவங்கும் முன்பாக 'கணபதியே வருவாய் என்ற பாடல் திரையரங்கில் துவங்கும். இது படம் துவங்கப் போகிறார்கள் என்பதற்கான முதல் அறிவிப்பு. ஒவ்வொருவராக பள்ளிக்கூடத்தின் பின்வாசலை நோக்கி நழுவிச் செல்வோம். மாணவர்களுக்கான கழிப்பறையின் மேலேறினால் மறுபக்கம் திறந்த மைதானத்தில் குதித்துவிடலாம். இந்த சாகசத்தைத் தினமும் பழகி இதுவே இயல்பாகியிருந்தது. கழிப்பறை சுவர் மீதேறிக் குதித்த இரண்டாவது நிமிஷத்தில் தியேட்டரின் கவுண்டரில் இருப் போம். காலைக்காட்சிகளில் பெரும்பான்மையாக சிவகவி, வேதாள உலகம், பூலோக ரம்பை போன்ற மிகப் பழைய படங்கள் மட்டுமே திரையிடப்படும். என்ன படம் பார்க்கப்போகிறோம் என்பதில் எவ்விதமான ஈடுபாடுமிருக்காது. சினிமா பார்த்துக்கொண்டிருக்கிறோம் என்பது மட்டுமே மிக சந்தோஷமாகயிருக்கும்.

காலையில் சினிமா பார்ப்பவர்கள் என்றே ஒரு குறிப்பிட்ட வகை மனிதர்கள் இருந்தார்கள். இவர்களில் சிலர் சாணை பிடிப்பவர்கள், ரிக்ஷாக்காரர்கள், சிறு வியாபாரம் செய்ய சாமான் வாங்க வந்தவர்கள், ஹோட்டல் சர்வர்கள், லாட்டரி சீட்டு விற்பவர்கள், மிட்டாய் கடைகளின் சரக்கு

மாஸ்டர்கள், வயதாகி விட்டதால் விலக்கப்பட்ட வேசைகள். இவர்களில் பலரை அடிக்கடி தியேட்டரில் பார்ப்பதால் நெருக்கமில்லாமலே ஒரு உறவு சாத்தியமாகிவிடும். பள்ளி யூனிபார்மோடு மூன்று சிறுவர்கள் திரையரங்கில் அலைவதைப் பற்றி எவரும் கவலைப்படுவதில்லை. சில சமயங்களில் மட்டும் டிக்கெட் கொடுக்கும் வயதானவர் எதையோ திட்டி முணுமுணுப்ப தோடு சரி. சரியாக படம் முடிய மதியம் ஒன்றரை மணியாகியிருக்கும். நாங்கள் எதுவும் நடக்காதவர்கள் போல திரும்பவும் பின் வழியைப் பயன்படுத்தி வகுப் பறைக்குள் பிரவேசித்து விடுவோம். புராணிக சாகச படங்கள் அலுத்துப்போன போதும் வேறு தியேட்டரில் படம் பார்க்கப் போவதேயில்லை. எவ்விதமான சிக்கலுமின்றி நாங்கள் படம் பார்த்து வருவதில் பொறாமை கொண்ட சகமாணவர்கள் காத்துக்கொண்டே இருந்திருக்கக்கூடும். ஒரு நாள் நாங்கள் கழிப்பறையின் மீதேறி மறுபக்கம் குதித்தபோது இரண்டு ஆசிரியர்களும் ஒரு வாட்ச்மேனும் எங்களைப் பிடிப்பதற்காக தயாராகக் காத்திருந்தார்கள். ஏறிக் குதித்த மூவரில் நாங்கள் இருவர் மாட்டிக்கொண்டு விட்டோம். ஒருவன் மட்டும் தப்பி ஓடிவிட்டான்.

பிடிபட்ட நாங்கள் இருவரும் தலைமையாசிரியரின் அறைக்கு முன்பாக நிறுத்தப்பட்டிருந்தோம். தலைமையாசிரியர். எங்களை விசாரிக்க கூப்பிடவேயில்லை. ஆனால் மாணவர்கள் நானூறு பேருக்கும் நாங்கள் பிடிபட்டு நிற்கும் விஷயம் தெரிந்து விடவே வந்து எட்டிப் பார்த்துவிட்டுப் போனார்கள். நாங்கள் எவ்வளவு நேரம் பிணையக் கைதிகளைப் போல நிற்பதென தெரியாமல் நின்றபோது எனது நண்பன் ‘சினிமாக் கதை சொல்லி விளையாடுவோமா’ என ரகசியமாகக் கேட்டான். தலையாட்டினேன். அவன் ஏதாவது ஒரு படத்தில் இருந்து ஒரு காட்சியைச் சொல்வான். அது எந்தப் படம் என நான் சொல்வேன். திரும்பவும் இது போல ஒன்றை நான் கேட்க அவன் பதில் சொல்வான். மாலை வரை நாங்கள் கால் கடுக்க சாப்பிடாமல் நின்றுகொண்டிருந்தோம். மாலை வகுப்புகள் முடிந்து மாணவர்கள் வீடு திரும்பியும் கூட நாங்கள் விசாரிக்கப்படவில்லை. முடிவாக தலைமையாசிரியர் எங்களை ஒரு வாரம் சஸ்பெண்ட் செய்திருப்பதாகவும் வீட்டிலிருந்து பெற்றோரைக் கூட்டி வந்து திரும்பச் சேர்ந்து கொள்ளுமாறும் சொன்னார். என்ன செய்வதெனத் தெரியாத குழப்பத்தோடு நாங்கள் எங்களை விட்டுத் தப்பியோடிய நண்பனைக்

காணப்போனோம். அவன் வீட்டில் இல்லை. வழக்கமான இடங்களில் தேடியும் காணோம். தலைமறைவுக்காரனைப் போல அவன் ரயில்வே காலனியின் மைதானத்தை ஒட்டிய சிமெண்ட் பெஞ்சில் தனியாக உட்கார்ந்திருந்தான். இனி ஒரு வாரம் என்ன செய்வது எனத் தெரியவில்லை. வீட்டில் இதைப்பற்றி எப்படிச் சொல்வதெனப் புரியாமல் இரவு வரை உட்கார்ந்தேயிருந்தோம்.

மூவரில் வியாபாரியின் பையனாக இருந்த நண்பன் சொன்னான், 'தினமும் மூன்று சினிமா பார்ப்போம், நான் பணம் கொண்டு வருகிறேன். இதன்படியே மூவரும் அவரவர் நோட்டு புத்தகம், டிபன் பாக்ஸ் உடன் சினிமா தியேட்டருக்குப் போவோம். தியேட்டரிலே சாப்பிடுவோம். தினமும் மூன்று சினிமா என்பது மூன்றாம் நாளிலே சலித்துவிட்டது. வேறு வழியற்றவர்களாக நாங்கள் மூவரும் பள்ளிக்கூடத்திற்கேப் போய் வகுப்பறைகளுக்குப் போகும் வழியில் உட்கார்ந்து நாங்களாகவே படிக்கத் துவங்கினோம். பள்ளி விடும்போது வீடு திரும்புவோம். இதைத் தலைமையாசிரியர் கவனித்து இருக்கக் கூடும். ஒரு நாள் எங்களை அழைத்து வகுப்பிற்கு திரும்பிப் போகச் சொன்னார். விடுதலையாகி வீடு திரும்புபவர்களைப் போல நாங்கள் வகுப்பறைக்குத் திரும்பினோம். பின் காலைக் காட்சியையோ அந்த விசித்திர மனிதர்களையோ காண சந்தர்ப்பம் கிடைக்காமலே போனது. கவனம் படிப்பில் எப்படியோ கூடிவிட, முதல் மாணவனாவதை விரும்புபவனாக உருமாறிப்போனேன். ஆனால் பின்பு வேலை தேடிய காலங்களில் காலைக் காட்சிக்குப் போகும் போது அதே வேசைகளை, ரிக்ஷாக்காரர்களைக் காண்பேன். அவர்களை சினிமா மட்டுமே இன்னமும் ஈர்த்துக்கொண்டிருப்பதாகத் தோன்றியது.

சினிமா பின்பு எனக்குள் பொழுதுபோக்கு என்பது கலைந்து 'கலை' என உருமாறிய காலத்தின் பிறகு சிறந்த உலகத் திரைப்படங்களை திரைப்பட விழாக்களிலும், வீடியோ கேசட்களிலும் தேடிப் பார்ப்பவனாக மாறினேன். சினிமாவைப் போலவே அந்தத் துறையினர் எழுதிய புத்தகங்களும் எனக்கு விருப்பமானதாக மாறின.

அப்படி என்னை வசீகரித்த புத்தகங்களில் ஒன்று, ருஷ்ய திரைப்பட இயக்குநரான ஆந்த்ரேய் தார்கோவெஸ்கி எழுதிய 'காலத்தைச் செதுக்குதல்'. இது அவரது திரைப்படங்களைப் போலவே மிக நுட்பமாகவும் கனவுபோல் மயக்கமூட்டக்

கூடியதுமான எழுத்துமுறையில் அமைந்தது. புத்தகம் ருஷ்ய திரைப்பட இயக்குநரின் மனோ உலகினையும் திரைக் கலைஞனுக்குள் ஒளிந்த கவிஞனை, கதாசிரியனை, ருஷ்ய செவ்வியல் எழுத்தின் வாசகனை, திரைப்படம் பற்றிய புதிய எண்ணங்களை அறிமுகப்படுத்துகிறது.

ருஷ்ய சினிமாவின் பிரதான திரைப்பட கர்த்தாக்களாக கருதப் படுபவர்கள் ஐசன்ஸ்டைன் மற்றும் டவ் சென்கோ, புதோஷ்கின். ஐசன்ஸ்டைனின் Battleship Bodomkin இன்றுவரை திரைப்படப் பயிலரங்கில் சினிமாவின் ஆதாரமான காட்சியமைப்புகளை, உத்திகளை கற்றுக் கொள்ள துணை செய்கிறது. அவரது Ivan the Terrible திரைப்படம் கறுப்பு வெள்ளைப் படங்களில் மிகத் தேர்ந்த ஓவியம் போல உருவாக்கப்பட்டது. காட்சிகளை வெட்டி அடுக்குவதிலும் ஒருமிப்பதிலும் தனக்கென தனி பாணி கொண்டவர் ஐசன்ஸ்டைன். தொடர்ந்து வரும் இரண்டு ஷாட்கள் ஒன்றுக்கொன்று தொடர்டையதாக இருக்க வேண்டும். அதாவது ஷாட்கள் A யையும் B யையும் இணைக்கும்போது படத்தில் பதிவு செய்யப்படாத C என்கிற அர்த்தம் வர வேண்டும். இதன் மூலம், மிகக் குறைந்த நேரத்தில் அதிக விபரத்தைத் தருவதாகும். சினிமாவின் அடிப்படையான உத்திகளை அறிமுகம் செய்த ருஷ்ய திரைப்படத்துறையானது கதையை காட்சி வடிவமாக அடுக்கு முறையில் தனிவகையாக உருக்கொண்டது. இதன் இரண்டாம் தலைமுறை இயக்குநராக திரைப்படக்கல்லூரியில் பயின்று திரைப்படங்களை உருவாக்கியவர் தார்கோவெஸ்கி. இவரது அப்பா அர்சனாய் தார்கோவெஸ்கி ஒரு கவிஞர். 1962இல் வெனிஸ் திரைப்பட விழாவில் 'கோல்டன் லைன்' விருது பெற்ற Ivan's Childhood என்ற திரைப்படம் கனவுநிலைக் காட்சிகளாலும் யுத்தத்தின் தீவிரத்தை ஒரு சிறுவனின் கண்வழியான காட்சிப் படிமங் களுடன் சித்தரிக்கப்பட்டதாலும் உலகின் கவனத்தைக் கவர்ந்தது.

'காலத்தைச் செதுக்குதல்' என்ற புத்தகம் இந்த திரைப்படம் குறித்த இவரது மனப்பதிவுகளையும் இதன் உருவாக்கத்தைப் பற்றியதாகவும் துவங்குகிறது. பகமலோவின் நாவலான 'இவான் தான் இந்தத் திரைப்படத்தின் அடிப்படை. யுத்தக் களத்தில் உளவு வேலைக்கு பயன்படுத்தப்பட்டுக் கொல்லப்பட்ட சிறுவனின் வழியாக யுத்த நாட்களின் நிலை சித்தரிக்கப்பட்ட கதையிது.

இந்தக் கதையில் மூன்று அம்சங்கள் தனக்கு மிகவும் பிடித்திருந்ததாகவும் அதற்காகவேதான் இதனை படமாக்க முற்பட்டதாகவும் தார்கோவெஸ்கி குறிப்பிடுகிறார். கதை யுத்தத்தைப் பற்றியதாக இருந்தபோதும் ராணுவ வீரர்களின் சாகசங்களை அது சொல்லவில்லை. மேலும் ஒரு சிறுவனின் வழியாக யுத்த சம்பவங்கள் இடம் பெறுகின்றன. மூன்றாவதாக சிறுவனின் கதாபாத்திரம் மனதை மிகவும் ஊடுருவிச் செல்வதாகயிருக்கிறது. தாஸ்தாவெஸ்கியின் தீவிர வாசகரான தார்கோவெஸ்கி தோற்றத்தில் சலனமில்லாமல் மனதில் கொந்தளிப்புமிக்க கதாபாத்திரங்களே வலிமையானவர்கள் எனக் கருதுகிறார். இந்தத் திரைப்படம் படிமக் காட்சியின் கவிதை என்றே சொல்லலாம். நீண்ட கடற்கரையில் உருண்டு கிடக்கும் ஆப்பிள்களுக்கு நடுவே நடந்து கொண்டிருக்கும் குதிரையும், தண்ணீரில் பற்றி எரியும் நெருப்போடு இறந்து வீழ்ந்து கிடக்கும் வீரர்களுமென கனவை காட்சிவசப்படுத்துகிறது.

தனது திரைப்படத்தின் கவிதையம்சம் பற்றிக் குறிப்பிடும் தார்கோ வெஸ்கி கவிதை என்பது வடிவமன்று. அது உலகை அறிந்து கொள்வதற்கான ஒரு விழிப்புணர்வு. உலகியல் நடப்புகளோடு தொடர்பு கொள்வதற்கான ஒரு தனித்துவமான வழிமுறை. ஆகவே கவிதை ஒவ்வொரு மனிதனுக்கும் வாழ்வைப் பற்றிய ஒரு தத்துவத்தை உண்டாக்கிவிடுகிறது என்கிறார். இலக்கியமும் சினிமாவும் ஒன்றையொன்று பாதிக்கக்கூடிய இரண்டு ஊடகங்கள். இதில் சினிமா இலக்கியத்தோடு மட்டுமின்றி ஓவியம், இசை போன்ற ஊடகங்களையும் உள்வாங்கிக் கொண்டு தனித்த வடிவமாகத் தன்னை வெளிப்படுத்திக் கொள்கிறது. ஞாபகங்கள் மனிதனின் மிகப்பெரிய அடித்தளம். அதிலும் பால்யம் பற்றிய ஞாபகங்கள் அதற்கென தனித்த வர்ணங்களுடன் இருக்கின்றன. இதிலிருந்து உருவாக்கப்படும் கடந்த காலத்தின் காட்சிகள் ஒரு கவித்துவ நுண்மை கொண்டவையாகின்றன என்கிறார்.

உண்மையைத் தேடுவதே கலையின் முக்கிய அம்சமாக இருக்கக் கூடுமென்றும் உண்மையென்பதை தத்துவ வழி யாகவோ விஞ்ஞான வழியாகவோ நிரூபிக்க முயலாமல் இதனை ஆன்மாவின் தேடுதலாகக் கருத வேண்டும், உண்மை ஒரு அழகு, இது எல்லாவற்றிலும் படர்ந்திருக்கிறது எனக் கூறும் இவர், கவிஞர்கள் உலகியல் நிகழ்ச்சிகளுக்கு எஜமானர்களாக இருப்பதில்லை. பதிலாக வேலையாட்களாக இருக்கிறார்கள். எனவே துல்லியமாக விவரிப்பதை விடவும் ஒன்றை

சிருஷ்டிப்பதில் துணை செய்வதைப் போல சிருஷ்டிகரத்தையே அவர்கள் வெளிப்படுத்தி விடுகிறார்கள் என்கிறார். ருஷ்ய நாவலாசிரியரான கோகல் சொல்கிறார்: 'நான் எதையும் போதிக்க விரும்பவில்லை. வாழ்வை முழுமையாக அப்படியே காட்ட மட்டுமே விரும்புகிறேன். அது குறித்து விவாதிப்பது எனது வேலையல்ல.' இதையே தார்கோ வெஸ்கி தனது பிரிய வாசகமாகக் கொள்கிறார்.

தனது படங்களான சோலாரிஸ், மிர்ரர், ஸ்டாக்கர், ஆந்த்ரே ருபலாவ், நாஸ்டால்ஜியா பற்றியும் அதன் படைப்பிற்கு உந்துதலாக இருந்த இதர காரணிகளையும் இந்தப் புத்தகத்தில் விவரிக்கும் தார்கோவெஸ்கி தனது சினிமா பற்றிய பார்வைகளைத் தனியாக விவரிக்கிறார்.

சாலமனின் மோதிரத்தில் "எல்லாமும் கடந்து போய்விடும்" என்ற வாசகம் பொறிக்கப்பட்டுள்ளதை அறிவோம். உலகிலுள்ள எல்லாப் பொருட்களும் ஒரு நாளில் கடந்து போய்விடும். கடந்த காலம் எனும் பெரிய தாழியில் சென்று சேகரமாகிவிடும் என்பதையே இது குறிக்கிறது. காலம்தான் மிகப்பெரிய வாழ்வின் சரடு. இது நினைவுகளோடு தொடர்புடையது. கடந்து செல்லும் காலம் அதன் நினைவுகளாக எத்தனையோ படிவுகளைப் பொருட்களில் உண்டாக்கி விடுகின்றது.

காலத்தை அதன் இயக்கத்தோடு பதிவு செய்வதே சினிமாவின் ஆதாரமான இயல்பாகும். இதில் இயக்குநரின் வேலை என்பது காலத்தைச் செதுக்குவதாகும். ஒரு சிற்பி பெரிய கல்லைத் தேர்வு செய்து அதில் தனது சிற்பத்தினைச் செதுக்கி தேவையற்றவற்றை துண்டித்துவிடுவதைப் போலவே பெரிய காலத்துண்டைத் தேர்வு செய்து அதைக் காட்சிப் படிமங்களாக இயக்குநர் செதுக்குகிறார். இதில் வரிசை கிரமமல்ல முக்கியம், மறுவடிவாக்கமே முதன்மையாகக் கருதப்படுகிறது. ஒரு ஹைக்கூ கவிதையைப்போலத் தனித்தனிக் காட்சிகளைத் துல்லியமானதொரு சித்தரிப்புடன் அடுத்தடுத்து இணைப்பதன் வழி புதிய விழிப்பை சினிமா தோற்றுவிக்கிறது.

1986ல் வெளியான இப்புத்தகம் தார்கோவெஸ்கியின் படங்களைப் புரிந்து கொள்வதற்கான ஒரு வரைபடத்தைத் தருகின்றது. இன்னொரு பக்கம் கவிதை பற்றியும் தாஸ்தாவெஸ்கி மற்றும் ருஷ்ய கதாசிரியர்களைப் பற்றிய அவதானிப்பையும் தனது முன்னோடி திரைப்படக் கலைஞர்களின் மீதான ஈடுபாட்டையும் வெளிப்படுத்துகிறது. தார்கோ வெஸ்கியின்

படங்களைப் புரிந்து கொள்வது அதன் கதை வழியாக எளிதில் சாத்தியப்படுவதில்லை. தார்கோவெஸ்கியின் முக்கிய படங்கள் ஆறையும் ஒரே சமயத்தில் பார்த்திருக்கிறேன். தனித்தனியான திரையிடல்களில் அகிரா குரோசோவாவின் திரைப்படங்களைப் போல தார்கோவெஸ்கிக்கும் மிக அதிகமான பார்வையாளர்கள் அரங்கத்தில் நிரம்பிவிடுவது எப்போதும் நடந்து வருகின்றது. சென்னையிலும் திருவனந்தபுரத்திலும் நடைபெற்ற படவிழாக்களிலும் இவரது படங்களைக் கண்டிருக்கிறேன். தார்கோவெஸ்கி தனது கடந்த காலத்தைப் படங்களின் வழியே ஆழமாகப் பதிவு செய்திருக்கிறார். இதில் Mirror, Nostalgia போன்ற படங்கள் ஆழ்ந்த மனப்பதிவுகளின் மீதே உண்டாக்கப்பட்டிருக்கின்றன. இவரது படங்களின் முக்கியமான அம்சம் கனவுப் படிமங்கள். அதனால் காட்சிகள் மிக வலுவாக சித்தரிக்கப்பட்டுள்ளன. மேலும் தொடர்ந்து உருமாறும் காட்சிகள் பல்வேறு தளத்திற்குப் பார்வையாளரை பயணிக்கச் செய்வதாகின்றன.

இவரது சுயஞாபக படங்களை விடவும் எனக்கு ஏதோ ஒருவகையில் பிடித்த படமாக அமைவது அவரது 'சோலாரிஸ்' திரைப்படமாகும். இது ஒரு விஞ்ஞானக் கற்பனைப் படங்களின் வகையைச் சேர்ந்ததாகும். சிந்திப்பது என்பது மனிதனுக்கு மட்டுமே உள்ளதுதானா என்பதைப் பற்றி ஆராய்வதாக அமைகிறது. இப்படத்தில் சோலாரிஸ் என்ற ஒரு மையம் தொடர்ந்து வெளியில் சிந்திப்பதான ஒரு கற்பிதத்தைத் தோற்றுவிக்கிறது. இதனை ஆராய இயலும். விஞ்ஞானிகளின் பார்வையும் இதன் புற உலகமும் ஒரே நேரத்தில் பதிவாகின்றன. இப்படத்தில் ஒரு மனிதனின் ஞாபகத்தில் இருந்து அவனது இறந்து போன மனைவி திரும்பவும் உயிர் பெற்று நடமாடத் துவங்குகிறாள். இவள் வெறும் எண்ணத்தின் வெளிவடிவம் என்ற போதும் பெண் வடிவம் கொண்டதாலே உணர்ச்சிகளையும் அதன் தீவிர நிலைகளையும் உணர்பவளாக உருமாறுகிறாள். அவள் நிஜமான பெண்ணல்ல உணர்ச்சிவசப்பட என அவன் கோபிக்கும்போது அவள் தனது உருவடிவமே தன்னை இந்த நிலைகளில் கொண்டு செலுத்துவதாகச் சொல்கிறாள். இப்படத்தில் தார்கோவெஸ்கி புருகேலின் ஓவியத்தை மிகச் சிறப்பாகப் பயன்படுத்தியிருக்கிறார். புருகேலின் பனிப்பிரதேசத்தில் வேட்டைக்காரர்கள், அவர்களின் புகைமூட்டமான தனிப்பாதைகள், அருகே பறந்தபடி உறைந்

திருக்கும் ஒரு காகம் என ஓவியம் மெல்ல காலம் உருகி சித்திரங்கள் கலைந்து வெளியாவதாகப் படமாக்கப்பட்டுள்ளது. ஸ்தனிஸ்லாஸ்லெம்மின் நாவலான இதை தார்கோவெஸ்கி வெகு நூதனமான முறையில் படமாக்கியிருக்கிறார்.

இந்தியாவை நோக்கிய தேடுதல் கொண்ட கலைஞர்களில் ஒருவராகவே வெளிப்படும் தார்கோவெஸ்கி உண்மையைத் தேடும் ஆன்ம தேடுதலுக்கான ஒரு வழிமுறையை இந்தியா உருவாக்கியுள்ளதாகக் கருதுகிறார். இவரது 'ஆந்த்ரே ரூபலாவ்' படம் இத்தகையதொரு உள்நோக்கிய பயணத்தையே முன்னெடுத்துச் செல்கிறது. இவரது படங்களுக்கான ஒளிப்பதிவாளரான வாடிவாசிம் காட்சிகளை, சிறிய செதுக்கு ஓவியங்களைப் போல ஒளியும் வர்ணமும் கலந்ததொரு நிகழ்த்துதலாக உருவாக்கியிருக்கிறார். தார்கோ வெஸ்கியின் திரைப்படங்கள் ருஷ்ய இசையை பிரமாதமாகப் பயன்படுத்தியுள்ளன. இதனை அவரது படங்களில் கோடின்ஸ்கி என்ற இசையமைப்பாளர் மிக அற்புதமாக உருவாக்கியிருக்கிறார். குறிப்பாக 15ஆம் நூற்றாண்டைச் சேர்ந்த கதையான ஆந்த்ரே ரூபால்வின் திரையிசை வெகு நேர்த்தியாக உருவாக்கப்பட்டுள்ளது.

ஒரு திரைப்படத்தைப் புரிந்து கொள்வதற்கு இலக்கியம் மட்டுமல்லாது இதர துறைகளின் பரிச்சயமும் ஈடுபாடும் மிகவும் துணை சேர்க்கின்றன. தார்கோவெஸ்கியின் ருஷ்ய படங்களைப் பற்றிய மனப்பதிவுகளோடு ஒரு மூலையில் எப்போதும் போலவே நமது கறுப்பு வெள்ளைப் படங்களின் முகங்களும் சுப்பையா நாயுடுவின் இசையில் கேட்ட பாடல்களின் ரீங்காரமும் மனதில் ஓடிக்கொண்டேயிருக்கின்றன. நீண்ட காலத்தின் முன்பு பார்த்த மிஸ்ஸியம்மா என்ற படத்தில் சாவித்திரி மேரி மாதாவின் முன் நின்றவளாக 'எனையாளும் மேரி மாதா' என்ற பாடலைக் கேட்கும் போதெல்லாம் வெண்ணிறமான அவளது முகமும் துயரமும் ருஷ்யக் கதைகளை, மனிதர்களை நினைவுபடுத்திப் போவதை மறக்கவே முடியவில்லை.

லூயி கரோல்

ஆலிஸின் அற்புத உலகம்

சில குழந்தைகளுக்கான புத்தகங்கள் எங்கோ தேடி நம் கைக்குப் படிக்கக் கிடைக்கும் நாளில் நமக்கு பால்யம் கடந்திருக்கும். இதை நம் பள்ளி நாட்களில் படித்திருந்தால் நன்றாக இருந்திருக்குமே என்ற ஆசை தீராதது. The Little Prince என்ற அந்துவாந்த்செந்த் எக்ஸ்பெரியின் புத்தகமும், Gullever's Travels என்ற ஜோனதன் ஸ்விப்ட் புத்தகமும் இந்த மனோநிலையை ஏற்படுத்தியிருக்கின்றன. இந்த இரண்டும் கனவுகள் நிரம்பிய சிறுவயதில் படிக்க வேண்டியவை. தாமதமாகக் கிடைத்துப் படிக்கும்போதும் வயதைக் கலைத்து மாற்றிவிடக்கூடியது. அல்லது இந்தப் புத்தகங்கள் குழந்தைகள் படிக்கும்போது ஒரு கதைக்களத்தையும் சந்தோஷத்தையும் தருவது போன்று வேறு வேறு வயதின் மனதினர்களுக்கு ஏற்ப தனது மையத்தை மாற்றிக்கொண்டுவிடுகின்றன. குழந்தைகள் படித்து சிறப்பாகக் கொண்டாடும் 'தி லிட்டில் பிரின்ஸ்' நாவல் ஒரு எக்ஸிஸ்டென்ஷியலிச நாவலாக அறியப்பட்டு, அதன் தத்துவப் பொருள் பற்றி சிலாகிப்பவர்கள் இருக்கிறார்கள். இது போலவே 'கலிவர்ஸ் டிராவல்ஸ்' புத்தகம் சிறந்த பரிகாச முடையது. இதனை பகடி வகையான இலக்கியப் புத்தகமாக சிறப்பித்துப் பேசுவார்கள். சிறுவர்களுக்கோ மாபெரும் கலிவர் உடலின் மீது லில்லிபுட்டீன்ஸ் என்ற குள்ள மனிதர்கள் ஏறி நடப்பதும் அவன் மூக்கை நோக்கி குதிரையில் பிரவேசிப்பதும் வெகு வேடிக்கையானவை, படித்து சிரிக்கக்கூடியவை.

அப்பா தனது பணியின் காரணமாக மாற்றலாகிப் போன ராமநாதபுர மாவட்டத்தின் பல்வேறு சிறிய ஊர்களில் படித்து வளர்ந்த எனது சூழலில் சில புத்தகங்கள் எங்கு

போனாலும் என்னுடனே வந்திருக்கின்றன. நாங்கள் பள்ளியில் படிப்பதற்காகத் தங்கிவிட்ட ஊரில் ஒரு நூலகமிருந்தது. அந்த நூலகர் ஒரு விவசாயி. தனது விவசாய வேலைகள் இல்லாத நாட்களில் மட்டுமே நூலகத்தைத் திறந்து வைப்பார். சில நேரங்களில் நூலகத்தை திறந்து வைத்துவிட்டு எங்காவது வயலில் தண்ணீர் பாய்ச்சுவதற்குப் போய்விடுவார். அந்த நூலகத்திற்குப் போகும் சிறுவர்கள் மிகக் குறைவாகவே இருந்தார்கள். அதிலும் அந்த நூலகம் செயல்பட்ட சிவன் கோயிலின் ஒரு பகுதிக்குள் எப்போதும் வௌவால்களின் சடசடப்பும், எண்ணெய் படிந்து போன வாசனையும் இருந்து கொண்டேயிருக்கும். நூலகத்தில் படிக்க வரும் எனக்கு ஆரம்ப நாளில் இருந்தே புரியாத வாசகமாக இருந்தது “இங்கே யாரும் சிரிக்கவோ பேசவோ கூடாது” என்ற வாசகம்தான். உலகத்தில் சிரிக்கக் கூடாதென ஒரு இடம் அறியப்பட்டிருப்பதாக இருக்குமானால் அது நூலகமாகத்தான் இருக்கக்கூடும். சிறுவர்கள் எங்கு போனாலும் சிரிக்கக் கூடாதென்பதில் பெரியவர்கள் மிகக் கவனமாக இருக்கிறார்கள். பஸ்ஸில், மருத்துவமனையில், கோவிலில் எங்கு சிரித்த போதும் ஒரு விரல் “சிரிக்காதே உஷ்” என சாடை காட்டுவதைக் காண முடிந்திருக்கிறது. உலகில் சிரிப்பதற்கான இடமென எதாவது இருக்கிறதாயென்ன. நான் அறிந்த வரை இங்கு சிரிக்கலாம் என அறிவிப்பைக் கண்டதேயில்லை. சிரிப்பைத் தூண்டக்கூடிய புத்தகங்கள் நிரம்பிய நூலகத்தில் அதைப் படித்து யாரும் சிரிக்கக்கூடாதென்பதில் கண்டிப்பானவர்கள் அதிகமிருந்தார்கள். அதனால் அங்கே படிப்பதைவிடவும் அருகில் உள்ள வேம்படியிலோ, திண்ணையிலோ சௌகரியம்போல் உட்கார்ந்து படிக்க வசதியிருந்தது. ஆர். எல். ஸ்டீவன்சன், டிக்கன்ஸ் புத்தகங்களுக்கு தீவிர ரசிகனாயிருந்தேன். யாருமற்ற ரகசியத்தீவு என்பதைப்பற்றி நினைப்பதே மிக ரம்மியமாகயிருக்கும். தனிமையான வீட்டு மொட்டை மாடியில் பகலில் வேம்பின் நிழல் ஊர்ந்து வரும் இடத்தில் சாய்ந்து கொண்டு படிக்கும்போது வீசும் வேம்பின் இலைகள் கடல் அலைகளைப் போலவே சப்தமிடுவதாக இருக்கும். கடற்கொள்ளையர்கள் கனவில் புகுந்தார்கள். கபாலம் பொறித்த சிவப்புநிறக் கொடிகள் கனவில் பறந்து கொண்டேயிருந்தன. கடற்கொள்ளைகளின் கூச்சல் எப்படியிருக்குமென வாசகங்களில் படித்ததை நானே தனியாகக் கத்திப் பார்த்திருக்கிறேன். என்றாவது கடற்கொள்ளையர்கள் எனது கிராமத்திற்கும் வரக்கூடுமென

பேசிக் கொள்வோம். அப்போது என்னைவிடவும் தீவிரமான நண்பன் சொல்வான், “அவர்கள் கடலிலேதான் உறங்குவார்கள், கடலிலேதான் சாப்பிடுவார்கள், மீன்களைப் போல கடலிலே நீந்தியலைவார்கள், ஒருபோதும் கரைக்கு வரவேமாட்டார்கள்”. கரைக்கே வந்து சேராதவர்கள் தான் கடற்கொள்ளையர்கள் என்பதுதான் எத்தனை பெரிய அதிசயம்.

கடற்கொள்ளையர்கள் எல்லோருக்கும் பெரிய மீசையிருக்கும். எங்கள் அருகாமை கிராமங்களில் கிருதாவும் மீசையும் பெரியதாக வளர்ப்பவர்கள் நிறைய இருந்தார்கள். அவர்களில் எவரும் ஒரு நாளில் கடற்கொள்ளையராகிவிடலாம் என்பதைப் பற்றி நாங்கள் கற்பனையாகப் பேசிக்கொள்வோம். இது போலவே ஒரு தொங்கு மீசையை வைத்துக்கொள்ள வேண்டும் என்றுகூட ரகசிய ஆசை கொண்டிருந்தேன். ஆனால் மீசை முளைக்கத் துவங்கிய காலத்தில் மனதில் கடற்கொள்ளையர்கள் காணாமல் போய் இளம் பெண்கள் நிரம்பத் துவங்கிவிட்டார்கள் என்பதுதான் முரண். ஆனாலும் எனது கிராம நூலகத்தில் இருந்த புத்தகங்களில் எதைப் படிப்பதெனத் தெரியாமல் இருட்டு கசிந்து கொண்டிருக்கும் நூலக அலமாரிக்குள் பாதி வெளிச்சத் துணுக்கில் புத்தகத்தைப் பிரித்துப் புரட்டும்போது ஏற்படும் மயக்கம் விநோதமானது. எப்போதாவது நூலகர் இருந்தால் அவர் என்னைக் கண்டு புன்னகைக்கக் கூடும். அவர் எனது அப்பாவை அறிந்தவர். நூலகர் ஒரு நாளில் படித்துக்கொண்டிருந்தவர்களான எங்கள் யாவரிடமும் ஒரு கையெழுத்தை வாங்கி நூலக வாசக இயக்கமொன்றை தான் துவக்கியுள்ளதாகவும் இதில் யாராவது, எதையாவது பற்றிப் பேசலாம், எழுதியதைப் படித்துக் காட்டலாம் என அறிவித்தார். அது என்னைத் தவிர மற்ற எவரையும் பெரிதாகப் பாதித்ததாகத் தெரியவேயில்லை. இதற்கான முதல் கூட்டம் சிவன் கோவிலில் ஒரு ஞாயிற்றுக்கிழமை நடக்கப் போவதாக அறிவிக்கப்பட்டிருந்தது. நான் கூட்டத்திற்காக காலை எட்டரை மணிக்கே வந்து சேர்ந்துவிட்டேன். அங்கிருக்கும் சிவன் கோவிலுக்கு நித்ய பூஜைகள் கிடையாது. யாரும் வந்து போவதும் குறைவு. திறந்து கிடந்த பிரகாரத்தில் ஒரு மனிதனாக காத்துக்கொண்டிருந்தேன். யாரும் வருவதற்கான தடயமேயில்லை. வெளியேயிருக்கும் ஒரு கிணற்றடியில் சிதைவுற்ற நிலையில் இருக்கும் ஒரு பெண் சிற்பம் மட்டுமே நிசப்தத்தில் காத்துக்கொண்டிருந்தது. தானே மேய்ந்து கொண்டிருக்கும் பசுவைத் தவிர அங்கு யாருமில்லை.

நான் காத்துக்கொண்டிருந்தேன். வெயில் ஏறியபோது ஒரு முதியவருடன் நடந்து வந்த நூலகர், நான் மட்டுமேயிருப்பதைக் கண்டவராக சிரித்தார். வேறு யாரும் அன்று வரவேயில்லை. அவரது கையில் இருந்த எண்பது பக்க நோட்டில், நாங்கள் மூவரும் ஆளுக்கு இருபது கையெழுத்திட்டோம். அந்த நாளில் இருந்து அவர் என்னை மிகவும் விரும்பும் மனிதராகிப் போனார். பின்பு நானும் அவருமாக நூலகத்தைத் திறப்பதும், சில வேலைகளில் நானே நூலகத்தைப் பூட்டிக் கொண்டு போய் அவரது வீட்டில் சாவியைக் கொடுத்து வருவதும் நடந்தேறியது. வயதை மீறிய ஸ்நேகமாக நாங்கள் இருவரும் செல்வதை டீக்கடைக்காரர்கள் பரிகசிப்பார்கள்.

ஒரு நாள் நூலகர் என்னிடம் தனது ரகசியமான காரியங்களை, எண்ணங்களை பகிர்ந்து கொள்வதாகச் சொல்லி தனது மஞ்சள் பையிலிருந்து ஒரு பெரிய ஃபைலை எடுத்து — அதில் நிறைய கடிதங்கள் இருந்தன — ஒவ்வொரு கடிதமாக எடுத்து விளக்கிக் காட்டினார். ஒரு கடிதம், இந்தியாவிற்கு விஜயம் செய்யும் அமெரிக்க ஜனாதிபதிக்கு எங்கள் பகுதி கஷ்டங்களையும் அவர் சுற்றிப்பார்க்க வேண்டிய கோவில்களையும் பற்றி எழுதப்பட்டிருந்ததன் நகல். இதற்கு நன்றி தெரிவித்து எழுதப்பட்ட ரிப்ளை கார்டு. இன்னொன்று புதிதாகப் பதவி ஏற்ற பிரதமருக்கு ராமநாதபுர மாவட்டத்தினை எப்படி நவீனமயமாக்கலாம் என்ற விபரம், மற்றது எப்போதோ வந்து போன இந்தோனேஷிய தூதுக்குழுவிற்கு பாம்பன் பாலத்தின் அதிசயம் பற்றி எழுதப்பட்ட விபரம். இப்படி, ஜனாதிபதி, முதல்வர், தூதுக்குழு மட்டுமன்றி இந்தியாவில் நதிநீர் பிரச்சனையைத் தீர்ப்பதற்கான மாதிரி வரைப்படம், ராணுவ வீரர்கள் நினைவில் வைத்துக்கொள்ள வேண்டிய சில கட்டுபாடுகள், என என்னால் வியப்பைக் கட்டுப் படுத்திக்கொள்ள இயலாத அளவு நிரம்பியிருந்தன. ஆனால் அத்தனை கடிதமும் தமிழில் எழுதப்பட்டு, பதில் நன்றி என ஆங்கிலத்தில் வந்திருந்தன. நான் அவரது ரகசியங்களை பகிர்ந்து கொள்ளுமளவுக்கு நெருங்கிவிட்டேன் என்பதோடு இதுபோல உலகத் தலைவர்களோடு தொடர்பு கொண்டபடி தனது விவசாய காரியங்களைச் செய்துவரும் எளியவரைக் கண்ட சந்தோஷம் நிரம்ப அவரைப் பார்த்துக் கொண்டேயிருந்தேன். அவர் தனது இந்த ரகசியப் பணியில் தான் போதுமான அளவு மனதிருப்தி கொண்டதாகவும் இன்று இந்தியாவில் நடைமுறைப் படுத்தப்பட்டு வரும் பல திட்டங்கள் தனது

எண்ணத்தின் குழந்தைகளே என்றும் சொல்லி அந்தப் பாதையை தொடர்ந்து முன்னெடுத்துச் செல்லும் பெரிய பொறுப்பு எனக்கிருப்பதாக ஒப்படைத்தார். எனக்கு சந்தோஷமாகவும் நடுக்கமாகவுமிருந்தது. அந்த ரகசியப் பணியை ஏற்றுக்கொண்டுவிட்டேன். இதன் முதல் திட்டமாக புதிதாகப் பதவி ஏற்கும் அமெரிக்க அதிபருக்கு வாழ்த்துக் கடிதம் எழுதினேன். சில நாட்களுக்குப் பிறகு அழகான ஒரு அஞ்சல் உறையில் ஒரு நன்றிக் கடிதமும் சிறிய பாக்கெட்டயரி ஒன்றும் வந்திருந்தது. தனது வாரிசைக் கண்டுபிடித்து விட்டவரைப் போல கொண்டாடிய நூலகர் அந்தக் கடிதத்தை கவனமாகப் பாதுகாக்க நிறைய யோசனைகள் சொன்னார். ஏனோ அந்த விளையாட்டு சட்டென கலைய நான் அவரைப் பார்க்கக்கூடாதென முடிவு செய்து நூலகம் பக்கமே போகக்கூடாதென இருந்துவிட்டேன். அவர் என்னை ஒரு எதிரியாக பாவித்துக்கொண்டு அவரது முக்கிய குறிப்புகளை நான் எடுத்துப் போய்விட்டதாக குற்றம் சொல்லி மனப்பகையாக வளர்த்துக்கொண்டு விட்டார். அப்பாவின் மாறுதல் அங்கிருந்தும் என்னை வேறு இடத்திற்கு மாற்றிவிட்டது. அந்த வீடு மாற்றலில் எங்கோ அமெரிக்க கடிதமும் தொலைந்து போனது. ஆனாலும் தனிமையான சிவன் கோவிலின் பிரகாரம் நூலகத்தை நினைவுபடுத்திக் கொண்டேயிருக்கிறது.

இது போன்ற நூலகத்திலிருந்துதான் கல்லூரி விடுமுறை நாளில் Alice in Wonderland என்ற புத்தகத்தை எடுத்து வந்தேன். படிக்கத் துவங்கிய காலை மட்டுமே நினைவிலிருக்கிறது. எப்போது படித்து முடித்தேன் என புறச்சூழலின் நினைவில்லை. யாரோ என்னைச் சுழற்றி இந்த உலகத்தில் இல்லாத வேறு ஒரு கற்பனா லோகத்தில் வாழவிட்டிருந்தது போலவும் அங்கிருந்து மீண்டு இங்கே திரும்பியிருப்பதாகவும் உணர்ந்தேன். தனது சகோதரியின் அருகில் படங்கள். எதுவுமில்லாத ஒரு புத்தகத்தை வேடிக்கை பார்த்து சலித்த சிறுமி ஆலிஸ், ஒரு முயல் ‘நேரமாகிவிட்டதே, நேரமாகிவிட்டதே’ என சொல்லியபடியே ஓடுவதை அதிசயமாகப் பார்த்து அதன் பின்னாலேயே ஓடுகிறாள். முயல் சிறிய வளைவினுள் ஓடிப் புகுந்துவிடவே தானும் அதனுள் வீழ்கிறாள். முயல் தனது வீட்டிற்குப் போகிறது. அங்கே ஆலிஸ் ‘என்னைக் குடி’ என எழுதப்பட்ட பாட்டிலைக் காண்கிறாள். எடுத்துக் குடிக்கவே உடல் உருமாறிவிடுகிறது. இப்படியாக தனது பயணத்தைத் துவக்கும்

ஆலிஸ், தனது கண்ணீரிலே ஒரு பெரிய குளம் உருவாகி அதில் இருந்து மீள முடியாமல் சிக்கித் தவிக்கும் எலியையும், விசித்திரமான பள்ளிக்கூடத்திற்குப் போகும் மீன்களையும் காண்கிறாள். ஆலிஸின் வியப்பூட்டும் தர்க்கமானது கணித அறிவிற்கு அப்பாற்பட்டதாகும். ஒரு வெட்டுக்கிளியுடன் நடத்தும் உரையாடல் கூட மிக தத்துவபூர்வமானதைப் போல வெளிப்படுகிறது. ஒரு பைத்தியக்காரத்தனமான தேநீர் விருந்து நடக்கிறது. அதில் கலந்து கொள்கிறாள். சிரித்துக்கொண்டே கிளையில் தோன்றும், மறையும் சேஷையர் பூனையைச் சந்திக்கிறாள். விந்தை பெருகிக்கொண்டேயிருக்கின்றது. இரண்டு சீட்டுக்கட்டு வீரர்கள் பூச்செடிகளுக்கு வர்ணம் தீட்டுவதற்காக வந்து வேலை செய்கிறார்கள். தவறான ஒரு பூச்செடியைத் தாங்கள் வைத்துவிட்டதால் அது ராணிக்கு தெரியக்கூடாதென்பதற்காக வர்ணமடிக்கிறார்கள். தனது அதிகாரத்திற்குட்பட்டவர்களில் எவரது தலையையும் வெட்டிவிட தொடர்ந்து கட்டளை இட்டுச் செல்லும் சீட்டுக்கட்டு ராணியிடம் மாட்டிக் கொள்கிறாள். இவளது கட்டளைகள் மட்டுமே கேட்டுக் கொள்ளப்படுகின்றன. அவை ஒரு போதும் நிறைவேற்றப்படுவதில்லை என்பதைப் புரிந்து கொள்ளும் ஆலிஸ், அவள் வெறும் சீட்டுக்கட்டு ராணிதான் என்ற உண்மையைச் சொல்லிவிட சீட்டுக்கட்டு ராஜ்ஜியம் கலைகிறது. இவை யாவும் தனது கனவில் நடந்தேறியவை என்பதை அவளால் புரிந்துகொள்ள முடியவேயில்லை. நாம் யாவரும் யாருடைய கனவிலோ நடமாடிக்கொண்டிருக்கிறோம் எனும் ஆலிஸின் வாக்கியம் இலக்கிய உலகில் மிகப் பிரபலமானது. லூயி கரோல் கணிதத்தில் மிக ஈடுபாடு கொண்டவர். அவர் தனது உறவுக்கார சிறுமிக்காக எழுதியதே இந்நாவல். தமிழில் நானே இதை மொழிபெயர்த்திருக்கிறேன்.

எப்போது இதைப் படித்தாலும் இதன் தனித்துவமான வரிகள் மறக்க முடியாதவை. இந்தப் புத்தகம் குழந்தைகளை மட்டுமல்லாது கணிதவியலாளர்கள், பௌதீக ஆய்வாளர்கள், நவீன கம்ப்யூட்டர் விஞ்ஞானிகள் வரை பலரையும் வாசகர்களாகக் கொண்டது. இந்தப் புத்தகத்தின் தீவிர ரசிகரான போர்ஹே தனது பிரசித்தி பெற்ற கதையான வட்டச் சிதைவுகளை இதன் பாதிப்பிலிருந்தே எழுதியிருந்தார். 20க்கும் மேற்பட்ட மொழிகளில் ஆலிஸ் மொழிபெயர்க்கப்பட்டுள்ளது. இந்த புத்தகத்தின் தொடர்ச்சியாக ஜாபர் ஊக்கி என்ற கதாபாத்திரத்தை முன்வைத்து இவர் எழுதிய Through the

Looking Glass புத்தகமும் மிக சிறப்பான விளையாட்டு வடிவக் கதையெழுத்தாக அமைந்திருக்கிறது. செஸ் விளையாட்டில் மிக ஆர்வம் கொண்ட லூயி கரோல் அந்த வடிவத்தைத் தனது புனை கதையின் வடிவமாக்கியிருக்கிறார்.

உலகில் உள்ள அதிசயமான பொருளைத் திருட வரும் அயல்கிரகவாசிகள் ஆலிஸின் அற்புத உலகம் நாவலின் மூலப்பிரதியை திருடிப் போவதாக ஒரு அமெரிக்க கதை உள்ளது. ஆலிஸ் திரைப்படமாகவும், கார்ட்டூன் படமாகவும் பலமுறை வெளியாகியுள்ளது. உலகமெங்கும் ஆலிஸின் காட்சியகங்கள், ம்யுசியம் உள்ளது. குழந்தை இலக்கியத்தின் மைய படிமமாக மாறிவிட்டது ஆலிஸ்.

ஆலிஸின் அற்புத உலகம் குழந்தைகள் மட்டுமல்ல, இலக்கியவாதிகளும் தேர்ந்த வாசகர்களும் படிக்கவேண்டிய முக்கிய புத்தகமாகும்.

சி.எஸ்.லூயிஸ்

நார்னியா

அன்றைக்கு காலையிலிருந்தே சாரல் அடித்துக்கொண்டிருந்தது. மரங்களுக்கு ஊடாக நடந்து ஈரப்பாதைகளின் வழியே மதுரை பல்கலைக்கழக நூலகத்திற்கு வந்தபோது ஒருசிலரே இருந்தார்கள்.

மழைநாளில் நூலகத்தின் வாசமும் நிறமும் மாறிவிடுகின்றன. மழையைக் காணும்படியாக ஒரு நாற்காலியைத் தேர்வு செய்து விட்டு இரும்பு ரேக்குகளின் உள் நடந்து புத்தகங்களைத் தேடும் போது தற்செயலாக உள் வரிசையில் The Chronicles of Narnia என்ற புத்தகத்தைக் கண்டேன். அந்தப் புத்தகத்தின் பின் அட்டையில் இருந்த வரைபடம்தான் முதலில் என்னைக் கவர்ந்தது. மழை பெய்து கொண்டிருந்த மதிய நேரமது. வெளிச்சம் தணிவான ஒரு நாற்காலியில் அமர்ந்தபடி அந்தப் புத்தகத்தை வாசிக்கத் துவங்கினேன். முதல் பக்கத்தின் வாக்கியமே எனக்கு மிகவும் பிடித்ததாகயிருந்தது.

"சிறுமிகள் புத்தகங்களைவிட வேகமாக வளர்ந்து விடுகிறார்கள்" என சி. எஸ். லூயிஸ் தனது முகப்புரையில் எழுதியிருந்தார். எனது சமவயது பெண்கள் சட்டென என்னை விடவும் பெரியவர்களென வளர்ந்துவிட்ட ஆச்சரியம் ஒரு நொடியில் மின்னிப் போனது. மழை அப்போது லேசாக காற்றோடு சேர்ந்து வீசத் துவங்கியிருந்தது. படிக்கத் துவங்கியிருந்தேன். பீட்டர், எட்மண்ட், சூசன், லூயி என்ற நான்கு சிறுவர்கள் விடுமுறைக்காக லண்டனில் உள்ள தங்கள் உறவினரான ஒரு பேராசிரியர் வீட்டிற்கு வந்து சேர்கிறார்கள். தனியான தோட்டத்துடன் கூடிய மிகப்பெரிய

வீடு. வழியில் மலையும் அடர்ந்த மரங்களும் இருக்கின்றன. பேராசிரியரின் வீட்டில் இரண்டு வேலைக்காரர்களும் வீட்டைக் கவனித்துக்கொள்ள ஒருவனும் இருக்கிறார்கள். பேராசியருக்கு வயது அதிகமாகி, தலை நரைத்து விட்டது. சிறுவர்கள் அடுத்த நாள் எங்கே போவது என யோசனை செய்கிறார்கள். வீட்டைச் சுற்றிப்பார்க்க ஓடுகிறார்கள். லூசி என்ற சிறுமி மட்டும் மிகுந்த தயக்கத்துடன் நடந்து ஒவ்வொரு அறையாகப் பார்த்துக் கொண்டு செல்கிறாள். ஒரு அறையில் பேராசிரியரின் கோட்டுகள் வைக்கும் பெரிய வார்ட்ரோப் இருக்கிறது. அதைத் திறந்து பார்க்கிறாள். அதனுள் விதவிதமான கோட்டுகள் இருக்கின்றன. பர்கோட்டுகளை அவள் நுகர்ந்து பார்க்கிறாள். அதே வார்ட்ரோப்பியனுள் இன்னொரு வரிசை கோட் உள்ளது. அதை முகர்ந்து பார்க்க உள்ளே நடக்கிறாள். கோட் துணியை விலக்கிய போது தொலைவில் இருள் மங்கிய பாதை தெரிகிறது. எங்கே போகும் பாதையிது என தெரிந்து கொள்ள ஆசைப்பட்டு அதனுள் இறங்கி நடக்க துவங்கினாள். பாதை வெளியேறி போகத் துவங்குகிறது. அவள் தயக்கத்துடன் நடக்கத் துவங்கி சில நிமிஷ நேரத்தில் ஒரு காட்டினுள் வந்து நின்றாள். அந்தக் காட்டினுள் குளிர்காலமாகியிருந்தது. அவள் மரங்களின் பனி வீச்சினுள் நடந்தபோது ஒரு குரலைக் கேட்டாள். அவளருகே ஆட்டுத்தலையும் வாலும் கொண்ட ஒரு ஃபான் (Pan) நின்று கொண்டிருந்தது. அது ஆச்சரியமாக அவளைக் கண்டு யாரென கேட்டது. அவள் தான் ஒரு சிறுமி என்றாள். ஃபான் நீ ஏவாளின் மகளா எனக் கேட்டது. லூசி தலையசைத்தாள். ஒரு மனிதனை இப்போதுதான் பார்க்கிறேன் என தனது வீட்டிற்குக் கூட்டிப் போகிறது. அங்கே போகும்போது லூசி இது எந்த இடம் எனக் கேட்க, இது நார்னியா தேசம் என்கிறது ஃபான். லூசிக்கு வீட்டில் உபசாரம் நடக்கிறது. அன்போடு பேசும் லூசியை கண்ட ஃபான் 'நான் ஒரு துர்குணம் பிடித்த உளவாளி. இந்த நார்னியாவை ஒரு வெள்ளை மந்திரக்காரி வசப்படுத்திக் கொண்டு எல்லா நாட்களிலும் குளிர் காலம் மட்டுமேயிருக்கும்படி செய்துவிட்டாள். அதனால் இங்கே வேறு காலமாற்றமே கிடையாது. அவளது உணவிற்காக வழி தப்பியவர்களை ரகசியமாக நான் கூட்டி வந்து ஒப்படைப்பேன். இங்கு மரங்கள் கூட அவளுக்காக உளவு செய்கின்றன' எனக் கதறி அழுகிறது. லூசி சமாதானப்படுத்துகிறாள். அவளை தப்பிப் போகச் சொல்லி திரும்ப அனுப்புகிறது ஃபான். லூசி வந்த வழியாகவே வீடு திரும்புகிறாள். லூசிக்காக டீ கொண்டு வந்த

வேலைக்காரி ஒரு நிமிஷத்தில் எங்கே போய்விட்டாய் எனக் கேட்க இந்தக் கால மயக்கம் லூசிக்கு ஆச்சரியமாக இருக்கிறது. இரவு தான் நார்னியா போய் வந்ததை நண்பர்களுக்குச் சொல்கிறாள். எவரும் நம்ப மறுக்கிறார்கள். மறுநாள் யாருக்கும் தெரியாமல் எட்மண்ட் மட்டும் அதே வார்ட் ரோப் வழியாக நார்னியாவை காணச் செல்கிறான். வழி தவறி அவன் வெள்ளை மாயக்காரியிடம் மாட்டிக் கொள்கிறான். அவள் எட்மண்டை ஒரு குள்ளன் என நினைத்துக் கொள்கிறாள். பிறகு அவனைப்பற்றி விசாரித்து இவன் ஒரு மனிதன் என தெரிந்து கொள்கிறாள். எட்மண்டிற்கு பிடித்தமான உணவைத் தந்து மற்றவர்களையும் அங்கே கூட்டி வரச் சொல்கிறாள். மறுநாள் அவர்கள் நால்வரும் நார்னியாவிற்குள் வருகிறார்கள். வழியில் தற்செயலாக ஒரு கரடி குடும்பத்தின் நட்பு கிடைக்கிறது. அவர்கள் மாயக்காரியிடம் மாட்டிக்கொள்ள வந்தவர்கள் என்பதைச் சொல்லி அந்த மாயக்காரியை விரட்டக்கூடிய ஒரே ஆள் அசலான் என்ற சிங்கம்தான் என அதனிடம் கூட்டிப் போகிறது கரடி. எட்மண்ட் மட்டும் மாயக்காரியைத் தேடிப்போய் மாட்டிக் கொள்கிறான். அசலான் என்ற தங்க நிறமுள்ள சிங்கம் அவர்களுக்கு உதவி செய்து மாயக்காரியை விரட்டுகிறது. மாயக்காரியால் கல் மிருகங்களாக மாற்றப் பட்டிருந்த உருவங்கள் யாவும் மீணடும் உயிர் பெறுகின்றன. கிறிஸ்து மஸ் பிறக்கிறது. தங்களது நார்னியாவிற்கு ராஜா ராணியாக நால்வரும் பட்டமேற்றுக்கொள்ளச் செய்கிறது அசலான். பிறகு இவர்கள் வளர்ந்து தேசத்தை ஆள்கிறார்கள். ஒரு நாள் பேராசிரியரைத் தேடி வந்து சொல்ல அவர் ஆச்சரியப்படுகிறார். இக்கதையை வாசிக்கத் துவங்கியது மட்டும்தான் எனக்குத் தெரியும். பிறகு எடையற்ற இறகு பறப்பது போல நானும் நார்னியாவின் பனி வீசும் பிரதேசத்தில் அலைகிறேன். மனம் பின் தொடர்கிறது. காட்சிகள் மாறிக்கொண்டிருக்கின்றன. கதாலோகம் விரிந்து கொண்டே இருக்கிறது. சி.எஸ்.லூயிஸ் ஒரு தேர்ந்த கதை சொல்லி எனப் புரிந்தது. நார்னியா ஒரு தனி உலகம். விசித்திரங்களின் கூடாரம். மழை எப்போது பெய்து நின்றது எனக்கூடத் தெரியவில்லை. மனம் சட்டென பின் நகர்ந்து தொலைவில் இருந்து சில ஞாபகங்களை தள்ளிவிடத் துவங்கியது. மரத்தில் தேங்கிய மழைத்துளியைப் போல ஏதோ நினைவுகள் கொட்டுகின்றன. ஒரு வார்த்தை துள்ளியோடுகிறது. ஊசிக்கள்ளன் என்ற ஒற்றைச் சொல் இந்தப் புத்தகத்திற்கு தொடர்பற்று மனதில் ஒலிக்கிறது. என்றோ முடிந்து போன

ஒரு சரடைத் திரும்ப இழுத்து நீட்டுகிறது மனம். கடந்த காலத்தின் வாசனை கசிகிறது. நார்னியாவிலிருந்து நழுவி எனது கிராமம் விரிகிறது.

ஊசிக்கள்ளன் வரும்போதும், போகும்போதும் கால்தடம் பதியாது என்ற நம்பிக்கை ஊரிலிருந்தது. வீட்டில் புகையை போல அரவமற்று உள்ளே நுழைந்து ஊசியை மட்டும் திருடிப் போய்விடும் அந்தக் கள்ளனைப் பற்றி விசித்திரமான கதைகளையும் மனத்தோற்றத்தையும் கேள்விப்பட்டிருக்கிறேன். ஊசிகளை மட்டும் எதற்காக திருடிச் செல்கிறான். அதுவும் வயதான பெண்கள் தங்கள் இமைகளை இடுக்கிக்கொண்டு நூலை ஊசியில் கோர்க்க சிரமப்பட்டு கைதவறி கீழே விடும் போது வீட்டு சுவரோரம் ஒளிந்துள்ள திருடன் நைசாக ஊசியை திருடிக்கொண்டுவிடுவது எதனால்? ஊசிக்கள்ளனைக் காண வேண்டும் என்ற ஆசை பலருக்கு மிருந்தது. நோட்டுப்புத்தகங்களிலும் பள்ளிக்கூடத்தின் பின்சுவரிலும் அவனைப் போன்றதொரு உருவத்தினை வரைந்திருக்கிறோம். சில நேரம் தெருவில் யாராவது ஊசியை வாங்கிக்கொண்டு வரும்போது அவன் கால் தடம் பதியாமல் நடந்து வந்து அபகரித்து விடுவான் என்பதால் ஊசி என்பதற்கு மட்டும் பெயரை மாற்றிவைத்து சீஊ சீஊ என ரகசியமாகச் சொல்லியபடி காகிதங்களில் சுற்றி வாங்கி வருவோம். அப்படியும் ஊசிகள் திருடுபோனதைத் தடுக்க முடியவேயில்லை.

எங்கே போயின் இத்தனை ஊசிகளும் எனப் புரியாத வயதில் மாடு மேய்க்கும் ரத்தினத்திடம் கேட்டபோது அவன் ஊசிக்கள்ளர்கள் பூமியினுள் வாழ்கிறார்கள் என்றும் அவர்கள் வேலை பூமியில் துளைவிட்டு கிழியும் இடங்களை எல்லாம் தைத்துக்கொண்டேயிருக்க வேண்டும் என்றும், அதற்காகத்தான் அவர்கள் ஊசியை திருடிக் கொண்டு போகிறார்கள் என்றும், தைக்க தைக்க பூமி ஒரு பக்கம் கிழிந்து கொண்டே வருவதால் பகல் இரவாக ஓடிக்கொண்டேயிருக்கிறார்கள். அவர்களுக்கு ஊசிப் பஞ்சம் வந்துவிடும் போதெல்லாம் சிலரை அனுப்பி மனுஷர்களிடமிருந்து திருடி வரச் சொல்வார்கள். திருட்டும் நின்ற பாடில்லை. பூமியைத் தைப்பதும் முடிந்தபாடில்லை என்றான். என்னால் நம்ப முடியவேயில்லை. ஒரு கிழிந்த சாக்கை தைப்பது போல பூமியைத் தைக்க முடியுமாயென்ன? அவர்கள் கைகள் சதா மண்ணை விலக்கி பூமியைத் தைக்கும் காட்சி மனதில் தோன்றி மறைந்தது.

ஊசிக்கள்ளர்களுக்காக ஒரு நாள் முழுவதும் நாங்கள் கவலைப் பட்டோம். அவர்கள் எத்தனை பேர் இருப்பார்கள் என்ற கேள்விக்கு எனது ஸ்நேகிதன் எப்படியும் லட்சம் பேர் இருப்பார்கள் என்றான். ஒரு ஊசிக்கள்ளனுக்காவது நாங்கள் உதவ முடியாமலா போய்விடும் என்பதால் கடைக்குப் போய் புதிதாக வாங்கிய ஒரு ஊசியைக் கொண்டுவந்து புழுதி படிந்த வீதியில் யாரும் அறியாமல் போட்டு விட்டு ஊசிக்கள்ளன் வந்து எடுத்துப்போய் விடுவானா என பார்த்துக் கொண்டேயிருந்தோம். பகல் நீண்டு ஒடுங்கி இரவான போதும் ஊசிக்கள்ளன் வரவேயில்லை. அந்த ஊசியை வேறு இடத்தில் ஒளித்துவைக்க எடுத்துப் போனோம். வாரம், மாதம் கடந்த போதும் ஊசிக்கள்ளன் வரவேயில்லை. எங்கள் ஊசியைத் திருடிப் போவதில் அவனுக்கு எதற்கு இத்தனை தயக்கம். நாங்கள் ஊசியை அவனுக்காகத் தானே வாங்கினோம். ஆனால் இந்த நாட்களுக்குள் சிலர் வீட்டு ஊசிகள் திருடு போயிருந்தன. கள்ளர்கள் நடமாடுகிறார்கள். ஆனால் எங்கள் ஊசியைத் திருடிப் போகமாட்டேன் என்கிறார்கள் என்பது மிக துயரம் தருவதாகயிருந்தது. எப்படியாவது ஒரு கள்ளனைச் சந்தித்து ஊசியை ஒப்படைத்துவிடுவது என முடிவு செய்தவர்களாகத் தேடி அலைந்தோம். அப்போது ஊரின் ஏதாவது பக்கம் பூமி கிழிந்திருக்கிறதா என தேடுவதற்காக பலரும் புறப்பட்டு எரிக்கும் சூரியனுக்குக் கீழே யாருமற்ற வெளியில் நாங்கள் பூமியை நுண் கண்களால் நோக்கியபடி நடந்தோம். பூமியில் எல்லா இடத்திலும் துளையிருந்தது. முடிவாக ஒரு பாறை விழுந்தது போல வெட்டுப்பட்டுக் கிடந்த இடத்தைக் கண்டுபிடித்து அதன் அருகில் போய் உட்கார்ந்து கொண்டு "ஊசிக்கள்ளா வெளியே வா, ஊசிக்கள்ளா வெளியே வா" என கத்தினோம். வரவேயில்லை. அவர்கள் பார்க்கும்படி ஊசியை எடுத்துக் காட்டினோம். அப்படியும் வரவேயில்லை. எப்படியும் இந்தக் கிழிசலைத் தைப்பதற்காக வரத்தானே வேண்டும் என இருவர் மட்டும் அங்கேயே உட்கார்ந்து கொண்டோம். பகலில் அந்த இடத்தில் காற்று வீசுவது இயல்பாகயிருந்தது. இரு பனைமரமும் கரட்டு பாறைகளும் இருந்தன. பாறையில் ஏறி உட்கார்ந்து கொண்டு கண்காணித்தோம். பூமியை தைப்பதற்காக தனது பட்டாளத்தோடு அவர்கள் வரும்வரை அங்கேயே இருப்பதென முடிவானது. மாலை பெருகும் போது பறவைகள் தெற்கு நோக்கி கூட்டமாகப் போய்க்கொண்டிருந்தன. பனைமரத்தைச் சுற்றி சூரியன் சென்றுகொண்டிருந்தது.

இருட்டு மெல்ல ததும்பத் துவங்கியது. பனையோலைகளின் விசித்திர சப்தம் கேட்கத் துவங்கியதுமே பயம் அடிவயிற்றில் நெளிந்தது. பெயர் தெரியாத பூச்சிகளும் சிறிய புழுக்களும் மண்ணில் நுழைந்து வெளிவந்து கொண்டிருந்தன. எங்களிடம் ஒரு தீப்பெட்டியிருந்தது. அதை உரசியதும் குடித்துவிடுகிறது காற்று. கைக்கூட்டிற்குள் பொத்திக் கொண்டு ஒரு குச்சியைப் பற்றவைத்து பூமியைப் பார்த்தோம். யாரும் வரவேயில்லை. கவலையாகயிருந்தது. திரும்பிப் போய் விடலாமா எனத் தோன்றியது. யாரும் சொல்லிக் கொள்ளவில்லை. இருட்டின் சுனை பீய்ச்சியடிக்கத் துவங்கியது. நாங்கள் அரூபங்களைப் போல் உட்கார்ந்திருந்தோம். எது வானம் எது பூமி என்றே தெரியவில்லை. ரகசியமாக நண்பன் கிழிபாடு அருகே போய் ஊசிக்கள்ளா ஊசிக்கொண்டு வந்திருக்கிறோம் என்றான். அந்தக் குரல் கூடு கேட்கவேயில்லை. அவன் துக்கத்துடன் வேதனை பிடிக்க திரும்பி வந்தான். பின்னிரவில் வரக்கூடும் என சமாதானம் கொண்டோம். உலகம் மிகப்பெரியது. அதைத் தைத்துக் கொண்டு வரவேண்டும் என்றால் நிச்சயம் நேரமாகும் என நாங்களாகவே சொல்லிக்கொண்டோம். அவர்கள் வரவேயில்லை. உறக்கம் மெல்ல காற்றில் படர்ந்து அருகாமை வந்தது. கண்கள் காட்சிகளை விட்டு துண்டிக்க ஏங்கின. மனம் மெல்ல சரிந்தது. உறங்கியிருந்தோம். விழித்துக் கொண்ட போது எண்ணிக்கையற்ற ஊசிக்கள்ளர்கள் ஒரே மாதிரி இரும்பு நிறத்தில் சிறிய வேப்பங்கொட்டைகள் போன்ற உருவத்தில் சிறிய கால்களும், கைகளும் கொண்டு உற்சாகமாக பூமியைத் தைத்துக் கொண்டிருந்தார்கள். அவர்கள் நூலால் தைக்கவில்லை. மணலை எடுத்து பின்னியபடி நூலாக்கி விடுகிறார்கள். மணலை ஊசிலேற்றி தைத்து பூமியை ஒழுங்கு செய்கிறார்கள். அத்தனை பேர் வேலை செய்தும் ஒரு சப்தமில்லை. திரும்பிப் பார்க்கும் ஆர்வமில்லை. வேகவேகமாக வேலை செய்தார்கள். அந்தச் சிறிய கைகள் மண்ணைச் சுழற்றுகின்றன. பூமியைத் தைத்தபடி நடக்கும்போது அருகாமையில் ஓடிக் கூப்பிட்டேன். நண்பர்களே உங்களுக்கு ஒரு ஊசியைக் கொண்டுவந்திருக்கிறேன். எவரும் அதைக் கேட்டுக்கொள்ளவில்லை. திரும்பவும் ஊசியைக் காட்டினேன். அவர்கள் வேலையைச் செய்தபடி நீண்டார்கள். ஊசியை திருடித்தான் கொண்டுவர வேண்டும் என ஒரே ஒரு கள்ளன் மட்டும் வீம்பாகச் சொன்னான். திருடிக் கொள்ளுங்கள். என தனியே விட்டுப் போனேன். யாரோ சிரிக்கும் சப்தம் கேட்டது. அவர்கள் தங்கள் வேலையை முடித்துவிட்டு

பூமியினுள் திரும்பத் துவங்கினார்கள். எனது ஊசியை திருடிப் போகவேயில்லை. வேதனையும் ஏக்கமுமாக பின்னால் கத்திக்கொண்டே சென்றேன். மறைந்துவிட்டார்கள். சிறிய மஞ்சள் வெளிச்சம் மட்டும் வெளிப்பட்டது. அந்த வெளிச்சம் அருகாமை வந்தபோது பிரம்மாண்டமானது. கண்களை விரித்துப் பார்த்தபோது எனது கண் அருகே ஒரு அரிக்கேன் விளக்கு எரிந்து கொண்டிருந்தது. யாரோ தோளைத் தொட்டு எழுப்பினார்கள். கண் விழித்தபோது கனவில் நடந்தது இது எனத் தெரிந்தது. அருகே எனது வீட்டு மனிதர்கள் நின்றிருந்தார்கள். அவர்கள் இரவில் எங்களைத் தேடியலைந்து வந்திருந்தார்கள். இருவரும் எழுந்து மௌனமாக வீடு நோக்கி நடந்தபோது எங்கள் ஊசி திருடு போவதற்காக மண்ணில் கிடந்தது. பிறகு பலமுறை நாங்கள் அந்த இடத்திற்குப் போய் பகலில் பார்த்தபோது ஊசி மண்ணேறிக் கிடந்தது. ஒரு நாள் பிறகு அதுவும் திருடு போனது. ஊசிக்கள்ளர்கள் எல்லா காலத்திலும் அலைந்து கொண்டேயிருக்கிறார்கள். அவர்கள் வேலை முற்றுப் பெறவேயில்லை என்ற ஞாபகத்தைப் புதைத்தபடி வளரத் துவங்கியிருந்தேன். மறதி என்ற பெரும் பூதத்தின் நாக்கு இதையும் சுழற்றி விழுங்கிக் கொண்டுவிட்டது. ஊசிக்கள்ளர்கள் எனது மன உலகின் தொலைவில் சென்று ஒடுங்கிவிட்டார்கள்.

பிறகு சி.எஸ். லூயிஸ் எழுதிய புத்தகங்களைத் தேடி வாசிக்கத் துவங்கினேன். அவர் நார்னியாவைப் பற்றி ஏழு புத்தகங்கள் எழுதியிருக்கிறார்.

1. The Magician's Nephew
2. The Lion, the Witch and the Wardrobe
3. The Horse and His Boy
4. Prince Caspian
5. The Voyage of Dawn Treader
6. The Silver Chair
7. The Last Battle

இந்த ஏழு புத்தகங்களின் வழியே அவர் நார்னியா என்ற கற்பனை உலகினையே உருவாக்கியுள்ளார். இந்த உலகில் நிகழ்வுகள் விசித்திரமானவை. காலப்பிறழ்வு, தோற்றவெளி, இரட்டை நிஜம் என புனைவின் அதி சாத்தியங்களைக் கொண்டு கதை சொல்லக்கூடிய இவர் தனது பேத்தி லூசி பெர்பீல்டிற்காக எழுதியவை இந்தப் புத்தகங்கள். இவை

அவளுக்குத்தான் சமர்ப்பிக்கப்பட்டிருக்கின்றன. இந்தப் புத்தகத்தின் வசீகரத்திற்கான இன்னொரு காரணம் பவுலீன் பெயின்ஸ் வரைந்த சித்திரங்களாகும். இவர் தனது கற்பனையில் ஒரு நார்னியாவை உருவாக்கி அதற்குரிய வரைபடங்களை வரைந்தவர். கிளிவ் ஸ்டேபில்ஸ் என்ற நிஜப்பெயருடைய லூயிஸ் 1898ஆம் ஆண்டு பிறந்து 1963ல் இறந்தார். இவரது இந்த நார்னியா தொகுப்பு உலகமெங்கும் பிரசித்தி பெற்றது. தனது பேத்திக்குச் சமர்பணமாக எழுதிய வரிகள் குறிப்பிடத்தக்கவை. "இந்தப் புத்தகம் நான் எழுதிக் கொண்டிருந்த நாளில், நீ சிறுவயதைக் கடந்து சென்றுவிட்டாய். தேவதை கதைகள் கேட்கும் காலமும் உனக்கு கடந்து போய்விட்டது. ஆனாலும் என்றாவது ஒரு நாள் இதுபோன்ற தேவதை கதை மீது உனக்கு ஆசை வரும். அப்போது எனது அலமாரியில் உள்ள இந்தப் புத்தகத்தைத் தேடி எடுத்து தூசி தட்டி படித்துப் பார். உனக்குப் பிடித்திருக்குமானால் என்னிடம் தெரியப்படுத்து. அதைக் கேட்கும் நிலையை எனது காதுகள் இழந்திருக்கலாம். அல்லது நானே இல்லாமல் இருக்கவும் கூடும். ஆனாலும் உனது சந்தோஷத்தை நீ வெளிப்படுத்தினால் அதை என்னால் எப்படியாவது உணர்ந்து கொள்ள முடியும்."

ஒரு தாத்தா தனது பேத்திக்கு எழுதிய கதை என்பதைத் தாண்டி லூயிஸ் தனது கதை சொல்லும் வியப்பால் உலகமெங்கும் சிறுவர்களை, பெரியவர்களை, கலைஞர்களை தன் வசப்படுத்தியிருக்கிறார். இன்றும் உலகின் 18 மொழிகளில் வெளியாகி ஆண்டுதோறும் பல லட்சம் பிரதி விற்பனையாகும் இந்தப் புத்தகம் தமிழில் இதுவரை வெளியான தேயில்லை.

ஜே. ஆர். ஆர். டோல்கினின் மிடில் எர்த் போலவே சி.எஸ். லூயிஸ்ஸும் அழியாத ஒரு உலகை உருவாக்கி நார்னியாவின் கனவுகளோடு வாழ்ந்தார். நார்னியா உலக வரைபடத்தில் ஏதாவது ஒரு மூலையில் நிஜமாகவே இருக்கக்கூடுமென தேடுபவர்கள் இன்றும் இருக்கிறார்கள். எழுத்தின் வழியாக உருவான நார்னியா ஒரு கனவைப் போல நம்முள் நுழைந்துவிட காத்துக்கொண்டேயிருக்கிறது.

விளாதிமிர் நபகோவ்

லோலிதா

புதுமைப்பித்தனைப் பற்றி சி. சு. செல்லப்பாவுடன் 1996ல் ஒரு நாள் பேசிக்கொண்டிருந்தபோது புதுமைப்பித்தனுக்கு போர்னோகிராபி புத்தகங்களின் மீது அலாதியான விருப்ப மிருந்தது. கையில் காசு கிடைத்தால் உடனே பிளாட்பார கடைகளில் கிடைக்கும் வெளிநாட்டு சஞ்சிகைகளை வாங்கிக்கொண்டு அறைக்குச் சென்றுவிடுவார். இவை எங்கே கிடைக்கும், என்னென்ன இதழ்கள் இதற்காக வருகின்றன போன்ற பல்வேறு வகையான காமப் புத்தகங்களைப் பற்றி புதுமைப்பித்தனுக்கு நன்றாகத் தெரியும் என்றார். பேசி முடியும் போது அவராக இது ஒரு ருசி, பழக்கம் என சொன்னது எனக்கு நீண்ட நாட்களாக மனதில் இருந்து கொண்டேயிருந்தது.

இது புதுமைப்பித்தனுக்கு மட்டுமேயான நிகழ்வல்ல. தமிழின் பெரும்பான்மையான எழுத்தாளர்களுக்கும் கலைஞர்களுக்கும் ரகசியமான காமப் புத்தகங்களின் மீது ஆர்வமிருந்திருக்கிறது. வாசிப்பதன் வழியே பாலின்பம் அடைவதை சுகித்திருக்கிறார்கள். மதுவை விடவும் மிக ரகசியமாகக் கைக்கொள்ளப்பட்ட இந்த வாசிப்பு முறை இன்றளவும் நகரின் தனிமை விடுதிகளிலும், பருவம் கடந்தும் பெண்ணறியாத இளைஞர்களின் அறைகளின் முடுக்குகளிலும் ஒளிந்து காணக்கிடக்கிறது. பாலியல் பிரதிகள் எப்போதுமே புத்தகம் என்ற அதன் இயல்பைத் தாண்டி ஒரு கிளர்ச்சியை தரக்கூடிய வஸ்துவின் நிலைக்குப் போய் விடுகிறது.

இதனை ஒரு காலத்தில் சரோஜாதேவி என அழைப்பார்கள். பழைய புத்தக வியாபாரிகளிடம் இந்த ரக வாசகர்கள்

தணிவான குரலில் சரோஜாதேவி இருக்கா எனக் கேட்கும் போது அவர்கள் தங்கள் மறைப்பு பலகை அடியில் இருந்து உருவித் தரும் புத்தகம் இன்னதென புரியாத வயதில் அதைக் கவனித்திருக்கிறேன். அது ஒரு சமிக்ஞை. இச்சையின் நாக்கு நிமிஷநேரம் துடித்த நிகழ்வு. வாடிக்கையாளர்கள் எவரும் இந்தப் புத்தகங்கள் குறித்த தனது அபிப்ராயங்களை யாரிடமும் பகிர்ந்து கொள்வதில்லை. இவை விமர்சனத்தைத் தாண்டிய எழுத்துப் பிரதிகள்.

மாணவர்கள் இதை யாருமறியாமல் வாசிப்பதற்காக இடம் தேடி அலைவார்கள். அந்த நாட்களில் எனது நண்பன் ஒருவனுக்கு பாலியல் புத்தகங்களின் மீது தீராத விருப்ப மிருந்தது. அவன் தினமும் ஒரு இதழையோ, புத்தகத்தையோ கொண்டுவருவான். அவனைச் சுற்றிலும் சம வயதுப் பையன்கள் குசுகுசுவென பேசிக்கொள்வார்கள். அவர்களில் ஒருவன் எங்கே இதை படிப்பதற்கான இடம் என முடிவு செய்வான். அது ஒவ்வொரு நாளும் யாருமற்ற கிணறு, தனிமையான சுடுகாடு, சில நேரம் நந்தவனப் படிக்கட்டு, என மாறிக்கொண்டேயிருக்கும்.

ஊரில் பூதப்பெருமாள் என்ற ஒரு கோவில் இருந்தது. அங்கே பெரிய பூத வடிவில் மண் உருவமொன்று கையில் வாளோடு முறுக்கிய மீசையும் துருத்திய நாக்குமாக நின்றிருக்கும். அதன் பின்னே ஒரு சிறிய இரும்பு கிராதியடித்து பூட்டிய கல் மண்டபமொன்று இருக்கும். அதன் உள்ளே தாவிக் குதிக்க வேண்டும். மாணவர்கள் வெயிலைப் போல யாரும் அறியாமல் உள்ளே தாவிக் குதிப்பார்கள். தனது டிராயர் பையில் புத்தகம் வைத்திருப்பவன் குதிக்கும் வரை யாவரும் பதட்டத் தோடு இருப்பார்கள். அவன் உள்ளே தாவியதும் மறைவாக அமர்ந்தபடி தனது இன்பரச இதழை வெளியே எடுத்துப் படிக்க முயற்சிப்பான். யாரும் எட்டிப் பார்ப்பது அவனுக்குப் பிடிக்காது. தனியே சிரித்துக் கொண்டவனாகப் படிப்பான். யாவர் முகமும் பதட்டமும் ஆர்வமும் மீறிட காத்திருக்கும். சிலர் பக்கங்களை தாவித்தாவிப் படிப்பதும் படித்து முடித்ததும் வியர்த்து வழிவதும் நடக்கும். யாவரும் செயற்கை கனவுகளால் தூண்டப்பட்டவர்களாக வெயிலில் படுத்துக்கொண்டு கனவுப் பெண்களின் கலவியில் இருப்பார்கள். அப்போது பெண்கள் விதவிதமான உருத்தோற்றங்களில் தென்படுவார்கள். காமம் உப்பைப் போல கரைந்து கொண்டிருக்கும் ஒரு நாளில் இப்படி ரகசியமாக படிக்கச் சென்றவர்கள் பிடிபட்டு அவமானப்

பட்டவர்களாக தலை கவிழ்ந்தபடி ஆசிரியரின் அறை வாசலில் நின்றிருக்கிறார்கள். அதில் எனது நண்பன் கண்ணீர் விட்டு அழுதான். இது போன்ற ஒரு விஷயத்தில் அவமானப் பட்டதை விடவும் அந்தப் புத்தகத்தை வாத்தியார் கொண்டு போய் விட்டாரே அதைத் திரும்பிக் கொடுக்காவிட்டால் பெட்டிக்கடைக்காரன் ஐந்து ரூபாய் கேட்பானே என கதறிக் கதறி அழுதான். எவ்வளவு ஆழமான, மற்றவரால் புரிந்து கொள்ளப்பட முடியாத துக்கமும் வேதனையுமிது. எங்களுக்கு பழக்கமான அந்தப் பெட்டிக்கடைதான் இதுபோன்ற ரகசிய இச்சைகளின் கேந்திரமென்பது வியப்பாக இருந்தது. ஆனாலும் ஆசிரியரிடமிருந்து புத்தகத்தை எப்படி மீட்பது. அவன் அழுகை அடங்க முடியாமல் வீறிட்டுக்கொண்டிருந்தது. அன்றைய இரவில் நண்பன் பயந்து போனவனாக எனது வீட்டிற்கு வந்து ஒளிந்து கொண்டு விட்டான். இரவில் பெட்டிக்கடைக்காரன் அவனைத் தேடிப் போய் வீட்டில் காணாமல் திரும்பிப் போயிருக்கிறான். அவனிடமிருந்து எப்படி தப்புவது என திட்டமிட்டோம். வழியே தெரியவில்லை. முடிவாக அதை வாங்கவேயில்லை என சாதித்துவிடலாம், இது ஒன்றுதான் வழி என முடிவு செய்து பயமின்றி தெருவில் அலைந்தோம். பெட்டிக்கடைக்காரன் நண்பனைப் பிடித்துக்கொண்டு விட்டான். ஆனால் அவன் பிடிவாதமாக தான் வாங்கவே யில்லை என சொல்வதைக் கண்டு திகைத்தவனாக கோபத்தில் சப்தம் போட்ட போது தபால்காரன் வந்து சேரவே பெட்டிக்கடைக்காரன் மௌனமானான். ஆனால் தபால்காரனுக்கு இது தன் பையனும் ஏதோ விதத்தில் சம்பந்தப்பட்ட விஷயம் எனத் தெரிந்து கோபமாகி சண்டை போடவே பெட்டிக்கடையில் ஆபாச புத்தகங்கள் விற்பதாக குற்றம் சாட்டப்பட்டு கடையைப் பலரும் சோதனையிட நூற்றுக்கணக்கான புத்தகங்கள் புகைப்படங்கள் வெளிநாட்டு இதழ்கள் சிதறின. இதனை வாங்கிப் போகிறவர்கள் யார் என அவன் தெரிவிக்கவேயில்லை. ஆனாலும் அவமானப்பட்ட பெட்டிக் கடைக்காரன் மிக மோசமான வசையிட்டபடி கத்திய இரவு நினைவில் உறைந்திருக்கிறது.

கல்லூரி நாட்களில் இந்த உலகம் தமிழில் இருந்து ஆங்கிலத்திற்கு நகர்ந்தது. ஆங்கில நாவல்களில் எது பாலியல், எது பாலியல் அற்றது என்ற பேதமேயில்லை. பைபிளில் வரும் சாலமோனின் உன்னத பாட்டும் சோடமி என்ற தன்பால் சேர்க்கை பற்றிய பகுதிகளும்கூட பாலியல் சார்ந்தவைதான். இலக்கியப் பிரதிகளும் நாவல்களும் கவிதைகளும் வாழ்க்கை

சரிதமும் என விதவிதமான வடிவங்களில் காம இச்சை பீறிட்டு எழுதப்பட்டுள்ளது. பிளாட்பார கடைகள்தான் இப்போதும் இதற்கான கேந்திரம். இதனை வாங்க வருபவர்களைப் போலவே இதை விற்பவர்களும் ஒரு சமிக்ஞை கொண்டிருக்கிறார்கள்.

கதைகள் எழுதத் துவங்கிய பின்னாளில் எனக்கு ஒரு விநோத ஆசையிருந்தது. இது போன்ற காமப் புத்தகங்களை எழுதும் கதாசிரியர் ஒருவரைப் பார்க்க விரும்பினேன். இதற்காக எனது நண்பரான பதிப்பகம் உரிமையாளர் ஒருவரிடம் சொன்னபோது, இது என்ன விசித்திர விருப்பம் என்றபடி தனக்குத் தெரிந்த ஒரு எழுத்துக்காரனை சந்திக்க உதவுவதாக சொன்னார். நகரில் மரப்படிகள் கொண்ட பழைய லாட்ஜ் ஒன்றில் அறை எடுத்துக்கொண்டு போர்னோகிராபி நூல்களை எழுதி வரும் அந்த மனிதனுக்கு நாற்பது வயதிருக்கும். தலை லேசாக நரைத்துப் போயிருந்தது. குள்ளமானவராக, தான் எழுதுவதை காணவந்தவரை சந்திக்க மிகவும் வெட்கப்படக்கூடியவராக (இது எல்லா எழுத்தாளர் களுக்கும் பொதுவானது தானே) இருந்தார். அவரது அறையில் சில புத்தகங்கள் இருந்தன. அதில் திருக்குறள், ஒரு வள்ளலார் பிரசுரம், ஒன்றிரண்டு சினிமா இதழ்கள், நடுவே கொஞ்சமும் தொடர்பில்லாமல் அலெக்சாண்டர் டூமாஸின் நாவல். எழுதுவதற்காக ஒரு பேடில் துண்டாக வெட்டப்பட்ட மலிவான பழுப்பு நிற அச்சக காகிதங்கள். ஒரு அலாரம் டைம் பீஸ் (இது எதற்காகவோ) மை ஊற்றி எழுதும் இரண்டு பேனாக்கள் வைத்திருந்தார். நாங்கள் பேசிக் கொள்ளவேயில்லை. பார்த்து ஓரிருமுறை சிரித்துக்கொண்டோம். பிறகு ஒரு தேநீர் அருந்திவிட்டு விடைபெறும் போது ஏனோ அவரிடம் கேட்டேன். உங்களுக்கு இதே ஊர்தானா? அவர் யோசித்தபடியே சொன்னார், தெற்கேதான் ஊர். இங்கே வீடு கொசப்பேட்டையில் இருக்கு. வொய்ப் நர்சா இருக்காங்க. ரெண்டு பிள்ளைகள் இருக்குது. ஒரு புத்தகம் எழுத நாலு மணி நேரமாகும். 200 ரூவா தருவாங்க என்றார். மேற்கொண்டு எதையும் நான் கேட்டுக்கொள்ளவில்லை. காம நூல்களை எழுதுபவனும் குறுகலான அறையில் எண்ணிக்கையற்ற மன அவஸ்தைகளோடு இருப்பது வேதனை தருவதாக இருந்தது.

ஒரு நாளில் எனது கல்லூரி நண்பனின் அறைக்குச் சென்றபோது அவன் தீவிரமாக ஒரு புத்தகத்தை படித்துக் கொண்டிருந்தான். அதை வாங்கிப் பார்த்தபோது Lolitha என தலைப்பிடப்பட்டிருந்தது. அவன் அதை போர்னோகிராபி

என வாங்கி வாசித்து கொண்டிருந்தது. ஆச்சரியமாக இருந்தது. விளாமிதிர் நகோவ்பற்றி கேள்விப்பட்டிருந்தேன். ஆனால் முன்பு எதையும் வாசித்ததில்லை. ஒரு வேளை நபகோவ் இத்தகைய எழுத்தாளர்தானா? ருஷ்ய இலக்கியம் இதிலும் போட்டிக்கு இறங்கிவிட்டதா? என சந்தேகத்துடன் அவனிடமிருந்த நாவலை வாங்கி வந்து ஒரு இரவில் படித்து முடித்தேன். மொழி, கதை சொல்லும் திறன், நுட்பம் என நபகோவ் ஒரே நேரத்தில் எனக்குள் சென்று நிரம்பியிருந்தார். இது பாலியல் உணர்ச்சிகளைப் பற்றிய வெறும் மோகத் தூண்டலல்ல, காமத்தைக் துவக்கமாகக் கொண்ட ஒரு மனவியல் நாவல் என உணர்ந்தேன். நபகோவின் மற்ற நாவல்களைத் தேடி வாசிக்க வேண்டும் என்ற ஆசை உண்டானது. பேல்பயர், டிஸ்பெர், தி ரியல் லைப் ஆப் செபாஸ்டியன் நைட் என்ற மூன்று நாவலும் கிடைத்தன். நபகோவ் இயல்பில் ஒரு கவிஞர். கதையை கவிதையைப் போல மொழியின் தீவிர தளத்தில் நகர்த்துகிறார். அவரொரு மொழிநுட்பவாதி என புரிந்தது. பின்பு நபகோவைப் பற்றிய கட்டுரைகளையும் அவரது மொழிபெயர்ப்பில் வெளியான புஷ்கின் கவிதைகளையும் வாசித்தேன். நபகோவ் நவீன இலக்கியத்தின் சாதனையாளர் என்பதை அறிந்து கொள்ள முடிந்தது. நாகோவின் வலிமையான அபிப்பிராயங்கள் என்ற நீண்ட போட்டித் தொகுப்பை வாசித்தபோது அவரது பன்முக ஆர்வமும் தடையற்ற விமர்சனமும் வெளியிடப்பட்டது.

பின்பு ஹாலிவுட்டில் எடுக்கப்பட்ட ஸ்டான்லி குப்ரிக் இயக்கிய லோலிதா படம் பார்த்தபோது நாவலின் கதாநாயகன் ஆம்பர்டே ஆம்பர்ட் எனது மனசித்திரத்திற்குப் பொருந்தாத ஒரு மனிதனாகத் தோன்றினான். ஆனால் அழகான இளம் லோலிதா படத்தில் இடம் பெற்றாள். படத்தின் டைட்டில் இடம் பெறும் காட்சி மறக்க முடியாதது.

இருபதாம் நூற்றாண்டு படைப்பிலக்கியத்தில் நபகோவிற்கு எனத் தனி இடமிருக்கிறது. 1899ல் ருஷ்யாவின் பீட்டர்ஸ்பெர்க்கில் பிறந்தார். 1919ம் வருடம் போல்ஷ்விக் புரட்சி காலத்தில் இவரது குடும்பம் ஜெர்மனிக்கு தப்பிப் போனது. கேம்பிரிட்ஜ் டிரினிட்டி கல்லூரியில் இலக்கியம் கற்றார். பிறகு பெர்லினிலும் பாரிசிலும் வசித்தார். பாரிசில் இருந்தபோது சிரின் என்ற புனைபெயரில் எழுதிவந்தார். 1940ல் அமெரிக்கா வந்தார். பிறகு பல்வேறு பல்கலைக் கழகங்களில் சிறப்புரையாளராக வேலை செய்தார். 1955ம் வருடம் லோலிதா

நாவலை வெளியிட்ட பிறகு அதன் பரபரப்பு பற்றிக்கொள்ள முழுநேர எழுத்தாளராக மாறினார். 1961ல் ஸ்விட்சர்லாந்தின் மார்ன்ட்ரெக்ஸ்க்கு மாறி, 1977ல் அங்கேயே மரணமடைந்தார்.

இவரது இலக்கிய வெளிப்பாடாக ருஷ்யனில் 9 நாவல்கள், ஆங்கிலத்தில் 8 நாவல்கள், 5 சிறுகதைத் தொகுதிகள், 2 நாடகங்கள், லோலிதா படத்திற்கான திரைக்கதை, 4 விமர்சனத் தொகுதிகள், 5 மொழிபெயர்ப்பு நூல்கள், 2 கடிதத் தொகுதிகள் படைத்துள்ளார். இது தவிர இவர் ஒரு தொழில்முறை வண்ணத்துப்பூச்சி ஆய்வாளர். பல்வேறு விதமான வண்ணத்துப்பூச்சிகளை சேகரித்து புதிய வகைகளைக் கண்டுபிடித்தவர். இதில் ஒரு வகைக்கு இவரது பெயரே இடப் பெற்றிருக்கிறது.

செஸ் விளையாட்டில் தீவிர ஈடுபாடு கொண்டவர். லோலிதா நாவல் உலகமெங்கும் ஆபாசமான புத்தகம் என தடை செய்யப்பட்டு நீதிமன்றம் சென்று தடை நீங்கியது. இந்தியாவில் இந்தத் தடையை நேரு நீக்கினார்.

லோலிதா நாவல் நாற்பது வயதைத் தாண்டிய ஆம்பர்டே ஆம்பர்ட் விடுமுறைக்காக ஸ்விட்சர்லாந்து வருவதில் துவங்குகிறது. அங்கு பேயிங் கெஸ்டாக தங்கியிருந்த வீட்டில் ஒரு பெண்ணும் அவளது 14 வயது மகளும் மட்டுமே இருக்கிறார்கள். பள்ளி மாணவியாக இருக்கும் அவள் கவர்ச்சிகரமாக இருக்கிறாள். அவளது பேச்சு செயல்கள் அவளது பெயர் யாவுமே முதல் சந்திப்பிலே ஆம்பர்டிற்கு பிடித்துவிடுகிறது. லோலிதா என்ற அவள் பெயரை மனதில் விதவிதமாக உச்சரித்து சந்தோஷப்படுகிறான். பள்ளி மாணவியாயிற்றே எப்படி அவளோடு பழகுவது எனத் தயக்கமாக இருக்கிறது. ஆனாலும் லோலிதா மீதான கவர்ச்சி அதிகமாகவே அவளோடு சேர்ந்து வாழ்வைக் கொண்டாட வேண்டும் என திட்டமிடுகிறான் ஆம்பர்ட். இதற்காக ஒரு திட்டமிடுகிறான். லோலிதாவின் அம்மாவுடன் நெருங்கி பழகுகிறான். அவளும்ஆம்பாட்டுடன் நெருங்கி பழகி வருகிறாள். இந்த உறவில் லோலிதாவை நெருங்க வசதியாக இருக்கிறது. இதற்காக லோலிதாவின் தாயை மணந்து கொள்கிறான். மனம் லோலிதாவிடமே முந்துகிறது. இதை அறியாத ஆம்பர்ட்டின் மனைவி அவனை ஒரு தகப்பன் மகள் மீது ஆசை கொள்வது போலவே நினைக்கிறாள். லோலிதா தனது ரகசிய காதலி என டயரியில் அவளைப் பற்றி ஏதேதோ எழுதுகிறான். இதற்கிடையில் லோலிதா

தங்கிப் படிக்கும் ஒரு பள்ளிக்கு அனுப்பப்பட்டு விடுகிறாள். பிரிவு தாங்க முடியவில்லை. லோலிதாவை சந்திக்க ஏங்குகிறான். ஒரு சமயம் லோலிதாவின் தாய்ஆம்பாட்டின் டயரியைப் படித்துவிட அவனது விகாரம் வெளிப்படுகிறது. கூச்சலிட்டு சண்டையிடுகிறாள். சில நாட்களுக்குப் பிறகு லோலிதாவைத் தேடி வரும் ஆம்பர்ட், அவளது தாய் இறந்துவிட்டாள் இனி அவள் தனது பொறுப்பிலே இருக்க வேண்டும் என பள்ளியை விட்டு கூட்டிப் போகிறான். லோலிதாவும் அவனை ஒரு தந்தையைப் போலவே நினைக்கிறாள். வேறுவேறு நகரங்களில் தங்கியிருந்த நாட்களில் அவனது காதல் வேகமும் காமமும் வெளிப்படுகின்றன. வாழ்வை முதல் முதலாக ருசிக்க ஆசைப்படும் லோலிதாவும் ஆம்பர்ட்டை பயன்படுத்திக்கொள்கிறாள். வயது பேதமற்ற காதல் விளையாட்டு தொடர்கிறது. திடீரென ஆம்பர்ட் வயதானவன் தனக்குப் பொருத்தமற்றவன் என உணர்ந்த லோலிதா அவனை விட்டு வேறு காதலனைத் தேடுகிறாள். இதை ஆம்பர்ட்டால் தாங்கிக்கொள்ள முடியவில்லை. இதற்கிடையில் இளமையும் எதையும் துணிவாகச் செய்து பார்க்க ஆசைப்படும் விளையாட்டுக் குணமும் கொண்ட லோலிதாவை ஒரு போட்டோகிராபர் பயன்படுத்திக் கொண்டு நிர்வாணமாக புகைப்படங்கள் எடுத்துவிடுகிறான். இதை வைத்து அவளுடன் மிரட்டி சரசமாடுகிறான். ஆம்பர்ட் தான் ஒரு இளம் பெண்ணால் ஏமாற்றப்படுவதை ஏற்க முடியாமலும் அதே நேரம் லோலிதாவின் மீதான காதலைத் தாங்க முடியாமலும் தவிக்கிறான். லோலிதாவின் தாயின் மரணத்திற்கு ஆம்பர்ட்தான் காரணம் என குற்ற விசாரணை நடக்கிறது. தன்னை மிரட்டிப் பணம் பறிக்க நினைக்கும் போட்டோகிராபரிடமிருந்து தப்ப வழியில்லாமல் ஆம்பர்ட்டிடமே வருகிறாள். லோலிதா. அவளைக் காப்பாற்றுவதற்காக ஆம்பர்ட் புகைப்படக்காரனை சுட்டுக் கொன்றுவிடுகிறான். இந்நாவல் முழுவதும் காதலின் மிதமிஞ்சிய சுரவேகமும் லோலிதாவின் களியாட்டமும் வெளிப்பட்டுள்ளது. வாழ்வின் முதல் படியில் நுழையும் இளம்பெண்ணின் இச்சைகளை வெளிப்படையாக எழுதுகிறார் என நபகோவ் மீது குற்றச்சாட்டுகள் மிகுதியாயின. இந்த நாவல் ஒரு போர்னோகிராபி, இதைத் தடை செய்ய வேண்டும் என பிரச்சாரங்கள் நடைபெற்றன. இதன் பதிப்பகத்தார் நீதிமன்றம் அழைக்கப்பட்டார்கள். ரகசியமாக புத்தகம் விற்கப்பட்டு பலராலும் படிக்கப்பட்டது.

இந்தியாவிலும் இந்தப் புத்தகம் இதே சர்ச்சைக்கு உட்பட்டது. தடை செய்யப்பட்டது. இந்நாவலின் உந்துதலில் லா. ச. ரா. 'அபிதா' என ஒரு நாவலை எழுதினார். இதில் நபகோவின் லோலிதா போலவே அபிதாவை சொல் சொல்லாக ரசித்துக் கொண்டாடினார். ஆனாலும் லோலிதாவின் தீவிரம் இந்நாவலில் கூடவில்லை. லோலிதா இந்த 50 வருடங்களுக்குள் ஒரு வகை மாதிரியாகிவிட்டாள். லோலிதா வகை பெண் என அடையாளம் காட்டப்படும் ஒரு கலாச்சார குறியீடாகி விட்டாள். நபகோவ் இந்த நாவலின் வழியே ஆங்கில மொழியை ஒரு கவிதையின் நுண்மைக்குக் கொண்டு சென்றார். லோலிதா இன்றும் சர்ச்சைக்கு உட்பட்ட ஒரு நாவலே. இதை முற்றாக நிராகரிப்பவர்களும் கொண்டாடுபவர்களும் அதிகமிருக்கிறார்கள். இந்நாவலுக்கு அடிப் படையாக இருந்தது எட்கர் ஆலன் போவின் வாழ்வு என சொல்பவர்கள் இருக்கிறார்கள். ஆலன் போ ஒரு பெண்ணை விரும்பினார். அவள் ஒரு விதவை. பதினாலு வயதில் ஒரு மகள் இருக்கிறாள். இந்த விதவையை அடைவதற்காக ஆலன் போ அவளது பெண்ணைத் திருமணம் செய்து கொண்டு விட்டார். திருமணத்திற்குப் பிறகு அவருக்கு மனைவியின் தாய் மீதே ஈடுபாடு அதிகமிருந்தது. இதனைத் தெரிந்து கொண்டுவிட்ட ஆலன் போவின் மனைவி மனச்சிக்கலுக்கு உள்ளாகி தற்கொலைக்கு முயன்றாள். இந்த சம்பவங்கள் ஆலன் போவை வெகுவாகப் பாதித்தன என குறிப்பிடுகிறார்கள். லோலிதா இதில் இருந்து பிறந்தவள் என மதிப்பீடும் விமர்சகர்கள் இருக்கிறார்கள். தனது நாவல்களை விடவும் தனது இலக்கிய அபிப்ராயங்களால் நபகோவ் மிக அதிகம் விவாதிக்கப்பட்டவர். தஸ்தாவெஸ்கி வெறும் மலிவான உணர்ச்சிகர எழுத்தாளர். அவரது எழுத்தை விடவும் புஷ்கின், லெர்மன்தேவ் போன்றவர்கள் முக்கியமானவர்கள் என சொல்லிய போதும், ஜோசப் கான்ராடு, எர்னஸ்ட் ஹெமிங்வே இருவரும் சிறுவர்களுக்கான எழுத்தாளர்கள் என நிராகரிக்கும் போதும், எஸ்ரா பவுண்டு ஒரு ஏமாற்றுக்காரர், பைத்தியம், டாக்டர் ஷிவாகோ நாவல் ஒரு குப்பை என உதறித் தள்ளும் போதும் நபகோவைப் போல கடுமையான விமர்சனத்திற்கு உட்பட்டவர் எவருமேயில்லை.

இவருக்கு பிடித்த புத்தகங்களின் பட்டியலில் ஆலிஸின் அற்புத உலகம் புத்தகத்திற்கு தனி இடம் உண்டு. அது மிகச் சிறப்பாக எழுதப்பட்ட புத்தகம், அதன் வாசகர் யாராக

இருக்கும் போதும் அது அவருக்கு விருப்பமான விஷயங்களை உள்ளடக்கியதாக இருப்பதாக ஆச்சரியப்படுகிறார். அலன் ராபே கிரியே, ஜோர்ஜ் லூயி போர்ஹே போன்ற சமகால படைப்பாளிகளின் மீது மரியாதை கொண்ட இவர் இரு மொழிகளிலும் மிக நுட்பம் கொண்டவர் என்பதை இவரது ருஷ்யனில் இருந்து ஆங்கிலத்தில் மொழிபெயர்ப்பு செய்யப்பட்ட புஷ்கின் கவிதைகள் நிரூபிக்கின்றன. ஐரோப்பிய நாவல்கள் மற்றும் எழுத்தாளர் பற்றி பல்கலைக் கழகத்தில் 100 சிறப்புரைகள் வழங்கிய இவர் இதற்காக ஒவ்வொரு படைப்பாளியையும் பலமுறை வாசித்திருக்கிறார்.

பத்திரிகைகளில் பேட்டி காண வருபவர்களும் விமர்சகர்களும் இவரை முசுடு, முரட்டு சுபாவம் கொண்டவர் என கடுமையாக எழுதிய போதும் தான் தனக்கு விருப்பமான காரியங்களில் மட்டுமே ஈடுபடுவதாக செயல்பட்ட நபகோவ் அவரது காலத்திற்குப் பிறகு இன்றும் லோலிதாவைப் போல் சர்ச்சைகளில் தொடர்ந்து இருந்து கொண்டேயிருக்கிறார்.

காஃப்கா

விசாரணை

நிகழ்வுகள், அவை நமக்கு நடக்காவிடினும்கூட ஆழப் படிந்து விடுவதற்கான சாத்தியங்களைக் கொண்டிருக்கின்றன. இந்த பயமே நம்மை பூதாகரமாக பற்றிக் கொள்கின்றது. போர்ஹே சொல்கிறார்: "கொலைகாரர்கள் பற்றி எனக்கு பயமில்லை; அவர்கள் அடையாளம் கண்டுகொள்ளப்பட்டவர்கள். மற்றவர்கள்தான் எந்த நேரமும் ஒரு கொலையாளியாவதற்கு தயாராக இருக்கிறார்கள். அதுதான் என்னை பயமுறுத்துகிறது." சாத்தியம் தான் சந்தோஷத்தையும் பயத்தையும் ஒருங்கே தரக்கூடியது. மனம் நமக்கு நடக்காத நிகழ்வுகளைக்கூட நம்மோடு பொருத்திப் பார்த்து பயம் கொள்ளச் செய்கிறது. காம நிகழ்வுகளைப் பற்றிய சேதிகள், படங்கள் இப்படித்தான் தூண்டுகின்றன. காமம் மட்டுமல்ல பயமும் இது போன்றதொரு நேரடித் தூண்டுதலைக் கொண்டதே.

காஃப்காவின் 'விசாரணை' என்ற நாவலை வாசிக்கும் முன்பாக அவரைப் பற்றிய செய்திகளை அறிந்திருக்கிறேன். 'உருமாற்றம்' என்ற அவரது கதையை வாசித்திருக்கிறேன். கிரிகர்சாம்சா என்ற ஒரு அலுவலக ஊழியன், தனது வீட்டில் ஒரு நாள் உறங்கி விழிக்கையில் வண்டென உருமாறி விடுகிறான். மனம் அவனுடையது; உடல் ஒரு வண்டின் அமைப்பில் உள்ளது. இப்போதுள்ள பிரச்சனை உருமாற்றமல்ல. இதனால் ஏற்படப்போகும் அன்றாட வாழ்க்கைப் பாதிப்புகள், அலுவலகச் சீர்கேடு, மற்றும் ஒழுக்க விதிகள் எனக் கதையை காஃப்கா விவரித்துப் போகிறார். இக்கதை அதன் அடர்த்தியான மொழியாலும் புனைவாலும் பிடித்தமானதாகயிருந்தது. அப்போது காஃப்காவை

பிடித்திருந்ததற்கு இன்னொரு காரணம் அப்பா விற்கும் அவருக்குமான உறவும் பகையும். இது இளைஞனாக இருந்த வயதில் யாவருக்கும் ஏற்படும் பொது உறவுநிலைதானோ. காஃப்காவை வாசிக்கும் வயதில், எனது அப்பா என்னை விட்டு விலகி யாரோ ஒரு மனிதனைப் போல மனதில் இடம் மாறியிருந்தார். காஃப்கா தனது அப்பாவிற்கு எழுதி அனுப்பாமல் இருந்த கடிதத்தைப் படித்தபோது, பால்யத்தின் வடுக்கள் படிந்து நிற்கும் நிர்வாணமான காஃப்காவைக் காண முடிந்தது. (நான் இதுவரை ஒரு கடிதம்கூட அப்பாவிற்கு எழுதியதில்லை.) காஃப்கா தனிமையில் உழன்றவர். அவரது மனம் ஒரே நேரத்தில் வேட்கைக்கும் பயத்திற்கும் ஆட்படக் கூடியது. இதை அவரது டைரியில் காண முடிகிறது. குறிப்பாக பெண்களுடன் உள்ள அவரது நட்பு மிகவும் சிக்கலானது. இதற்காகவே எனது நண்பர்களுக்கு காஃப்காவை பிடித்திருந்தது. பெண்களை அவர்கள் அறியாமல் நேசிப்பது காஃப்காவிற்கு பிடித்தமானது. வேகமும் பதட்டமுமாகக் காதல் கடிதங்களை எழுதிய இவர் திருமணத்தை விலக்கியவராகவேயிருந்தார். காஃப்கா ஒரு ஜெர்மானிய யூத குடும்பத்தைச் சேர்ந்தவர். இவரது எழுத்துக்கள் நவீன மனதின் சிக்கல் நிரம்பியவை. புதிரும் தேடுதலும் கொண்டதொரு பாஷையை கைக்கொண்டவர். கதைகளில் கதாம்சம் மிகக்குறைவு. தனது வாழ்வின் இறுக்கத்தை உருமாற்றி கதை வடிவாக்கியவர். கையறுநிலை என ஒரு பதமிருக்கிறதல்லவா, அதை காஃப்காவைப் படிக்கும்போதுதான் உணர முடியும். தனிமனிதனின் அகவாழ்வு துயரம் நிரம்பியது. அங்கே சந்தோஷமும் துக்கமும் எவராலோ ஏற்படுத்தப்படுகின்றன. பொம்மலாட்டத்தின் பொம்மையைப் போல ஏதோ ஒரு பிணைக் கயிற்றால் ஆட்டுவிக்கப்படுகிறார்கள் என காஃப்கா கதைகள் சொல்கின்றன.

காஃப்கா தனது கதைகளை வெளியிட வேண்டாம், தீயிட்டுக் கொளுத்திவிடச் சொன்னார். ஆனால் அவரது நண்பர் மேக்ஸ்பிராடின் உதவியால் காஃப்காவின் படைப்புகள் மீட்டு வெளிக்கொண்டு வரப்பட்டன. ஒரு சட்டம் படித்தவராகப் இன்சூரன்ஸ் கம்பெனியின் ஊழியராகப் பணியாற்றிய காஃப்கா, நவீன மனிதன் அதிகாரத்தால் கண்காணிக்கப்படுகின்றவனாக இருக்கிறான் என்பதையும், இந்த அபத்த நாடகம் முடிவற்று ஏதேதோ வடிவங்களை எடுத்து நடக்கக் கூடியது என்பதையுமே வெளிப்படுத்தினார்.

காஃப்காவின் 'விசாரணை' நாவலைப் படித்தபோது அந்த நிகழ்வுகள் — ஒரு விபத்தின் நிர்கதியைப் போலவே துக்கத்தை எழுப்புவதாகயிருந்தது. நாவல் 'கே' என்ற மனிதனைப் பற்றியது. காரணமற்ற குற்றம் ஒன்றிற்கான விசாரணைக்காக 'கே' கோர்ட்டிற்கு வர வேண்டும் என உத்தரவு வருகிறது. காவலர்கள் வந்து கட்டளையிடுகிறார்கள். தான் என்ன குற்றத்திற்கான விசாரணைக்கு வரவேண்டும், எது பற்றிய விசாரணை, யார் குற்றம் சாட்டுவது எதுவுமே 'கே'க்குத் தெரியாது. கோர்ட் சம்பந்தபட்டவர்களுக்கும் தெரியாது. கோர்ட்டின் சிவப்பு கட்டிடம் மற்றும் வேலை செய்பவர்கள் யாவருமிருக்கிறார்கள். ஆனால், யார் நீதிபதி? எது சட்ட நியதி? எதுவும் அற்றுப் போன சூழல் உள்ளது. எதற்காக விசாரணை என்பதே தெரியாத ஒரு பயங்கர கனவுலக காட்சிகளின் வழியே காஃப்காவின் 'கே' கடந்து செல்கிறான். ஒரு அபத்த நிகழ்வு அதன் உச்சத்தில் சென்று துக்கத்தையும் வேதனையையும் உண்டாக்குகிறது. காஃப்கா நம்பிக்கையற்ற உலகில் கைவிடப்பட்ட தனியனாக நம்மை உணரச் செய்கிறார். இங்கே காப்பாற்றுவதற்கான கடவுள் யாருமில்லை; உலகம் கடவுள் அற்றுப்போனதாகயிருக்கிறது. இருத்தலியலின் வெளிப்பாடாக அமைந்து இந்த நாவல் முடிவுறாத கதைத்தன்மையைக் கொண்டிருக்கிறது. இந்த நாவலைப் போலவே அமைந்த கோட்டை (The Citadal) என்ற இவரது அடுத்த நாவலும் 'கே'யின் கதையைத்தான் சொல்கிறது. சுயத்தன்மை கொண்ட இந்த நாவல். நிகழ்வுகளின் தொடர்ந்த பின்னலால் தீர்மானிக்க முடியாத குழப்பமற்ற மனநிலையைத் தொடர்ந்து வெளிப்படுத்துகின்றன. இந்நாவலின் வருகைக்குப் பிறகு 'கே' என்ற கதாபாத்திரம் நவீன மனிதனின் குறியீடாகவே உருமாறி விட்டது. காஃப்கா நாவலில் வரும் பெண் கதா பாத்திரங்கள் சாயைகளைப் போல நடமாடுகிறார்கள். ஒரு பெண் 'கே' விசாரணைக்காக அழைத்துப் போகும்போது குறுக்கிடுகிறாள். குறிப்பிட்ட வகைமாதிரி உறவின்றி நடமாடும் கதாபாத்தரங்களைத் தொடர்ந்து காஃப்கா சிருஷ்டிக்கிறார். டால்ஸ்டாயிலிருந்து நாவலின் உலகம் பிரம்மாண்டமாக விரிந்து கதாபாத்திரங்களின் சந்திப்பு மையமாகத் திரளும்போது காஃப்கா நவீன நாவலைச் சிதறிக்கிடக்கும் மனோவெளியாகச் சித்தரிக்கிறார். இவரது நாவல் இருத்தலியல் தத்துவம் மற்றும் உளவியலாளர்களுக்கு மாதிரியாகப் பேசப்படுகிறது. காஃப்காவின் எழுத்துக்கள் தமிழில் புதுமைபித்தன் காலத்திலே அறிமுகம் செய்யப்பட்டுள்ளன. 'விசாரணை' நாவல்

ஜெர்மனியில் இருந்து நேரடியாக தமிழில் மொழியாக்கம் செய்யப்பட்டுள்ளது.

காஃப்கா காட்டும் விசாரணை உலகம், எவருக்கும் எப்போதும் நேரக்கூடிய சாத்தயத்தை முன்வைக்கிறது. இந்த நாவலை வாசித்த சில தினங்களுக்கு புத்தகக் காய்ச்சல் ஒன்று தொற்றிக்கொண்டு மனதை வாட்டிக்கொண்டேயிருந்தது. அறையும் படுக்கையுமே போதுமானதாக இருந்தது. உலகம் மிக வேகமாக இயங்குவது போன்ற தோற்றம் நிரம்பியது. ஒரு பகலில் இதை மறுபடியும் வாசித்தேன். நாவலின் புறத்தளம் விலகி ஆழமான தவிப்பும் நேசிப்பற்ற மனிதனின் நிசப்தமும் பெருமூச்சிட்டபடி வெளிப்பட்டது. காஃப்கா அன்பைப் பகிர்ந்து கொள்ளவே விரும்புகிறார். வரம்புகளும் வரையறைகளுமே தடையாக இருக்கின்றன என்பது புலனாகிறது. காஃப்காவின் டயரியை தேடி எடுத்துப் படித்தபோது அவர் ஒரு நாள் வழியில் கண்ட கழைக்கூத்தாடியின் நடனத்தில் எந்த அளவு விருப்பமுற்றவராக இருந்ததிருக்கிறார் என்பதும் அவரது வசந்த நாட்களின் வேகமும் அறிய முடிந்தது. விசாரணை நாவல் ஒரு நிழல் உலகம். அது தொடர்ந்து கொண்டேயிருக்கக் கூடியதென்பதை உணர்ந்தபோது எனது வாழ்விலும் இதே காட்சிகள் குறுக்கிட்டு ஓடியிருப்பதை உணர்ந்தேன். இந்நாவல் ஏதோ வகையில் எனது சுய அனுபவத்தின் சாயலைக் கொண்டிருக்கிறது என்பது ஒரு விசேச குறியாகக் கொள்ள முடிந்தது. விசாரணைக்காக அல்ல, கோர்ட்டிற்கு இரண்டு முறை சாட்சி சொல்லச் சென்றிருக்கிறேன். முதன்முறை கோர்ட்டிற்கு செல்வதற்காக நானும் அப்பாவும் எழுந்து கொண்ட போது மணி காலை நாலரை. பொழுது விடியவேயில்லை. வீட்டில் தங்கைகள் உறங்கிக்கொண்டிருந்தார்கள். முதல் பஸ்ஸை பிடித்து கோர்ட்டிற்குப் போக வேண்டும் என அப்பா திட்டமிட்டிருந்தார். அரைத்தூக்கத்தில் நாய் ஒன்று எழுந்து தலைதூக்கி திரும்பப் படுத்துக்கொண்டது. குளிர் காலம் துவங்கியிருந்த நாளில் காலையில் குளிப்பது நடுக்கம் தரக்கூடியது எனத் தோன்றியது. அப்பா தயாராகிக் கொண்டிருந்தார். நானும் எழுந்து கொண்டிருந்தேன். வீட்டின் பின்புறம் இருள் ஒளிந்து பார்த்துக்கொண்டிருந்தது. கோர்ட்டிற்கு போவதற்கு எதற்காகக் குளிக்க வேண்டும் எனத் தோன்றியது. அப்பா தயாராகிக் கொண்டிருந்தார். நானும் குளித்து ஈரத்தலையோடு வீட்டிற்குள் வந்தேன். அம்மா காலை வேலைகளைத் துவக்கியிருந்தார். அப்பாவும் நானும்

பேசிக்கொள்ளவேயில்லை. அப்பா அந்த நேரத்தில் வீட்டு ரேடியோவை ஆன் செய்தார். பாஷையறியாத பாடல் ஒன்று வெளிப்பட்டது. அப்பா கறுப்பு ஷா அணிந்து வெளிர் நீல பேண்டும் வெள்ளை சட்டையும் அணிந்திருந்தார். நான் எந்த டிரஸ்ஸை போட்டுக் கொள்வதெனத் தெரியவில்லை. அம்மா டிராயரும் பச்சை நிற கட்டம் போட்ட சட்டையும் எடுத்து வைத்திருந்தார். நாங்கள் இருவரும் பஸ் ஏறுவதற்காக சாலைக்கு வந்தபோது பால்காரர்கள் சென்றுகொண்டிருந்தார்கள். அவர்கள் எங்களையே பார்த்துக் கொண்டிருந்தார்கள். பஸ் வரவே காணோம். புளியமரத்தடியில் வாசம் கசிந்து கொண்டிருந்தது. அப்பா யாரோடோ பேசிக்கொண்டிருந்தார். நாங்கள் இருவரும் சாட்சி சொல்லப் போவதற்காகக் காத்திருந்தோம். இரு மாதங்களுக்கு முன்பாக ஒரு இரவில் எங்கள் வீட்டின் ஓட்டைப் பிரித்து திருட வந்திருந்தான் ஒருவன். ஓட்டைப் பிரித்துவிட்டால் தூண் வழியாக சுலபமாக இறங்கிவிடலாம். அன்று இரவு மழை பெய்திருந்தது. பின்னிரவாக இருக்கக்கூடும். ஆண்களில் சிலர் வெளித் திண்ணையில் படுத்துக்கிடந்தார்கள். மின்சாரமற்ற இரவு. திருட வந்தவன் ஈரத்தால் பீடிக்கப்பட்டவனாக தூணில் இறங்கும்போது வீழ்ந்துவிட்டான். அவனைக் கண்டதும் பெண்கள் கூச்சலிட்டார்கள். திருடன் தப்ப வழியில்லாமல் வீட்டிற்குள்ளேயே ஓடினான். வெளியில் இருந்த நாங்கள் உள்ளே சென்று பிடித்து விட்டோம். அவனைத் தூணில் கட்டி வைத்தார்கள். அவன் எனது வகுப்பில் படிக்கும் கருப்பையாவின் அண்ணன் எனப் பார்த்ததுமே தெரிந்தது. கட்டி வைக்கப்பட்ட அவனுக்கு அடி விழுந்தது. தலை கவிழ்ந்திருந்தான். பிறகு காலையில் அவனை ஒப்படைக்கலாம் என விட்டுவிட்டு யாவரும் தூங்கப் போனார்கள். மறுநாள் அவன் போலீஸில் ஒப்படைக்கப்பட்டான். இந்தத் திருட்டிற்கான சாட்சி சொல்வதற்குத்தான் நானும் அப்பாவும் கோர்ட்டிற்குச் செல்கிறோம். எங்களுக்கு எதிரில் நின்ற பெண் அந்தத் திருடனின் தாய், உடனிருந்தவன் அவளது இன்னொரு மகன். யாருக்கு எதிராக சாட்சி சொல்லச் செல்கிறோமோ அவர்களோடு சேர்ந்து ஒரே பஸ்ஸில் பயணிக்க வேண்டியிருந்தது. நாங்கள் மௌனமாகப் பயணம் செய்தோம். கோர்ட்டிற்குப் போனபோது அது மழை ஈரத்தால் பொதுமியிருந்தது. மரங்கள், சிவப்பு பூக்கள் உதிர்ந்து கிடந்தது. காகிதங்களும் மரப்படிகளும் கொண்ட அந்த வளாகத்தினுள் ஒன்றிரண்டு பேர்களே தென்பட்டார்கள்.

அப்பா அன்னைறைய தினசரி பேப்பரை வாங்கிப் படிக்கத் துவங்கினார். நான் கோர்ட்டின் ஆள் அரவமற்ற இருக்கைகளைக் கண்டேன். சாட்சிக் கூண்டின் அருகாமைக்குச் செல்ல மனத் துணிவில்லை. எத்தனை கைதிகள், குற்றவாளிகள் ஏறி நின்ற கூண்டது. நீதிபதியின் இருக்கை வெளிறியிருந்தது. மர பெஞ்சுகள், காலி நாற்காலிகள், சப்தமற்ற டைப்ரைட்டர், நான் சுற்றியபடியிருந்த போது ஒரு வயதான பெண் உள்ளே சென்று காகிதக் குப்பைகளைக் கொண்டு வந்து வெளியே போட்டாள். காத்துக்கொண்டேயிருந்தேன். பகல் மெதுவாகத் துவங்கியது. இரண்டு கான்ஸ்ட பிள்கள் வந்து சேர்ந்தார்கள். மெல்ல பேச்சு சப்தம் கேட்டது. வக்கீல்கள், குற்றவாளிகள், விசாரணைக்காக அழைக்கப்பட்டவர்கள், டைப்பிஸ்டுகள், வேசைகள், சிறுவர்கள் கையில் விலங்கிடப்பட்டு காத்திருப்பவர்கள் எனப் பலரும் வந்து சேர்ந்தார்கள். ஒரு பெண் அங்கேயுள்ள மரத்தடியில் தனது முகத்தை சிறிய கைக்கண்ணாடியால் சரிசெய்து பொட்டு வைத்துக்கொண்டிருந்தாள். இரண்டு வேசைகள் வெற்றிலை போட்டுக் கொண்டிருந்தார்கள். இரைச்சல் சப்தம் அதிகமானது. கோர்ட் ஒரு மயக்கமூட்டும் புதிர் உலகம். நீதிபதி வந்து சேரும்போது வெயில் ஏறியிருந்தது. எங்களைப் போலவே குற்றம் சாட்டப்பட்ட திருடனின் தாயும் மரத்தடியில் ஒதுங்கியிருந்தாள். திருடனைக் கோர்ட்டிற்குக் கூட்டி வந்தார்கள். பூப்போட்ட சட்டையணிந்திருந்தான். காலையில் அவனும் குளித்து தலையைப் படிய வாரி விட்டிருந்தான். பயமற்ற கண்கள். கோர்ட் படிகளில் ஏறும்போது அவன் தாயிடம் ஏதோ பேசினான். நாங்கள் அழைக்கப்படும் வரை காத்துக்கொண்டேயிருந்தோம். மதிய உணவு சாப்பிட்டு வந்தோம். காவலர்கள் கலைந்து போனார்கள். புதிய குற்றவாளிகள் வந்து சேர்ந்தார்கள். படியோரம் ஒருவர் தூங்கியிருந்தார். குற்றத்தின் படுக்கை அறை போல் கோர்ட் சாவகாசமாக இயங்கிக் கொண்டிருந்தது. மதியம் 3 மணிக்கு அழைக்கப்பட்டோம். எனது பெயரை அழைத்ததும் ஏறி நின்றபடி எதிரே நிற்கும் திருடனைக் கண்டேன். ஒரே கேள்விதான் கேட்டார்கள். இவன் உங்கள் வீட்டிற்குள் திருட வந்து பிடிபட்டவனா? ஆமாம் என்றேன். இறங்கிப் போகச் சொல்லி விட்டார்கள். மாலை வரை இருந்து கோர்ட் சாட்சிப்படி என 34 ரூபாய் வாங்கிக்கொண்டு நானும் அப்பாவும் கடைசி பஸ்ஸிற்கு வீடு திரும்பினோம். திரும்பவும் அதே பஸ்ஸில் திருடனின் தாய் வந்தாள். இவள்

எதற்காகக் கோர்ட்டிற்கு வந்தாள் என்பது புரியவேயில்லை. இரவு துர்சொப்பனமொன்று வந்தது. கறுப்பு கோட் ஒன்றினுள் கூட்டமாக ஓணான்கள் கத்திக்கொண்டிருந்தன. அப்பா எழுந்து சமாதானப்படுத்தி தூங்க வைத்தார். ஆனாலும் மறுநாள் காய்ச்சல் கண்டது. எழுந்து நலமாகி வர இரண்டு வாரமானது. கோர்ட் நிகழ்ச்சி நீண்ட நாட்களுக்கு ஒரு வடுவை ஏற்படுத்தியது. அந்தத் திருடன் என்னவானான் எனக் கேட்டுக் கொள்ளவேயில்லை. சில வருடத்திற்குப் பிறகு ஒரு நாள் காலை, மாலையும் கழுத்துமாக திருமணம் செய்து கொண்டு சிவன் கோவில் பிரகாரத்தை அவன் சுற்றிக்கொண்டிருந்ததை மட்டுமே கண்டேன். அவன் என்னை அடையாளம் கண்டு கொள்ளவேயில்லை.

ஹெர்மன் ஹெஸ்ஸே

டெமியான்

நிழல் இல்லாத பொருட்களைக் காண வேண்டும் என ஆசைப் பட்டிருக்கிறேன். மழையைக் கவனித்துக்கொண்டிருக்கும்போது அதற்கு நிழல் இல்லை என்பது ஈர்ப்புடையதாகயிருக்கிறது. ஆகாசத்திற்கு நிழல் இருக்கிறதா? தண்ணீரின் நிழல் தான் அதன் மேல் விழும் பிம்பங்களா? சொற்களின் நிழல்தான் கவிதையின் மௌனமா?

நிழலைக் காணும்போதெல்லாம் சீனாவின் குறுங்கதை யொன்று பளிச்சிடுகிறது. ஒரு மூன்று வயதுக்குழந்தை தனது வீட்டைவிட்டு வெளியே முதன்முறையாக விளையாடப் போகிறது. வாசலுக்கு வந்த போது நல்ல வெயில். குழந்தைத் தத்தித் தாவி நடந்தபோது கூடவே நிழல் ஒன்றும் அதுபோலவே தத்திப் போகிறது. குழந்தைக்கு ஆச்சரியமாயிருக்கிறது. யார் இது? தனது விளையாட்டுத் தோழியோ என நகைக்கிறது. நிழல் சிரிக்கவில்லை. குழந்தை வானத்தைப் பார்த்தபடி சுற்றுகிறது. நிழல் ஒளிவதும் மறைவதுமாக சுற்றுகிறது. வீட்டில் இருந்து அம்மா குழந்தையைக் கூப்பிடுகிறாள். குழந்தை ஓடுகிறது. கூடவே நிழலும் ஓடுகிறது. வீட்டிற்குள் வந்தபோது நிழலைக் காணோம். அம்மா யாரோடு விளையாடினாய் எனக் கேட்க குழந்தை சிரிக்கிறது; தோழியைத் தேடுகிறது; காணவில்லை. அம்மா தின்பண்டம் தருகிறாள். கையில் எடுத்தபடி வாசலுக்கு வருகிறது. திரும்பவும் நிழல் உருவாகி நடக்க குழந்தை சிரித்தபடியே சொல்கிறது. “அம்மா அடிப்பாள் என பயப்பட்டுதானே ஒளிகிறாய். எனக்குத் தெரியும். பிறகு தின்பண்டத்தை நீட்டி சிரிக்கிறது. நிழல் மௌனமாகிறது.

இது முதன் முதலாக நிழலைக் கண்ட சிறுமியின் மனப்பதிவு. தனது நிழலை மட்டுமல்லாது உலகியலின் நிழலையும் மெல்ல பழகுகிறோம். நிழல் அற்றவர்கள் வானத்து மனிதர்கள் எனச் சொல்வார்கள். நிழல் தனியே அலைவது போலத்தான் இருள் நடமாடிக்கொண்டிருக்கிறது. பால்யம் நிழல்களின் பிறப்பிடம். அங்கு விசித்திரமான நிழல்கள் ஒளிந்து கிடக்கின்றன. பயமாகவும், வேதனையாகவும் அந்த நிழல்களிடமிருந்து தப்பி வந்த பதைபதைப்பு இன்னமும் உடலில் ஓடிக்கொண்டிருக்கிறது.

திருவண்ணாமலைக்கு அருகில் உள்ள ஒரு சிறிய கிராமம் 'சென்னப்ப நாயக்கன் குளம். அங்க போவதற்கான பேருந்து எப்போதாவதுதான் வருகிறது. பைக்கில் பயணம் செய்து, அக்கிராமத்திற்கு வந்தபோது சிறிய குளமொன்று ஊரின் வெளியே தூர்ந்த நிலையில் இருந்தது. கல் படிக்கட்டுகள் கொண்ட அக்குளத்தின் சுற்றுவரிசைகள் யாவிலும் கல்விச் சிற்பங்கள் வடிக்கப்பட்டுள்ளன. இந்தச் சிற்பங்களில் ஆண், பெண் உடல்கள் மோகம் மீறிய பிணைவில், ஒன்றையொன்று தின்றபடியும், காமத்தில் அடர்த்தியைப் பகிர்ந்தபடியுமிருக்கின்றன. கோவில்களின் சிற்பங்கள் போல் அன்றி இவை மிகச்சிறிய சிற்பங்களாகப் படிகளில் செதுக்கப்பட்டுள்ளன.

தனது மகளுக்குக் காமத்தை அறியச் செய்வதற்காக தகப்பன் சென்னப்பன் இக்குளத்தை வெட்டி வைத்தான் என்கிறார்கள். இக்குளத்திலுள்ள மிதுனச் சிற்பங்களைக் காண அங்கு யாருமேயில்லை. வெயில் காமத்தைப் போல உக்கிரமாகித் தனிமையைப் பெருக்குகிறது. இடிபாடுகளுக்குள் இருந்த குளத்தைச் சுற்றிப்பார்த்துவிட்டு சிலரோடு திரும்பவும் சிற்பங்களைக் காண வந்திருந்தேன்.

மழைக்காலமது என்பதால் குளத்தில் தண்ணீர் தேங்கி நிற்கிறது. பாதி கற்படிகள் தண்ணீரினுள் மூழ்கிக் கிடக்கின்றன. பெயரில்லாத பூச்சிகளின் இரைச்சல். புதிதாக முளைத்துள்ள சிறு செடிகளை விலக்கி குளத்தின் அருகாமைக்கு வந்தேன். இப்போதும் வெயில் ஏறிக்கொண்டிருந்தது. காற்றில் ஈரவாடையடிக்கிறது. மண் புரண்டு திரும்பிய மணம். கல்லில் படிந்த சிற்பங்கள் வெயிலில் தண்ணீரின் மீது நீந்திக் கொண்டிருந்தன. மயக்கமூட்டும் காட்சியது. ஒரு நடனத்தைப் போல கல்விச் சிற்பங்கள் நீரின் மீது நெளிந்து ஊர்ந்து

முன்பின் ஆடியபடி ஒரு காம அலையை உண்டாக்குகின்றன. கல் மறைந்து நிஜக்காட்சி போலவே தெரிகிறது. கற்சிலையாக இருந்த உடல்கள் தண்ணீரில் மெல்ல மெல்ல நீந்துகின்றன. அதன் கைகள் நீரை விலக்கி அலைவுறும்போது மெல்லியதொரு மணம், வெயிலில் சிற்பங்கள் தங்களது நிர்வாண உடலை நீந்த விட்டபடி நீரில் மிதந்த காட்சி மனதில் புதையுண்டு ஏதேதோ காட்சிகளைப் புரட்டுகின்றன. ஏதோ ஒரு ஏரியில் உடம்பில் சிறு துணியற்று நீந்திய காட்சிகள் மறைகின்றன. சிற்பங்களைப் போல மனதில் உறைந்துவிட்ட பால்ய நண்பர்கள், தோழிகள், அறியப்படாமல் வெளிப்பட்ட காமம் திகைப்பு யாவும் நீரில் அலையாடுகின்றன. ஒரு மரக்கிளை சாட்சியைப் போல யாவையும் கண்டபடி மௌனித்திருக்கிறது. என்னை விடவும் வயது மூத்த சிறுவர்களோடு சுற்றத் துவங்கி வன்மத்தையும், பால் இச்சையையும் அவர்களோடு மனதிற்குள் படரவிட்டது கசிகிறது. குளத்துக் கற்சிற்பம் போல நீரின் மீது உருத்தோற்றம் படருகிறது. கல் நீந்தும் கணமது.

நண்பன் ஒருவனுக்காக, எனது பள்ளியிலே படித்த என்னைவிட வயதில் மூத்த ஒருவனை அடிப்பதற்காக காத்துக் கொண்டிருந்த ஒரு இரவு இது போலவே சலனமற்று வானத்தின் கீழே மிதந்து கொண்டுதானிருந்தது. அடிபடப்போகிறவன் சைக்கிளில் வருவான் எனக் காத்திருந்தோம். அவன் எனது நண்பனின் தங்கையைக் காதலிப்பதாகச் சொல்லியபடி திரிந்தவன். ஒரு நாளில் பள்ளியில் அவளைக் கட்டிப்பிடித்துவிட்டான். அவள் பயத்தில் கத்தியபடி ஓடி வந்ததை நண்பன் கண்டுவிட்டான். அவனது சகோதரியின் அவமானத்திற்காக நாங்கள் பழி தீர்த்துக்கொள்ள காத்திருந்தோம். இதற்காக நாங்கள் கொதித்திருந்தோம். அவனை அடித்துவிட்டு ஓடிவிடுவதாகத் தான் திட்டமிட்டு இருந்தோம். அவன் மெதுவாக இருளில் வந்தான்; இருளில் நின்ற எங்களைக் கண்டதும் தானே அருகில் வந்தான். அவன் கண்கள் வெம்மையாக இருந்தன. யாரும் எதிர்பாராதபடி அவன் எங்களை அடிக்கத் துவங்கினான். முதலில் அடிவாங்கிய நண்பன் ஓடத் துவங்கவே, நான் தனியே நின்று கொண்டிருந்தேன். அவன் எனது கைகளை முறுக்கியபடி திட்டினான். வலியும், வேதனையுமாக அவனைத் தள்ளிவிட்டு அவனது பல்லில் ஒரு கல்லை எடுத்து அடித்தேன்; ரத்தம் பீய்ச்சியது. எனது கைகளில் சட்டையில் ரத்தம். அவன் அழுது கத்தத் துவங்கினான். நான் ஓடிவிட்டேன்.

இரவில் அவனது அம்மாவும், தங்கையும் என்னைத் தேடி வந்தார்கள். நான் ஒளிந்து கொள்வதற்காக வீட்டை விட்டு ஓடினேன். இருளில் தென்னை மரங்களுக்குள் ஓடி ஒரு கிணற்றின் உள்ளே இறங்கி உட்கார்ந்துகொண்டேன். தேடி யாரும் வர மாட்டார்கள். கிணற்றின் படிக்கட்டில் இருந்த தவளை மட்டும் என்னைப் பார்த்தபடியிருந்தது. புரியாத சப்தத்தில் பேசும் பூச்சிகள். ஒடுங்கிக்கொண்டு படிக்கட்டில் சுருண்டு படுத்துக் கொண்டேன். தேடியலைபவர்கள் நிச்சயம் கண்டுபிடிக்க முடியாது. உறங்கியிருக்கக் கூடும். உடம்பில் தண்ணீர் நெளிவது போல ஒரு உணர்ச்சி. பின்னிரவில் விழித்தபோது கிணற்றில் சுனை திறந்து நீர் கொப்பளிக்கிறது. அந்த நீர்வேகம் கல்லில் பற்றி ஏறி என்னைத் தீண்டுகிறது. விழித்தபோது பொழுது புலப்படவில்லை. படிகம் போல மின்னிக் கொண்டிருந்த நீரில் ஆமையைப் போல நிலா அங்குமிங்கும் அலைந்து கொண்டிருந்தது. மொத்த வானமும் நட்சத்திரங்களோடு இறங்கி தண்ணீரில் நடனமாடுகிறது. நீரின் நிறமே நீலமாகிறது. பயம் கலைந்து சந்தோஷம் கூடுகிறது. பார்த்துக் கொண்டேயிருந்தேன். தண்ணீரினுள் இருக்கும் மீன்கள் நிலாவைத் தின்பதற்காக மெதுவாக அலைந்து கொண்டிருந்தன. ஆகாசத்தினுள் படுத்திருப்பது போன்றதொரு நிலை. விடிவதற்கு நேரமிருந்தது. எங்கிருந்தோ பனி மெல்ல கசியத் துவங்கி கொஞ்சம் கொஞ்சமாக நிரம்பி காட்சியைக் கலைக்கிறது. விடிவதற்கான நிசப்தம் துவங்கிய போது வெளியே வந்து வீடு நோக்கி நடந்து வீட்டுத் திண்ணையில் படுத்துக்கொண்டேன்.

உடைந்த பல்லும் தீராத பகையுமாக அவன் பள்ளிக்குத் திரும்ப வந்தான். பள்ளிக்கூட பகை எளிதில் தீரக்கூடியதல்ல. பல வருடங்கள் அவன் கண்களில் அதே கோபம் படிந்திருந்தது. அந்த நாட்களில் அவனை எதிர்ப்பதற்காகவே சில நண்பர்கள் ஒன்று சேர்ந்தோம். வகுப்பில் மட்டுமல்ல வெளியிலும் இந்த பகை பிரிந்து வந்தது. அவன் பெயிலாகி பள்ளியில் இருந்து நிறுத்தப்பட்டான். பிறகு அவனது இருப்பு எனது கவனத்தை விட்டு விலகியது. ஆனால் கல்லூரி விடுமுறை ஒன்றில் அவனை நகரில் கண்டபோது ஒரு உணவகத்தில் அவன் சர்வராக எனக்கு டிபன் கொண்டு வந்தபோது அதே உருவம் பருத்து, உடைந்த பற்கள் கோரைமயிரோடு யாரோ போல இருந்தான். நான் யார் என்பதை மறந்திருந்தான். எனக்கு நினைவில் ரத்தம் உறையாமல் இருந்தது. சாப்பிட முடியாதபடி

தொண்டை அடைத்தது. எழுந்து சென்றுவிட்டேன். அவன் நிழலைப் போல துக்கமேறிய முகத்துடன் என் மனதில் வளரத் துவங்கிவிட்டான். இத்தனை காலத்தின் பின்பாக எப்படி சமாதானம் செய்வது; அறியாத நாளில் முறிந்த தோழமை நுனியை எப்படி ஒட்டுவது; அவன் உலகிலிருந்து நான் வெளியேறிச் சென்றுவிட்டேன். எனது உலகில் அவன் தனது இருப்பை ஆழமாகப் பதித்து விட்டான்.

இதே மனநிலை, மனிதர்கள், காட்சிகள், என் வாழ்வின் பக்கங்கள் வேறு யாராலோ எதோ ஒரு மொழியில் எழுதப்பட்டிருக்கிறதே என்று மயக்கமூட்டியபடி பலமுறை எனது வாசிப்புக்கு உட்பட்டது ஹெர்மன் ஹெஸ்ஸேயின் டேமியான் என்ற நாவல். இதை நாவல் என்று சொல்ல முடியாது; ஒரு வாழ்வியல் சித்திரம். பால்ய காலத்தின் வாசனை அடுக்கு. டேமியான், பலரின் பள்ளி நாட்களிலும் இடம் பெற்றுவிட்ட சம்பவங்களின் நிழல். இதை வாசிப்பவர்கள் மூன்றாவது மனிதனைப் போல சம்பவங்களிலிலிருந்து விலகி வாசிப்பது இயலாது. இது வாசகனையும் பாத்திரமாக்கிவிடும். ஆச்சரியப்படும்படியான எளிமையான மொழியில் எழுதப்பட்ட கவித்துவமான சொற்களும் விவரணைகளும் கொண்டது இந்நாவல். இதனை ஹெஸ்ஸே தனது சொந்தப் பெயரில் வெளியிட கூச்சம் கொண்டவராக புனை பெயரில் வெளியிட்டார். இது அவரது முதல் நாவல். இளைஞர்களை இன்று வரை ஈர்க்கக்கூடியது. இந்நாவலை தனது சொந்த வாழ்வின் சாற்றில் இருந்து எடுத்து எழுதியிருக்கிறார் ஹெஸ்ஸே.

ஆன்மாவின் துயரத்தை வெளிப்படுத்துவதும் அதை மீட்பதற்கான தேடுதலுமே தனது படைப்புகள் எனும் ஹெஸ்ஸே 1877ல் ஜெர்மனியில் பிறந்தவர். இவரது அப்பா, அம்மா இருவருமே மதபிரசாரகர்கள். இந்தியாவிற்கு வந்து மத போதனைகள் செய்தவர்கள். இளமைக் காலத்தில் மிகுந்த சமயக் கட்டுப்பாட்டுடன் வளர்க்கப்பட்ட இவர் இந்த கட்டுப்பாடு பிடிக்காமல் வீட்டை விட்டு வெளியேறி ஓடி முரட்டு மாணவனாக அலைந்து திரிந்தார். இதனால் முறையான கல்வியின் மீது விருப்பமிருக்கவில்லை. சிறிய வேலைகளைச் செய்தபடி ஊர்சுற்றத் துவங்கிய இவரது திருமண வாழ்வும் நிம்மதியற்றதாக இருந்தது. கலைஞனாக வாழ்வதே சிறந்த வாழ்வு எனும் ஹெஸ்ஸே 1911ல் கீழைத்தேய

நாடுகளில் பயணம் செய்தார். இந்தப் பயணம் அவரது தேடுதலுக்கு ஒரு வழி காட்டியது. பௌத்த மதத்திலும் அதன் வழிகளிலும் ஈடுபாடு கொண்டார். மேலும் கீழை நாடுகள் ஒரு ஆன்ம தேடுதலைக் கொண்டிருக்கின்றன என்பதைப் புரிந்து கொண்டார். இந்தச் சூழலில் முதல் உலகப்போர் துவங்கியது. ஹெஸ்ஸே போரைக் கடுமையாக எதிர்த்தார். இது ஜெர்மானிய சூழலில் அவரை முக்கியமானவராக்கியது. நாஜிகள் கொல்வதற்காக வைத்திருந்தவர்கள் பட்டியலில் ஹெஸ்ஸேயின் பெயரும் இடம் பெற்றிருந்தது.

*1919*ஆம் வருடம் டீமியான் நாவலை எமில் சிங்ளேர் என்ற புனை பெயரில் எழுதி வெளியிட்டார். இந்நாவல் வெளியானதுமே மிக பிரசித்தி பெற்றது. பிறகு 1922ல் தனது முக்கிய நாவலான சித்தார்த்தாவை வெளியிட்டார். ஆனாலும் இவரது முக்கிய சாதனையாகக் கருதப்படுபவை ஸ்டெபன் வுல்ப், தி கிளாஸ் பீட் கேம், தி நார்சிஸ் அண்ட் கோல்டுமேன் என்பன. நீட்சேயிடம் மிகுந்த ஈடுபாடு கொண்ட இவர் மனோவியல் அறிஞரான யூங்கின் உளவியல் கண்ணோட்டத்தை தனது நாவல்களில் வெளிப்படுத்தினார். சுயசரிதை போன்றதொரு வடிவமே இவரது பெரும்பான்மை நாவல்களின் பொது வடிவம். இதில் இசை, வரலாறு, கணிதம், தத்துவம் என பல துறைகளின் தேடுதல் அடங்கியிருக்கிறது. *1929* முதல் ஸ்விட்சர் லாந்தில் குடியேறி வசித்த இவருக்கு *1946*ஆம் ஆண்டிற்கான நோபல் பரிசு வழங்கப்பட்டிருக்கிறது.

Demain நாவல் சிங்ளேர் என்ற சிறுவனின் நினைவுக் குறிப்புகள் போன்ற வடிவத்தில் அமைந்திருக்கிறது. இந்த நாவலின் முகப்புரையாக ஒரு பக்கம் சிங்களரால் எழுதப் பட்டுள்ளது. ‘நாவலாசிரியர்கள் தங்களை கடவுளைப் போல நினைத்துக்கொண்டு செயல்படுகிறவர்கள். உண்மையை வெளிப்படுத்துவதில் தாங்களே கடவுள் என்பது போல நடந்து கொள்வார்கள். நானும் அதுபோலவே எனது கதையை வெளிப்படுத்துவதையே விரும்புகிறேன். ஒவ்வொரு மனிதனும் தனித்துவமிக்கவன். அவனது மன அமைப்பும் சிருஷ்டியின் ரகசியமும் தனித்துவமானவை. இதனாலே ஒவ்வொரு மனிதனின் கதையும் அறியப்பட வேண்டியுள்ளது. நான் தேடுதலை மேற்கொண்டிருப்பவன். நட்சத்திரங்களும் புத்தகங்களும் எனது தேடுதலின் பகுதியாக உள்ளன. எனது கதை சுவாரஸ்யமானதோ கற்பிதமானதோ அல்ல. இது ஒரு

நிகழ்வு. பிறப்பிலிருந்தே ஒவ்வொரு மனிதனும் தனது பூர்வ குணாம்சத்தைக் கொண்டிருக்கிறான். எல்லா மனிதர்களும் மனித உருக்கொண்டுவிடுவதில்லை. சிலர் தவளை போலவோ, பாதி மீன், பாதி மனிதனாகவோ, ஒரு எறும்பாகவோ, பல்வேறு ரூப் அரூப் அமைப்புகளைக் கொண்டிருக்கிறார்கள் என தனது கதையைச் சொல்லத் துவங்குகிறான் சிங்ளேர். சிங்ளேரின் வாழ்வில் நடந்ததொரு நிஜம் என்பது போல தனது புனைவைப் பின்னுகிறார் ஹெஸ்ஸே.

கதை பத்து வயதில் சிங்களருக்கு நடக்கிறது. லத்தீன் பள்ளியில் மாணவனாகப் படித்த நாளில் இது நிகழ்ந்ததாகச் சொல்கிறான். நிகழ்விற்கு முன்னதாக தன் முன் விரிந்துள்ள இரண்டு உலகினைப் பற்றி விளக்குகிறான். ஒன்று தனது பெற்றோர்களின் உலகம். இங்கே உறவு, அன்பு, கடமை, கட்டுபாடு, தண்டனை இவையே விரிந்துள்ளன. மத வழிபாடும், அன்றாடச் சடங்குகளும் மனதை நல்ல எண்ணங்களின் கூடாரமாக்கும் பிரசங்கங்களும் இடம்பெற்றுள்ளன. இதில் சிங்ளேர் மட்டுமல்லாது அவனது சகோதரிகளும் அடங்குகிறார்கள். மற்றொரு உலகம் அதே வீட்டில் உள்ள வேலையாட்களின் உலகம் அந்த உலகத்தில் எண்ணிக்கையற்ற கதைகள்; குறிப்பாக பேய்க்கதைகள், சோரம் போனவர்களைப் பற்றிய செய்திகள், பயங்கர கதைகள், திருடர்களைப் பற்றிய விநோத செய்திகள், கடவுளுக்குப் பயப்படாமல் அடிக்கும் கூத்தைப் பற்றிய தகவல்கள், மற்றும் விசித்திர கொள்ளைகள், மூர்க்க மனிதர்களைப் பற்றிய சுவாரஸ்யமான விஷயங்கள். இதை வேலையாட்கள் தங்களுக்குள்ளும் மற்றவர்களிடமும் சொல்வார்கள். வேலைக்காரர்கள் நல்லது, கெட்டது என இரண்டாக உலகைப் பிரிக்காமல் இரண்டின் ஊடே தாவி அலைகிறார்கள். சிங்ளேரின் பால்யம் இந்த இரண்டு உலகத்தின் கலப்பால் உருவானது. அவனுக்கு வேலைக்காரி லீனா தலையற்ற முண்டம் ஒன்றினைப் பற்றிய கதையைச் சொல்லியிருக்கிறாள். நம்ப முடியாத கட்டுக்கதையை அவள் நிஜம் போல சொல்வதில் சாமர்த்தியம் பெற்றவள். இந்த இரண்டும் ஒரே நேரத்தில் அவனை வளர்த்துக் கொண்டிருந்தது.

கதைகளின் மீது ஈடுபாடு அதிகமாக இருந்தது. லத்தீன் பள்ளியில் கதைகளுக்கு இடமில்லை. அங்கேயுள்ள கதைகள் பைபிளின் கதைகள் மட்டுமே. அவனுடன் மேயரின் மகனும்

பாதிரியின் மகனும் உடன் படித்தார்கள். இருவரும் அவனுக்கு நண்பர்கள், நல்ல மாணவர்கள். அடிக்கடி அவர்கள் வீட்டிற்கும் வந்து போவார்கள். கதை அவர்களைப் பற்றியதல்ல.

மாணவர்கள் வெளியே விளையாடப்போன நாளில் சிங்ளேர் குடிகார டெய்லரின் மகன் பிரான்ஸ் கிராமர் என்ற மாணவனைச் சந்திக்கிறான். கிராமர் மற்ற பையன்களை அழைத்துக்கொண்டு நதியோரம் சுற்றி அலைகிறான். யாவரும் கிராமரின் தலைமையை ஏற்றுக்கொண்டார்கள். அவன் தனது சாகசங்களை விவரித்துக் கொண்டிருந்தான். தனது இருப்பை நிலை நிறுத்திக்கொள்ள சிங்ளேருக்கு வழியில்லை. சட்டென தான் ஒரு கொள்ளையடித்ததாக ஒரு கதையைக் கட்டுகிறான். சிங்ளேர் கதையை நம்பச் செய்வதற்காக நிஜமாக உள்ள ஒரு தோட்டத்தையும், அங்கு நடந்த ஒரு திருட்டையும், தனது கதையில் இணைத்து அந்தத் திருட்டைச் செய்தது நான்தான் என உற்சாகமாகச் சொல்கிறான். சிறுவர்கள் நம்ப மறுக்கிறார்கள். ஆனால் அவன் உறுதியாக தானே செய்தது என்கிறான். இதை கேட்ட கிராமர் சத்தியம் செய்யச் சொல்கிறான். சிங்ளேர் சத்தியம் செய்துவிடுகிறான். கூட்டம் கலையும் போது தனியே சிங்ளேரை அழைத்துப்போய் கிராமர் மிரட்டுகிறான். தனக்கு காவலர்களை நன்றாகப் பழக்கம் உண்டு; அந்தத் திருட்டிற்காக அவனைப் பிடித்து காவலர்களிடம் தன்னால் ஒப்படைக்க முடியுமென்கிறான் கிராமர். தனது கதையால் மாட்டிக்கொண்ட சிங்ளேர் இந்தக் கதை வேடிக்கை என்கிறான். கிராமரோ இது நிஜமான சம்பவம்; நீ மாட்டிக் கொள்ளாமல் இருக்க வேண்டும் என்றால் வீட்டில் இருந்து கொஞ்சம் பணம் கொண்டுவந்து கொடு என மிரட்டுகிறான். தன்னிடம் பணமில்லை என சிங்ளேர் சொன்னதற்கு, “உனது அப்பா பெரிய பணக்காரர். திருடிக்கொண்டு வந்தாவது கொடு; நாளை உனக்காகக் காத்திருப்பேன்; வராவிட்டால் உன்னைக் காவலர்களிடம் மாட்டி விடுவேன்” என்கிறான். வாழ்வில் முதன் முறையாக பயம் பற்றிக் கொள்கிறது. வீடு திரும்பிய சிங்ளேர் சாப்பிடப் பிடிக்காமல், தூங்கப் பிடிக்காமல் தவிக்கிறான். பள்ளிக்கூடம் போனால்தானே, தன்னை கிராமர் மடக்குவான் என பள்ளிக்கு கட் அடித்துவிட்டு காய்ச்சல் என படுத்துக்கிடக்கிறான். ஆனால் மாலை நேரம் கிராமர் அவனது வீட்டின் முன் வந்து விசில் அடிக்கிறான். அதைக் கேட்பது பயமாகயிருக்கிறது. அவனைத் தேடி வந்து கூப்பிடுகிறான் கிராமர். அவனுக்குப் பணம் கொண்டுவந்து

தருவதாக வாக்கு தருகிறான். இதற்காக தனது சேமிப்பு காசில் கொஞ்சம் கொண்டு போகிறான். கிராமரை சமாதானப்படுத்த முடியவில்லை. திரும்பவும் பணம் கேட்கிறான். செய்வதறியாது நின்ற நாளில் தனது பள்ளியிலே வேறு வகுப்பில் படிக்கும் மாக்ஸ் டெமியான் என்ற மாணவனை சந்திக்கிறான். டெமியான் மிக வித்தியாசமானவன். இதனால் மாணவர்கள் பலருக்கும் அவனிடம் நட்பாக இருக்க வேண்டும் என ஆசையிருக்கிறது. சிங்ளேர் டெமியானின் நட்பைப் பெற்றுவிடுகிறான். சிறுவனான சிங்ளேர் கவலைப்படுவதைக் கண்ட டெமியான், காரணம் கேட்கவே, கிராமர் தனது சகோதரியைக் காதலிப்பதாகவும், இன்று மாலை அவளை ரகசியமாகக் கூட்டிக்கொண்டு வரச் சொல்லியிருப்பதைச் சொல்கிறான். கிராமர் சொன்ன இடத்திற்கு தனியே போகச் சொல்கிறான் டெமியான். சிங்ளேர் தனியே போகிறான். கிராமர் ஏன் சகோதரியைக் கூட்டி வரவில்லை என்று கோபப்படுகிறான். அங்கே வரும் டெமியான் கிராமர் முகத்தில் இரண்டு அறை விடுகிறான். கிராமர் பயந்து கத்துகிறான். போதுமான அடி கொடுத்து மிரட்டி விடுகிறான் டெமியான். கிராமர் ஓடி விடுகிறான். இப்போது கிராமரிடமிருந்து விடுதலை பெற்ற சிங்ளேர், அவனையறியாமல் தனது முன்மாதிரியாக டெமியானைக் கொள்கிறான். டெமியான் போல பேச வேண்டும், நடக்க வேண்டும், பழக வேண்டும் என அலைகிறான். காலம் மாறுகிறது. எதிலும் நிலை கொள்ளாத டெமியான் ஓவியனாக, குத்துசண்டைக்காரனாக, போர்வீரனாக அலைகிறான். வழியில் ஏதோ இடங்களில் டெமியானைக் காண்கிறான். ஒவ்வொரு சந்திப்பிலும் தான் டெமியானிடம் இன்னமும் நெருக்கமாக வேண்டும் என்ற பரிதவிப்பே சிங்ளேரிடம் உள்ளது. சிங்ளேரின் மனதைப் படித்தவன் போலவே பேசுகிறான் டெமியான். சிங்ளேர் டெமியானின் தாயை சந்திக்கிறான். அவளது நேசத்தைப் பெறுகிறான். தனது வாழ்வில் ஏதோ ஒரு நாளில் நுழைந்து தனது பயத்தை விலக்கிய டெமியான் தனது கஷ்டங்களின் போதெல்லாம் கூடவே இருக்க வேண்டும் என ஆசைபடுகிறான் சிங்ளேர். இதற்கு டெமியான், “இனி உனக்கு கஷ்டம் வந்தால், என்னை வெளியே தேடாதே நான் உனக்குள்தான் இருக்கிறேன். நீ உனக்குள் இருக்கும் என்னை விழிப்படையச் செய். அது உனக்கு உதவி செய்யும்” என பிரிகிறான்.

டெமியான் என்பது சகமனிதனா? எனக் கேட்டால், ஹெஸ்ஸே அது ஒரு சிருஷ்டிகரம்; யாவருக்குள்ளும் அடங்கி

யுள்ள படைப்பு சக்தி. இது மட்டுமே நம்மைத் தேடுதலுக்கு வழிகாட்டும் என்கிறார். ஆனாலும் சிங்ளேர் தன்னை அறிந்து கொள்வதற்கு டேமியான் என்ற கண்ணாடி முன்பாக தன்னைப் பார்த்துக் கொள்கிறான். மிகச் சிறிய குறுநாவலைப் போல உள்ள இக்கதை ஹெஸ்ஸேயின் எழுத்துமுறையின் நுட்பத்திற்கான சான்றாகிறது. ஒரு நிழலைப் போல டேமியான் நம்மோடு எப்போதும் சேர்ந்து மௌனமாக நடந்து வருவதை வாசகர்கள் இந்நாவலின் வழியே உணர முடியும்.

லூயி பிஷர்

மகாத்மா காந்தி

நெல்லை மாவட்டத்தின் கிராமமொன்றில் மாடன் திருவிழாவிற்காக சென்றிருந்தேன். இரவில் சுடலைமாடன் வேட்டைக்குப் போய் உதிரம் குடித்து திரும்பி வரும். ரத்தமும் சோறும் கலந்த ஊட்டை மயானத்தில் வாரியிறைப்பார்கள். இதுபோன்ற புராதன சடங்கினை நினைவுபடுத்தும் கொண்டாட்ட இரவு. விழா துவங்குவதற்கு நேரமிருந்தது. கோவிலடியில் ஊரே திரண்டிருக்கிறது. பெட்ரோமாக்ஸ் வெளிச்சம், சில டியூப்லைட்கள் எரிகின்றன. கோவிலை விட்டுத் தள்ளிய மேடையில் வில்லுப் பாட்டுக் கேட்டுக்கொண்டிருந்தது. பாட்டின் ராகமும் இசையும் பாட்டின் பொருளைவிடவும் துடியாக சென்று கொண்டிருந்தது. ஏதோ கதையைப் பாடுகிறார்கள் என்பது மட்டுமே புரிந்தது. குடிவெறியும் கூச்சலும் இருளில் ததும்பிக் கொண்டிருந்தன.

வில்லுப்பாட்டைக் கேள் என நண்பன் சொன்னதும் அது விசித்திரமானதாகப்பட்டது. பாடல் மாடனைப் பற்றியதல்ல. அது மகாத்மா காந்தியைப் பற்றிய வில்லுப்பாட்டு. எதற்காக இந்தப் பாடலைப் பாடுகிறார்கள் என்பதும் புரியவில்லை. விசாரித்தபோது இந்த ஊரில் ஒரு தியாகி கொடைக்குப் பணம் தந்திருக்கிறார். அவரது ஆசைக்காக காந்தியைப் பற்றிய வில்லடி என்றார்கள். சூழலின் முரண் துல்லியமாக இருந்தது. தலை துண்டிக்கப்படப் போகும் கிடா மற்றும் உதிர வேட்கை. இடையில் குடிவெறி ஏறிய மனிதர்கள். பலி சடங்குகள் கூடவே மகாத்மா காந்தி. இந்த வியப்பான கலவையை யோசித்தபடியே நின்ற போது சாமி வேட்டைக்குத் தயாரானது. பாட்டு காந்தியில் இருந்து விலகி மாடனைப்

போற்றியது. மாடன் புறப்பாடும் வீரமும் பற்றியதாக வில்லடி மாறியது.

காந்தி புறப்பாடு முடிந்து மாடன் புறப்பாடாகிவிட்டது என்றான் நண்பன். சிரிப்பலை பரவியது. ஒரு சடங்கின் பகுதியாக காந்தி வழிபாடும் கலந்துவிட்டது. வருடம் தோறும் காந்தி சிலைகளுக்கு மாலையணிவிப்பது மற்றும் கதர் கடையில் வேஷ்டி துண்டுகளுக்கு தள்ளுபடி போடுவது, விடுமுறை விடுவது, இதில் மட்டுமே இன்றும் காந்தி நம்மோடு இருக்கிறார். காந்திக்கென படையல்களோ திரு விழாவோ சடங்குகளோ இல்லை. ஒரு வேளை இதனாலே இது மற்ற திருவிழாவின் பகுதியாகிவிட்டதோ!

அமெரிக்க பல்கலைக் கழகமொன்றில் இருந்து தனது ஆய்விற்காக வந்த மால்கம் உடன் காந்தி பயணம் செய்த தமிழக இடங்களை சுற்றிப் பார்த்திருக்கிறேன். காந்தி இறங்கி நின்ற இடம் என பல ரயில்வே நிலையங்களில் தனியே நினைவு ஸ்தூபி எழுப்பியிருக்கிறார்கள். சில ஊர்களில் சிலைகள் இருக்கின்றன. மிகச் சிறிய குக்கிராமத்தில் கூட காந்தி சிலை இருக்கிறது. காந்தி உருவப்படம் போட்ட திரைச்சீலைகள் படங்களும் அதிகம் விற்கின்றன. விதவிதமான உயரங்களில் வடிவங்களில் காந்தியின் சிலைகள் தமிழகமெங்கும் இருக்கின்றன. இதில் ஒரு சிலை லில்லிபுட்டீன் போல ஒரு அடி உயரத்தில் அமைந்திருக்கிறதைக் கண்டிருக்கிறேன். காந்தி சிலைகளில் சில நாள் பட்டு வேறு பலரின் முகத்தோற்றம் கொண்டுவிட்டன. காந்தி எந்த மாநிலத்தவர் என்பதைக் கூட அறிந்தவர்கள் அதிகமில்லை. காந்தி ஒரு கடவுளைப் போல், பிறப்பு இறப்பிற்கு வெளியே ஒரு அவதாரத்தைப் போல், உருக்கொண்டு விட்டார். சில வேளைகளில் கடவுளைப் போலவே பரிகாசத்திற்கும் சண்டைக்கும் உட்படுகிறார். தமிழகத்தின் இத்தனை கிராமங்களில் சிறு நகரங்களில் பயணம் செய்து மக்களிடையே நேரடியாகப் பேசிய தலைவர்கள் வேறு எவருமில்லை. காந்தி தனது எண்ணங்களைத் துல்லியமாகப் பதிவு செய்திருக்கிறார். அதன் செயல் வடிவத்தையும் வெற்றி தோல்விகளையும் கணக்கில் கொண்டு செயல்பட்டிருக்கிறார். ஆனாலும் காந்தியின் கோட்பாடுகள். அதன் எளிமை யாவும் மறக்கடிக்கப்பட்டுவிட்டன. காந்தியின் மீதான ஈடுபாடு இன்று அரசியல் தளத்திலிருந்து விலகி தனிமனிதனாக அவரது செயல்கள் மற்றும் வெளிப்பாடு பற்றியதாகியது.

காந்தி ஒரு படிமம். இது இந்தியாவின் அரசியலில் இன்று பல்வேறு காரணங்களுக்காக பலராலும் விருப்பம் போல் இயக்கப்படும் பாவை.

காந்தியின் சத்திய சோதனையைப் பள்ளியில் நடந்த போட்டியில் பரிசாகப் பெற்றேன். அப்போது அதைப் படிக்கவேண்டும் என்ற எண்ணம் ஏற்படவேயில்லை. அன்று காந்தி அஹிம்சை மற்றும் சுதந்திரம் இரண்டிலும் ஊசலாடிக்கொண்டிருந்தார். அதன் பிறகான வயதில் 'பிர்லா மாளிகை மர்மம்' என காந்தியின் மறைக்கப்பட்ட பக்கம் பற்றிய நூலைப் படித்தபோது இத்தனைக் குற்றச்சாட்டுகளையும் மீறி காந்தி மீதான நேரிடை ஆசையுண்டானது. அவரது எழுத்துக் களை வாசிக்கத் துவங்கினேன். காந்தி தனது எழுத்துக்களில் தனது அன்றாட வாழ்வை விடவும் எண்ணங்களுக்கு முக்கியத்துவம் அதிகம் தருபவராகயிருக்கிறார். சிறுவயது முதலே அவரை வழி நடத்துவது எண்ணங்களே. மேலும் கலை மற்றும் நுண்கலை சார்ந்த ஈடுபாடு அவருக்கு இயல்பிலே குறைவாகயிருக்கிறது. சேவை என்பதை அவர் கட்டாயமான கடமையாகக் கருதுகிறார்.

வி. எஸ். நைபால் தனது இந்தியாவைப் பற்றிய புத்தகமொன்றில் காந்தி லண்டனில் படித்த காலத்தில் லண்டனில் உள்ள பருவகால மாற்றங்களைப் பற்றியோ அதன் இயற்கை அழகைப் பற்றியோ ஒரு வரி கூட எழுதவில்லை. தேம்ஸ் நதி அவரது கண்ணிலே படவில்லை போலும். லண்டனின் எண்ணிக்கையற்ற மலர்கள் பசுந்தோட்டங்கள் எதையும் அவர் கண்கள் ரசிக்கவில்லை. தனது படிப்பு முடிந்த மறுநாள் அவர் இந்தியா திரும்புவதற்காகத் தயாரானார். இதுதான் காந்தியின் மன உலகம் என குறிப் பிடுகிறார். நைபாலின் இந்தக் குற்றச்சாட்டுகளே காந்தியின் பலமாக எனக்குத் தெரிகிறது. காந்தி எண்ணங்களின் வழி நடக்கிறவர். சிந்தனையாளர்கள், செயல்வாதிகள் தோற்றத்தில் மயங்குவதில்லை. பல நாடுகளிலும் சுற்றியலைந்த இயேசு எந்த நாட்டைப் பற்றி, பருவ காலத்தைப் பற்றிச் சிறப்பாக என்ன சொல்கிறார். இயேசு தனது எண்ணங்களை செயல்பாடுகளாக்க முயன்றவர். காந்தியும் இது போன்ற ஒரு மனிதராகவே படுகிறார். காந்தியின் தனித்துவமான வழி முறைகள் ஒரு மனிதனின் சாத்தியங்களே.

அமெரிக்காவில் உள்ள வால்டன் குளத்தில் 'தோரு' என்ற தனி மனிதன் தனியே மரங்களுக்கு நடுவே யாருமற்று வாழத்

துவங்கி தனக்குத் தேவையானதைத் தானே உற்பத்தி செய்து வாழ்ந்ததும், முதல் முறையாக அரசிற்கு வரி கொடுக்க முடியாது என போராடியதும், தால்ஸ்தாய் கூட்டுப் பண்ணை அமைத்து யாவரும் ஒன்றாக வாழ முயற்சித்ததும் காந்திக்கு விருப்பமான இரண்டு கனவுகளாகவே தோன்றுகிறது. காந்தி அரசியல், தனிமனிதர் இரண்டையும் தாண்டி அடைய சாத்தியமான ஆனால் நிறைவேறாத கனவாகவே இன்று எஞ்சியிருக்கிறார்.

காந்தியின் சத்திய சோதனையை விடவும் லூயி பிஷரின் புத்தகத்தில் தான் காந்தி முழுமையாக வெளிப்பட்டிருக்கிறார் என்பார்கள். அந்த அளவு துல்லியமும் விவரணைகளும் கொண்டது லூயி பிஷரால் எழுதப்பட்ட The Life of Mahatma Gandhi. இதில் காந்தியின் வாழ்வு மூன்று பகுதிகளாகப் பிரிக்கப்பட்டுள்ளது. காந்தியின் பிறப்பு வளர்ப்பு, கல்வி மற்றும் வேலை. இரண்டாம் பகுதியில் 1915 முதல் 1946 வரையான காந்தியின் இந்திய வாழ்வு. மூன்றாம் பகுதி காந்தியின் இறுதி நாட்கள் மற்றும் தேசங்களின் பிரிவு.

லூயி பிஷர் ஒரு பத்திரிக்கையாளர். காந்தியைப் பலமுறை சந்தித்து அவரோடு சேர்ந்து வாழ்ந்து தனது அனுபவங்களைத் தொகுத்து எழுதியவர். காந்தியிடம் மிகுந்த ஈடுபாடு கொண்டவர். காந்தியிடம் பலமுறை பேசி ரிக்கார்ட் செய்த தகவல்களை நேரடியாக சரிபார்த்து எழுதப்பட்டது இந்த சரிதை. லூயி பிஷர் உலக யுத்தத்தின்போது நேரடியாக யுத்தகளத்தில் இருந்து செய்தி சேகரித்தவர். மேலும் ருஷ்ய புரட்சியின் போது நேரே அங்கு சென்று தகவல் திரட்டி அந்த நாட்களைப் பற்றி 'உலகை குலுக்கிய நாட்கள்' என புத்தகம் ஒன்றை எழுதியவர். காந்தியை சந்தித்து அவரது அரசியலைப் பற்றி நேர்முகம் காண வந்த இவர் காந்தியின் எண்ணங்களால் தூண்டப்பட்டு அவரது வார்தா ஆசிரமத்திலே தங்கிவிட்டவர்.

ரிச்சர்டு அட்டன்பரோவின் Gandhi ஆங்கிலப் படத்திற்கு மூலப் பிரதியாக அமைந்தது லூயி பிஷரின் இந்தப் புத்தகமே. இந்தப் புத்தகம் ஒரு ஆவணக்களஞ்சியம் போல நுட்பமான தகவல்கள் நிரம்பியது. புத்தகம் காந்தியை கோட்சே சுடும் நாளில் துவங்குகிறது. காந்தியை சுட்ட முதல் குண்டு வயிற்றிலிருந்து கீழாக இரண்டு அங்குலம் பாய்ந்திருக்கிறது. அடுத்த குண்டு இதயத்திலும் மற்றொரு குண்டு குடல்களின் மீதும் பாய்ந்திருக்கிறது. காந்தி பலியாகி வீழ்ந்தார். ரத்தம்

சொட்டிய உடலோடு ராணுவ வீரனைப் போல நிசப்தமாக வீழ்ந்த உடலைக் கண்டபடி மருத்துவர்கள் செய்வ தறியாது நிற்கிறார்கள். அதனைத் தொடர்ந்து நடைபெற்ற நிகழ்ச்சிகள் மற்றும் பிரார்த்தனை யாவும் துல்லியமாக விவரிக்கப்பட்டிருக்கின்றன. இறுதி ஊர்வலத்தில் கலந்து கொண்ட வாகனங்கள், வீரர்கள் மற்றும் அதிகாரிகள் பற்றிய விபரங்கள் மற்றும் அந்த நாளில் இந்தியா முழுமையும் இருந்த பதட்டம் யாவும் பதிவு செய்யப்பட்டுள்ளன. காந்தியின் இறுதி ஊர்வலம் 11.45க்கு துவங்குகிறது. லட்சக்கணக்கான மக்கள் கூட்டம். அழுகைக் குரல். ஐந்தரை மணி நேரம் பயணம் செய்து யமுனாவின் கரையை அடைகிறது. அங்கும் நதியினுள் பல லட்சம் மக்கள் நிற்கிறார்கள். காந்தியின் சிதைக்காக சந்தன மரங்கள் அடுக்கப்படுகின்றன. சிதை மூட்டப்படுகிறது. 14 மணி நேரம் சிதை எரிகிறது. உலகமெங்கும் இருந்து வந்த 3445 தலைவர்கள் இறுதி நிகழ்ச்சியைக் காண்கிறார்கள். சாம்பல் துளி ஒன்றினைப் பெற கூட்டம் கட்டுக்கடங்காமல் பாய்கிறது. சிதையின் சாம்பலை ஆறு தேசங்களின் நதியில் கரைக்கிறார்கள் என நீண்ட விவரணைக்குப் பிறகு காந்தியின் பிறப்பில் இருந்து இந்தப் புத்தகம் துவங்குகிறது. 1869ல் குஜராத்தின் போர்பந்தர் வெளியுலகம் காணாத சிறிய நகரம். இங்கே அக்டோபர் 2ல் காந்தி வீட்டின் கடைசி பையனாகப் பிறக்கிறார். பால்ய வயதிலே திருமணம் நடக்கிறது. இதைப்பற்றி காந்தி தன்னிடம் நேரிடையாக விவரித்த ஹாஸ்யங்களை பிஷர் அப்படியே எழுதுகிறார். விளையாட்டுப் பிள்ளைகளைப் போல இருவரும் தம்பதியாகிறார்கள். காமம் மெல்லத் தூண்டப்படுகிறது. உடல் உறவின் மீதான ஆசை பெருகுகிறது. ஆனால் தினமும் நோயாளி அப்பாவிற்கு இரவில் கால் அமுக்கி எண்ணெய் தேய்த்துவிட வேண்டும். ஒரு பக்கம் மனம் உடலுறவிற்கான ஆசையில் இறுக்கமடைய, மறுபக்கம் சேவை செய்ய வேண்டும் என்ற கட்டுப்பாடு பீடிக்க ஊசலாடுகிறார். காந்தி ஒரு இரவில் காமம் தூண்டப்பட்டு மனைவியோடு கலவியில் இருந்தபோது வேலையாள் வந்து கதவைத் தட்டுகிறான். அவரது அப்பா இறந்துவிட்டார் என்று. பால் இச்சையின் நுனி முறிய தனது தவற்றை உணர்ந்து கொண்டபடி காந்தி வெளியே வருகிறார். தனது இச்சைகளைத் தானே கட்டிற்குள் வைத்துக் கொள்ள வேண்டும் என முடிவு செய்கிறார். மனம் வேறு விஷயங்களில் நாட்டம் கொள்ளச் செய்கிறது. 15 வயது சிறுமி கஸ்தூரிபாய் கர்ப்பவதியாகிறாள். குழந்தைகள் பிறக்கிறார்கள். காந்தி தென்னாப்பிரிக்காவிற்குப் பயணமாகிறார்.

பிஷர், புத்தகம் முழுவதிலும் காந்தியின் கூடவே பயணம் செய்தவரைப் போல மிக நுட்பமான தகவல்களைத் தருகிறார். காந்தி 1869ல் பிறந்தார் என ஒரு வரியில் எழுதாமல் அதே வருடம்தான் சூயஸ் கால்வாய் திறக்கப்பட்டது, மார்க்ஸ் Das Capital வெளியாகி சில வருஷமேயானது என உலக நிகழ்வுகளாடு இதை ஒப்பிட்டு எழுதுகிறார். இந்த நூலில் காந்தியின் தினசரி நடவடிக்கைகள் மற்றும் உணவுப் பழக்கம் மற்றும் கடிதங்கள், பதில்கள், உரையாடல்கள், நண்பர்கள் யாவும் துல்லியமாகப் பதிவு செய்யப்பட்டுள்ளன.

பலமுறை லண்டனுக்கும் இந்தியாவின் பல மாநிலங்களுக்கும் எத்தனையோ முறை பயணம் செய்திருந்த காந்தி ஒரு முறைகூட விமானத்தில் பயணம் செய்ததேயில்லை. பல முறை இந்த வசதி செய்து தரப்பட்டபோதும் தான் அதை விலக்கியவராக கப்பலிலும் ரயிலிலும் வாகனங்களிலும் மற்றும் நடந்தும் பயணிப்பதையே விரும்பினார். விமானத்தில் செல்லாத முதல் உலகத் தலைவர் இவர்தான் என பிஷர் ஆச்சரியப்படும்போது நாமும் இதுபோன்ற விபரம் கூட எழுதப்பட்டுள்ளதே என வியப்படைய வேண்டியுள்ளது.

காந்தியின் அரசியல் பிரவேசத்தின்போது ஏற்பட்ட மாற்றங்களைக் கவனித்து வந்த பிஷர், காந்தி பாதயாத்திரை போகும் நாட்களில் கூடவே பயணம் செய்திருக்கிறார். இவருக்காக ஒரு முறை காந்தியின் ஆசிரமத்தில் தனியான உணவு தரப்பட்ட போது அவர் வெளிநாட்டவர் அல்ல தாங்கள் சாப்பிடும் உணவைத்தான் அவருக்கும் தர வேண்டும் என காந்தி கட்டளையிட்டதை நினைவு கொள்கிறார். மேலும் இந்தியாவின் வெக்கை தாளாது உடம்பில் கொப்பளங்கள் வெடிக்க காந்தியைப் பின் தொடர்ந்து சென்றபோது காந்தி இவருக்காகக் குளிர்ந்த நீரில் குளிக்கும் வசதி செய்து தந்ததும். இவர் காந்தியோடு பேச வேண்டிய சந்தர்ப்பங்கள் ஏற்படும் போதெல்லாம் நேரடியாக தன்னைச் சந்தித்துப் பேச சுதந்திரம் தந்ததையும் பிஷர் சரியாகப் பயன்படுத்தியுள்ளார்.

இந்தப் புத்தகம் காந்தியைப் பற்றியதாக இருந்தபோதும் இதில் பட்டேல், நேரு மற்றும் காங்கிரஸ் தலைவர்களின் இயல்பும் நடவடிக் கைகளும் மற்றும் வெள்ளைக்கார அதிகாரிகள், கவர்னர் ஜெனரல் மற்றும் முஸ்லீம் லீக் தலைவர்கள் குறிப்பாக ஜின்னாவைப் பற்றிய அவதானிப்புகள் மிகச் சரியாக விவரிக்கப்பட்டுள்ளன. காந்தியின் ஒவ்வொரு

செயல்பாடும் எத்தகைய விமர்சனத்திற்கு ஆளானது, காந்தி தனது மீதான விமர்சனங்களுக்கு எப்படி நடந்து கொண்டார் என எவ்விதமான சார்புமற்று துணிவாகவும் நிஜமாகவும் எழுதியிருக்கிறார் லூயி பிஷர்.

பிஷரின் காந்தியைப் பற்றிய இந்தப் புத்தகம் தமிழில் தி. ஜாவால் மொழிபெயர்க்கப்பட்டு வெளியாகியுள்ளது. தனிமனிதனின் கதையையும் தேசத்தின் சரித்திரத்தையும் ஒரே நேரத்தில் சரியாகப் பதிவு செய்ய முயற்சித்த அரிய புத்தகம் லூயி பிஷரின் காந்தி.

மார்சல் புருஸ்

ஸ்வானின் காதல்

பூக்களுக்கு வாசமிருப்பது போல இடத்திற்கென தனியான வாசமிருக்கிறதாயென்ன? சில வேளை ஞாபகம் சில வாசனைகளை இடம் சார்ந்ததாக நமக்குள் பதிவு செய்து விடுகிறது. இதனாலே பழைய அரண்மனைகள் இடிபாடுகளுக்குள் போகும்போது நாம் கடந்த காலத்தின் வாசனையை உணருகிறோம். சில பழைய கோவில்களின் உள்ளே நடந்து போகும்போது முற்றிய இருள் ஒருவிதமான வாசனையைக் கொண்டிருக்கும். அந்த வாசனை தெளிவற்ற தொரு மன பிம்பத்தை உருவாக்கக்கூடியது. சில நேரம் வீட்டிலிருக்கும்போது பின்னிரவின் ஆழத்தில் ஒரு நெடிய வாசனை ஊர்ந்து வருவதைக் கண்டிருக்கிறேன். வாசனை பொருளின் மீது இருந்து பிறந்த போதும் அது பொருளைப் பற்றிய விசேச ஈர்ப்பையே எப்போதும் ஏற்படுத்துகின்றது. சில இசைக் கலைஞர்கள் தங்களின் தீவிர ஈடுபாட்டால் குறிப்பிட்ட சில வகை ராகங்களுக்கு தனித்த வாசனையிருக்கிறதாக சொல்லக் கேட்டிருக்கிறேன். வாசம் எப்போதும் ஞாபகத்தின் தூண்டுதலுக்கு உரியதாகயிருக்கிறது. உலகில் காலத்தின் கறை படிந்து யாவும் உருமாறும்போது வாசனை மட்டுமே நம்மைப் பழைய உலகியல் காட்சிகளுக்கு நெருக்கமாக வைக்கிறது. வாசனையில் பழையது புதியது என்ற பேதமிருப்பதில்லை.

பத்திரிகையில் ஒரு புதிர் போட்டியைக் கண்டிருப்பீர்கள். எலியொன்றைத் துரத்திக்கொண்டுவரும் பூனையிடமிருந்து அது தப்பித்துச் செல்ல வழிகாட்ட வேண்டும். குறுக்கும் நெடுக்குமாக பின்னப்பட்ட வழிகள் வரைபடம் போல இருக்கும். ஒரு முனையில் பூனை, ஒரு பக்கம் எலி. நாம்

எலி தப்பிச் செல்வதற்கான வழியை பென்சிலால் கோடு கிழித்தபடியே சுற்றி கண்டுபிடித்துக் காட்ட வேண்டும். சில நிமிஷ நேர யோசனைக்குப் பிறகு எவரும் எளிதில் வழிகாட்டிவிட முடியும். நமக்கு எளிதில் சாத்தியமான இந்த வழிகாட்டுதல் நாம் ஒரு எலியாக இருந்தால் நிச்சயமாக நம்மால் இதை இத்தனை எளிதாகக் கண்டுபிடித்துவிட முடியாது. எது நம்மை மிக எளிதாக வழிகாட்ட வைத்தது. நாம் வரைபடத்தினை மேலிருந்து பார்க்கிறோம். அதன் மூன்றாவது பரிமாணத்தில் மொத்த காட்சியுமே நம் கண்ணில் தெரியகிறது. இதுவே நாம் எலியாக உள்ளபோது வரைபடத்தினுள் இருக்கிறோம். அப்போது நம்மால் மொத்த காட்சிகளையும் ஒரு பார்வையில் காண இயலாது. பரிமாணம் மாறும்போது காட்சிகளின் வியாபகம் மாறி விடுகிறதோடு, எது பிரச்சனையாகத் தென்படுகிறதோ அதுவும் எளிதில் தீர்க்கப்படுவதற்கான சாத்தியமும் கூடிவிடுகிறது.

இந்த விளையாட்டு, வெளி பற்றிய நமது புரிதலை மேம்படுத்துகிறது. வெளி பற்றிய நமது எண்ணங்கள் மிகத் தொன்மையானவை. காட்சிகளை வெளியில் இருந்து பிரித்துப் பார்ப்பது என்ற வெட்டு மனித அறிவின் முக்கியமான தாண்டுதல். நீங்கள் ஒரு குகைவாசியாக காலத்தின் தொன்மையில் வாழ்ந்திருந்தால் உங்களால் வெளியை இன்றைய மனிதனைப்போல எளிதாகக் கண்டு கடந்துவிட முடியாது. வெளி அன்று ஒரு மயக்கமான, புதிரான ஒரு தோற்றம். ஒரு குகைவாசி தொலைவில் ஒரு சூரியனைக் காண்கிறான். அது ஒளிர்ந்து கொண்டிருக்கிறது. பகல் நீண்டு மாலை நேரம் கவிழ்கிறது. சூரியன் பின்னும் தொலைவில் மறைந்துவிடுகிறது. குகைவாசிக்கு இது புரிந்துகொள்ள முடியாதது. தன் கண் முன்னால் கண்ட சூரியன் எப்படி மறைந்து போனது என்பது மிக குழப்பமானதாகயிருக்கும். காரணமற்ற பயமுடையதாகயிருக்கும். இரவு வந்துவிட்டது என்பது புரியாமல் ஏதோ தன்னை மீறியதொரு காரியம் நடந்திருக்கிறது என்பது மட்டுமே புலனாகும். அவன் பகல் இரவு என்ற தோற்ற புரிதலற்று தனது இருப்பிடம் திரும்புவான். மறுநாள் காலை இன்னொரு சூரிய உதயத்தின் போது காணும் சூரியனை இது வேறு என்றே கணக்கிடுவான். இதன்படி அவனுக்கு நாளுக்கு ஒரு சூரியன் உண்டாகி மறைந்துவிடும். ஆனால் ஏதோ ஒரு மனித மனம் ஒரே சூரியன் தான் தினமும் தோன்றி மறைகிறது என தொடர்ச்சியை உண்டாக்கியதும் காலம் என்ற விசித்திர ஓட்டத்திற்கு ஒரு பாதை பிறந்து

விடுகிறது. சூரியனை தொடர்ச்சியாகக் கற்பனை செய்த மனத்தை அறிவின் பாய்ச்சல் துவங்கியதின் முதலடியாகக் கொள்ளலாம்.

ஒரே நேரத்தில் ஒரு மனிதன் இரண்டு வெளிகளில் சஞ்சரிக்க முடியாது. வேண்டுமானால் சில யோகிகள் இப்படி நடத்திக் காட்டியதாகச் சொல்வார்கள். அதன்படி ஒரே நேரத்தில் காசியிலும் அதே நிமிஷம் தனது வீட்டிலும் ஒரே மனிதன் காணப்பட்டதாகச் சொல்வார்கள். மனிதன் ஒரு வெளியினுள் நடமாட மட்டுமே சாத்தியமுள்ள வனாக இருக்கிறான். இது போலவே காலத்திலும் ஒரு காலத்தில் மட்டுமே வாழ்வைக் கொண்டு செலுத்துகிறான். வாழ்வில் கற்பனையாக மனம் சிருஷ்டித்துக்கொள்ளும் காலப் பிழைகளை விட்டு விட்டால் மனித வாழ்வு காலத்தின் ஓட்டத்திலேதான் கடந்து செல்வதாகயிருக்கிறது. காலமும் வெளியும் பிரிக்கப்பட முடியாதவை. ஒன்றைவிட்டு ஒன்றைப் புரிந்துகொள்ளுதல் இயலாதவை.

காலமற்ற நிலையென்று இருக்கிறதா? காலம் எங்கே சென்று முடிவடைகிறது. காலத்தினுள் பிரவேசித்து செல்பவர்கள் ஏன் பின் செல்ல முடிவதில்லை என கேள்விகள் எப்போதும் இருந்து கொண்டேயிருக்கின்றன. காலத்தின் இந்த விசித்திர இயல்பு மனிதன் அளவிற்கு வேறு எந்த உயிரியையும் பாதிப்பதில்லை.

காலத்தினுள் பயணிப்பது, வெவ்வேறு காலத்தினுள் சென்று திரும்புவது, எதிர்காலத்தை இங்கிருந்தே கண்டுவிடுவது என்பது போன்றவை மனிதனின் அடங்காத ஆசைகள். இதனை மனம் தொடர்ந்து நூற்றாண்டுகளாகக் கற்பனை செய்தபடியேதானிருக்கிறது.

போர்ஹே கதையொன்று உள்ளது. தனது விடுமுறைக்காக ஒரு சிறிய நகரில் போர்ஹே தங்கியிருப்பார். அப்போது அவரது பிறந்த நாள் வரும். பிறந்த நாள் அன்று தன்னோடு பகிர்ந்து கொள்ள எவருமில்லையே என்ற நினைவோடு வெளியே நடந்து சுற்றிவிட்டு அறைக்குத் திரும்புவார். விடுதிக் காப்பாளனிடம் அறை சாவியைக் கேட்டபோது அவன் புரியாமல் பார்ப்பான். இப்போது தானே சாவியை வாங்கிக் கொண்டு மேலே போனீர்கள் என சொல்வான். நிஜமாகவா என போர்ஹே கேட்பார். பிறகு சாவியை வாங்கிக்கொண்டு போகும் போது ரிஜிஸ்தரில் அவர் கையெழுத்திட்டிருப்பது மை உலராமல் தெரியும். நம்ப முடியாமல் தனது அறைக்குப்

போவார் போர்ஹே. அங்கே அவரைவிட வயதான இன்னொரு போர்ஹே அமர்ந்திருப்பார். நம்ப முடியாமல் அவரைக் கண்டபோது வயதான போர்ஹே சிரித்தபடி தான் அவரைச் சந்திக்க ஆசைப்பட்டு வந்துள்ளதாகச் சொல்வார். இரு போர்ஹேயும் பேசிக் கொள்வார்கள். இனிமேல் போர்ஹே எதிர் காலத்தில் எழுதப்போகும் புத்தகங் களை வயதான போர்ஹே வாசித்து விட்டதாகவும் அது சுமாரான புத்தகங்களே எனவும் சொல்வார். அப்போது ஒரு குயிலின் சப்தம் கேட்கும். இருவரும் அதை இதன் முன் கேட்டறியாத குரலாக இருப்பதாகச் சொல்லியபடி கேட்டுக் கொண்டி ருப்பார்கள். வயதானவர் தான் ஒரு கனவைப் போல் அவனிடம் வந்து போனதாக எடுத்துக்கொள்ளச் சொல்வார். நம்ப சாத்திய மில்லாத இந்த சந்திப்பின் வழியே காலம் ஒரு இருப்பைத் தொடர்ச்சியாகக் கொண்டிருக்கிறது என சொல்கிறார் போர்ஹே. இதனால் வெவ்வேறு காலத்தில் வெவ்வேறு வயதான போர்ஹே தனித்து வாழ்வதாகச் சொல்கிறார். காலத்தைத் துண்டிக்காத ஒரு பார்வையது. இதில் ஒன்று கடந்து ஒன்று வருவதல்ல வயது. பதிலாக ஒரே நேரத்தில் பிறப்பில் இருந்து முடிவு வரை இருந்து கொண்டே யிருக்கிறது. காலம் பற்றிய இந்த மயக்கமான கதை, காலத்தைப் பற்றிய மனவோட்டத்தை முன்வைக்கிறது.

மனித உலகத்தில் காலம் ஒரு கதியில் இயங்குவது போலவே கடவுளின் உலகத்திலும் வேறு வகையான கால அடுக்கு உள்ளது. இதன்படியே பிரம்மா நியமிக்கப்படுகிறார். கடவுளின் அவதாரம் நடக்கிறது. ஆனால் கடவுளின் காலம் மனித காலத்தைவிட பெரும் பிரம்மாண்டமானது. தேவலோகத்தை சேர்ந்தவர்கள் மனித லோகத்தின் மூன்று காலத்திலம் ஊடுருவி கடந்து செல்லக்கூடியவர்கள்.

காலத்தின் பின் திரும்பிச் செல்வது தொடர்பான ஒரு நெகிழ்வு யாவருக்கும் உள்ளது. குறிப்பாக கடந்து போய்விட்ட பால்ய வயதை காதல் ததும்பிய வாலிப வயதை மீட்டுத் திரும்பப் பெறுவது என்பது ஒரு தீராத யோசனை.

'ஐன்ஸ்டீனை யார் கொல்லப் போகிறார்கள்' என்றொரு விஞ்ஞான புனைகதையை மையமாகக் கொண்ட சினிமாவை சில வருடங்களுக்கு முன்பாகப் பார்த்தேன். ஐன்ஸ்டீன் மீது மிகவும் பொறாமை கொண்ட ஒரு விஞ்ஞானிகளின் கூட்டம் அவரைக் கொல்வதற்காகத் திட்டமிடுகிறது. இந்தத் திட்டத்தை நிறைவேற்ற முயற்சிக்கிறார்கள். ஆனால் பாதுகாப்பு

பிரச்சினையால் அது சாத்தியமாகவேயில்லை. வேறு வழியின்றி அவரைக் கொல்வதற்கு காலத்தின் பின்னால் போய் கொல்ல சாத்தியமிருப்பதாக ஒரு விஞ்ஞானி சொல்கிறான். அவன் உதவியால் ஐன்ஸ்டீன் சிறுவனாக இருந்த வயதிற்குள் போய்விடுவார்கள். அங்கே ஐன்ஸ்டீன் பேஸ் பால் விளையாடிக் கொண்டிருப்பார். இப்போது அவரைக் கொல்ல தீர்மானித்த விஞ்ஞானி தனது துப்பாக்கியால் குறி வைப்பான். விளையாடிக் கொண்டிருந்த ஐன்ஸ்டீன் பந்தை வேகமாக அடிப்பார். அது தவறுதலாக விலகிப் போய் அடுத்த வீதியில் விளையாடிக்கொண்டிருந்த ஒரு சிறுவனின் தலையில் போய் அடிக்கும். மறுநிமிஷம் ஐன்ஸ்டீனை சுட வந்த விஞ்ஞானி இறந்து கிடப்பார். காரணம் பந்தால் அடிபட்ட சிறுவனாக இருந்தது அந்த விஞ்ஞானி தான். இது காலம் பற்றிய சில விநோத சாத்தியங்களை வெளிப்படுத்துவதாகயிருந்தது.

எனது நண்பர்களில் ஒருவராகயிருந்த மருத்துவரின் அறையில் முதன் முதலாக மார்சல் புருசின் Remembrance of Things Past புத்தகங்களைப் பார்த்தேன். அவர் கதைகள் படிப்பதில் அதிக ஆர்வமுடைய வரல்ல. ஆனால் அவர் இதைத் தனது மருத்துவப் புத்தகங்களோடு சேர்த்து வைத்திருந்தார். அதைப் படிப்பதற்காகக் கேட்டதும் ஆச்சரியத்துடன் எடுத்து தந்தபடி இது ஒரு உளவியல் ஆவணம் என்றார். பல வால்யூம்களாக அடுக்கப்பட்டிருந்த அதை எடுத்துப் புரட்டியபோது நீண்ட கதை போலவேயிருந்தது. அவர் சிரித்துக் கொண்டே இது ஒரு நீண்ட நாவல்தான், படித்துப் பாருங்கள் என்றார். ஆரம்ப தொகுதியை எடுத்துக் கொண்டு வீடு திரும்பிய சில நாட்களில் வாசித்து முடித்த போது அது தொடர்ச்சியற்ற ஒரு கதையை அல்லது சிறு சிறு நிகழ்வுகளைக் கொண்டிருந்தது. பெரிதும் நீண்ட வாக்கியங்கள், தொடர்ச்சியற்ற எண்ண ஓட்டங்களைப் போல தோன்றும் வரிகள் என நீண்ட மார்சல் புருசின் புத்தகம் பெரிதாக ஈர்க்கவில்லை. டாக்டரிடம் திரும்பத் தந்தபோது அவர் சிரித்தபடி உன்னை இது வசீகரிக்காததற்குக் காரணம் நீ இதனை முழுமையாக வாசித்து அறிந்து கொள்வதற்கு சில வருடங்கள் பிடிக்கும். எனது மருத்துவப் பேராசிரியர் ஒருவர் இதை மட்டுமே தொடர்ந்து பல வருடமாக வாசித்து வருகிறார். இன்னமும் முழுமையாக அவரால் அறிந்து கொள்ள முடியவில்லை என்றார்.

புரியாமை என்பதைத் தாண்டி எதனாலோ இது அறிந்து கொள்ள சிரமமாக இருக்கிறது என்ற காரணம் அறியவே

யில்லை. பின்பு வேறு இரு சந்தர்ப்பங்களில் Times இலக்கிய இதழின் பகுதியில் மார்சல் புருஸ் பற்றிய கட்டுரைகளைக் கண்டபோது அதைத் திரும்பப் படிக்க ஆசையேற்படும். ஆனால் தயக்கமாக இருக்கும். பிறகு இந்தத் தொகுதிகளை ஒரு புத்தக சந்தையில் மொத்தமாக வாங்கி சில மாதங்கள் செலவிட்டுப் படித்தபோது இந்நாவல் வாசிப்பு அனுபவத்தை விஸ்தரித்ததோடு ஒரு விதமான புதிய உணர்வுகளைக் கொண்ட மனிதனாக வாசகனை உருவாக்குவதைப் புரிந்து கொள்ள முடிந்தது.

Remembrance of Things Past நாவல் ஒரு மனப்பரப்பின் மீதான அலைவுகள். குறிப்பாக அடக்கப்பட்ட ஆசைகள், வெளிப்படுத்தப் படாத துக்கம் மற்றும் குழப்பமான சிந்தனைகள், பயம் மற்றும் நிர்க்கதி, வாழ்வைப் பற்றிய நிச்சயமின்மை, தனிமை குறித்த ஏக்கம், காதல், பெண்கள் பற்றிய ரகசிய இச்சைகள் என இந்நாவல் வரிசை ஒரு மன உணர்ச்சிகளின் படிவுபோல் எழுதப்பட்டிருந்தது. மிகத் துல்லியமான சித்தரிப்புகள் மற்றும் விவரணைகள் காட்சிகளைத் தாண்டியதொரு ஆழ்ந்த ஈடுபாட்டைத் தருவதாகயிருந்தது. குறிப்பாக ஸ்வானின் காதல் என்ற பகுதி மிகவும் சிறந்த எழுத்தாக அமைந்திருந்தது.

1871ல் பாரிசில் ஒரு டாக்டரின் மகனாகப் பிறந்தவர் மார்சல் புரூஸ். இவரது அப்பா ஒரு மருத்துவ அதிகாரியாகப் பணியாற்றினார். புருசின் தாய் படித்தவர். யூத குடும்பத்தைச் சார்ந்தவர். சிறு வயதில் இருந்தே நோய்வாய்ப்பட்ட அவருக்கு ஊசியும் வெளிச்சமும் அலர்ஜியாக இருந்தன. நாட்கள் செல்லச் செல்ல இருட்டறையிலே வாழத் துவங்கிய புருஸ் ஆஸ்துமா நோயாளியானார். இதனால் வெளியுலக நடமாட்டமே குறைந்து போய்விட்டது. வீட்டில் அவருக்கிருந்த ஒரே துணை அம்மாதான். அம்மா கற்றுத் தந்தவைகளையும் மத போதனைகளையும் மட்டுமே அறிந்த புருஸ் இளமைக்காலம் முழுவதும் தனது நோய்க்குறியின் வேதனைகளோடு வீட்டிலே முடங்கிக் கிடந்தார். படுக்கையிலே கிடந்து கிடந்து மனம் சரிந்து கொண்டிருந்தது. இதிலிருந்து விடுபட வேண்டியே புத்தகங்களின் மீது கவனம் திரும்பியது. வாசிக்கத் துவங்கி இவர் சில கதாசிரியர்களை மொழிபெயர்க்கவும் துவங்கினார். ஜான் ரஸ்கின் படைப்புகளில் விருப்பம் கொண்ட புருஸ் அவரை மொழிபெயர்த்தார்.

எப்போதும் பாதி இருளில் மூழ்கிய அறையில் இருந்தபடி தனது படுக்கையிலே எழுதக்கூடிய ஒரு மனிதனாக வாழத்துவங்கிய அவர் தனது சுயவிருப்பங்களை, மனதில் கனவுகளை மறைத்துக் கொண்டு தனிமையிலே வாழ்ந்து வந்தார். அம்மாவின் மறைவு மார்சல் புருசை மிக ஆழமாகப் பாதித்தது. பல நாட்கள் தனது அறையை விட்டு வெளியேறிப் போகாமல் துக்கத்தில் பீடிக்கப்பட்டுக் கிடந்த அவர், காலம் எனும் மாயத்தை பற்றிய எண்ணங்களோடு இருந்தார். மீள முடியாதபடி காலம் பின் சென்று ஒடுங்கிவிடுகிறது. நடந்து போனவைகள் ஒரு போதும் திரும்ப முடியாதவை என்பது மிக வேதனை தருவதாகயிருந்தது. காலத்தினை எப்படி மீட்டு எடுப்பது என்பதே தேடுதலாகியிருந்தது. மார்சல் புருஸ் நினைவுகள் மட்டுமே காலத்தின் படிவுகள், அதனை நம் மனம் எந்தக் காலத்திலும் இழந்துவிடப் போவதில்லை என்பதை உணர்ந்தவராக தனது நினைவுகளை ஆராயத் துவங்கினார். நினைவுகள் எதனால் தூண்டப்படுகின்றன என்பதை நோக்கியதாக இது மாறியது.

ஒரு கோப்பை டீயைப் பருக முற்படும்போது டீயின் வாசனை அவருக்கு அம்மாவின் நினைவுகளைத் தூண்டுவதை உணர்ந்தவராக தனது அறையினுள் பதுங்கிக்கொண்டவராக முழு நேரமும் எழுதுவதை மட்டுமே மேற்கொண்டார். இப்படி ஆயிரக்கணக்கான பக்கங்கள் நினைவுகள் சேகரமாகி யதை விரித்து எழுதியபோது அது ஒரு நாவலைப் போலவு மின்றி, சுயசரிதை போலவுமின்றி ஒரு நவீன வடிவத்தில் அமைந்தது. புருஸின் நீண்ட நாவல்கள் யாவும் ஸ்வான் என்ற கதாபாத்திரத்தின் வாழ்வில் நடைபெற்ற நிகழ்ச்சிகள், மனிதர்கள். மற்றும் மாற்றங்கள் பற்றியதுமாகும். இது பெரும் பாலும் சுயசரிதை தன்மை கொண்டது. ஸ்வான் தாய் மீது மிக விருப்பம் கொண்டவன். அழகான இளைஞன். அவனது காதல், சாகசங்கள், திருமணம் மற்றும் பாரிசில் அவன் வாழ்ந்தபோது உயர்தட்டு மக்கள் வாழ்வில் ஏற்பட்ட அனுபவப் பதிவுகள் யாவும் இந்த நாவலில் பதிவாகியுள்ளன. ஸ்வான் பெண்களின் நேசிப்பை வேண்டுபவன். காதலின் வேதனைகளும் துக்கமும் சந்தோஷமும் அவனைப் பற்றிக் கொள்கின்றன. நிகழ்ச்சிகளை வரிசைக்கிரமமாகயின்றி அடுக்கைக் குலைத்து கதை சொல்லும் எழுத்துமுறை புருஸ்ஸிடமுள்ளது.

மார்சல் புருஸ் ஒரு முறை இரவு விடுதியில் பிரான்சின் முக்கிய இலக்கியவாதியான அனதோலியா பிரான்சை சந்தித்து பரிச்சயம் கொண்டார். இந்த நட்பு நீண்டு பின்னாளில் புருஸ்

நாவலுக்கு அனதோலியா பிரான்ஸ் முன்னுரை எழுதுவது வரை நீண்டது. இதனால் மார்சல் புருசின் வருகை இலக்கியத்தில் முக்கியமாகக் கவனிக்கப்பட்டது. தனது வாழ்நாளில் எழுதியவை யாவையும் அவர் வெளியிட்டுவிடவில்லை. 1922ல் அவர் இறந்த பிறகும் அவரது நாவலின் கையெழுத்துப் பிரதிகள் கண்டுபிடிக்கப்பட்டு வெளியாகியுள்ளன. கவித்துவ மொழியும் படிமங்களும் உருவங்களும் நிரம்பிய இந்தத் தொகுப்பு பிரெஞ்சில் 16 தொகுதிகளாக வெளியாகியுள்ளன.

மார்சல் புருசின் எழுத்து எண்ணங்களின் தொடரோட்டம், மனம் பின்னும் விசித்திர முடிச்சுகள் மற்றும் மனக் கொந்தளிப்புகள் பற்றியது. கதை என தனித்த சம்பவ அடுக்கு அதில் இல்லை. மாறாக ஒரு வாழ்வை சொல்வதன் வழியே கூறுக் காக பல மன அமைப்புகளை எடுத்துச் சொல்லவே புருஸ் முயற்சித்தார்.

திரைப்பட விழாவில் மார்சல் புருஸ் பற்றிய பிரெஞ்ச் சினிமா Time Regained ஒன்றைப் பார்த்தேன். இதனை இயக்கியவர் Raoul Ruiz. மூன்றரை மணி நேரம் ஓடக்கூடிய இப்படத்தில் புருஸ் மரணப் படுக்கையில் இருக்கும் போது அவரைக் காணுவதற்காக அவரது நாவலில் உள்ள கதாபாத்திரங்கள் அவரது வீட்டிற்கு வந்து சேர்வார்கள். வீட்டில் தனித்திருக்கும் புருசைக் கண்டு அவரோடு பேசி விவாதிப்பார்கள். தங்களை சிருஷ்டித்த மார்சல் புருசைக் கொண்டாட ஒரு விருந்திற்கு ஏற்பாடு செய்வார்கள். இந்த விருந்திற்கு எந்த நிஜமனிதர்களைப் பார்த்து அந்த உந்துதலால் கதாபாத்திரங்களை உருவாக்கினாரோ அந்த உண்மையான மனிதர்களும் அழைக்கப்படுவார்கள். தோற்றம், புனைவு, பின் புனைவு சிருஷ்டிக்கும் தோற்றம், அதிலொரு புனைவு. இப்படமும் கால அடுக்கைக் கலைக்கக் கூடியது.

மார்சல் புருஸ் நவீன நாவலின் முக்கிய சாதனையாளராக இலக்கிய உலகில் அறியப்படுவது போலவே உளவியல் துறையில் இவரை மிக முக்கியமானதொரு பங்களிப்பாளராகக் குறிப்பிடுகிறார்கள். ஒரு படைப்பாளியின் செயல்பாடு அதன் தீவிரத் தளத்தில் நடைபெறும் போது அது தனக்கென சில குறிப்பிட்ட வரையறைகளை மட்டும் கொண்டிருப்பதில்லை என்பதற்கு மார்சல் புருஸ் நல்ல உதாரணம்.

லூயி பிராண்டலோ

எழுத்தாளனைத் தேடும் ஆறு கதாபாத்திரங்கள்

நாடகம் நிகழ்த்துவதற்கான ஒத்திகைக்காக ஒரு நாடகக் குழு தயாராகிறது. இயக்குனர் மற்றும் நாடக நடிகர்கள் ஒன்று கூடுகிறார்கள். அந்தந்த கதாபாத்திரங்களுக்கு உரிய வசனங்களைப் பேசி பழகிக் கொண்டிருக்கிறார்கள். அப்போது நாடக ஒத்திகை நடக்குமிடத்திற்குள் ஒருவர் வந்து சேர்ந்துதான் இந்த நாடகத்தின் இயக்குனரைப் பார்க்க வேண்டும் என்கிறார். யார் அவர் எனக் கேட்டபோது நான் இந்த நாடகத்தில் உள்ள ஒரு கதாபாத்திரம் என்கிறார். நடிகர்களுக்கு எதுவும் புரியவில்லை. நாடக இயக்குனரை சந்திக்கும் கதாபாத்திரம் தன்னை நாடகத்தில் வரும் அப்பா கதாபாத்திரம் என்று அறிமுகப்படுத்திக் கொண்டு நாடகப்பிரதியில் தன்னைச் சரியாக யாரும் பயன்படுத்திக் கொள்ளவில்லை, தனது முடிவுகளும் செயல்களும் சரியாக வெளிப்படவில்லை, நடிகர்கள் தன்னைச் சரியாக பிரதிபலிப்பதில்லை என குற்றம் சாட்டுகிறார். இயக்குனருக்கு இது புரியவில்லை. நாங்கள் நாடகம் தானே நடத்துகிறோம் என்கிறார். வந்தவரோ தானும் ஒரு கதாபாத்திரம்தான் என பிடிவாதமாகச் சொல்கிறார். அவர்கள் விவாதித் திற்கிடையே இன்னொரு இளம்பெண் இயக்குனரைக் காண வருகிறாள். அவள் தானும் நாடக கதாபாத்திரம்தான் என்றும் தனது பெயர் வளர்ப்பு மகள் என்றும் சொல்கிறாள். இப்படியாக நாடகத்தின் நோயாளி அம்மா, முரட்டு மகன், பிள்ளைகள் என ஆறு கதாபாத்திரங்கள் தங்களை சிருஷ்டித்த நாடக ஆசிரியனை சந்தித்து தங்களை ஏன் இவ்வாறு உருவாக்கினான், ஏன் தங்களது உண்மையான மன வெளிப் பாட்டை அவர்கள் வெளிக்காட்டுவதில்லை,

ஏன் ஒருசில கதாபாத்திரங்களை மட்டும் உயர்த்தி மற்றதை தாழ்வாகச் செய்கிறான் என பிரச்சினை செய்கிறார்கள். நாடகாசிரியன் இது நாடகம், நிஜ வாழ்வல்லவே என்கிறான். இந்தக் குழப்பத்தில் நடிகர்கள் தாங்கள் எந்த கதாபாத்திரத்தை ஏற்று நடிக்கப் போகிறோமோ அவர்களைச் சந்திக்கிறார்கள். அவர்களைப் போல பேசிக்காட்ட வேண்டுமா அல்லது சுயமாக நடிக்கவேண்டுமா எனப் புரியாத குழப்பமாகிறது. இயக்குனரோ இது வெறும் ஒத்திகைதானே என்கிறார். கதாபாத்திரங்கள், எல்லாமே ஒத்திகைதானே என்கிறார்கள். ஒரு நாடகம் நிகழ்த்துவதற்குள் ஒரு நாடகம் நடக்கிறது. இதில் எது நிஜம் கற்பனை என்ற கோடுகள் அழிகின்றன. பார்வையாளர் என்பவர் யார், பங்கேற்கும் நடிகர்கள் யாரை பாவனை செய்கிறார்கள் என்ற மயக்க நிலையை நாடகம் உண்டாக்குகிறது.

Six Characters in Search of an Author (நாடகாசிரியனைத் தேடிய ஆறு கதாபாத்திரங்கள்) என்ற லூயி பிரண்டலோவின் இந்த நாடகம் 1922ல் மேடையேற்றப்பட்ட போது கண்டவர்கள் குழப்பமாகிப் போனதோடு மிக மோசமான நாடகம் எனவும் இதைத் தடை செய்ய வேண்டும் எனவும் கூச்சலிட்டார்கள். ஆனால் பிராண்டலோ தனது நாடகக் குழுவோடு இதனை ஐரோப்பாவெங்கும் நிகழ்த்திக் காட்டி, நாடகக் உலகில் முன்னறியாத ஒரு புதுமையை உருவாக்கினார். இந்த நாடகம் இத்தாலியில் மட்டுமல்ல உலகம் முழுவதும் பிராண்ட்லோவை மிக முக்கிய நாடகாசிரியராக்கியது.

இன்றைய நவீன நாடகங்களுக்கு முன்னோடியான இந்த Six Characters in Search of an Author நாடகம் பார்வையாளர்களை வெகுவாக யோசிக்கச் செய்தது. நாடகம் வாழ்வை பிரதிபலிப்பு செய்கிறதா அல்லது வாழ்வு நாடகத்தை பிரதிபலிப்பு செய்கிறதா என்ற முக்கியமானதொரு கேள்வியை உண்டாக்கியது. மேலும் நாடகப்பிரதி முக்கியமா, வாழ்வியல் பிரதி முக்கியமா என்பதையும் நாடக மேடையில் காட்டப்படும் உலகம் நிஜவாழ்வு தானா என்ற புதிர்களையும் உண்டாக்கியது.

இன்றுவரை இந்த நாடகதின் அழுத்தமான பாதிப்பு நாடக உலகில் மட்டுமல்ல நவீன சிந்தனைப் பரப்பிலேயும் காணப்படுகிறது. பார்வையாளர்களை கதாபாத்திரங்களின் இன்பதுன்பங்களோடு ஒன்றவிட்டு உணர்ச்சிவசப்படச் செய்வது மட்டுமல்ல நாடகத்தின் வேலை. பதிலாக,

பார்வையாளர்களை சிந்திக்கச் செய்வதாகும் என்ற நவீன கோட்பாடுகளுக்கு இது முன்னோடியாகும்.

இந்நாடகத்தின் ஹிந்தி வடிவத்தை டெல்லியில் நடைபெற்ற ஒரு நாடக விழாவில் பார்த்தேன். இது ஒரு இத்தாலிய நாடகம் என்பதற்கான எவ்விதமான அந்நியத்தன்மையும் இல்லை. மாறாக முழுமையானதொரு நகைச்சுவையும் புதிய உத்திகளும் கொண்ட நாடகமாயிருந்தது. பிராண்டலோவின் நாடகங்களைத் தேடிப் படிக்கத் துவங்கியபோது இவர் வெறும் நாடக ஆசிரியர் மட்டுமல்ல இத்தாலியின் முக்கியமான இலக்கியவாதி என்பதை அறிந்து கொள்ள முடிந்தது.

1867ல் 28 ஜூனில் சிசிலியில் பிறந்த லூயி பிராண்டலோ தனது 17 வயதில் எழுதத் துவங்கினார். அவரது அப்பா சுரங்கத் தொழிலில் ஈடுபட்டு வந்தவர். இவர்களுக்கு என தனி சுரங்கங்கள் இருந்தன. பலர்மோ பல்கலைக் கழகத்தில் சட்டப்படிப்பு படித்த இவர் ரோமில் சில காலம் பயிற்சி மேற்கொண்டார்.

தனது 60 ஆண்டு கால வாழ்விற்குள் 6 கவிதைத் தொகுதிகள், 7 நாவல்கள், 14 சிறுகதைத் தொகுதிகள் 27 முழு நீள நாடகங்கள், 16 ஓரங்க நாடகங்கள் மற்றும் சில மொழிபெயர்ப்பு நூல்களை வெளியிட்டிருக்கிறார். ஒரு எழுத்தாளராக அறிமுகமாகி நாடகத்தில் ஈடுபாடு கொண்டு நாடகக் குழுவை அமைத்து நாடகங்களை எழுதி இயக்கி வந்த இவருக்கு இந்த Six Characters in Search of an Author நாடகம்தான் மிகப் பெரிய பெயரைப் பெற்றுத் தந்தது. நாடகத்தினுள் நாடகம் என்ற இந்த வகை நாடகப்பிரதிகள் முதல் உலகப்போருக்கு பிந்திய சூழலில் அதிக கவனம் பெற்றன. 1894ல் அன்டனியோட்டா போர் சுலினா என்ற பெண்ணைத் திருமணம் செய்து கொண்டார். ரோமில் பல்கலைக்கழகப் பேராசிரியராக சில வருடங்கள் வேலை செய்தார். குடும்பத் தொழிலான சல்பர் சுரங்கத் தொழிலில் ஏற்பட்ட பெரும் சரிவு இவரது குடும்பத்தை நிலைகுலையச் செய்தது. அது முதல் மன உளைச்சல் மற்றும் தீரா கவலைக்கு ஆட்பட்டவராக உளநலமற்றுக் காணப்பட்ட பிராண்டலோ அதிலிருந்து தான் மீள்வதற்கான ஒரு வழியாக நாடகம் எழுதுவதை மேற்கொண்டார். இடைவிடாது எழுதிக் கொண்டும் எழுதிய நாடகங்களை மேடையேற்றிக் கொண்டுமிருந்த லூயி பிராண்டலோ சர்ச்சையில் அடிக்கடி சிக்கிக்கொள்பவராயிருந்தார். உலகமெங்கும் பாசிச

எதிர்ப்பு பரவி வந்த நாளில் பிராண்டலோ முசோலினி முன்பாக தன்னை பாசிஸ்ட் கட்சியில் இணைத்துக் கொண்டு இத்தாலியின் செயல்பாடுகளை வரவேற்றார். இது சக கலைஞர்களுக்கும் பிராண்ட்லோவிற்கும் இடையே மனக்கசப்பை உண்டாக்கியது. எதிர் விளைவுகளைப் பற்றிக் கவலைப்படாமல் தனக்கு விருப்பமானதை செய்து வந்த இவர் முசோலினி முன்னிலையில் கலையை அரசியலோடு இணைத்துப் பேசுவதோ செயல்படுவதோ கூடாது, கலை தனித்துவமானது என உரையாற்றி முசோலினியின் பாராட்டைப் பெற்றிருக்கிறார். நாடகத்திற்கென தனியான ஒரு பெரிய அரங்கை நிர்மாணிக்கும் கனவைக் கொண்டிருந்தவர் இவர். ரோமில் ஆர்ட்ஸ் தியேட்டர் என்ற அமைப்பை உருவாக்கி நாடகம் நிகழ்த்தி வந்தார்.

சொந்த வாழ்வில் இவருக்கும் மனைவிக்குமான உறவு நிம்மதியற்றதாக அமைந்தது. இவரது மனைவி மனப்பாதிப்புக் குள்ளாகிய நோயாளி யானார். மனைவியின் தினசரி கொந்தளிப்புகளைத் தாங்க முடியாமல் நாடக அரங்கிலே தங்கிவிடுபவராக இருந்தவருக்கு மிலனில் இருந்து நடிக்க வந்த மார்த்தா இபா என்ற நடிகையின் உறவு கிடைத்தது. இவரது முக்கிய நாடகங்கள் யாவும் மார்த்தா இபாவிற்காக எழுதப் பட்டவையே. தனது நாடகங்களில் மட்டுமல்லாது சொந்த வாழ்விலும் அவளுக்கு முக்கிய இடம் தந்தார் பிராண்டலோ. இது மனைவியிடம் அதிகமான பாதிப்பை ஏற்படுத்தியது. இதற்கிடையில் உலகப்போரில் கைதியாகப் பிடிக்கப்பட்டு சிறையில் அடைக்கப்பட்டான் மகன் ஸ்டெலானோ. நோயாளியான மனைவியை மருத்துவமனையில் அனுமதித்து தனது மகனின் பொறுப்பில் விட்டவராக நாடகக் கம்பெனி யோடு தென் அமெரிக்காவில் சுற்றுப் பயணம் செய்தார் பிராண்டலோ.

பிராண்டலோ நாடகம் பார்வையாளர்களை முக்கியப் படுத்தியது. தாங்கள் பொழுதுபோக்கிற்காக நாடகம் பார்க்க வந்தவர்களல்ல என்றதொரு பிரக்ஞையை உண்டாக்கியது. கதாபாத்திரங்களாகவும் நடிகர்களாகவும் மாறி மாறிச் செயல்பட வேண்டிய நடிகனின் இருநிலை பற்றி சிந்திக்கப்பட்டது.

தனது நாடகம் பற்றிக் கேட்கப்பட்டதற்கு பிராண்டலோ ஒருமுறை, Characters don't act. Actors do the acting என்றார். நாடகத்தினுள் நடக்கும் நிஜ உலகும் நாம் இயங்கிக் கொண்டி

ருக்கும் வாழ்வு வெளியும் ஒன்று கலக்கிறது பிராண்டலோவின் முயற்சி. இது போன்ற நாடகப்பிரதிகளின் ஊடாட்டம் பிராண்டலோவைத் தாண்டி, எனது மனப்பரப்பில் நமது மரபான தமிழ் நாடகங்களின் தொடர்ச்சியிலே காணப் படுவதை உணரமுடிகிறது.

வள்ளி திருமணம் என்றொரு நாடகம். இதைக் கண்டறியாத கிராமமேயில்லை என்ற அளவு எண்ணிக்கையற்ற முறை பல்வேறு குழுக்களால் மேடையேற்றப்பட்டிருக்கிறது. தமிழகத்தில் அதிகமுறை மேடையேறிய நாடகமாக இதுவே இருக்கக்கூடும். கடந்த 100 வருஷங்களுக்குள் இந்த ஒரு நாடகம் அடைந்த மாற்றங்களை மட்டும் தனித்துக் கவனிக்கும்போது தமிழக சமூக கலாச்சார பரப்பில் ஏற்பட்டுள்ள மாற்றங்களும் அதன் பாதிப்புகளும் இந்த நாடகத்தில் துல்லியமாக வெளிப்படுகின்றன. மேடையில் பந்த வெளிச்சத்தில் மேடையேறிய காலம் முதல் இன்று ரிக்கார்டு டான்ஸ் ஆடும் வள்ளி வரை எத்தனையோ மாற்றங்களைக் கொண்டு இந்த நாடகம் இன்றும் ஒரு வருடத்திற்கு ஒரு ஆயிரம் முறையாவது நிகழ்த்தப்பட்டுக்கொண்டேயிருக்கிறது. இதற்கென தனியான மூலப்பிரதிகள் இல்லை. இந்நாடகத்தின் பிரதியானது பல்வேறு நடிகர்களால் அவர்களின் தனித்திறனுக்கு ஏற்றபடி மாற்றப்பட்டிருக்கிறது. பிரதியெடுக்கப்பட்டிருக்கிறது. சுதந்திரப் போராட்ட காலத்தில் இதே வள்ளி திருமண நாடகத்தில் வள்ளி தினைப்புலம் காவல் காக்கும்போது வெட்கம் கெட்ட வெள்ளை கொக்குகளா என பாடியபடி பறவைகளை விரட்டுவாள். முருகன் மேடையில் வந்து கதர் கப்பல் கொடி பறக்குதே என்றும் காந்தி ஒரு சந்நியாசி என்றும் பாடல்களைப் பாடுவார். இதனால் ஏற்பட்ட கொந்தளிப்புகளைக் கண்டு நாடகத்தை நடத்த வெள்ளைக்காரர்கள் தடை விதித்தார்கள். ஒருமுறை விஸ்வநாத தாஸ் மேடையில் முருகனாக வந்து ஜாலியன் வாலாபாக் படுகொலையைப் பற்றி கண்டித்துப் பாட மேடையில் முருகன் கைது செய்யப்பட்டிருக்கிறார். கைது செய்தவர்களிடம், இது நான் பாடிய பாடல் அல்ல முருகன் பாடியது, என்னை எப்படிக் கைது செய்யலாம் என தாஸ் வாதித்து விடுதலையாகியிருக்கிறார். விஸ்வநாத தாஸ் முருகனாக வந்தபோதெல்லாம் வெள்ளைக்காரர்களை சம்ஹாரம் பண்ண வந்த முருகனாகவே மாறியிருக்கிறார். இந்நாடகம் தமிழ் வாழ்வில் ஒரு பகுதி. இந்த நாடகப் பிரதியை மாற்றி எழுதியவர்களும் இந்த கதாபாத்திரங்களை

எடுத்து நடித்து தனக்கென தனியான ரசிகர்களை நடிப்பு பாணிக்கு உருவாக்கிய நடிகர்களும் ஏராளம். வேலன் வேடன் விருத்தனாக டி.ஆர்.மகாலிங்கம் தோன்றி நடித்து பாடும்போது நாடகம் பார்க்க வந்தவர்களின் கூட்டம் கணக்கில் அடங்காதது.

'தேடி வந்தேனே புள்ளி மானே ஓடி வந்ததால் இங்குதானே' என்ற மதுரகவி பாஸ்கர தாசின் பாடல் தமிழக கிராமங்களில் மிக பிரசித்தி பெற்ற பாடல்.

ஸ்பெஷல் நாடகம் என்ற ஒன்று மதுரை பகுதிகளில் பிரபலமானது. தமிழகத்தின் மற்ற பகுதிகளை விடவும் மதுரையும் அதன் சுற்றுப்புறங்களும் தொடர்ந்து நாடகம் பார்ப்பதிலும் நடிப்பதிலும் ஆர்வம் காட்டக்கூடியவர்கள். மதுரையில் நாடக நடிகர்கள் மிகுந்த செல்வாக்கு பெற்றிருந்தார்கள். சில தெருக்கள் இன்றும் நாடகத்தோடு தொடர்பு கொண்டவையாக எஞ்சியிருக்கின்றன. ஒப்பனைக்கார தெரு, நடிகர் சங்க சந்து, நாடகக்காரர் தெரு என சில வீதிகளில் இன்றும் நடிகர்கள் குடியிருந்து வருகிறார்கள். நாடக ஒப்பனைப் பொருட்கள் விற்பதற்கான தனி கடைகளும், ஆடைகள் தயாரிக்கும் டெய்லர்கள், செட் போடுபவர்கள் இப்போதும் மதுரையின் ஆயிரங்கால் மண்டபத்தினுள் இருக்கிறார்கள். ஹார்மோனிய கலைஞர்களும் பபூன் கூத்துக் கலைஞர்களும் இன்றும் தினசரியாக சந்தித்துப் பேசிக் கலைகிறார்கள்.

வள்ளி திருமண நாடகத்தில் மதுரை சரோஜா என்றொரு நடிகை வள்ளியாக நடிப்பாள். இவளது நாடகத்தைக் காணுவதற்காக மைல் கணக்கில் நடந்து வந்து நாடகம் பார்ப்பார்கள். நாடகம் இரவில் மிக தாமதமாகவே துவங்கும். அன்றைய கிராமங்களில் இரவு அதிக வெளிச்சமற்றது. எங்கள் ஊரில் நாடகம் நடத்துவதைத் தெரிவிப்பதற்கு அன்றிருந்த ஒரே சாதனம் வெடி போடுவது. நாடகம் நடக்கப்போகும் இடத்திற்கு அருகாமையில் பெரிய மைதானமிருக்கும். அதன் ஒரு பக்கம் கோவில் தேரை நிறுத்தியிருப்பார்கள். அங்கே வெடி போடுவதற்கான ஒரு பள்ளமிருக்கும். நாடகம் நடத்துபவர்கள் மாலை நேரம் ஒரு வெடி போடுவார்கள். மிகுந்த சப்தத்துடன் வெடி வெடிக்கும். இந்த சப்தம் கேட்டால் நாடகம் நடக்கப்போகிறது என்பதை சுற்றிலும் உள்ள கிராமத்தவர்கள் தெரிந்து கொள்வார்கள். நாடகம் துவங்கும்வரை அவரவர் ஊர்களில் வீட்டு வேலைகள் செய்து கொண்டிருப்பார்கள்.

சில நேரம் காலியாக இருக்கும் நாடகமேடையின் முன் உள்ள மைதானத்தைக் கண்டு நடிகர்கள் தயங்கி இருக்கிறார்கள். சாமி புறப்பாடாகி நாடகம் துவங்கும்போது இரண்டாவது வெடி போடுவார்கள். நாடகம் துவங்கும்போது பபூன் காமிக் என்ற வேடிக்கையிலே துவங்கும். முக்கிய நடிகர் மேடையில் வரத்துவங்கியதும் மூன்றாவது வெடி போடுவார்கள். இந்த வெடிச்சப்தம் கேட்ட சில நிமிஷத்திற்குள் எங்கிருந்து புறப்பட்டு வருகிறார்கள் எனத் தெரியாதபடி இருளுக்குள் ஊர்ந்து வந்த ஜனத்திரள் மைதானத்தை நிரப்பிவிடும். நாடகம் பார்க்க இத்தனை மனிதர்களா என நடிகர்கள் பிரமித்துவிடுவார்கள். நாடகம் விடியும் வரை நடக்கும். பல நாட்கள் காலை பறவைகள் சப்தமிடும் போது கடைசி காட்சி நடக்கும்.

வள்ளியை முருகன் திருமணம் செய்வதற்காக நாரதர் பல்வேறு விதமான வழிமுறைகளைக் கையாள்வார். இதில் இருவருக்கும் இடையே நீண்ட வாக்குவாதம் நடைபெறும். வள்ளி கேட்கும் கேள்விகளுக்கு நாரதர் பதில் தந்துவிட்டால் தான் முருகனைத் திருமணம் செய்து கொள்வதாகவும் வள்ளி சவால் விடுவாள். இதுபோலவே நாரதர் தான் கேட்கும் கேள்விகளுக்கு வள்ளி பதில் சொல்ல வேண்டும் என்பார். சம்வாதம் போல நீளும் இந்தப் போட்டி பல மணிநேரம் மேடையிலே நடக்கும்.

வள்ளி ஒரு முறை மேடையிலே கேட்டாள். ஆண் பெண் உறவில் அதிக இன்பம் பெறுவது ஆணா பெண்ணா? இதற்கு நாரதர் பீஷ்மர் சொன்ன கதையை சொல்லி பெண்தான் என நிரூபித்தார். வாக்கு வாதம் நீண்டு ஆண் இல்லாமல் பெண் வாழ முடியுமா, முடியாதா என்ற சர்ச்சையானது. வள்ளி முடியும் என்றாள். நாரதர் முடியாது என்றார். விவாதத்தில் உக்கிரமான வள்ளி நாரதரைப் பார்த்து நேரடியாக, 'யோவ் நீ யாருய்யா சிங்காரம் மகன் சுப்பையா தானே பெரிசா பேச வந்துட்டே' என்றாள். நாரதர் தானும் கோபத்தில் 'சரிதான் நீ யாருனு தெரியாதா? தல்லாகுளம் சண்முகத்தாய் மக சரோஜாதானே' என ஒருமையில் பேசிக்கொண்டார்கள். இந்த சண்டையை சமாதானம் செய்யும்போது ஹார்மோனியக்காரர், 'யோவ் நீ நாரதர், அவ வள்ளி. அதை மறந்து பேசாதீங்க' என்றார். இருவரும் தாங்கள் நடிக்கிறோம் என்பதை உணர்ந்தவர்களாக திரும்ப கதாபாத்திரங்களாக மாறினார்கள்.

நடிகர்களாகவும் நிஜமனிதர்களாகவுமான இந்த இரட்டை நிலைக்குள் ஊசலாடுவதும், சில நேரம் நாடக கதாபாத்திரங்கள் சமகால வாழ்வில் ஊடுருவி கிண்டல் செய்வதும் நாடகத்தின் நியதியாகியிருக்கிறது. கூத்தில் வரும் ஒரு கதாபாத்திரம், தான் ராவணன் மனைவிக்கு பிரசவம் பார்க்கப் போயிருந்ததாகவும் வழியில் சதாம் உசேன் பெண்டாட்டிக்கு பிரசவம் என கூப்பிட்டு போய்விட்டதால் ஊருக்கு திரும்பிவர நாளானது என கேலி செய்யும்.

இப்படி நாடகத்தினுள் நடக்கும் நாடகத்தைக் காண்பவர்கள் புனைவிற்குள் நடக்கும் புனைவை எளிதாகத் தெரிந்து கொள்கிறார்கள். ரசிக்கிறார்கள். நாடகத்தில் கதாபாத்திர மாகவும் நடிகனாகவும் அந்த பிராந்திய மனிதனாகவும் நடிகர்கள் மாறி மாறி செயல்பட்டிருக்கிறார்கள். ராம பட்டாபி சேகத்தில் ராமராக நடித்தவருக்கு அவரது தாய்மாமன் மச்சினன் புது வேஷ்டி துண்டு அணிவித்து மரியாதை செய்யும்போது ராமர் அவர்களை நமஸ்கரிக்கிறார். மரியாதை முடிந்ததும் அதே ராமர் காலில் ஆசிர்வாதம் வாங்குகிறார்கள் உறவினர்கள். இங்கு நாடகம் என்பது ஒரு வெளி. இந்த வெளிக்குள் பிரவேசித்து விட்டால் நடிகர்கள் தங்கள் கற்பனையின் எல்லைக்கு ஏற்ப மாறுபாடுகளை நியதிகளை உருவாக்கிக் கொள்கிறார்கள்.

நவீன நாடகத்தில் இன்று சோதனை முயற்சிகளாக அறியப்படும் பல்வேறு வகையான உத்திகள் மற்றும் சொல் முறை மரபான நாடகங்களிலே காணமுடிகிறது. ஆனால் இது பற்றிய போதுமான கவனம் அவர்களிடமில்லை.

உலகெங்கும் நவீன நாடகத்தில் வடிவ ரீதியாக பல சோதனை முயற்சிகள் நடைபெற்றிருக்கின்றன. இந்த முயற்சிகளின் வழியாக புதிய நாடக அரங்கம் உருவாகியிருக்கின்றது. இதில் நாடகத்தினுள் நாடகம் என்பதை முக்கியப்படுத்திய பிரதியாக இன்றுவரை பிராண்டலோவின் நாடகங்களே முன்னிற்கின்றன. இவரது Tonight We Improvise, Each in His Own Way, Six Characters in Search of an Author நாடகங்கள் நவீன நாடக முயற்சியில் தனிப்பங்கு வகித்திருக்கின்றன.

அபத்த நாடகக் கோட்பாடுகளைப் பற்றி எழுதும் மார்டின் எஸ்லின், லூயி பிராண்டலோவை ஐன்ஸ்டீனோடு ஒப்பிட்டுப் பேசுகிறார். ஐன்ஸ்டீனின் சார்பியல் கோட்பாடு போன்றதே

பிராண்ட லோவின் அடையாளமின்மை கோட்பாடு. இருவரும் சம அளவில் முக்கியமானவர்கள் என்கிறார். 1936ல் பிராண்டலோ மரணமடைந்த பிறகே இவரது படைப்புகள் முழுமையாக ஆங்கில மொழியாக்கம் செய்யப்பட்டன.

தமிழில் இதுவரை இவரது நாடகம் எதுவும் மொழியாக்கம் செய்யப் படவில்லை. பதிலாக இந்த நாடக உத்தியை பல வெகுஜன தமிழ் நாடக ஆசிரியர்கள் கூட பயன்படுத்தி நாடகமாக்கியுள்ளனர். நாடகப் பிரதிகளை நடிப்பதற்காக மட்டுமின்றி முக்கியமான இலக்கியப் பிரதியாகவும் மாற்றியவர் லூயி பிராண்டலோ என்பதை அவரது நாடகத் தொகுதியைப் படிக்கின்றவர்கள் எளிதில் உணரமுடியும்.

யாசுனாரி கவாபத்தா

உள்ளங்கை கதைகள்

கல்லூரியில் படித்த நண்பன் ஒருவனை எட்டு ஆண்டு களுக்குப் பிறகு தற்செயலாக சென்னையின் நகரப் பேருந்தில் காண நேர்ந்தது. அதே சிரிப்புமாறாத உருவம். படிப்பால் எந்த பிரயோசனமும் இல்லை என்பதை வெகு சீக்கிரமாகவே அறிந்து கொண்டுவிட்டவன். கிராமத்தில் உள்ள பால் கூட்டுறவு சங்கமொன்றில் பகுதி நேர வேலையும் மற்ற நேரத்தில் விவசாயப் பணிகளுமாக தனது நாட்களைக் கடத்தி வருகிறான். வயது முப்பத்தி ஐந்தைத் தாண்டிவிட்டது. தனக்குத் திரு மணம் நிச்சயமாகிவிட்டது. அதற்கான அழைப்பிதழ் தருவதற்காக உறவினர் வீடுகளுக்குச் சென்றுகொண்டிருப்பதாகச் சொல்லி எனக்கும் ஒரு அழைப்பிதழைத் தந்தான். அப்போது அவனது திருமணத்திற்காகப் போக வேண்டும் என்ற விருப்பமில்லை. மேலும் பத்திரிகையை பிரித்துக் கூட பார்க்காமல் பையில் போட்டபடியே எனது நிறுத்தத்தில் பேருந்தை விட்டு இறங்கிவிட்டேன். அவன் பஸ்ஸில் இருந்தபடியே என்னைப் பார்த்துக்கொண்டேயிருந்தான்.

எவ்விதமான யோசனையும் இன்றி சில நாட்கள் கழிந்த ஒரு பகலில் சட்டென புறப்பட்டு தூத்துக்குடி அருகேயிருக்கும் அவனது கிராமத்திற்கு திருமணத்திற்காக போகத் தயாரானேன். என்னோடு சென்னை நண்பன் ஒருவனும் வருவதாக சேர்ந்து கொண்டான். பஸ் பகலில் நீண்ட சாலையில் சென்றுகொண்டேயிருந்தது. நீண்டகாலமாக பார்த்துப் பழகிய சாலையோர புளியமரங்கள் சமீபமாக அதிகம் தென்படக் காணோம். வெட்டப்பட்டிருக்கக்கூடும். தொலைவில் வீழ்ந்து கிடக்கிறது வெம்பரப்பான வானம். வெயிலின் கசிவை

நுகர்ந்தபடியே பயணமாகி இறங்கியபோது இரவாகி இருந்தது. போய் சேர வேண்டிய ஊருக்கான கடைசி பஸ் போயிருந்தது. வேறு ஒரு பேருந்தில் சென்றால் ஒரு கிராமத்தில் இறங்கி இரண்டு மைல் நடந்தால் போய் விடலாம் என்றார்கள். கடைசி பஸ் என்பதால் கூட்டமேயில்லை. நாங்கள் மூடிக்கொண்டிருக்கும் கடைகளைத் தாண்டி மஞ்சள் விளக்கு படிந்த தெருக்களைத் தாண்டி போய்க்கொண்டிருந்தோம் பேருந்தில். அன்றைய இரவு உலர்ந்து போனதாக காற்றோட்டமற்று சருகுபோல உதிர்ந்து கிடந்தது. கண் ஊடுருவ முடியாதபடி ஊரை விலக்கிய பாதையோர வேலிக்கருவேலிச் செடிகளுக்குள் இருள் அப்பியிருந்தது. நாங்கள் ஒரு பாதையில் இறக்கிவிடப்பட்டோம். அதன் வலதுபுறம் கிராமம் ஒன்று தூக்கத்தில் அமிழ்ந்திருந்தது. நாய்களின் சப்தம் கூட ஒடுங்கிப்போன வேளை. நாங்கள் தென்பகுதியில் ஊர்ந்த பாதையில் நடக்கத் துவங்கினோம். பாதை தெரியாத இருள் நடக்க நடக்க காலில் மண் சரசரப்பைத் தவிர வேறு சப்தங்களேயில்லை. இந்த இருளில் ஊர் எங்கே மூழ்கிக்கிடக்கிறது என தெரியவில்லை. நடக்க நடக்க வானின் கருநீலம் மட்டுமே துணையாகயிருந்தது. சரியான பாதையில் தான் நடந்து கொண்டிருக்கிறோமா என கேட்கக் கூட யாரும் தென்படவில்லை. எங்கிருந்தோ சைக்கிள் வரும் ஓசை கேட்டது. வருகிறார்களா அல்லது போகிறார்களா எனத் தெரியவில்லை. இருளில் சக்கரங்களின் இரும்பு சப்தம் மட்டும் விட்டுவிட்டுக் கேட்டுக் கொண்டிருந்தது. சைக்கிள் காரர்கள் ஊரை நோக்கித்தான் போய்க்கொண்டிருக்கிறார்கள். அவர்கள் எங்களைக் கடந்துபோகும்போது தங்களுக்குள் ஏதோ பேசிக் கொண்டபடி போனார்கள். சில அடி தூரத்தில் வண்டியை நிறுத்தி எந்த ஊருக்குப் போகிறோம் என கேட்டார்கள். நான் ஊரைச் சொன்னதும் தாங்களும் அதே ஊர்தான் என சைக்கிளில் ஏறிக் கொள்ளச் சொன்னார்கள். சைக்கிள் இருளில் போய்க்கொண்டிருந்தது. சில நிமிஷங்களுக்குப் பிறகு எங்கிருந்தோ ஆழ்ந்த மணம் ஒன்று பீறிட்டுக் கிளம்பி வந்து கொண்டிருந்தது. சைக்கிள் போகும் பாதையெங்கும் அந்த வாசனை கூடவே வந்தது. மணம் உக்கிரமாக நாசியில் ஏறி பின் நாவில் படிந்து கொண்டிருந்தது. பழகிய வாசனைதான். அவர்கள் மௌனமாக சைக்கிள் ஓட்டிக்கொண்டிருந்தார்கள். என்ன வாசனையிது என கேட்டதற்கு கொத்தமல்லிச் செடி பூத்திருக்கிறது. அதன் வாடைதான் இத்தனை மூர்க்கமானது என ஒருவன் சொன்னான். கொத்தமல்லியின் வாசனை இத்தனை அபூர்வமானது என்பதை அன்று இரவுதான்

கண்டுகொண்டேன். நிலப்பரப்பே அந்த வாசனையைச் சுரந்து காற்று வெளியெங்கும் பீச்சிக்கொண்டிருக்கிறதா. வாசனை நுரையீரலின் குமிழ்களில் நிரம்பிவிடுகிறது. கொத்தமல்லிப்பூ எப்பிடியிருக்கும் என அப்போது துல்லியமாக உருவம் தென்படவில்லை. ஆனால் கை நீட்டும் வெளியெங்கும் வாசனை. கைகளில் தலையில் சட்டைப்பையில் கண்களில் என வாசனை எங்கும் படிந்து நிரம்புகிறது. மயக்கமூட்டும் ஏதோவொரு வாசனாதி நதி பெருகி ஓடுவது போல வாசனை வடக்கு தெற்காக பாய்ந்து கொண்டிருந்தது. ஊர் சரிவில் வீழ்ந்து கிடந்தது. இரவில் கல்யாணம் என்பதால் கொட்டு சப்தமும் நாய் குரைப்பும் கேட்டபடியேயிருந்தன. ஒரு சாக்கடையை ஒட்டியப் பாதையில் எங்களை இறக்கிவிட்டுப் போனார்கள் சைக்கிள்காரர்கள். சரியாக அவர்கள் முகம் கூட பரிச்சயமாகவில்லை.

அவன் எங்களை எதிர்பார்த்திருக்கவில்லை. தெருவில் பலகை போடப்பட்டு புதுப்பெண்ணும் மாப்பிள்ளையும் உட்கார்ந்திருந்தார்கள். ஆண்களும் பெண்களும் தெருவிலே உட்கார்ந்திருந்தார்கள். கூரையிட்ட மண்வீடுகள். தெருவில் இடைவெளியில் வேலிச் செடிகள் முற்றி வளர்ந்திருந்தன. நாங்கள் உட்காருவதற்காக இரண்டு நாற்காலிகள் கொண்டு வந்தார்கள். உட்காருவதற்கே கூச்சமாகயிருந்தது. பருத்த வயிறும் மஞ்சள் கலரில் சட்டையுமணிந்த ஒரு வயசான ஆள் அருகே வந்து சூடாக எதாவது குடிக்கிறீர்களா என கேட்டுவிட்டு இரண்டு டம்ளரில் நாட்டுச் சாராயம் கொண்டு வந்து தந்தார். எனது நண்பன் மிகுந்த கோபத்துடன் அவரைத் திட்டிவிட்டு நரி மார்க் கலர் உடைத்துத் தரச் சொன்னான். மணப்பெண் பள்ளி மாணவியைப் போல சிறியவளாகயிருந்தாள். திருமணச் சடங்குகளை விடவும் கேளிக்கை அதிகமாகயிருந்தது. மணமகன் திருமணத்தின் இடையிலே நடந்து வந்து எங்களை அவனது வீட்டிற்குக் கூட்டிப்போனான். சிறிய ஓட்டு வீடு. உள்ளே பெண்கள் உட்கார்ந்து பேசிக்கொண்டிருந்தார்கள். நண்பனைக் கண்டதும் எழுந்து வெளியே போய்விட்டார்கள். நண்பன் வீட்டில் இருந்த சிறிய மர அலமாரியைத் திறந்து காட்டினான். அதில் என்றோ படித்து இன்று அவன் வாழ்வோடு சம்பந்தமில்லாது போன ஆங்கில இலக்கியப் புத்தகங்கள் மற்றும் இந்தியன் லிட்ரேச்சர் ஆங்கில இதழின் பிரதிகள்.

நண்பன் தணிவான குரலில் சொன்னான். "ஊருக்குப் போகும்போது இதையெல்லாம் எடுத்துட்டு போயிருங்கடா. பாக்க பாக்க மனசு வேதனையாயிருக்குது."

புத்தகங்களைப் புரட்டினேன். அதில் மார்லோ எழுதிய டாக்டர் பாஸ்டஸ், நண்பன் மிக விருப்பமாக வாசித்த புத்தகம். பலமுறை அதைப் பற்றிப் பேசியிருக்கிறான். அறிவு வேட்கையால் சாத்தானுடன் தனது ஆன்மாவை விற்றுவிட்டு உலகியல் இன்பங்களை ருசிக்க விரும்பிய பாஸ்டஸின் கதையது. அறிவுத் தேடுதலின் உச்சநிலை பற்றியது. நண்பன் பாஸ்டஸின் பல பகுதிகளை மனப்பாடமாக சொல்லக்கூடியவன். கல்லூரி விடுதியில் பல இரவுகளில் பாஸ்டஸ் போல அவன் பேசும்போது கண்களில் சாத்தானின் நாக்கு துடிப்பது போலவேயிருக்கும்.

இருவரும் பேசாமல் ஒருவரையொருவர் பார்த்துக் கொண்டோம். ஆங்கில இலக்கியத்தில் முதுகலை படித்த ஒருவன் தனது கனவை கலைத்துக்கொண்டு இந்த இரவில் கிராமத்தில் இருள் சந்தொன்றில் மணக்கோலத்தில் நின்றபடி தனது வேதனையான கடந்த காலத்தின் வாசனையை நுகர்ந்தபடியே நிற்பது துயரம் தருவதாகயிருந்தது. எனது நண்பன் தன் வீட்டு வாசற்கதவைப் பற்றிக் கொண்டபடியே சாத்தானிடம் தன்னை விட்டுவிடும்படியாக பாஸ்டஸ் கெஞ்சும் வரிகளைச் சொல்லத் துவங்கினான். அவன் நாவில் சொற்கள் சுரந்து கொண்டேயிருந்தன. பாதி வரிகளில் அவன் கண்கள் விம்ம சட்டெனத் திரும்பி தெருவிற்குள் நடக்கத் துவங்கிவிட்டான். நான் அவனது புத்தக அலமாரியைக் கலைத்துப் பார்த்துக்கொண்டிருந்தேன். சற்றும் எதிர் பாராமல் நான் வாங்கிய ஒரு புத்தகம் அழகாக பைண்டிங் செய்யப்பட்டிருந்தது. முகப்பில் சிறிய சிவப்பு எழுத்தில் Palm of the Hand Stories - Yasunari Kawabata என எழுதியிருந்தது. விடுதி நாட்களில் அவன் என்னிடமிருந்து வாங்கிப் போயிருக்கக்கூடும். நான் அதன் பக்கங்களைப் புரட்டினேன். கதைகளில் பல வரிகள் அடிக்கோடிடப்பட்டு இருந்தன. சில கதைகளில் அதன் அடியில் பென்சிலால் எழுதப்பட்ட ஒன்றிரண்டு பெண்களின் பெயர்களும் அவர்களை மறக்க முடியாமல் எழுதப்பட்ட சில குறிப்புகளும் எழுதப்பட்டிருந்தன. அவன் பலமுறை படித்திருக்கக்கூடும். கதைகள் அவனது வாழ்வில் பட்டு எதிரொலித்து சில நினைவுகளை கிளர்ச்சியுறச் செய்திருக்கக்கூடும் என்பது போல தெரிந்தது. திருமணச்சடங்கு

முடிந்து அவன் திரும்பி வந்தபோது என் கையில் இருந்த கவாபத்தாவின் புத்தகத்தைப் பார்த்தபடியே தலை கவிழ்ந்து சொன்னான்.

"முப்பது வருடத்தில் இதுவரை ஒரு பெண்ணைக்கூட முத்தமிடும் சந்தர்ப்பம் எனக்கு கிடைத்ததேயில்லை. எனது உதட்டில் இருந்த முத்தங்கள் உறைந்துவிட்டன. ஏதாவது ஒரு பெண் கிடைத்தால் போதும் என்றாகிவிட்டது" என்றபடி கவாபத்தாவை தனது கையில் வாங்கிக் கொண்டான்.

நாங்கள் மறுநாள் புறப்படும்போது அவனிடம் கேட்டேன். எனக்கு கவாபத்தாவின் புத்தகம் வேண்டும். எடுத்துக் கொள்ளவா என. அவன் அதைத் திரும்பக் கேட்பேன் என எதிர்பார்த்திருக்கவில்லை. ஆனால் புத்தகத்தைக் காப்பாற்றி வைத்துக் கொள்ளும் மனநிலையிலும் இல்லை என்பது தெரியவந்தது. அவன் சன்னமான குரலில் சொன்னான்.

"கவாபத்தாவைப்போல ஆறுதல் தரக்கூடிய மனிதன் வேறு எவரையும் நான் வாசித்தது கிடையாது. பெண்ணின் ஆழமான வேதனை கொண்ட மனுஷன். வீட்டுப் பெண்களின் மௌனத்தைப் போல தீராத துக்கமும், பால் உணர்ச்சி மட்டுமே விடுதலை தருவதாக நம்பும் சுபாவமும் மிக்க எழுத்தாளன். பெண்ணைப் போலவே தன் சாவைத் தனக்கு விருப்பமானதாக தேர்வு செய்து கொண்டுவிட்டவன். தற்கொலை செய்து கொள்ளும் துணிவு ஆணுக்கு எளிதில் சாத்தியமாவதில்லை" என்றபடி அவன் தனது பெண்ணோடு கூடிய முதல் உறக்கத்திற்காக நடந்து போய்க்கொண்டிருந்தான்.

பெண்கள் வசீகரமாக தோன்றத் துவங்கிய வயதில் தான் நானும் யாசுனாரி கவாபத்தாவை படிக்க துவங்கினேன். அதிலும் அவரது மிக முக்கியமான புத்தகம் என பலராலும் பேசப்பட்ட Snow Countryயை ஒரு இரவில் படித்து முடித்துவிட்டு பெரிதாக ஒன்றுமில்லை என்ற முடிவுடன் இருந்தேன். அந்த நாட்களில் காலை நேரங்களில் பெண்கள் சாலைகளைக் கடந்து போவதையோ அல்லது கூட்டமாகக் கல்லூரிக்கு செல்வதையோ பார்ப்பதற்காக நானும் நண்பர்களும் ஒரு கடையின் முன்பாகக் காத்திருப்போம். பலரும் ரகசிய காதலால் நிரம்பியிருந்தார்கள். மாலை நேரத்தில் பெண்கள் நடந்து வரும் ஒரு தெருவைக் கடந்து போவோம். பெண்களைப் பார்ப்பதைவிடவும் அவர்களைப் பற்றிப் பேசிக்கொண்டிருப்பதில்தான் பலரும் ஆர்வமாகயிருந்தார்கள்.

இதற்காக நகரை விலக்கிய பாலமொன்றில் உட்கார்ந்தபடியே அவரவர் மனக் காதலி பற்றிய அன்றாட செய்திகளைப் பரிமாறிக்கொள்வோம். அப்போது உலகம் பெண்களால் மட்டுமே நிரம்பியிருப்பதாக இருந்தது. ஒரு மாலையில் மழை பெய்து வெறித்த மஞ்சள் வெயில் அடித்துக்கொண்டிருந்தது. பாலத்திற்கு முன்னதாகவே வந்து சேர்ந்த நண்பன் ஒருவன் என்னிடம் கவாபத்தாவின் House of Sleeping Beauties நாவலைப் படித்திருக்கிறயா என கேட்டான். நான் கவாபத்தா ஒன்றும் முக்கியமான படைப்பாளியில்லை என்றேன். அவன் House of Sleeping Beauties போல ஒரேயொரு நாவலை மட்டும் ஒருவன் எழுத முடியுமானால் அவன் பலநூறு வருடங்கள் வாழ்ந்து கொண்டேயிருப்பான். வேறு எதையும் எழுதத் தேவையேயில்லை எனச் சொன்னான். மறுக்க முடியாதபடிக்கு அவன் பேசிக்கொண்டேயிருந்தான். அவனிடமிருந்த புத்தகத்தை வாங்கிக்கொண்டு வீட்டிற்குப் போய் இரவு படிக்க ஆரம்பித்தேன். பின்னிரவில் வானம் தெளிவாகவும் மிக பிரகாசமாகவுமிருந்த நாள் அது. சிறிய புத்தகம் தானே என வேகமாகப் படிக்க ஆரம்பித்தேன். முப்பது பக்கங்களைக் கூடத் தாண்டவில்லை. மனதில் தாளமுடியாத ஒரு துக்கம் காவியத் துவங்கியது. தொடர்ந்து படிக்க முடியவில்லை. எழுந்து வெளியே நடக்கத் துவங்கினேன். எண்ணிக்கையற்ற நட்சத்திரங்கள். கவாபத்தா காணாதவை இவை. நிலா அன்று மிக தெளிவாகயிருந்தது. வானில் திட்டுகள் போல ஒளி மிதந்து கொண்டிருந்தது. ஒருபோதும் பார்த்திராத ஜப்பானிய தேசம், பனி பெய்யும் தெருக்கள், வயதான மனிதன் அருகே நித்திய உறக்கத்தில் படுத்துறங்கும் பெண், பனி போன்ற தூய உடல். மனம் ஏதேதோ திசைகளில் முட்டிக்கொண்டிருந்தது. அன்றிரவு திரும்ப அதை வாசிக்க முடியவேயில்லை. நாவலை வாசித்து முடிக்க ஒரு வாரகாலமானது. காய்ச்சலில் இருந்து மீண்டவன் போல நானே எனக்குள்ளாக பேசிக்கொண்டிருந்தேன். அந்தப் புத்தகத்தின் காட்சிகள் என் மீது படிந்து காரணமற்ற துக்கமும் வேதனையும் தந்து கொண்டேயிருந்தது. திடீரென உலகியல் காட்சிகள் மாறிப்போய் விட்டது போலவும் தெருக்கள், வீடுகள், மரங்கள் யாவும் மிகுந்த தனிமையில் பீடிக்கப்பட்டிருப்பது போலவும் தெரியத்துவங்கியது. நண்பர்களைச் சந்திக்கவும் மனசில்லை. House of Sleeping Beauties புத்தகத்தைக் கையில் வைத்துக்கொண்டேயிருந்தேன். அதிலிருந்து எளிதில் விடுபட முடியவில்லை. வேறு எந்தப் புத்தகத்தையும் வாசிக்க முடியவில்லை. இது வரை நான் எழுதுவதாக நம்பிவந்தவை

யாவும் மிக அற்பமானதாகவும் இனிமேல் நான் எழுத வேண்டுமா என்பது கூட கேள்விக்குள்ளானதாகவும் மாறியது.

கவாபத்தா ஒரு ரகசிய புத்தன். அவன் எதையும் நமக்குக் கற்றுக் கொடுப்பதில்லை. பதிலாக நிகழ்வுகளில் நம்மையும் பங்கேற்கச் செய்கிறான். இந்த புத்தனின் சிரிப்பு ஒரு மலரைப் போல துல்லியமாகவும் மிக வசீகரமாகவுமிருக்கிறது. இந்த புத்தன் ஒரு ஆண் அல்ல பெண். அதிலும் உலகின் சலிப்பற்ற சாலையில் தொடர்ந்து நடந்து திரியும் சஞ்சாரியான ஒரு பெண். ஒரு கெய்ஷா வேசை, பாஷைகளின் வழியே அதைக் கடக்கும் தியான வழியை உருவாக்குபவன். இந்த புத்தனின் காட்சிகள் மாசற்றவை. அவன் எப்போதும் உலகியல் காட்சிகளின் சிறிய சித்திரங்களைத் துல்லியமாக சித்திரிக்கவே முயற்சிக்கிறான். உலகியலை விட்டு வெளியேறும் புத்தனல்ல இவன். மாறாக உலகியல் காட்சிகளின் ஆழத்தை தேடித்திரியும் அகபுத்தன்.

கவாபத்தாவின் நாவல்களைத் தேடிப் படிக்கத் துவங்கினேன். பெண்கள், பெண்கள். பெண்கள். வாக்கியங்களில் வரிகளில் பெண்கள் நடந்து திரிகிறார்கள், உறங்கிக் கிடக்கிறார்கள், அலங்காரம் செய்கிறார்கள், கணவனின் அல்லது காதலனின் நோய்மையை ஏற்றுக் கொண்டு சாகிறார்கள். நிலப் பரப்பையே கதையின் மையமாக எழுதிச் செல்லுபவை கவாபத்தாவின் கதைகள். கவாபத்தாவின் நாவல்களைத் தேடியலைந்தபோது அவரது குறுங்கதைகளான Palm-of-the-Hand Stories கதைத் தொகுதி கிடைத்தது. இதுவரை எழுதப் பட்ட அவரது நாவல்கள் யாவற்றையும் விடவும் மிக கச்சித மாகவும் மிகுந்த ஆளுமையோடும் கூடிய கதைகள் இவை. ஒருசில பக்கங்களேயுள்ள இக்கதைகள் ஜென் கதைகளின் மரபைப் போல காட்சிகளைத் துல்லியமாகப் பதிவு செய்ய முயற்சிக்கின்றன. ஜென் கதைகளின் தத்துவம் போல் இக்கதைகளில் உணர்ச்சி நிலைகள் பெரிதாக வெளிப் படுகின்றன.

1899ஆம் ஆண்டு ஒசாகாவில் பிறந்த கவாபத்தா குழந்தைப் பருவத் திலே தாயை இழந்தவர். அதனால் தாய்மை குறித்த தீவிரமான ஏக்கம் அவரது படைப்பினுள் பொதிந்து கிடக்கின்றது. பாட்டியால் வளர்க்கப்பட்ட இவர் இளவயதிலே தனது ஒரே சகோதரியையும் இழந்து விட்டார். 1917ல் டோக்கியோவின் உயர்நிலைப்பள்ளியில் கல்வி பயிலத்

துவங்கி பின்னர், டோக்கியோ பல்கலைக் கழகத்தில் ஆங்கில இலக்கியயம் கற்றார். எல்லோரும் இளவயதில் கவிதை எழுதுகிறார்கள் நான் எனது வாலிப பருவத்தில் இதுபோன்ற குறுங்கதைகளை எழுதினேன். இதில் கவித்துவ எழுச்சியும் படிமங்களும் நிரம்பிக் காணப்படுகின்றன. ஜப்பானிய ஹைக்கூ கவிதைகளைப் போல் இந்தக் கதைகளும் தனித்துவமானவை என கவாபத்தாவாலே இந்த Palm-of-the- Hand Stories குறிப் பிடப்படுகின்றன.

இந்த வகை கதைகளில் கதை என பெரிய நிகழ்வுகள் எதுவும் சம்பவிப்பதில்லை. மாறாக ஒரு நிகழ்ச்சியின் எழுச்சியும் அடங்குதலுமே கதையாகின்றன. கதாபாத்திரங்களை விட பின்புலமே. கதையை நிகழ்த்துகிறது. சில கதாபாத்திரங்களுக்கு பூக்களின் பெயர்களை காரணப் பெயர்களாகவும் சூட்டி யிருக்கிறார். பெரும்பான்மையான கதைகள் காதலைப் பற்றியவை. காதல் தரும் வேதனையும் தனிமையும் ரத்த சூடும் பற்றியவை. பெண்கள் தங்களுக்குள் முணுமுணுத்துக் கொள்ளும் ரகசியம் போல இக்கதைகளில் ஒருவிதமான ரகசியக் குரல் இடம் பெறுகிறது. சாவும் காதலுமே கதையை முன் நடத்துகின்றன. இளவயது முதலே சாவின் மீது பேராசை கொண்டவராகயிருந்திருக்கிறார். கவாபத்தா. 1972ஆம் ஆண்டு தனது காமகுரா இல்லத்தில் 72ஆம் வயதில் தற்கொலை செய்துகொண்ட இவர் இரு முறை முன்னதாகவே ஜப்பானிய மரபுவழியான தற்கொலை கலையான ஹராகரி என்னும் கழுத்தை அறுத்து உயிரை விடுவதற்கு முயற்சி செய்திருக்கிறார். சாவு ஒரு பனியைப் போல எங்கும் பெய்து கொண்டேயிருக்கிறது. அதன் குளிர்மை போன்றதொரு உணர்வு கதைகளில் காணமுடிகிறது. 1968ல் நோபல் பரிசு பெற்ற கவாபத்தா, தனது நோபல் பரிசு உரையில் கூட ஜப்பானிய நிலப்பரப்பின் தூண்டுதலே தன்னை எழுத்தாளனாக்கியது எனக் குறிப்பிடுகிறார். அதிலும் குறிப்பாக, பனிமலைகளும் உறங்கும் விடுதிகளும் கெய்ஷா பெண்களும் அவரது கதைகளில் திரும்பத் திரும்ப இடம் பெறுகின்றன. இந்தத் தொகுப்பின் மிகச் சிறந்த கதையாக 'காதல் தற்கொலை' என்ற ஒரு கதையுள்ளது. இளம்பெண் ஒருத்தியைப் பிடிக்காத அவளது கணவன் அவளை விட்டுவிட்டு ஓடிப்போய்விடுகிறான். தனது குழந்தையை வளர்த்துக் கொண்டு அவள் தனியே வாழ்கிறாள். அவளுக்கு

அவ்வப்போது கணவனிடமிருந்து சில உத்தரவுகள் கடிதம் வழியாக வருகின்றன.

'குழந்தை விளையாட ரப்பர் பந்தைத் தராதே, அதன் சப்தம் எனது மனதை அறைகிறது.'

உடனே அவள் தனது குழந்தையிடமிருந்து ரப்பர் பந்தை பறித்து விடுகிறாள்.

சில நாட்களின் பின்பு இன்னொரு கடிதம் வருகிறது.

'குழந்தையை ஷூ போட்டு நடக்கச் செய்யாதே. அது நடக்கும் போது என் இதயத்தை மிதித்து அதிர்வது போல இருக்கிறது.'

கணவனுக்குப் பணிந்து குழந்தைக்கு மிருதுவான காலணிகளை வாங்கித் தந்தாள்.

சில தினங்களுக்குப் பிறகு கணவனிடமிருந்து இன்னொரு கடிதம் வந்தது.

'குழந்தையை பீங்கான் கிண்ணத்தில் சாப்பிட விடாதே. அந்த ஓசை என் மனதை நொறுங்கிப்போக விடுகிறது.'

குழந்தையிடமிருந்த பீங்கான கிண்ணத்தை வாங்கி தூக்கி எறிகிறாள் தாய், துயரம் தாளமுடியாமல் தனது உணவுக் கிண்ணத்தையும் பாறையில் போட்டு உடைக்கிறாள். உடைந்து சிதறும் பீங்கானின் ஓசை தனது கணவனின் இதயக்குரலாக இருப்பதை அறிகிறாள். தனது குழந்தையை அந்த ஓசையை கேட்கச் சொல்லி அடிக்கிறாள். பிறகு தானும் வேதனை தாங்க முடியாமல் அழுகிறாள். சில நாட்களின் பிறகு இன்னொரு கடிதம் வருகிறது.

'நீங்கள் இருவரும் கதவுகளையோ தட்டிகளையோ திறக்காதீர்கள். எந்த சப்தமும் செய்யக்கூடாது. மூச்சுவிடும் சப்தம்கூட கேட்கக் கூடாது.'

கணவனின் ஆசைப்படியே அவர்கள் இருவரும் மூச்சுவிடுவதைக் கூட நிறுத்திக்கொண்டார்கள். சில தினங்களுக்குப் பிறகே தாயும் மகளும் இறந்து போனது தெரிய வந்தது. ஆனால் ஆச்சரியமாக அவள் அருகே படுத்து அவளது கணவனும் இறந்து போயிருந்தான்.

இக்கதை மேலோட்டமான ஒரு பெண்ணின் மனத்துயரைப் பற்றியது போலத் தோன்றினாலும் காதலின் வலியைப்பற்றியே

பேசுகிறது. தனது மனக்குரலுக்கு செவி சாய்ப்பவள் போலவே அந்தப் பெண் தனது கணவனின் கட்டளைக்கு அடிபணிகிறாள். காதல் அவளை துக்கிக்க செய்கிறது. அவளைப் பிரிந்து போயிருந்த போதும் கூட அவனது நேசம் அவளை பலவீனியாக்கிக்கொண்டேயிருக்கிறது. அவள் தனது சாவைக் கூட அவன் இஷ்டம் போலவே நிகழ அனுமதிக்கிறாள். இக்கதையில் வரும் சிறுமி ஒரு உருவமற்ற கதாபாத்திரமாக வருகிறாள். ஆனால் வேதனையின் சாற்றைக் குடித்துக் குடித்து வளர்ந்த அவளது கண்கள் கதையினுள் புதைந்தபடி யாவற்றையும் பார்த்துக் கொண்டிருக்கின்றன. கவாபத்தா இக்கதையின் வழியாகக் காதல் சாவைப் போல வலியது என்கிறார். மேலும் மனிதர்கள் காதலால் மட்டுமே சேர்ந்து வாழ்வது சாத்தியமாகிறது. காதலின் உச்சநிலை சாவுதான் என்கிறார்.

கவாபத்தாவின் கதையில் கதை சொல்பவன் ஒரு தியானியைப் போல எந்த அவசரமும் அற்று ஒரு புல்லின் இதழ்கள் அசைவது போல மிக மெதுவாக நிகழ்வை நடத்துகிறான். இளம்பெண்ணைப் பிரிந்து போன கணவன் பற்றிய சித்திரிப்புகள் கதையில் காணப்படவேயில்லை. ஆனால் அவன் வீட்டைப் பிரிந்து போனாலும் அதன் நினைவுகளையும் நடப்பையும் மீறிச் செல்ல முடியாதவனாகவேயிருக்கிறான்.

'காதல் தற்கொலைகள்' என்ற இக்கதை வாழ்வைப் பற்றி ஒரு கண்டுபிடிப்பை நிகழ்த்துகிறது. கதாசிரியன் தத்துவவாதிக்கும் கவிஞனுக்கும் இடையில் தனது கதையின் மையத்தை உருவாக்குகிறான். இக்கதை எந்தக் குறிப்பிட்ட காலக் குறிப்பிலும் இல்லை. இது திரும்பத் திரும்ப நிகழ்ந்து கொண்டேயிருக்கும் ஒரு கதையின் ஒரு துளி.

கவாபத்தா காதலை ரகசிய தியானம் போல அணுகு கின்றவர். ஒரு ஆணும் பெண்ணும் படுக்கையில் சேர்ந்து உறங்குவது என்பது வெகு விசித்திரமானது என திரும்பத் திரும்பச் சொல்லும் கவாபத்தா தூங்கும்போது உடல் தனது அழகைத் தானே அவிழ்த்துக் கொண்டிருப்பதைக் காண்கிறார். வயோதிகம் துயிலின் சிகையை அவிழ்ப்பதும் முடிப்பதுமாகவேயிருக்கிறது. அது ஒரு போதும் உறக்கத்திடம் தன்னை ஒப்புக் கொடுப்பதேயில்லை.

இந்தக் கதைத் தொகுதியை இருபதிற்கும் மேற்பட்ட முறை வாசித் திருக்கிறேன். ஒவ்வொரு முறையும் ஏதேனும்

ஒரு வாசகம் ஒரு நிகழ்வு அதைத் தொடர்ந்து எழும் மன உணர்ச்சிகள் பெரு மூச்சையும் கையறு நிலை போன்ற ஒரு வேதனையையும் தந்து கொண்டேயிருக்கின்றன. ஆனால் மனிதனுக்கு இருக்கும் ஒரே ஆசுவாசம் அழுகை மட்டுமே. அது கண்களில் சுரந்து கொண்டிருக்கும் வரை வாழ்வில் எந்த நிகழ்வையும் தாங்கிக் கொள்ள முடியும். அழுகை ஒரு மகத்தான செயல், அது வாழ்வை அதன் இடர்பாடுகளைத் தாண்டி நேசிக்க வைக்கும் எளிய நிலை.

கவாத்தாவின் கதைகள் மிருதுவையும் துக்கத்தையும் தந்து கொண்டேயிருக்கின்றன. நீண்ட நாட்களுக்குப் பிறகு இப்போதும் எனது நண்பனின் நினைவுகள் இந்தப் புத்த கத்தினுள் மயிலிறகைப் போல ஒளிந்து கிடக்கின்றன. நான் தனிமையை உணரும் நாட்களில் எல்லாம் கைகள் தானாக நீண்டு எடுக்கின்றன கவாபத்தாவின் உள்ளங்கை கதைகளை. அதன் ஸ்பரிசம் பனியின் குளிர்மையைத் தந்து கொண்டேயிருக்கின்றன. பனி தொலைவில் பற்றி எரிந்து கொண்டிருக்கிறது என டிஎச். லாரன்ஸ் கதையில் ஒரு வரி இடம் பெறுகிறது. கவாபத்தாவின் எழுத்தை வாசிக்கும் போது ஏற்படும் மனநிலையும் இதுதான். கவாபத்தாவை பற்றிச் சொல்ல இதைவிட சரியான ஒரு இணைவரியைக் காண முடியுமாயென்ன?

டால்ஸ்டாயோடு நடந்தேன்

கடந்த ஒரு மூன்று வார காலமாகவே புகழ்பெற்ற ரஷ்ய எழுத்தாளரான லியோ டால்ஸ்டாயின் வாழ்க்கை வரலாற்றை வாசித்துக்கொண்டிருந்தேன். அவரது மனைவியின் நாட்குறிப்புகள், மகன் மகள்களின் நினைவுப்பதிவுகள் மற்றும் டால்ஸ்டாயின் இறுதி நாட்கள் பற்றிய அவரது உதவியாளரின் குறிப்புகள், டால்ஸ்டாயின் கடிதங்கள் என்று நாலைந்து புத்தகங்கள் அவரது வாழ்வை விவரிக்கின்றன.

Leo Tolstoy's Diaries & Letters, The Diaries of Sophia Tolstoy, Reminiscences of Leo Tolstoy, The Life of Tolstoy, The Last Days of Leo Tolstoy என்று அவற்றை ஒன்று சேர வாசித்துக்கொண்டிருந்தேன்.

டால்ஸ்டாயின் கதைகள், நாவல்களை வாசிப்பது எப்போதுமே அந்தரங்கமான நெருக்கமும் மன நெகிழ்வும் தரக்கூடியது. என் கல்லூரி நாட்களில் தொடர்ந்து டால்ஸ்டாயை வாசித்துக்கொண்டிருந்தேன். குறிப்பாக புத்துயிர்ப்பு நாவலும் நடனத்திற்குப் பிறகு குறுநாவலும் என் விருப்பத்திற்கு உரியவை.

அன்னாகரீனனா, போரும் வாழ்வும், கசாக்குகள், டால்ஸ்டாய் சிறுகதைகள், செவஸ்த போல் கதைகள், இளமைப் பருவம், டால்ஸ்டாய் நீதிக்கதைகள் போன்றவை தமிழில் மொழியாக்கம் செய்யப்பட்டு வந்துள்ளன. எளிதில் இன்று வாசிக்கக் கிடைக்கின்றன.

டால்ஸ்டாயை வாசிக்கையில் என்ன நேர்கிறது. முதலில் அது ஒரு ரஷ்ய நாவல் என்ற அந்நியத்தன்மை விலகிப்போய் மிக நெருக்கமாக வாழ்வை அது விவரிக்கிறது. அத்தோடு நாவலின் மையமாக ஒரு கதாபாத்திரம் இருப்பதில்லை.

நாவல் வாழ்வின் எண்ணிக்கையற்ற கிளை வேர்களுடன் இணைந்தே விரிவடைகிறது. அத்தோடு நாவலின் வழியாக சமகாலமும் வாழ்வின் சுகதுக்கங்களும் அபத்தங்களும் விவரிக்கபடுகின்றன. விமர்சிக்கபடுகின்றன. அதே நேரம் ரஷ்ய வாழ்வின் தனித்துவங்களும் அதன் கலாச்சார நுண்மையும் நம்மால் உணர முடிகிறது.

குறிப்பாக டால்ஸ்டாய் என்ற கதை சொல்லியின் ஆளுமை பன்முகப்பட்டது. சிலவேளைகளில் அது ஒரு போர்வீரனைப் போல கலக்கமற்று வாழ்வினை விவரிக்கிறது. சில வேளைகளில் அது ஒரு ஞானியைப் போல வாழ்வு இவ்வளவு தான் என்று அடையாளப்படுத்துகிறது. இன்னும் சில தருணங்களில் அது ஜிப்சியைப் போல சாகசமே வாழ்க்கை என்கிறது. சில தருணங்களில் இயற்கையின் பிரம்மாண்டத்தின் முன்பாக மனித வாழ்க்கை காற்றில் அடித்து செல்லப்படும் ஒரு மணல் துகள் என்று சுட்டிக் காட்டுகிறது.

கல்லூரி நாட்களில் வாசித்தபோது டால்ஸ்டாய் என் கிராமப் புற மனிதனைப் போல ஒரு மூர்க்கமான விவசாயியின் இயல் பையே கொண்டிருந்தார். எழுதித் தீராத நினைவுகளும் தொடர்ந்து குடும்ப உறவுகளின் வீழ்ச்சி மற்றும் சமூக மாற்றங்களோடு தன்னை அடையாளப்படுத்திக்கொள்வதன் நெருக்கடிகள், சிக்கல்கள் என்று ஒலிக்கும் அவரது குரல் தனித்துவமாக இருந்தது.

அன்னா ஏன் தற்கொலை செய்து கொண்டாள்? விரான்ஸ்கி செய்தது சரியா? எதற்காக ரயிலில் விழுந்து சாகிறாள்? புத்துயிர்ப்பில் வரும் மாஸ்லாவா பெரியவளா அல்லது தஸ்தாயெவ்ஸ்கியின் சோனியா பெரியவளா என்று விவாதங்களும், டால்ஸ்டாயின் ஆன்மீக விடுதலை குறித்த எண்ணங்கள் என்று பகலிரவாக பேசித் தீர்த்திருக்கிறேன்.

ஆனால் இப்போது டால்ஸ்டாய் என்ற எழுத்தாளனின் வாழ்வைக் கூர்ந்து வாசிக்கையில் அவனது புனைவுகள் அத்தனையும் விட விசித்திரமாகவும், காரணம் சொல்லமுடியாத நிகழ்வுகளோடும், துக்கத்தோடும், மன உளைச்சலோடும், விவரிக்கமுடியாத துயரோடும் வாழ்வை அவர் சந்தித்த விதம் என்னை தீவிரமாக பற்றிக்கொண்டுவிட்டது.

ஒவ்வொரு புத்தகத்தை வாசித்து முடித்த பிறகு நாலைந்து இரவுகள் உறக்கமற்று கிடந்திருக்கிறேன். மனம் டால்ஸ்டாயின்

மீதே கவிந்து கிடந்தது. எனக்கு மிக நெருக்கமான ஒரு மனிதனோடு நீண்ட நடைபயணம் ஒன்றை மேற்கொண்டுவிட்டு பாதியிலே விட்டு விலகி வந்தது போலிருந்தது.

தன் பிறப்பிலிருந்து மரணம் வரை எல்லாவற்றையும் டால்ஸ்டாய் எழுத்தில் பதிவு செய்திருக்கிறார். அவை வெறுமனே ஒரு எழுத்தாளனின் நினைவுகள் என்று மட்டும் வரையறுத்துவிட்ட முடியாது. மாறாக அவை ஒரு மனிதன் வாழ்வைச் சந்தித்த சில சாத்தியங்கள், சில வழிகாட்டுதல்கள், சில தவிர்க்கமுடியாத வீழ்ச்சிகள் என்றே எடுத்துக்கொள்ள வேண்டியிருக்கிறது.

ஒரு ஆசானை போல டால்ஸ்டாயிடமிருந்து நிறைய கற்றுக் கொண்டிருக்கிறேன். பல நேரங்களில் அவரது கை என் தோளில், முதுகில் தொட்டு சாந்தம் தருவதையும் சில நேரங்களில் அவர் என்னை இறுக்கி அணைத்து கண்ணீர் விடுவதும் போலவும் உணர்ந்திருக்கிறேன்.

ரகசியம் என்று மனதில் ஒளிந்துகிடந்த வடுக்கள், வேதனைகள் அத்தனையும் அவர் முன்னே மலரத் துவங்கிவிடுகின்றன. சில நேரங்களில் காற்றில் உதிர்ந்து அலையும் இலை போல அவர் இலக்கற்று நம்மை பறக்க செய்கிறார். சில நேரங்களில் மரத்தை தரையில் வீழ்த்தும் நிழலைப் போல நம் கடந்த காலத்தை காலடியில் வீழ்த்திக் காட்டுகிறார்.

இருபது வயதில் கதை சொல்வதில் டால்ஸ்டாய் காட்டிய பிரமிப்பை நோக்கியே மனது சென்றது. ஆனால் இன்று வாசிக்கையில் அதைவிடவும் வாழ்வை எப்படி சந்திப்பது என்று அவரது சொந்த வாழ்வின் வழியாக அடையாளம் காட்டிய வெற்றி தோல்விகளும் குடும்ப உறவுகளின் சிக்கல்களும் பிரிவும் மரணமும் அதன் விளைவுகளும் மிக முக்கியமானவை என்று அதை நோக்கியே மனது நகர்கிறது.

பனிப்பாறைகள் ஏதோ ஒரு நாளில் தானே உடைந்து வெள்ளப் பெருக்கெடுப்பது போல நமக்குள் உறைந்து போன அந்தரங்கத்தின் வெளிப்படுத்தப்படாத தருணங்கள் டால்ஸ்டாயின் ஆவேசத்தின் முன்பாக உடைந்து சிதறுகின்றன.

டால்ஸ்டாயின் வாழ்க்கை விசித்திரமானது. அவரே நினைவு கொள்வதில் இருந்தும் அவரைப்பற்றி நினைவு கொள்வதில் இருந்தும் என்னை பாதித்த சில நிகழ்வுகள் இவை.

டால்ஸ்டாயின் குடும்பம் மரபான ரஷ்ய நிலப்பிரபுவின் குடும்பம். மகாகவி புஷ்கின் அவரது தந்தை வழி உறவினர். நூற்றுக்கணக்கான ஏக்கர் நிலம், பழத்தோட்டங்கள், விவசாய காரியங்களைக் கவனிக்கும் குடியானவர்கள். வேலையாட்கள் மற்றும் சார்ந்து வாழ்ந்த கிராம மக்கள் என்று பெரிய கூட்டுக் குடும்பமாக இருந்தது.

டால்ஸ்டாயின் பூர்வீக வீடு முப்பத்தியாறு அறைகள் கொண்டது. விருந்தினர்களுக்கு என்று தனி அறைகள். வேலைக்காரர்களுக்கு என்று தனியான வீடுகள் யாவும் சேர்ந்து அது ஒரு தனி உலகமாக இருந்தது.

இளமையில் சாகசத்தைத் துரத்தியலைந்த டால்ஸ்டாய்க்கு சூதாட்டத்தில் இருந்த மிதமிஞ்சிய ஆர்வம் ஒரு நாளில் பதினெட்டு மணிநேரம் சூதாட வைத்திருக்கிறது. சீட்டாட்டம், அதற்கு துணையாக குடி, சீட்டாட்டம் ஏற்படுத்தும் மனச்சோர்விலிருந்து விடுபடுவதற்காக வேசைகள் என்று அவரது உலகம் சூதிற்குள்ளாகவே மையங்கொண்டிருந்தது.

தொடர்ந்த தோல்விகள் சூதை ஒரு வெறியாக அவருக்குள் மாற்றியிருந்தன. சில இரவுகளில் யாருமற்ற சூதாட்ட மேஜையின் முன்பாக அமர்ந்தபடியே தனியே பேசிக் கொண்டிருந்திருக்கிறார் டால்ஸ்டாய். கண்ணுக்கு தெரியாத தீவினையின் உருவம் ஒன்று தன்னை பரிகசிப்பது போலவே தோன்றியிருக்கிறது. தொடர்ந்த சூதாட்டம் அவரை கடனாளி ஆக்கியது.

அந்தக் கடனை அடைப்பதற்கு என்ன செய்வது என்று யோசிக்கையில் அவருக்கு வேறு வழியில்லை. பூர்வீக வீட்டை விற்பது என்ற முடிவிற்கு வந்தார். இரண்டு மூன்று தலைமுறைக்கு முன்னதாகக் கட்டப்பட்ட அவ்வளவு பிரமாண்டமான வீடு சூதாட்டத் தோல்விக்குப் பறிபோவது அவரை வேதனைக்கு உள்ளாக்கியது. ஆனால் வேறு வழியில்லை என்ற நிலையில் அந்த வீட்டை அரு காமையில் உள்ள இன்னொரு நிலப்பிரபுவிடம் விற்றுவிட்டு அந்த வீட்டிலிருந்த முன்னோர்களின் கோட்டோவியங்களை மட்டும் எடுத்துக்கொண்டு வெளியேறியிருக்கிறார்.

சூதாடி தோற்று அதன் விளைவாக ஏற்பட்ட அவமானங்கள், வடுக்கள் பற்றி அவர் தன் வாழ்நாள் முழுவதுமே குற்றவுணர்வு கொண்டிருக்கிறார். ஏறத்தாழ இதே போன்ற ஒரு நிலை தான்

தஸ்தாயெவ்ஸ்கிக்கும் இருந்தது. தஸ்தாயெவ்ஸ்கி அதை சூதாடி என்ற பெயரில் நாவலாக எழுதியிருக்கிறார்.

டால்ஸ்டாய் தன்னுடைய சூதாட்ட நினைவுகளை அதிகம் எழுத்தில் பதிவு செய்யவில்லை. ஆனால் மறக்கமுடியாத ஆழமான வடு ஒன்றை போல இழந்து போன வீடும் அதன் அறைகளும் அங்கு நடப்பட்டிருந்த மரங்களும் அவருக்குள்ளாகவே இருந்தன என்பதை வாசிக்கையில் அவரது படைப்புகளின் பின்னால் உள்ள உளவியலை புரிந்துகொள்ள முடிகிறது.

தன் வாழ்வின் அத்தனை நிகழ்வுகளையும் டால்ஸ்டாய் எழுதி எழுதியே வெளிப்படுத்தியிருக்கிறார். உணவு மேஜையில் தனக்கு பிடிக்காத உணவு பரிமாறப்பட்டது என்பதை வெளிப்படுத்தக் கூட அவர் குறிப்பு ஒன்றை எழுதி தான் தந்திருக்கிறார். மனைவிக்கு, பிள்ளைகளுக்கு, வீட்டு வேலையாட்களுக்கு, நண்பர்களுக்கு, பத்திரிக்கையாளர்களுக்கு என்று அவர் எழுதிய கடிதங்கள் குறிப்புகள் ஏராளம்.

அதுபோலவே அவரது வீட்டின் வரவேற்பு அறையில் ஒரு தபால் பெட்டி ஒன்றை பொருத்தியிருக்கிறார். அந்த பெட்டியில் வீட்டில் உள்ள எவரும் தான் எழுதிய கதை, கட்டுரை அல்லது கவிதைகள் எதையும் அதில் போட்டுவிடலாம். அது போலவே தனக்குப் பிடித்தவை, பிடிக்காதவை மற்றும் நேரில் சொல்லமுடியாதவை அத்தனையும் எழுதி அதில் போட்டுவிடலாம்.

இந்த தபால் பெட்டி வார இறுதி நாளில் திறக்கப்படும். அன்று டால்ஸ்டாய் அதில் உள்ள படைப்புகள், கடிதங்கள், குறைகள் போன்றவற்றிற்கு பதில் அளிப்பார்.

இதனால் டால்ஸ்டாயிடம் நேரில்கேட்க பயந்த எத்தனையோ கேள்விகள் அதில் எழுதி போடப்பட்டிருக்கின்றன. அப்பாவிற்கு தெரியாமல் காதலித்த மகன் அதை டால்ஸ்டாயிடம் சொல்வதற்குக்கூட அதே தபால் பெட்டியைத்தான் பயன்படுத்தி இருக்கிறான்.

எழுத்து ஒன்றே பகிர்ந்து கொள்வதற்கான எளிய வழி என்று டால்ஸ்டாய் நம்பினார். இதற்காகவே கவிதை, கதை என்று வாசிக்கும் பழக்கத்தை வீட்டில் ஏற்படுத்தினார். இந்த தபால் பெட்டியில் டால்ஸ்டாயே பலமுறை

மற்றவர்கள் மீதான தனது அதிருப்தியைக் கடிதமாக எழுதிப் போட்டிருக்கிறார். பிள்ளைகள் எழுதிய கவிதைகளை வாசித்து பாராட்டியிருக்கிறார். கவிதைகள் வாசிப்பதற்காகவே ஜெர்மன் மொழியைப் பிள்ளைகள் கற்றுக்கொள்ள வேண்டும் என்று தனி ஆசிரியரை நியமதித்திருக்கிறார். பிள்ளைகள் பிரெஞ்சு, ஜெர்மன், ஆங்கிலம் உள்ளிட்ட பல மொழிகள் கற்றிருக்கிறார்கள்.

வீட்டினுள் தபால் பெட்டி வைத்த நடைமுறையால் ஒளிவு மறை வற்ற தன்மை உருவானதோடு ஒருவரையொருவர் பகிர்ந்துகொள்வதற்கான எளிய சாத்தியமும் உருவாகியிருக்கிறது.

தன்னுடைய பிள்ளைகள் பற்றி டால்ஸ்டாய் எழுதிய குறிப்புகள் மிக முக்கியமானவை. ஒவ்வொரு தகப்பனும் தன் பிள்ளை பற்றி பகிர்ந்து கொள்ளப்படாத ஒரு ரகசியக் குறிப்பேட்டை மனதிற்குள்ளாகவே கொண்டிருக்கிறான். அது அவனுக்குள்ளாகவே உருவாகி அவனுக்குள்ளாகவே அழிந்து போய்விடக்கூடியது.

பிள்ளைகள் குறித்து வெளிப்படையாகப் பகிர்ந்து கொண்ட சம்பவங்களை விடவும் வெளிப்படுத்தபடாத நிகழ்வுகளே அதிகம். தன்னுடைய பிள்ளைகள் ஒவ்வொருவரைப் பற்றியும் நுட்பமான அவதானிப்புகளை டால்ஸ்டாய் எழுதியிருக்கிறார்.

இதில் ஒரு பையனை பற்றி எழுதும்போது அவன் பிறந்த நாளில் இருந்து இன்றுவரை உடல்நலக்குறைவு வந்ததே கிடையாது. அது அவனது தனித்துவம். அவன் ஏதோ ஒருவிதத்தில் இறந்து போன தனது தம்பியை நினைவுபடுத்துகிறான் என்ற குறிப்பு காணப்படுகிறது.

அதுபோலவே இன்னொரு மகனை பற்றி எழுதும் போது இவனுக்கு என்ன ஆடைகள் அணிவித்தாலும் கச்சிதமாக பொருந்துகிறது. அவனுக்கு என்றே உருவாக்கபட்டது போன்றிருக்கிறது. இப்படி சிலர் தான் உலகிலிருப்பார்கள். அவர்களுக்கு எந்த ஆடை அணிவித்தாலும் நன்றாகவே இருக்கும். அவனிடம் உள்ள சிரிப்பு அபூர்வமானது. அது உறக்கத்திலும் அவன் முகத்திலிருந்து பொங்கி வழிந்து கொண்டேயிருக்கிறது என்கிறார்.

இன்னொரு மகளைப் பற்றிச் சொல்லும்போது அவள் அப்ப டியே அம்மாவை கொண்டு பிறந்திருக்கிறாள். அவளைப் போலவே எதையும் வெளிக்காட்டிக்கொள்ளாத சுபாவம்,

காரணமற்ற ஏக்கம், என்று அவளைப் பற்றி சொல்லிக் கொண்டு வந்தவர் ஒவ்வொரு குழந்தையும் நம்மோடு இருந்து மறைந்த யாரையோ நினைவுபடுத்துகிறார்கள். அதை பலமுறை உணர்ந்திருக்கிறேன். சிறுவயதில் அப்பாவை பற்றிய நினைவுகள் மனதிலிருந்து விலகிப் போய் விட்டன. ஆனால் நீண்ட வருசத்திற்குப் பிறகு தன்னுடைய மகனை பார்க்கும் போது தொடர்ந்து தன் அப்பாவின் நினைவு வருகிறது என்ற டால்ஸ்டாயின் குறிப்பு மிக முக்கியமானது.

டால்ஸ்டாயின் மகன் இலியா ஒரு பெண்ணை காதலித்திருக்கிறான். அந்த பெண்ணின் குடும்பத்தை டால்ஸ்டாய்க்குப் பிடிக்கவில்லை. அதைப் பற்றி பையனோடு எப்படிப் பேசுவது என்று புரியாமல் அவர் தடுமாறிக் கொண்டிருந்திருக்கிறார்.

தினசரி டால்ஸ்டாய் நடைப்பயிற்சிக்குச் செல்வது வழக்கம். அப்படி நடைப்பயிற்சிக்கு செல்லும்போது தன் மகனை கூடவே அழைக்கிறார். அவனுக்குப் புரிந்துவிட்டது தன்னுடைய காதல் விவகாரம் பற்றி பேசத்தான் அப்பா அழைக்கிறார் என்று இரு வருமே மிக அமைதியாக நடக்கிறார்கள். எந்த இடத்தில் எப்போது பேச்சைத் துவங்குவது என்று இருவருக்குள்ளுமே ஒரு போராட்டம் நடந்து கொண்டேயிருக்கிறது. யாருமற்ற ஒரு சரிவு ஒன்றில் இறங்கி நடக்கத் துவங்கியதும் டால்ஸ்டாய் ஆத்திரத்துடன் அந்த கேடு கேட்ட குடும்பத்தோடு தினமும் பொழுதை கழிக்கிறாய் என்று கேள்விப்பட்டேன். நிஜமா' என்று கேட்டிருக்கிறார்.

மகன் அமைதியாக தனக்கு அவர்கள் வீட்டு பெண்ணை பிடித்திருக்கிறது. அவள் ரொம்பவும் நல்ல பெண் என்று சொல்லியிருக்கிறான். உனக்கு அவளைப் பிடித்திருக்கிறதா என்று டால்ஸ்டாய் திரும்பவும் கேட்கிறார். அவன் ரொம்பவும் பிடித்திருக்கிறது என்றதும் டால்ஸ்டாய் உடல் இன்பத்தை அனுபவிப்பதற்காக இவளைத் திருமணம் செய்து கொள்ள வேண்டும் என்று ஆசைப்படுகிறாயே, ஆனால் அது உன்னை ஒருநாள் வேதனைக்குள் தள்ளிவிடும். ஒரு ஆணும் பெண்ணும் சேர்ந்து வாழ்வதற்கு உடற்கவர்ச்சியைத் தாண்டிய ஏதோவொரு நெருக்கமும் ஒற்றுமையும் தேவைப்படுகிறது. உண்மையில் திருமணம் என்பது இணைந்து ஆற்ற வேண்டிய ஒரு கடமை. அது இரண்டு உடல்களால் மட்டும் தீர்மானிக்கப் படக்கூடாது என்கிறார்.

மகன் எரிச்சலோடு தங்களுக்குள் அப்படியொரு மன ஒற்றுமை இருக்கிறது என்கிறான். அப்படியானால் உன் இஷ்டப்படி அவளை திருமணம் செய்துகொள். ஆனால் வாழ்க்கை என்பது காதலிப்பது, திருமணம் செய்து கொள்வது என்பதில் முடிந்து போவது என்று மட்டும் முடிவு செய்து கொள்ளதே என்று சொல்லிவிட்டு தனியே நடக்கத் துவங்குகிறார். மகன் ஆத்திரத்துடன் வேறு பாதையில் தனியே வீடு திரும்புகிறான்.

அதன் சில நாட்களுக்கு பிறகான இரவில் டால்ஸ்டாய் தனியே அறையில் இருக்கிறார். மகன் அவர் அறைக்குள் வருகிறான். அவர் அறையின் கதவை சாத்தச் சொல்லிவிட்டு அவனை முகம் கொடுத்து பார்க்காமல் திரும்பி உட்கார்ந்து கொண்டு கேட்கிறார்:

நீ இதுவரை எந்த பெண்ணோடாவது உடல் உறவு கொண்டிருக்கிறாயா?

இலியா இல்லை என்று அமைதியான குரலில் சொல்கிறான்.

வேசைகளின் நிர்வாண உடல்களை கூட கண்டதில்லையா என்று மறுபடியும் கேட்கிறார்.

அவன் தான் காதலிக்கும் பெண்ணை தவிர வேறு பெண் எவரையும் தனக்கு பரிச்சயமே கிடையாது என்று சொல்கிறான்.

டால்ஸ்டாய் குரல் கம்மியபடியே சொல்கிறார்:

என்ன துரதிருஷ்டம். ஒரு பெண்ணோடு உடலுறவு கொள்வதற்காக ஒரு ஆண் எத்தனை ஆண்டுகள் காத்துக் கிடக்க வேண்டியிருக்கிறது. இலியா... உன் நிலைமை எனக்குப் புரிகிறது. திரு மணத்தை தவிர உனக்கு வேறு வழிகள் இல்லை என்று சொல்லியபடியே கண்ணீர்விட துவங்குகிறார். மகன் தன்னை மீறி தானும் அழுகிறான். அவர் எழுந்து வந்து ஒரு சிறுவனை அணைத்துக் கொள்வது போல இலியாவை அணைத்துக் கொள்கிறார். சில நிமிடத்திற்கு பிறகு எழுந்து தன்னுடைய எழுதும் அறைக்குப் போய்விடுகிறார். மகனும் வெளியே செல்கிறான்.

வீட்டின் பின்புறம் உள்ள ஒரு மரத்தடியில் போய் நின்றபோது அவனுக்கு தன்னுடைய அப்பாவின் மீது அளவு கடந்த பாசமும் அன்பும் பெருக்கெடுக்கிறது. அப்பா அவன் மனதில் அடைந்து கிடந்த ஏதோ ஒரு சிக்கலைத் தீர்த்துவிட்டது

போலிருந்தது. அவன் இருட்டிற்குள் இருந்தபடியே அப்பாவிற்கு நன்றி சொல்கிறான். அது தன் அப்பாவை பற்றி தனக்குள்ள மறக்கமுடியாத நினைவு என்று இலியா குறிப்பிடுகிறான்

தன்னுடைய எழுதும் அறையில் டால்ஸ்டாய் டிக்கென்ஸின் உரு சித்திரம் ஒன்றை வைத்திருந்தார். தன்னுடைய ஒவ்வொரு கதையையும் அவர் டிக்கென்ஸோடு ஒப்பிட்டு பார்க்க தவறுவதேயில்லை. அவர் வரையில் தான் அடைய விரும்பிய இடம் சார்லஸ் டிக்கென்ஸ்க்கு எழுத்தில் கிடைத்த கௌரவம் மற்றும் உயர் இடம்.

பைபிள் முழுவதையும் மனப்பாடம் செய்திருந்த டால்ஸ்டாய் பிரார்த்தனை நேரங்களில் எந்த அத்யாயத்திலிருந்து எந்த பாடலை வேண்டுமானாலும் உடனே பாடவும் விளக்கம் சொல்லவும் கூடியவராகயிருந்தார். இதனால் அவரை மதசொற்பொழிவுகளுக்கு அழைத்திருக்கிறார். கிராமப்புற விவசாயிகளிடம் அவர் பைபிள் குறித்து உரைகள் நிகழ்த்தி யிருக்கிறார்.

கிராமப்புற மாணவர்கள் பள்ளியில் சென்று கல்வி கற்க வேண்டும் என்று அவருக்கு இருந்த ஆசையின் காரணமாக தன் வீட்டின் ஒரு பகுதியில் சிறிய பள்ளிக்கூடம் போல ஒன்றை துவங்கி அதில் விவசாயக் குடும்பத்தைச் சேர்ந்த மாணவர்களை வரவழைத்து தானே பாடம் நடத்தியிருக்கிறார்.

அதுபோலவே தன் பண்ணையில் விளையும் தானியங்களில் இருந்து ஒரு கஞ்சித் தொட்டி உருவாக்கபட்டு தன் ஊரை கடந்து செல்லும் எவரும் எப்போதும் அங்கே வந்து சாப்பிட்டு செல்லலாம் என்ற நடைமுறை ஒன்றையும் ஏற்படுத்தி யிருக்கிறார்.

பிள்ளைகள் வளர்ந்து தன் பேச்சைக் கேட்க மறுத்த நாட்களில் அவருக்குள் பொங்கி வழிந்த கோபத்தால் அவர் கடுமையாக நடந்திருக்கிறார். குறிப்பாக தன் மகள் தன் பேச்சை மீறி கல்யாணம் செய்துகொள்ளப் போவதைக் கண்டித்து அவர் சில நாட்கள் வீட்டிலே சாப்பிடாமல் உண்ணா நோன்பு இருந்திருக்கிறார்.

பின்பு அவராகவே உணர்ந்து அதை ஏற்றுக் கொண்டதோடு தன்னைப் பொறுத்தவரை தன் பிள்ளைகள் எவருக்கும் வயதாவது தனக்குத் தெரியவதேயில்லை என்ற குறிப்பு ஒன்றையும் எழுதியிருக்கிறார்.

2

எல்லா அப்பாக்களும் பையன்களை விடவும் பெண்கள் மீதே அதிக அன்பும் நெருக்கமும் கொண்டிருக்கிறார்கள். அதுவும் எல்லா பெண்களுக்கும் கிடைப்பதில்லை. ஏதோவொரு மகள் அப்பாவின் மிகுந்த அன்பிற்கும் பரிவிற்கும் உள்ளாகிறாள். அப்படி டால்ஸ்டாயின் அன்பிற்கு உரியவளாக இருந்தவள் மாஷா, தன்னுடைய குழந்தைகளை முத்தமிடுவதை கூட ஒரு சடங்கு போல செய்யக்கூடியவர் டால்ஸ்டாய். தாயின் வளர்ப்பில் மட்டுமே உருவானவர்கள் அவரது பிள்ளைகள். அந்த நிலையில் மாஷா ஒருத்தி மட்டும் அப்பா எழுதிக்கொண்டிருக்கும்போது அருகில் நின்று பேசுவது அவரைக் கொஞ்சுவது, அப்பாவோடு ஒன்றாக நடைபயிற்சி போவது, அப்பாவிடம் கதை கேட்பது என்று தனி உரிமை கொண்டிருந்தாள்.

அவளை டால்ஸ்டாய் ஒரு போதும் கோபித்துக்கொண்டதே கிடையாது. அவளும் உறங்கப் போகும் நிமிசம் வரை அப்பாவைப் பற்றியே நினைத்துக்கொண்டிருப்பாள். சிறுவயதிலே தாயை இழந்து விட்ட டால்ஸ்டாய்க்கு அவரது மகள் தன் தாயின் மாற்று வடிவமாகவே இருந்தாள்.

மாஷாவை இதனாலே வீட்டிலிருந்த மற்ற பிள்ளைகளுக்கு பிடிக்காமல் போனது. மாஷா எப்போதும் சுத்தமான உடைகள் அணியக்கூடியவள். நேர்த்தியாக எழுதவும் படிக்கவும் தெரிந்தவள். ஆனால் அவள் ஒரு நோயாளி. அதுவும் பலவீனமான நுரையீரல் கொண்டவள். குளிர் அவளை படுத்தி எடுத்தது. நோய் முற்றி படுக்கையில் கிடந்த நாட்களில் டால்ஸ்டாய் அருகிலே இருந்து அவளைக் கவனித்திருக்கிறார்.

தன் வாழ்நாள் முழுவதும் மகள் அருகிலே இருக்க வேண்டும் என்பதற்காகவே மாஷாவை அருகிலே திருமணம் செய்து கொடுத்திருக்கிறார். சொத்தில் தனக்கு உள்ள பங்கை கூட வாங்க மறுத்த மாஷா தான் அப்பாவின் நெருக்கத்தில் இருப்பதையே விரும்பியிருக்கிறாள்.

இடைவிடாத நோய்மை அவளை வதைத்தது. நோய் முற்றிய நிலையில் அவள் அப்பாவோடு கூடவே இருந்தாள். எந்த நேரமும் அவள் இறந்து போய்விடுவாள் என்பதை டால்ஸ்டாய் உணர்ந்திருந்தார்.

ஆனால் அது நடந்துவிடக்கூடாது என்பதற்காக அவர் ரகசியமாக பிரார்த்தனை செய்து கொண்டிருந்தார். நுரையீரல் அழற்சி காரணமாக நிமோனியா பற்றி அவள் ஒரு நாளில் மரணம் அடைந்தாள். அந்த தகவல் அவளது மற்ற சகோதரர்கள் பலருக்கும் அளிக்கப்படுகிறது. அவர்கள் அதை எதிர்பார்த்திருந்தார்கள். இறுதிச் சடங்கில் கலந்து கொள்வதற்காக குடும்பம் தயார் ஆனது. டால்ஸ்டாய் அழவேயில்லை.

தன் மகளுக்கு விருப்பமான ஆடையை அணிந்து கொண்டு மிக மௌனமாக சவப்பெட்டியின் முன்னால் நடந்து சென்றிருக்கிறார். அவளை புதைத்துவிட்டுத் திரும்பிய பிறகும் கூட அவர் தன் வேதனையை வெளிப்படுத்தவேயில்லை. பலரும் டால்ஸ்டாய்க்கு ஆறுதல் சொன்னார்கள். அது எதுவும் அவருக்குள் போகவேயில்லை. அவர் அந்த வலியைக் கொஞ்சம் கொஞ்சமாக தனக்குள் நிரப்பிக்கொண்டார்.

ஒருநாள் அவரது பண்ணையில் வேலை செய்யும் விவசாயி அவரைச் சந்தித்து இப்படித் தானும் பெண் பிள்ளைகளைப் பெற்றுப் பறிகொடுத்திருக்கிறேன். எதற்காக கடவுள் இப்படி நடந்து கொள்கிறார். வாழ்க்கையின் அர்த்தம்தான் என்ன என்று புலம்பியபோது தன்னை அறியாமல் அழுததோடு இவ்வளவு காலம் எவ்வளவோ எழுதிப் படித்து வந்தபோதும் வாழ்க்கையைப் பற்றித் தனக்கு எதுவும் தெரியாது, வாழ்க்கை இரக்கமற்றது என்று புலம்பியிருக்கிறார். மகளின் மரணம் டால்ஸ்டாய்க்குள் எப்போதும் தீராத வலி தருவதாக இருந்தது. இறந்துபோன மகளின் இடத்தை நிரப்புவதற்காகத்தானோ என்னவோ அவர் தன் படைப்பில் வலிமையான பெண் கதாபாத்திரங்களாக உருவாக்க முயன்றார் என்று தோன்றுகிறது.

தன் காலத்தில் வாழ்ந்த எந்த எழுத்தாளரோடும் டால்ஸ்டாய் சண்டையிட்டதில்லை. துவேசத்துடன் எதையும் எழுதியதில்லை. மாறாக மிகுந்த இணக்கத்துடன் அரவணைப் போடு தான் நடந்து கொண்டிருக்கிறார். துர்கனேவ் அவரைப் பற்றி குறிப்பிடும்போது டால்ஸ்டாய் ஒருவர்தான் தன்னோடு ஒருபோதும் சண்டையிடாதவர். இவ்வளவிற்கும் அவரை

எவ்வளவோ காயப்படுத்தியிருக்கிறேன். ஆனால் அதை டால்ஸ்டாய் பெரிதாக எடுத்துக் கொண்ட தேயில்லை என்று குறிப்பிடுகிறார்.

ஆனாலும் துர்கனேவ் தன்னுடைய மகளை படிக்க வைப்பதில் காட்டிய துவேசம் காரணமாக அவரோடு பதினாறு வருடங்கள் டால்ஸ்டாய் பேசாமலே இருந்திருக்கிறார். செகாவ், கார்க்கி போன்றவர்கள் டால்ஸ்டாயின் மேதமை பற்றி மிக உயர்வாகவே சொல்கிறார்கள்.

டால்ஸ்டாய் எழுதுவதில் ஒருபோதும் சோர்வடைந்ததே யில்லை. அவரது எழுத்திற்குப் பெரும் பலமாக இருந்தது அவரது மனைவி. டால்ஸ்டாயின் மனைவி அவரை இம்சை செய்தார் என்ற பொதுவான எண்ணங்களை தாண்டி அவர் டால்ஸ்டாயின் வேலைகளில் கொண்ட ஈடுபாடும் அர்ப்பணிப்பும் மறக்க முடியாதது.

டால்ஸ்டாயின் கையெழுத்து மிக சுமாரானது. அதனால் அவரால் நேர்த்தியாக எழுத முடியாது. அத்தோடு இலக்கணப் பிழைகள் மலிந்தது. கையெழுத்து பிரதிகளின் குறுக்கும் நெடுக்காக மாற்றங்கள் எழுதி சேர்க்கக்கூடியவர் டால்ஸ்டாய்.

அதனால் அவரது கையெழுத்து பிரதியை முழுமையாக அவரது மனைவி தன் கையெழுத்தில் மாற்றி பிழைகள் நீக்கி எழுதி பதிப்பகத்திற்கு அனுப்புவதோடு அங்கிருந்து அனுப்பப்படும் பிழைதிருத்தம் அத்தனையும் சரி செய்து டால்ஸ்டாயின் ஒப்புதலோடு பதிப்பகத்திற்கு அனுப்பியிருக்கிறார்.

டால்ஸ்டாய் திருத்தப்பட்ட பிரதிகளை அச்சிற்கு அனுப்பிய பிறகு கூட அதில் செய்ய வேண்டிய மாற்றங்கள் குறித்து தொடர்ந்து கடிதம் எழுதுவார். சில நேரங்களில் அவர் சில சொற்களுக்கு மாற்றான இணைச் சொற்களைக் கண்டுபிடித்து அவற்றை தந்தியடித்து மாற்றச் செய்திருக்கிறார். நான்காயிரம் பக்கம் கொண்ட கையெழுத்துப் பிரதியாக ஒரு நாவலை எழுதி அதை நான்கு முறை திருத்தி எழுதியிருக்கிறார் என்பது எளிமையானதில்லை.

ஒரு இரவு தன்னுடைய அறையில் இருந்து பார்த்தபோது பின்னி ரவில் தொலைதூரமான ஒரு இடத்தில் வெளிச்சம் வருவதைக் கண்டிருக்கிறார் டால்ஸ்டாய். அது என்ன

வெளிச்சம். பனி பெய்யும் அந்த இரவில் யார் விழித்திருக்கப் போகிறார்கள் என்ற யோசனையோடு தன் வீட்டிலிருந்து கிளம்பி வெளிச்சத்தை நோக்கி நடந்திருக்கிறார்.

தாங்கமுடியாத குளிர் நகரை நடுக்கிக்கொண்டிருக்கிறது. வெளிச்சம் வந்த இடம் எங்கே என்று தெரியவில்லை. தேடிக் கண்டுபிடித்தபோது உறங்க இடம் கிடைக்காத பிச்சைக்காரர்கள் ஒரு இடத்தில் குளிர்காய்வதற்காக நெருப்பிட்டு அதன் முன்பாக அமர்ந்தபடியே குளிரைப் போக்கிக்கொண்டு தூங்கிவழியும் முகமும் பசியுமாக இருந்திருக்கிறார்கள். டால்ஸ்டாயைக் கண்ட வுடன் அவர்கள் உறக்கத்தைக் கலைத்துக்கொண்டு பணம் பணம் என்று கையேந்தியிருந்திருக்கிறார்கள்.

சாப்பிடுவதற்காக ஏதாவது தரும்படியாக அவர் கால்களை கட்டிக்கொண்டு கதறியிருக்கிறார்கள். நடுக்கமும் வேதனையுமாக தன்கையில் உள்ள பணம் முழுவதையும் தந்துவிட்டு வீடு திரும்பிய டால்ஸ்டாய் என்ன வாழ்க்கை இது, எதற்காக இவர்கள் இப்படி குளிரில் நடுங்கிக்கொண்டு இந்த நகரில் வசிக்க வேண்டும் என்று சிந்தித்திருக்கிறார்.

எங்கோ கடைகோடியில் உள்ள ஒரு ரஷ்ய கிராமத்தில் கூட விவசாயி குளிருக்குப் பாதுகாப்பாக ஒரு வீடு அமைத்துக்கொண்டு வாழ்ந்து கொண்டிருக்கிறான். இவர்கள் எதற்காக நகருக்கு வந்தார்கள்; ஏன் இப்படி மக்கள் வாழ்க்கை நிம்மதியாக உறங்க கூட முடியாமல் இருக்கிறது என்று நீண்ட யோசனைகளுடன், இவர்களுக்கு தன் எழுத்தால் என் பயன் இருக்கப் போகிறது என்ற சலிப்பும் பற்றிக்கொண்டிருக்கிறது. அந்த நிகழ்ச்சிதான் டால்ஸ்டாயை கிறிஸ்துவ மதத்தின் மீது மிகுந்த ஈடுபாட்டுக்கும் ஆன்ம விடுதலை பற்றிய எண்ணங்களுக்கும் மூலகாரணமாக இருந்திருக்கிறது.

டால்ஸ்டாய் பசியைத் தாங்க முடியாதவர். அத்தோடு உணவு அருந்து மேஜையின் முன்பாக வந்து அமர்ந்தவுடன் பரிமாறப்பட்ட முதல் உணவை வேகவேகமாக சாப்பிடக்கூடியவர். ஒரு காலத்தில் வேட்டைக்காரராக இருந்த அவர் பின்பு தானாகவே விரும்பி மாமிச உணவை சாப்பிடுவதை விலக்கிக்கொண்டார். அதனால் அவருக்கு என்று சமைப்பதற்காகவே தனியே சமையற்காரன் ஒருவன் வீட்டில் இருந்தான். அவன் ஒவ்வொரு நாளும் சமைக்க படவேண்டிய உணவைப் பற்றி முன்னதாகவே அவரோடு பேசி முடிவு செய்தே சமைப்பான்.

தனக்கு பெரும் பசி உண்டு என்று டால்ஸ்டாயே குறிப்பிடுகிறார். அத்தோடு சாப்பாட்டின் முன் உட்கார்ந்தவுடன் தனக்குள் அசுரத்தனம் வந்துவிடுகிறது. தன் வாழ்நாளில் ஒரு நாளும் நிதானமாக உணவு அருந்த தன்னால் முடிந்ததேயில்லை என்கிறார்.

வயதான நாளில் தன் வீட்டைவிட்டு வெளியேறி டால்ஸ்டாய் அலைய துவங்கியதற்கும் காரணம் ஒரு விவசாயியே. அவன் ஒரு நாள் டால்ஸ்டாயை சந்தித்து வயதான பிறகும் எதற்காக ஒரு மனிதன் தன் குடும்பம் பிள்ளைகள் என்று மட்டுமே ஒடுங்கியிருக்க வேண்டும். மிச்சமிருக்கும் வாழ்நாளை கடவுளுக்காக செலவழிக்கலாம்தானே என்று சொன்னது டால்ஸ்டாய்க்கு ஒப்புதலாக இருந்தது. அவர் தன் அந்திம காலத்தில் யாவரையும் விலக்கித் தனியே கிளம்பிச் சென்றார்.

வழியில் நோயுற்று ஒரு ரயில்நிலையத்தில் வீழ்ந்தார். அவரை அடையாளம் கண்டு தந்தி கொடுத்து வீட்டிற்குக் கொண்டுவந்து சேர்த்தார்கள். தன் இறுதி நெருங்கிவிட்டதை அறிந்த அவர் ஒவ்வொருவருக்காகவும் நன்றி தெரிவிக்க விரும்பினார். தன் பிள்ளைகள், மனைவி, தன் வீட்டிலிருந்த நாய் என்று தன்னை சுற்றிய ஒவ்வொன்றிற்கும் டால்ஸ்டாய் நன்றி தெரிவித்திருக்கிறார். முடிவில் தன் மகனை அழைத்து தான் பிறந்ததில் இருந்த தன்னை அறிந்த மரம் ஒன்று இருக்கிறது. அதை வெட்டாமல் பார்த்துக் கொள் என்றும் சொல்லியிருக்கிறார்.

டால்ஸ்டாயின் வாழ்வில் நாய்களுக்கும் குதிரைகளுக்கும் மிக முக்கிய இடமிருந்தது. அவர் நாய்கள் வளர்ப்பதிலும் நாயை அழைத்துக்கொண்டு வேட்டைக்குச் செல்வதிலும் அதிக ஆர்வம் காட்டினார். குறிப்பாக அவரது வீட்டில் வேலைக்காரியாக இருந்த அகப்யாவிற்கு நாய்கள் என்றால் பிரியம். அவள் நாய்களை கவனிப்பதையே தன் முக்கிய வேலையாக வைத்திருந்தாள். வேட்டைக்காக டால்ஸ்டாய் கிளம்பி சென்ற நாட்களில் அவள் நாய்கள் நலமாக வீடு திரும்பி வர வேண்டும் என்று கடவுளிடம் பிரார்த்தனை செய்து மெழுகுவர்த்தி ஏற்றியிருக்கிறாள்.

அதுபோலவே வேட்டை முடித்து நாய்கள் திரும்பி வந்தவுடன் அவற்றைக் கொஞ்சிப் பேசி சாப்பிடவைத்து தனித் தனியாக தன்னிஷ்டம்போல அலைய விடுவாள். ஏன் அந்த வேலைக்காரிக்கு நாய்களிடம் அப்படியொரு ப்ரியம் இருந்தது என்று எவருக்குமே புரியவில்லை. டால்ஸ்டாய் நாய்களின் தன்மையை அறிந்தவர் என்பது அவரது நாவல்களில் பல இடங்களிலும் நுட்பமாக வெளிப்பட்டுள்ளது.

குதிரைகளை வளர்த்துப் பெரிய பண்ணை ஒன்றை உருவாக்க வேண்டும் என்பதற்காகவே அவர் ஸ்டெப்பிப் பகுதியில் நிலம் வாங்கி, அங்கே குதிரைகளை வளர்ப்பதற்கு முயன்றிருக்கிறார். குதிரை சவாரி செய்வதில் அவருக்கு எப்போதுமே ஆர்வம் அதிகம். ஒரு நாளைக்கு நான்கு மணிநேரம் குதிரைச் சவாரி செய்வது தான் தன் உடல் ஆரோக்கியத்திற்கான முக்கிய காரணம் என்று டால்ஸ்டாய் குறிப்பிடுகிறார்.

டால்ஸ்டாயின் வீட்டில் இருந்த இன்னொரு வேலைக்காரி இரவில் உறங்குவதேயில்லை. அவள் தன் வயிற்றில் ஒரு மரம் வளர்வதாகவும், அது பெரியதாகி கிளைவிடுவதால் தன்னால் உறங்க முடியவில்லை என்றும் நம்பிக்கொண்டிருந்தாள். ஒவ்வொரு நாளும் இரவில் அவள் யார்? என்ன செய்து கொண்டிருக்கிறாள்? என்று இருள் அவளை கேட்டுக் கொண்டேயிருப்பதாகவும் அந்த கேள்விக்கான பதிலை தான் யோசித்து யோசித்து சலிப்படைந்து போய்விட்டதாகவும், அதனால் தனக்கு உறக்கமே வருவதில்லை என்றும் சொல்லியிருக்கிறாள். அதனாலே அவளை சாக்ரடீஸ் என்று டால்ஸ்டாய் கேலி செய்வதும் உண்டு.

முதுமை எல்லோரையும் போலவே டால்ஸ்டாயையும் நினைவுகள் தடுமாறச் செய்தது. பல நேரங்களில் அவர் ஒரு சிறு குழந்தையைப் போல தன்னை யாராவது அரவணைத்துத் தூக்கும்படியாக மன்றாடியிருக்கிறார். தன் சொந்த பிள்ளைகளை யார் அவர்கள் என்று கேட்டிருக்கிறார். ஐம்பது வருடங்களுக்கு முன்னால் இறந்து போன தனது சகோதரன் ஏன் தன்னைப் பார்க்க வரவில்லை என்ற கோபித்துக்கொண்டிருக்கிறார். பல நேரங்களில் இது தன்னுடைய வீடில்லை என்று மறுத்திருக்கிறார். ஆனால் சிறுவயதின் நினைவுகள் துல்லியமாக

இருந்திருக்கின்றன. தன் தாயைப் பற்றியும் தன் அப்பாவைப் பற்றியும் அவர் மிக விரிவாக நினைவுகளைப் பகிர்ந்து கொண்டிருக்கிறார்.

அவர் விரும்பியபடியே ஆப்பிள் தோட்டத்தின் நடுவில் அவரது கல்லறை அமைக்கப்பட்டது. நிழலும், வெயிலும், பனியும், குளிர் காற்றும் எப்போதும் டால்ஸ்டாயின் புதைமேட்டினைக் கடந்து செல்கின்றன. நீண்ட மௌனத்தினுள் அவர் பூமியினுள் புதையுண்டு கிடக்கிறார். எங்கோ பெயர் தெரியாத ஊர்களில் திரும்பத் திரும்ப டால்ஸ்டாய் வாசிக்கப்பட்டுக்கொண்டே இருக்கிறார். எழுத்து தன் நீண்ட பயணத்தில் யாவரையும் ஒன்று சேர்ந்துவிடுகிறது.

டோனி மாரிசன்

சென்ற ஆண்டு அமெரிக்காவில் கடந்த இருபத்தைந்து வருடங்களில் வெளியான சிறந்த நாவல் எது என்று நியூயார்க்கர் இதழ் ஒரு கருத்துக்கணிப்பு நடத்தி அதில் நோபல் பரிசு பெற்ற எழுத்தாளரான டோனி மாரிசனின் Beloved நாவலைத் தேர்வு செய்தது. அப்போது இதை மறுபடியும் படிக்க வேண்டும் என்று நினைத்திருந்தேன். சில நாட்களுக்கு முன்பாக அதைத் திரும்ப வாசிக்க நேர்ந்தது.

1987ல் வெளியான இந்த நாவலைப் பத்து ஆண்டுகளுக்கு முன்பு ஒரு முறை படித்திருக்கிறேன். அப்போது எனக்கு நாவலின் மையமாகப்பட்டது முக்கியப் பெண் கதாபாத்திரம் மற்றும் அவளது அடிமையாக இருந்த வாழ்வும் இடர்ப்பாடுகளும். தற்போது அதை மீண்டும் வாசித்தபோது நாவலின் மையமாக இருப்பது பெயரிடப் படாத இறந்து போன குழந்தை என்று உணர முடிந்தது.

நாவலை வாசிப்பது என்பது சதா மாறிக்கொண்டே இருக்கக் கூடிய ஒரு மன இயக்கம். சில வருஷத்திற்கு முன்பு படித்த நாவல் தற்போது முற்றிலும் புதியதொரு அனுபவத்தளத்தில் முன் அறியாத நெருக்கம் கொண்டுவிடுகின்றது. இதன் எதிர் நிலையும் சாத்தியமாகியிருக்கிறது என்றால் நாவல் ஒரு இயங்கு பரப்புதான் போலும். அதன் வழியாக எதையோ காண்பதும் எதையோ நினைவு கொள்வதும் எதையோ மறப்பதுமான முடிவற்ற நிகழ்வு திரும்பத் திரும்ப நடந்து கொண்டேயிருக்கிறது.

டோனி மாரிசன் (Toni Morrison) நாவல் பல்வேறு விதங்களில் தமிழ் வாழ்வோடு மிக நெருக்கமாக இருப்பதை

உணர்ந்துகொள்ள முடிகிறது. குறிப்பாகத் தமிழ்க் குடும்பங்களில் இறந்து போன குழந்தைகள் குறித்த நினைவுகள் பல வருட காலத்திற்குக் கூடவே இருக்கக்கூடியது. சில வேளைகளில் அவர்கள் தான் வேறு பிள்ளைகளாகப் பிறந்திருக்கிறார்கள் என்றுகூட நம்புவதுண்டு. நான் அறிந்த சில கிராமங்களில் இறந்துபோன குழந்தைகளுக்கும் பண்டிகை நாட்களில் புத்தாடைகள் எடுத்து பூஜை வைப்பது அல்லது விருப்பமான உணவைச் சமைத்துப் படையல் செய்வது போன்ற நிகழ்வுகள் நடைபெறுவதைக் கண்டிருக்கிறேன். இந்த நிகழ்வுகளுக்கும் இந்த நாவலுக்கும் இடையே மிக நெருக்கமான தொடர்பு உள்ளது.

இது டோனி மாரிசனின் ஐந்தாவது நாவல். சேதே என்ற கறுப் பினப் பெண்ணின் வாழ்வை விவரிக்கிறது. அடிமையாக விற்கப்பட்ட அவள் தன் மகளோடு அடிமை வாழ்விலிருந்து யாரும் அறியாமல் தப்பி ஒஹியோவில் உள்ள பண்ணை வீடு ஒன்றில் புகலிடம் ஆகி வாழ்கிறாள். கடந்த காலத்தின் வலியும் வேதனைகளும் அவளுக்குள் ஆறாத ரணங்களாக நிரம்பியிருக்கின்றன.

இவளது பதின்வயது மகள் டென்வர். இவர்கள் வீட்டில் விசித்திரமான குரல்கள் மற்றும் சில நிகழ்வுகள் நடை பெற துவங்குகின்றன. அது ஒரு ஆவியின் வேலை என்றும் தாங்கள் குடியிருக்கின்ற வீட்டில் ஒரு ஆவியிருப்பதாகவும் அவர்கள் நம்புகிறார்கள்.

அந்த ஆவி அவர்களோடு தன்னைத் தொடர்பு கொள்ள முயற்சிக்கிறது. அதனால் டென்வர் மனக் குழப்பத்திற்கு உள்ளாகிறாள். அது சேதேவைக் கவலை கொள்ள வைக்கிறது. ஆவியை என்ன செய்வது என்று வழிமுறைகளை ஆராயும்போது ஆவியாக வந்துள்ளது அவளது சொந்த மகள் என்பதும், தன்னைப் போல அவளும் வளர்த்து எதற்காக அடிமையாக வேண்டும் என்பதால் சேதே அந்த இரண்டு வயது பெண் குழந்தையைக் கழுத்தை நெறித்து கொன்றுவிட்டாள் என்பதும் தெரியவருகிறது.

என்றோ வறுமை மற்றும் இனத் துவேசத்தின் நெருக்கடி, அடிமை வாழ்வு காரணமாக தன்னால் கொல்லப்பட்ட தனது மகள் இன்று தங்களோடு ஒன்று கலக்கக் காத்திருப்பது சேதேவுக்கு வருத்தமளிக்கிறது. இறந்து போகிறவர்கள் அப்படியே மறைந்து போய்விடுவதில்லை, அவர்கள்

நினைவுகளாக நம்மோடு தங்கியிருக்கிறார்கள், அந்த நினைவுகள் வாழ்கின்றவர்களோடு தொடர்பு கொண்டபடியே இருக்கும் என்ற நம்பிக்கை கொள்கிறாள்.

அதேநேரம் தன்னால் கொல்லப்பட்ட இரண்டு வயது மகளை புதைக்கச் சென்றபோது அங்கே கல்லறைக் கல்லில் தன் விருப்பத்திற்குரியவள் என்ற இரண்டு எழுத்துகளைப் பொறிக்கச் செய்வதற்கு சேதேவுக்கு பணம் இல்லாமல் போகிறது. வேறு வழியில்லாமல் கல்லறைக் கல்லை செதுக்குபவனோடு பத்து நிமிடங்கள் படுத்து பாலியல் சுகம் தந்து ஒரேயொரு சொல்லைப் பொறிக்கச் செய்கிறாள். அந்த வார்த்தைதான் Beloved. தன்னால் முறையாக புதைக்கப் படாமல், சவ சடங்குகள் செய்யப்படாமல் போனதால் தான் மகள் ஆவியாக வந்திருக்கிறாள் என்று சேதேவுக்கு தோன்றுகிறது.

ஒருபக்கம் ஆவியின் வழியாக நீளும் பழைய நினைவுகள். இன்னொரு பக்கம் கறுப்பின மக்களை அடிமைகளாக கப்பலில் ஏற்றிக்கொண்டு செல்லும் போது நோயாலும், அடிபட்டும் செத்துப் போன பல ஆயிரம் பேர்களை நேரில் கண்ட வயதான பெண்ணின் வழியாகக் கடந்த காலம் பீறிட்டு கொண்டேயிருக்கிறது. இன்னொரு பக்கம் அடிமைப் பணியின் ரணமிக்க நிகழ்வுகளும் ஊடு கலக்கின்றன. இந்த நிலையில் சேத்யுவின் மனதறிந்து அவளுக்கு உதவி செய்ய வருகிறார் Paul D.

நாவலின் ஒரே முக்கிய ஆண் கதாபாத்திரம். தங்கள் துயரங்களை பகிர்ந்து கொள்ளும் ஒரே ஆறுதலான மனிதன். அவனது நேசம் பல நேரங்களில் சேதேவை தாங்கமுடியாத மனத் துயரத்திற்கு உள்ளாக்குகிறது. இந்த நிலையில் மக்கள் மன அழுத்தம் தாங்க முடியாமல் வீட்டை விட்டு ஓடிவிடுகிறாள். கடந்த காலம் ஒரு புதைகுழிபோல் தன்னை இழுக்க அதிலிருந்து மீள முடியாமல் தவிக்கிறாள் சேதே.

இப்படியாக நாவல் பல்வேறு குரல்களின் வழியே நிகழ்வுகளின் முன்பின்னாக நகர்ந்து ஒன்று சேர்க்கிறது. ஒரு உண்மை சம்பவத்தின் பின்புலத்தில் எழுதப்பட்ட இந்த நாவல் கறுப்பின மக்களின் வாழ்வில் சாவும், சாவைக் கடந்து செல்லும் நினைவுகளும் மிக முக்கியமான பங்கு வகிக்கின்றன. அவர்களின் நினைவுகள் நிம்மதியற்றவை. அவை துர்க்கனவுகள் போன்றவை என்பது துல்லியமாக புலப்படுத்துகின்றது.

இந்த நாவலை தமிழ்ச் சூழலோடு தொடர்பு கொள்ள வைப்பது நாவலில் ஒரு வீட்டில் ஆவியிருப்பதாக அறிந்த உடன் அதை வீட்டில் உள்ள அத்தனை பேரும் எவ்விதமான எதிர்வாதமும் இன்றி நம்பத் துவங்குவது. மற்றொன்று பெண் குழந்தைகளை பிறந்த சில மாதங்களில் கொன்றுவிடும் பெண் சிசுக்கொலை. மூன்றாவது இறந்துபோன குழந்தைகள் தங்கள் ஆசை அடங்கும் வரை அந்த வீட்டையே சுற்றிக்கொண்டிருப்பார்கள் என்ற நாட்டார் நம்பிக்கைகள்.

இவை யாவிற்கும் மேலாக அம்மாவிற்கும் மகளுக்கும் உள்ள உறவு. பெற்ற பிள்ளையை தானே கொன்று போடும் அளவு வாழ்வில் வலியும் ரணங்களும் அவமானங்களையும் சந்தித்த பெண்ணின் அக உலகம், விலக்கப்பட்ட மற்றும் மறைக்கப்பட்ட பாலியல் வன்கொடுமைகள் என பெரும்பாலும் நாவல் தமிழ் வாழ்வோடு நெருக்கமான தொடர்பு கொண்டிருக்கிறது.

அது போலவே நம்மிடம் உள்ள கதை சொல்லும் முறை போலவே ஒவ்வொரு நிகழ்வையும் கடந்த காலத்தின் நினைவுகளையும் ஒன்றோடு ஒன்று பின்னிச் செல்லும் கதை சொல்லும் முறை. வயதானவர்கள் நினைவில் இன்றும் உயிர்போடு உள்ள கடந்த காலத்தின் சுவடுகள், யாவையும் மீறி வாழ்வை கொண்டு செலுத்தும் அன்றாடம், வழித்துணையாகும் உறவுகள், தீராத துயரை பகிர்ந்து கொள்ளும் பெண்களின் வலி மிகுந்த வாழ்வு என நாவல் நமக்கு மிக நெருக்கமானது. டோனி மாரிசன் கறுப்பின இலக்கியத்தின் உலகறிந்த எழுத்தாளர். நோபல் பரிசு பெற்றவர். இந்த நாவலின் வழியே தன் இனத்தின் துயர்மிகு வாழ்வை அவர் உரத்த குரல் இன்றி வெளிப்படுத்தியிருக்கிறார். இந்த நாவல் Oprah Winfrey நடித்து திரைப்படமாகவும் வெளியாகியிருக்கிறது.

நாவலின் ஊடாக வெளிப்படும் மிகக் கவித்துமான வரிகளும் உணர்வு எழுச்சியைத் தூண்டும் நிகழ்வுகளும் படித்து முடித்த பிறகு உருவாகும் ஆழ்ந்த துயரமும் சில நாட்களுக்கு வேறு எதையும் வாசிக்க முடியாதபடி செய்கிறது. அதுவே இந்த நாவலின் மிகப்பெரிய வெற்றி.

ஷேக்ஸ்பியரின் நிழலில்

All men who repeat one line of Shakespeare are William Shakespeare.

- Borges

ஒரு எளிய வாசகன் ஷேக்ஸ்பியரை அணுகும்போது அவன் முன்பாக எண்ணிக்கையற்ற கேள்விகள் தோன்றுகின்றன. ஷேக்ஸ்பியர் என்பவர் யார்? அவரது முக்கிய நாடகங்கள் எவை? அந்த நாடகங்களை எப்படி நிகழ்த்தினார்கள்? அவரது வாழ்வுக் குறிப்புகள் நிஜமானவையா? ஷேக்ஸ்பியர் நாடகங்களின் பின்புலம் என்ன? அவரது சமகால அரசியல் கலாச்சார சூழல்கள் எப்படியிருந்தது? ஷேக்ஸ்பியரின் நாடகங்கள் எப்படி எதிர் கொள்ளப்பட்டன? எதற்காக நாம் ஷேக்ஸ்பியரை வாசிக்க வேண்டும்? ஷேக்ஸ் பியரின் படைப்புகள் எதை முக்கியத்துவப்படுத்துகின்றன? ஷேக்ஸ் பியர் இன்றுவரை தொடர்ந்து வாசிக்கப்படுவதற்கான காரணங்கள் எவை? என்று கேள்விகள் முடிவற்று கிளைத்துக் கொண்டேயிருக்கின்றன.

இந்த கேள்விகளில் இருந்துதான் எனது வாசிப்பும் துவங்கியது. பள்ளிவயதில் புரியாமல் வாசிக்கத் துவங்கினேன். வீட்டில் எனது தாத்தா விரும்பி கிங்லியரையும் மேக்பெத்தையும் வாசிக்க வைத்தார். அதன்பிறகு நானே தேடிப் படித்த நாடகங்கள், விமர்சனங்கள் தாண்டி இன்றும் ஷேக்ஸ்பியர் தொடர்ந்த வாசிப்பிற்கு உரியவராகவே இருக்கிறார்.

ஷேக்ஸ்பியர் யார் என்ற கேள்வி இன்றைக்கும் முற்றுப் பெறாதது. ஒவ்வொரு ஐந்து ஆண்டுகளுக்கு ஒரு முறையும் யாரோ ஒருவரின் பெயர் ஷேக்ஸ்பியரின் நாடகங்களை எழுதியது இவர் தான் என்று சர்ச்சிக்கப்படும். இந்தப் பட்டியலில் கிறிஸ்தோபர் மார்லோவில் துவங்கி பேகன்,

எட்வர்ட் வெரே, வில்லியம் ஸ்டேன்லி, மேரி சிட்னி ஹேபர்ட், ரோஜர் மேனர்ஸ் என பலரும் இடம் பெற்றிருக்கிறார்கள். ஷேக்ஸ்பியரைப் புரிந்து கொள்வதற்குத் தேவை அவரது படைப்புகள் தானே அன்றி சுயசரிதைக் குறிப்புகள் அல்ல. அந்தக் குறிப்புகள் வேறுவேறு காலகட்டங்களில் பலராலும் புனைந்து உருவாக்கப்பட்டது. திருவல்லிக்கேணியில் உள்ள கதவு இலக்கம் 14இல் திருவள்ளுவர் வசித்தார் என்று துல்லியமாக சில தமிழ் அறிஞர்கள் சொல்வதைப் போன்ற புனைவுகள் ஷேக்ஸ்பியர் விஷயத்தில் நிறைய உள்ளன.

ஷேக்ஸ்பியர் காலத்தில் இருந்த ஒரே ஆவணப் பதிவு தேவாலயப் பதிவேடுகள் மட்டுமே. அந்தப் பதிவேட்டில் அவரது திரு மண நாள், மகன் இறந்து போன தேதி மற்றும் அவர் இறந்துபோன நாள் பதிவாகி உள்ளது. மற்றவகையில் அவரைப்பற்றிய அதிகக் குறிப்புகள் எதுவும் கிடைக்கவில்லை.

ஷேக்ஸ்பியரின் உருவமும் கூட கற்பனையில் வரையப்பட்டதே. எல்லா சித்திரங்களிலும் ஷேக்ஸ்பியர் நடுத்தர வயதுக்காரராகவே சித்தரிக்கப்படுகிறார். (திருவள்ளுவருக்கு எப்படி கற்பனையாக ஒரு உருவம் கொடுத்தார்களோ அதுபோலத்தான் இன்றைய ஷேக்ஸ்பியர் உருவச் சித்திரமும் உள்ளது.)

ஷேக்ஸ்பியர் பிறப்பதற்கு முந்திய இங்கிலாந்து எப்படி இருந்தது. என்பதைத் தெரிந்து கொள்வதன் வழியே ஷேக்ஸ்பியர் எந்தச் சூழலில் பிறந்தார், செயல்பட்டார் என்பதை அறிந்து கொள்ள முடியும்.

இங்கிலாந்து அரசரான எட்டாம் ஹென்றிக்கு ஆண் வாரிசு இல்லாமல் போகவே அவர் ஆண் குழந்தை வேண்டி தனது பட்டத்து அரசியான காதரீனை விவாகரத்து செய்துவிட்டு ஆனி போல்யன் என்ற பிரபு வம்சத்துப் பெண்ணை இரண்டாவதாகத் திருமணம் செய்து கொள்ள விரும்பினார்.

அதற்கு ரோமில் இருந்த திருச்சபை அனுமதியளிக்கவில்லை. அதனால் ஆத்திரமான மன்னர் திருச்சபையின் அதிகாரங்களை ரத்து செய்ததோடு தானே கிறிஸ்துவ சபையின் முழு அதிகாரம் கொண்டவன் என்று அறிவித்துவிட்டு, அதுவரை இருந்த கார்டினலின் அதிகாரத்தைப் பறித்தார்.

மக்களிடமும் ரோமத் திருச்சபையிடமும் அது பலத்த எதிர்ப்பை உருவாக்கியது. அத்தோடு எட்டாம் ஹென்றியின் வழி காட்டியாகவும் மந்திரியாகவுமிருந்த தாமஸ் மோர்

அந்த நடவடிக்கையை ஆதரிக்கவில்லை. அதன் காரணமாக இருவருக்குள்ளும் கருத்து வேறுபாடு உருவானது. ஆனால் எட்டாம் ஹென்றியோ எல்லா எதிர்ப்புகளையும் மீறி ஆனியை இரண்டாம் திருமணம் செய்து கொண்டார்.

தாமஸ் மோர் அதைக் கடுமையாக எதிர்க்கவே அவருக்கு மரண தண்டனை விதித்தார் அரசர் (தாமஸ் மோரின் வாழ்வை விவரிக்கும் A Man for All Seasons என்ற ஹாலிவுட் திரைப்படம் மிகச் சிறப்பானது. ஆறு ஆஸ்கார் விருதுகள் பெற்ற இத்திரைப்படம் சரித்திரச் சித்தரிப்பில் முன்னோடிப் படமாகும்).

எல்லா எதிர்ப்புகளை மீறி 1532இல் ஆனியைத் திருமணம் செய்து காண்ட போதும் அவள் ஒரு ஆண் குழந்தையைப் பெற்றுத் தரவில்லை. மாறாக அவளுக்கு பெண் குழந்தை பிறந்தது. எலிசபெத் என்று அந்தக் குழந்தைக்குப் பெயரிட்டார்கள். அதன் சில மாதங்களில் அவள் மீண்டும் கருவுற்றாள் ஆனால் அந்தக் கர்ப்பம் சில வாரங்களில் கலைந்து போய்விட்டது. அதனால் ஆத்திரமுற்ற ஹென்றி அவளை விட்டுக் கொஞ்சம் கொஞ்சமாக ஒதுங்கத் துவங்கினார். அவரது கள்ள உறவுகள் வலுப்படத் துவங்கின. இதற்கு ஆனி இடையூறாக இருக்கவே அவளைச் சிரச்சேதம் செய்ய உத்தரவிட்டார் ஹென்றி.

அதன் தொடர்ச்சியாக அவர் ஜேன் செமோர் என்ற பெண்ணை மூன்றாவது திருமணம் செய்து கொண்டார். அவள் வழியாக 1537இல் ஹென்றிக்கு ஒரு ஆண் குழந்தை பிறந்தது. ஆனால் பிரசவத்தில் ஏற்பட்ட உடல்நலக் குறைபாடு காரணமாக ஜேன் மரணமடைந்தாள். அவளது குழந்தை எட்வர்ட், இளவரசராக அறிவிக்கப்பட்டார்.

இது நடந்து இரண்டு ஆண்டுகள் வரை ஹென்றி மறுமணம் செய்துகொள்ளவில்லை ஆனால் 1540இல் அரசியல் காரணங்களுக்காக ஜெர்மானிய இளவரசியான ஆனியைத் திருமணம் செய்து கொண்டார். இந்தத் திருமண வாழ்வு அவர் விரும்பியபடி அமையவில்லை. ஆகவே அவளையும் விவாகரத்து செய்துவிட்டு தனது ஐம்பதாவது வயதில் ஐந்தாவது திருமணம் செய்து கொண்டார்.

அந்தப் பெண் ஆனி போல்யனின் சகோதரி. ஆனால் சில மாதங்களிலே அவளுக்கு ரகசியக் காதலர்கள் பலர் இருக்கிறார்கள் என்று சந்தேகப்பட்ட ஹென்றி அவளது சகோதரியைப் போலவே சிரச்சேதம் செய்ய உத்தரவிட்டார்.

இறுதியாக ஹென்றி நோய்வாய்ப்பட்ட நாட்களில் அவருக்குத் துணை செய்த கேதரீன் பார் என்ற பெண்ணை ஆறாவதாக திரு மணம் செய்துகொண்டார். இப்படி ஹென்றியால் ஏற்பட்ட குழப் பம் இங்கிலாந்தின் அரியணையில் பெரிய புயலை ஏற்படுத்தியது. யார் அவர்களது எதிர்கால மன்னர் என்ற குழப்பம் உண்டானது. இதனால் உள்நாட்டுக் கலகங்கள் தோன்றின.

1547இல் ஹென்றி இறந்து போகவே அவரது வாரிசாக அரியணை ஏறினார் எட்வர்ட். அவர் ஆறு ஆண்டுகள் பதவி வகித்து இறந்து போகவே அவரது சகோதரியும் ஹென்றியின் முதல் மனைவியின் வழியில் பிறந்த மகளான மேரி அரசியாக அறிவிக்கப்பட்டாள். அவள் ரோமானியத் திருச்சபையை மீறி ஹென்றி செய்த காரியங்கள் யாவையும் தடை செய்ததோடு திருச்சபையை மீறியவர்கள் அத்தனை பேரையும் உயிரோடு தீ வைத்து எரித்தாள். இதனால் மக்கள் அவளை Bloody Mary அழைத்தனர்.

அவளது மரணத்திற்குப் பிறகு இளவரசியான எலிசபெத் பதவிக்கு வந்தாள். அவளது காலம் இங்கிலாந்து அரசமரபில் தனித்துவமானதாக எலிசபெத் ஆட்சிக்காலம் என்று வகைப்படுத் தப்படுகிறது. எலிசபெத் பதவியேற்றுக் கொண்டதும் அரசினை வழிநடத்துவதற்கு தகுதியானவர்களைத் தனது ஆலோசகர்களாக வைத்துக்கொண்டாள். அவளுக்கு இசையிலும் நாடகத்திலும் மிகுந்த ஈடுபாடு இருந்தது. அதனால் கலைகளின் வளர்ச்சிக்கு மிகுந்த உதவி செய்தாள்.

ஹென்றி அரசர் ஏற்படுத்திய சீர்திருத்த திருச்சபையை திரும்பவும் நிறுவினாள். அவளது ஆட்சிக்காலத்தில் லண்டனின் மக்கள் தொகை இரண்டு லட்சம் பேர். அவள் மிகத் தைரியமாகவும் நேரடியாகவும் எடுத்த அரசியல் முடிவுகள் அவளை அதிகாரத்தின் உச்சத்திற்குக் கொண்டு சென்றது. (இவளது வாழ்க்கை வர லாற்றை எலிசபெத் என்ற பெயரில் சேகர் கபூர் திரைப்படமாக்கினார்.)

எலிசபெத் காலத்தைய மக்கள் வாழ்வு மூன்று நிலைகளில் இருந்தது. பிரபுகள் எப்போதும் போல உயர்ந்த வசதியுடன் ஆடம் பரத்துடன் வாழ்ந்தனர். அடுத்ததாக வணிகர்களும் கலைஞர்களும் போகத்துடன் வாழ்ந்தார்கள். எளிய மக்களின் வாழ்வு எப்போதும் போலவே சிக்கல்களும் பிரச்சினைகளும் நிரம்பியதாக இருந்தது.

பொதுமக்களின் பிரதான உணவாக ரொட்டியும் சூப்புமிருந்தன. வாரத்தில் புதன், சனி இரண்டு நாட்களிலும் மாமிசம் சாப்பிடுவதை மக்கள் தவிர்த்தனர். அந்த இரண்டு நாட்கள் மீன் சாப்பிடும் நாட்கள் என்று அழைக்கப்பட்டன. இந்த நாட்களுக்காகவே சிறப்புவகை மீன்கள் விற்கப்பட்டன.

ஆடு, மாடு, பன்றி, மான், முயல், காடை, வாத்து, புறா, கோழி போன்றவற்றை உண்பதில் மக்கள் மிக ஆர்வம் காட்டினர். ஒயின், ரம் மற்றும் விஸ்கி குடிக்கும் பழக்கம் பரவலாக இருந்தது. விருந்திற்கான சிறப்பு ஒயின்கள் இத்தாலியிலிருந்து இறக்குமதி செய்யப்பட்டன. ஆண்களும் பெண்களும் பகட்டாக உடையணியும் பழக்கமிருந்தது. குறிப்பாக நடன விருந்தில் சிறப்பு உடைகள் கட்டாயமாகயிருந்தன. அது போலவே வேட்டையாடுதலும் வன விருந்தும் முக்கியமானதாகக் கருதப்பட்டன.

சிறிய குற்றங்களுக்குக் கூட கடுமையாகத் தண்டனை வழங்கும் முறைகளிருந்தன. யாரைப் பற்றியாவது அவதூறு பேசினால்கூட அது கடுமையான குற்றமாக எடுத்துக்கொள்ளப்பட்டுவிடும். அதற்குத் தண்டனையாக கழுத்தில் மிகப்பெரிய இரும்பு கூண்டை மாட்டிவிடுவார்கள். அதுபோலவே திருடியவனின் கையைத் துண்டிப்பது, பொய் சொல்பவர்களின் நாக்கைத் துண்டிப்பது போன்றவை வழக்கத்திலிருந்தன.

1576இல் லண்டனில் முதல் முறையாக பொது நாடக அரங்கம் உருவாக்கப்பட்டது. அது முதல் நாடகம் பிரதான கலை வடிவமாக வளரத் துவங்கியது. அரச சபை விழாகளுக்கு எனச் சிறப்பாக நாடகங்கள் நிகழ்த்தப்பட்டன. ஷேக்ஸ்பியர்கூட எலிசபெத் அரசியின் விழாவில் நாடகம் நிகழ்த்தியிருக்கிறார். ஆனால் எலிசபெத் பற்றி அவரது நாடகங்களில் அதிக குறிப்புகளில்லை. அவளது மரணத்தின் போது ஷேக்ஸ்பியர் இரங்கற்பா பாடவுமில்லை.

1603இல் எலிசபெத் அரசி இறந்து போகவே அரியணைக்கு நேரடி வாரிசுகள் இல்லாமல் போனார்கள். ஸ்காட்லாந்தின் அரச குடும்பத்தை சேர்ந்த ஜேம்ஸ் இங்கிலாந்தின் மன்னராக பட்டம் சூடினார். இங்கிலாந்தின் வரலாற்றில் ஸ்காட்லாந்தைச் சேர்ந்த ஒருவர் மன்னராவது மிகுந்த சர்ச்சைக்கு உள்ளானது.

ஜேம்ஸ் கடவுளின் பிரதிநிதியாகவே மன்னர்கள் செயல்பட வேண்டும் என்று விரும்பினார். ஆகவே இவரது கவனம் முழுவதும் திருச்சபை பணிகளிலே இருந்தது.

1604ல் இவர் 50 அறிஞர்கள் கொண்ட குழுவை நியமித்து எபிரேகு மொழியிலிருந்து பைபிளை மூல அர்த்தம் சிதையாமல் மொழிபெயர்த்து அதை அதற்கு முந்திய மொழிபெயர்ப்புகளோடு ஒப்பு நோக்கி சீரான பதிப்பாக வெளியிட ஏற்பாடு செய்தார். 16ல் வெளியான அந்த பைபிள் பதிப்பே இன்று வரை நடைமுறையில் உள்ள ஜேம்ஸ் பதிப்பு ஆகும்.

அரசியல் மற்றும் திருச்சபைகளின் குழப்பமான காலமான 1564 ஏப்ரலில் ஷேக்ஸ்பியர் இங்கிலாந்தின் ஸ்ட்ராட்போர்டு அபான் அவோன் என்ற கிராமத்தில் பிறந்தார். ஷேக்ஸ்பியரின் அப்பா ஒரு தோல் பொருள்கள் விற்பனையாளர். அந்தக் கிராமத்தில் அப்போது 200 வீடுகளும் 1500 பேர்களுமே இருந்தார்கள். ஷேக்ஸ் பியர் பிறந்த நாள் துல்லியமாகப் பதிவு செய்யப்படவில்லை. நல்ல நாளில் திருச்சபைக்கு எடுத்து சென்று பலி தரும் வழக்கத்தின்படியே அவர் தேவாலயத்துக்குக் கொண்டு செல்லப்பட்டதாக குறிப்புகள் கூறுகின்றன. ஷேக்ஸ்பியரின் அப்பா ஜான் ஷேக்ஸ் பியர், அம்மா மேரி ஆர்டன். இருவருமே படிப்பறிவு அற்றவர்கள்.

ஷேக்ஸ்பியர் காலத்தில் ஆசிரியர்கள் வீடு தேடி வந்து கணிதம் மற்றும் லத்தீன் பாடங்களை குழந்தைகளுக்குக் கற்பிப்பதுதான் வழக்கம். அதுவும் கல்வி கற்றுக் கொள்வது மிகுந்த ஆடம்பரமானதாகக் கருதப்பட்டது. ஷேக்ஸ்பியர் இலக்கணப் பள்ளி ஒன்றில் சேர்ந்து கற்றுக்கொள்ளவேண்டும் என்று அவரின் அப்பா ஆசைப் பட்டார். அதற்குக் காரணம் ஷேக்ஸ்பியர் காலத்தில் தான் பள்ளியில் முதன்முதலாக கரும்பலகைகள் (Black Board) அறிமுகப்படுத்தப் பட்டது. ஆசிரியர்கள் கரும்பலகையை உபயோகித்து கற்றுத் தருகிறார்கள் என்பது ஆச்சரியமூட்டுவதாக இருந்தது. அதற்காகவே ஷேக்ஸ்பியரை அவரது ஏழாவது வயதில் பள்ளியில் சேர்ந்து படிக்க அனுப்பி வைத்தார் அவரது அப்பா.

பள்ளிப் படிப்பை முடித்த பிறகு ஷேக்ஸ்பியர் என்ன செய்தார் என்பதோ அவர் எதற்காக லண்டனுக்கு புறப்பட்டார் என்பதோ தெளிவாக விளக்கப்படாமலே உள்ளது. ஆனால் ஷேக்ஸ்பியர் தனது பதினெட்டாவது வயதில் தன்னை விட 8 வயது மூத்தவரான ஆனியை காதலித்துத் திருமணம் செய்து கொண்டார். அவரது திருமணத்தின்போது ஆனி மூன்று மாதக் கர்ப்பமாக இருந்ததாக தேவாலயக் குறிப்பேடு கூறுகிறது.

ஷேக்ஸ்பியருக்கு மூன்று பிள்ளைகள். மூத்தவள் சுசனா. இரண்டாவது இரட்டைப் பிள்ளைகள். அதில் ஹாம்னெட் என்ற பையன் ஜூடித் என்ற பெண். ஹாம்னெட் தனது ஏழாவது வயதில் இறந்து போய்விட்டான் என்றும் அவனைப் புதைப்பதற்காக தேவாலயத்தில் அனுமதி கேட்ட குறிப்பும் பதிவேட்டில் காணப்படுகிறது.

தனது இருபது வயதில் கவிதைகள் எழுதவும் நடிக்கவும் துவங்கிய ஷேக்ஸ்பியர் லண்டனில் நடிகராகவே தனது வாழ்வைத் துவக்கினார். அவருக்கு ஹென்றி ரியோத்ஸ்லே என்ற சவுத் ஹாம்டன் பிரபுவின் நட்பும், ஹென்றி ஹெபர்ட் என்ற பெம்பி ரோக் பிரபுவின் நட்பும் கிடைத்தது. அவர்கள் ஷேக்ஸ்பியரின் புரவலர்களாக இருந்தனர். இதில் ஹென்றிக்கும் ஷேக்ஸ்பியருக்கும் இடையில் ஓரினக் கவர்ச்சியிருந்ததாகவும் ஷேக்ஸ்பியரின் கவிதைகள் ஓரினச்சேர்க்கையினை வெளிப்படுத்துவதாகவும் ஆய்வாளர்கள் கருதுகிறார்கள்.

நடிப்பின் மூலம் புகழ் பெற்ற ஷேக்ஸ்பியர் தொடர்ந்து நாடகங்கள் எழுதத் துவங்கினார். அந்த நாடகங்கள் பிரபலமாகின. லண்டனில் புகழ் பெற்றிருந்த இருந்த The Lord Chamberlain's Men என்ற நாடகக்குழுவில் நடிகராகச் சேர்ந்து பணியாற்றினார். தொடர்ந்து நாடகங்களை எழுதி கவனம் பெற்று வந்தார். 1595ஆம் ஆண்டில் மட்டும் ஷேக்ஸ்பியரின் மூன்று நாடகங்கள் அரங்கேற்றப் பட்டிருக்கின்றன.

அதில் ஒன்று ரோமியோ ஜூலியட். புகழின் உச்சியில் இருந்த ஷேக்ஸ்பியர் லண்டனில் தனக்கென பிரமாண்டமான வீடு ஒன்றை விலைக்கு வாங்கினார். அத்தோடு 1599இல் தனியான நாடக அரங்கம் ஒன்றையும் நிறுவினார். குளோப் தியேட்டர் எனப்படும் திறந்த வெளி நாடக அரங்கம் அது. அந்த அரங்கில் தான் ஷேக்ஸ்பியரின் முக்கிய நாடகங்கள் நிகழ்த்தப்பட்டன. இந்த அரங்கம் ஒரு நாடக நிகழ்வின்போது எதிர்பாராதவிதமாக தீக்கிரையானது. ஆனால் சில மாதங்களிலே அந்த அரங்கினை மறு சீரமைப்பு செய்தனர்.

ஷேக்ஸ்பியர் தனது காலகட்டத்தில் மிகுந்த வசதியோடும் புகழோடும் வாழ்ந்திருக்கிறார். அன்றைய நாடக கம்பெனியின் நடிகர்களும் சக நாடக ஆசிரியர்களும் அவரைப் பற்றிய குறிப்புகளை எழுதியுள்ளனர். அக்குறிப்புகளில் அவரது செல்வாக்கு மற்றும் குடும்ப வாழ்வு குறித்த தகவல்களைக் காண முடிகிறது.

அன்றைய நாடக மரபின்படியே ஷேக்ஸ்பியர் காமெடி, டிராஜடி, டிராஜிக் காமெடி, ஹிஸ்டரி எனும் நான்கு வகைகளிலும் நாடகங்கள் எழுதியிருக்கிறார். அவர் எழுதிய மொத்த நாடகங்கள் 36. ஷேக்ஸ்பியரின் மூலப்பிரதிகள் எதுவும் இன்று நம்மிடமில்லை. நடிகர்கள் பயிற்சிக்காக எடுத்து எழுதிச் சென்ற பிரதிகளில் இருந்தே அவரது நாடகப்பிரதிகள் உருவாக்கப்பட்டன.

ஒரு சாதாரண மனிதன் தனது அன்றாட உபயோகித்திற்காக சராசரியாக ஐநூறு வார்த்தைகளை மட்டுமே பயன்படுத்துகிறான். படைப்பாளிகளும் ஆய்வாளர்களும் ஆயிரத்திற்கும் அதிகமான சொற்களைப் பயன்படுத்துகிறார்கள். ஆனால் இதன் உச்சபட்ச அளவாக ஷேக்ஸ்பியர் தனது படைப்புகளில் பயன்படுத்தியிருந்த சொற்களின் எண்ணிக்கை 29,066.

அவர் எழுதிய மொத்த வரிகளின் எண்ணிக்கை 118,406. இந்த ஒரு லட்சம் வரிகளில் உள்ள மொத்த சொற்களின் எண்ணிக்கை 8,84,647. அவர் மரணத்தின் நாலைந்து வருடங்களுக்கு பிறகு அவரது நண்பர்கள் அவரது நினைவைப் போற்றும் வகையில் அவரது நாடகப்பிரதிகளை ஒவ்வொன்றாக வெளியிடத் துவங்கினர். இவை 1623இல் அச்சில் வெளியாகின. ஷேக்ஸ்பியர் நாடகங்களில் மிகப் பெரியது ஹாம்லெட். அந்த நாடகத்தில் 3,901 வரிகள் உள்ளன. மிகச்சிறிய நாடகம் தி காமெடி ஆப் எரர்ஸ். அது 1,911 வரிகளைக் கொண்டது.

ஷேக்ஸ்பியர் நாடகங்களில் பெண் கதாபாத்திரங்களையும் ஆண்களே ஏற்று நடித்து வந்தனர். இந்த நிலை மாறி அவரது ஒத்தலோ நாடகத்தில் டெஸ்டிமோனோவாக நடிப்பதற்கு மார்க்ரெட் ஹக்ஸ் என்ற பெண் முன்வந்தார். இங்கிலாந்தின் நாடக வரலாற்றில் முதன்முறையாக ஒரு பெண் மேடையேறி நாடகத்தில் நடித்தது ஷேக்ஸ்பியரின் நாடகத்தில் தான்.

ஷேக்ஸ்பியர் தனது நாடகங்களுக்கான கருவை பெரும் பாலும் நாட்டுப்புறப் பாடல்களில் இருந்தும் சரித்திரக் குறிப்புகளிலிருந்தும் மரபுக் கதைகளிலிருந்தும் எடுத்துக் கொள்கிறார். எந்தக் குறிப்பிலிருந்து அவர் தனது நாடகங்களை உருவாக்கினார் என்பதற்கான சான்றுகள் இன்று முழுமையாகக் கிடைக்கின்றன.

ஷேக்ஸ்பியர்கள்ளத்தனமாக மான் வேட்டையாடியதாகவும் அதற்கு உரிய தண்டனையிலிருந்து தப்பிக்கவே லண்டனுக்குச் சென்றார் என்றொரு கதையும், லண்டனுக்கு வரும் வழியில்

ஒரு விடுதியில் தங்கியபோது அங்குள்ள பெண்ணிற்கும் ஷேக்ஸ்பியருக்கும் பழக்கம் ஏற்பட்டு ஒரு மகன் பிறந்தான். அவன் கவிஞனாக வளர்ந்தான் என்றும் சில கர்ணபரம்பரைக் கதைகள் கூறுகின்றன. லண்டனில் வாழ்ந்தபோது அவருக்கு ஒரு பிரபு குடும்பத்து இளம் பெண்ணிற்கும் காதல் ஏற்பட்டது, அது நிறைவேறவில்லை என்றும் ஒரு கதையிருக்கிறது. இந்தக் காதலை The Lord Chamberlains Men என்ற ஹாலிவுட் திரைப்படம் விவரிக்கிறது. இப்படம் ஏழு ஆஸ்கார் விருதுகளை பெற்றது குறிப்பிடத்தக்கது

ஷேக்ஸ்பியர் 1616ஆம் ஆண்டு ஏப்ரல் 23ஆம் நாள் லண்டனில் மரணமடைந்தார். அவரது உடல் ஏப்ரல் 25ம் தேதி கல்லறையில் அடக்கம் செய்யப்பட்டிருக்கிறது. ஷேக்ஸ்பியர் தான் இறந்து போவதற்கு மூன்று மாதங்களுக்கு முன்பாக தனது உயிலை எழுதி வைத்திருக்கிறார். அந்த உயிலின் நகல் தற்போதும் பாதுகாக்கப்பட்டு வருகிறது.

எல்லாச் சர்ச்சைகளையும் தாண்டி ஷேக்ஸ்பியரைக் காப்பாற்றிக்கொண்டிருப்பது அவரது வியக்கத்தக்க கற்பனையும் உலக அறிவுமாகும்.

எப்படி ஸ்ட்ராட்போர்டு போன்ற சிறிய ஊரில் வசித்தபடியே கிரேக்க இலக்கியத்தின் அத்தனை முக்கிய ஆசிரியர்களையும் கற்றார்? சோபாக்ளீசின் துன்பவியல் நாடகங்களையும் பிளேட் டோவையும் யாரிடமிருந்து கற்றுக்கொண்டார்? ஜெர்மனிய அரசியல் பற்றி புத்தகங்கள் எப்படிக் கிடைத்தன? சட்டதுறையின் நுட்பங்களை அவ்வளவு துல்லியமாக எப்படி எழுத முடிந்தது? கப்பல் படை மற்றும் ராணுவச் செயல்பாடுகளை எங்கிருந்து அறிந்துகொண்டார்?

அவரது நாடகங்களில் இடம்பெற்றுள்ள தாவரங்கள், விலங்குகள், பூக்கள் பற்றிய ஆயிரக்கணக்கான தகவல்களை எவ்வளவு ஆண்டுகள் செலவிட்டு சேகரித்திருப்பார்! குறிப்பாக பருந்தைப் பழக்கி பந்தயத்திற்கு விடுவதில் துவங்கி, பூ நாகம் வரை எப்படி அவரால் இவ்வளவு நுட்பமாக விவரிக்க முடிந்தது! இந்த ஆச்சரியங்கள்தான் ஷேக்ஸ்பியரை இன்றும் தொடர்ந்து வாசிக்க செய்தபடியே உள்ளது.

ஷேக்ஸ்பியரை தமிழில் அறிந்து கொள்ள காரைக்குடியில் உள்ள சோமசுந்தரம் என்ற நாடக ஆர்வலர் பதினெட்டு முக்கிய நாடகங்களை எளிமையாக மொழியாக்கம் செய்து அவரது பொன்முடி பதிப்பகத்திலே வெளியிட்டுள்ளார்.

ஷேக்ஸ்பியரை நேரடியாக வாசிப்பதற்கு நான் சிபாரிசு செய்வது ஷேக்ஸ்பியரின் ஆர்டன் பதிப்பாகும். (Shakespeare-Arden Edition) மிக நேர்த்தியான பதிப்பது. ஷேக்ஸ்பியர் திரைப்பட வரிசை என்று இருபத்தியோறு திரைப்படங்கள் காணக் கிடைக்கின்றன. காமிக்ஸ், அனிமேஷன் மற்றும் வீடியோ விளையாட்டுகளில் கூட ஷேக்ஸ்பியர் பயன்படுத்தப்பட்டு வருகிறார்.

கிங்லியரை, அகிரோ குரசேவா, கோதார்ட், ஆர்சன் வெல்ஸ் மூவரும் இயக்கியுள்ளார். மூன்றையும் ஒரே நேரத்தில் காணும் போது அதன் நுட்பமான வித்தியாசமும் கலைஞனின் தனித்துவமும் புரியக்கூடும்.

– சென்னையில் நடை பெற்ற மாற்று அரங்கம் நாடகப் பயிலரங்கில் வாசிக்கப்பட்ட கட்டுரை.

டோரிஸ் லெசிங்

எல்லா விருதுகளும் சர்ச்சைக்கு உட்பட்டதே என்பதையே இந்த ஆண்டிற்கான நோபல் பரிசும் நிரூபித்துள்ளது. இங்கிலாந்தில் வசிக்கும் 87 வயதான டோரிஸ் லெசிங்கிற்கு (Doris Lessing) இந்த ஆண்டிற்கான இலக்கியத்திற்கான நோபல் பரிசு அறிவிக்கப்பட்டவுடன் பிரபல நவீன இலக்கிய விமர்சகரான ஹெரால்ட் ப்ளூம் இந்தப் பரிசு அரசியல் காரணங்களுக்காகக் கொடுக்கப்பட்டுள்ளது, டோரிஸ் லெசிங் கடந்த பதினைந்து வருடங்களுக்குள் இலக்கிய முக்கியத்துவம் வாய்ந்த எதையும் எழுதவில்லை என்று பகிரங்கமாகவே கண்டித்துள்ளார். அந்த அறிவிப்பு உண்மையும் கூட.

நான் அறிந்தவரை டோரிஸ் லெசிங் பற்றி தமிழ் இலக்கிய சூழலில் எளிய அறிமுகம்கூட நடைபெறவில்லை. 1970 — 80களில் பெண்ணியக் கோட்பாட்டாளர்களிடமும் இலக்கிய விமர்சகர்களிடமும் மிகுந்த பிரசித்தி பெற்ற பெயர் டோரிஸ் லெசிங். இவரது ஆரம்பகாலப் படைப்புகள் அரசியல் சார்ந்தும், பெண்ணிய விடுதலை சார்ந்தும் எழுதப்பட்டிருந்தன.

ஆனால் கடந்த இருபது ஆண்டுகளில் அவரது முக்கியப் படைப்புகள் யாவும் விஞ்ஞானப் புனைகதைகளாகவே உள்ளன. அதற்கு காரணம் தனது சமகால வாழ்வும் அதன் வன்முறையும் தன்னால் சகித்துக்கொள்ள முடியாமலிருக்கிறது என்று அவர் கூறுகிறார்.

டோரிஸ் லெசிங் பெர்சியாவில் 1919ஆம் ஆண்டு பிறந்தார். பிரிட்டீஷ்காரரான இவரது அப்பா பெர்சியாவின் இம்பீரியல் வங்கியில் பணியாற்றினார். அம்மா செவலியராக பொது

மருத்துவமனையில் வேலை செய்து வந்தார். பணியின் காரணமாக லெசிங் கின் குடும்பம் பெர்சியாவில் இருந்தனர்.

பால்ய வயது முழுவதும் பிரிட்டீஷ் காலனியாக இருந்த தென்னாப்பிரிக்காவின் ஜிம்பாவே பகுதியில் டோரிஸ் கழித்தார். முறையான பள்ளிக் கல்வியில்லாத போதும் தானே வீட்டில் இருந்தபடியே சுயமாகக் கல்வி கற்றுக்கொண்டார். முதல் உலக யுத்தமும் அதன் விளைவாக ஏற்பட்ட அரசியல் மாறுபாடுகளும் டோரிஸின் பெற்றோர் வாழ்வை அலைக்கழித்தன.

தனக்குக் கிடைத்த ஒரே ஆறுதல் லண்டனில் இருந்து உற வினர்களால் அனுப்பி வைக்கப்படும் டிக்கன்ஸ், ஸ்டென்தால் போன்றவர்களின் நாவல்களே என்று தன் நினைவுக்குறிப்பில் எழுதியிருக்கிறார். பதினாறு வயதில் அம்மாவைப் போல செவிலியாக தன் வாழ்வைத் துவக்கினார் டோரிஸ். அந்த வேலையும் நிரந்தர மாயில்லை. சில காலம் டெலிபோன் ஆபரேட்டராகப் பணியாற்றினார். அப்போது குடும்ப நண்பராக அறிமுகமான பிராங் விஸ்டமை திருமணம் செய்து கொண்டு இரண்டு குழந்தைகளுக்குத் தாயாரானார்.

அதன் சில வருசங்களில் காட்பிரட் லெசிங் என்ற ஜெர்மானியரின் அறிமுகம் கிடைத்தது. அவரோடு தொடர் புள்ள லெப்ட் புக் கிளப் என்ற இடது சாரி அமைப்பு டோரிசை அரசியல் மற்றும் சமூக மாற்றங்கள் மீது ஆர்வம் கொள்ளத் தூண்டியது. காட்பிரட்டை இரண்டாம் முறையாகத் திருமணம் செய்து கொண்டு அவரது குழந்தைக்கும் தாயானார்.

அந்த நாட்களில் கம்யூனிசக் கருத்துகளின் மீது ஈடுபாடு கொண்டு இடதுசாரி இயக்கத்தோடு தன்னை இணைத்துக் கொண்டார். ஆனால் காட்பிரட் அதிகாரத்தோடு நேரடியாக தொடர்புள்ளவராக மாறி அரசு தூதுவராகப் பணியாற்ற வேண்டிய சூழல் ஏற்படவே அவரோடு மனமுறிவு ஏற்பட்டது. தன் மகனோடு அவர் லண்டனுக்குச் சென்று தனித்து வாழத்துவங்கினார். கால மாற்றத்தில் அரசியல் நிலைப்பாட்டில் குழப்பம் கொண்டு தன்னை கம்யூனிச எதிர்ப்பாளராக அறிவித்துக்கொண்டார். அந்த நிலைப்பாடு அவரை மிக நேரடியாக விமர்சனங்களுக்கு உட்படுத்தியது.

நவீன இலக்கியத்தில் கறுப்பின மக்களைப் பற்றி எழுதும் வெள்ளைக்காரர்கள் என்று நாடின் கோடிமர், கூட்ஸி, போன்ற இலக்கியவாதிகளைக் குறிப்பிடுகிறார்கள். அந்த வரிசையில்

சேரக்கூடியவர் டோரிஸ் லெசிங். இவரது படைப்பில் பெரும்பான்மை கறுப்பின மக்களின் வாழ்வைச் சார்ந்து எழுதப்பட்டுள்ளது.

நோபல் கமிட்டி இலக்கிய தளத்தில் தீவிரமாகச் செயல்படும் கறுப்பின எழுத்தாளர்களை இருட்டடிப்பு செய்வதற்காகவே இது போன்ற வெள்ளை எழுத்தாளர்களை ஊக்கப்படுத்துகிறது என்று நேரடியாக ஆப்பிரிக்க எழுத்தாளர்கள் குற்றம் சாட்டுகிறார்கள்

டோரிஸ் லெசிங் கின் படைப்புகளில் விமர்சகர்களால் பெரிதும் கொண்டாடப்படுவது புல் பாடிக்கொண்டிருக்கிறது (The Grass Is Singing) என்ற அவரது நாவல்.

இது வெள்ளைக்காரப் பெண் ஒருத்திக்கும் அவள் வீட்டில் வேலைக்காரனாகப் பணியாற்றும் கறுப்பின் சிறுவனுக்கும் இடையில் ஏற்படும் உறவைப் பற்றியது. இது போலவே டோரிஸின் படைப்புகளில் இளைஞர்களை மிகவும் கவர்ந்தது என்று தி கோல்டன் நோட்புக் என்ற நூலைக் குறிப்பிடுகிறார்கள். இந்த நாவல் ஒரு பெண் தாயாக, காதலியாக, சமூகப் போராட்டங்களில் நாட்டமுள்ள போராளியாக எனத் தன்னைப் பல்வேறு வடிவங்களில் வெளிப்படுத்திக்கொள்வதன் இடையில் உள்ள அகப் போராட்டத்தை விவரிக்கிறது. பல்வேறு நிறங்களில் உள்ள நாட்குறிப்புகளின் வழியே மனநலக் காப்பகம் ஒன்றில் மனச்சிதைவின் காரணமாக அனுமதிக்கப்பட்டுள்ள பெண்ணின் அக உலகம் இந்த நாவலில் பதிவு செய்யப்பட்டுள்ளது. நாவல் முழுவதும் மனநலக் காப்பகங்களில் உள்ள பெண்கள் ஒடுக்கப்பட்டவர்களே அன்றி நோயுற்றவர்கள் அல்ல என்ற கருத்தே மேலோங்கியிருக்கிறது.

நாவல் குறித்து அதிகம் பேசிய எழுத்தாளர்களில் லெசிங் கும் ஒருவர். நாவல்களை வாசிப்பதன் வழியே தான் மக்கள் பல்வேறு விதமான குணங்களையும் தனித்துவங்களையும் கொண்ட மனிதர்களைப் பரிச்சயம் கொள்கிறார்கள். ஒருவேளை இந்த உலகில் நாவல்களே இல்லாமல் போயிருந்தால் இத்தனை வேறுபட்ட மனிதர்களை அறிந்து கொள்ளும் வாய்ப்பு முற்றிலும் இயலாமல் போயிருக்கும். நாவல் என்பது ஒரு ஆவணக்காப்பகம் போன்றது. அது வாழ்வின் பல நுண்மையான விபரங்களைச் சேகரித்து பாதுகாத்து வைக்கிறது. ஆகவே ஒவ்வொரு நாவலும் நூற்றுக்கணக்கான மனிதர்களைப் பற்றிய உளவியல் குறிப்புகளே என்கிறார்.

தொலைக்காட்சியும் இணையமும் வந்த பிறகு உலகம் நம் வீட்டிற்குள் சுருங்கிவிட்டது ஆனால் நாவல் வாசிப்பதன் வழியே நாம் கனவு காணும் இன்னொரு உலகினை இந்த ஊடகங்களால் நமக்கு ஒருபோதும் தர முடியாது என்பதே உண்மை. நாவலை வாசிக்கின்றவன் ஒரு காலப்பயணி போல் முன்பின்னாகப் பயணம் செய்து கொண்டேயிருக்கிறான் என்கிறார் லெசிங்.

அதே நேரம் எல்லா நாவல்களிலும் இந்தப் பயணம் வாசகனுக்கு சாத்தியமாவதில்லை. இன்று பெருமளவு விற்கப் படும் நாவல்கள் வணிக ரீதியானவை. அவை பத்திரிகை செய்திகளின் தொகுப்பைப் போலவே இருக்கின்றன. செவ்வியல் நாவல்கள் தந்த மன எழுச்சியை இவை ஒரு போதும் தருவதில்லை. ஆகவே நாவல் எழுத்து என்பது இன்றைய எழுத்தாளனின் முன்னால் உள்ள ஒரு பெரிய சவால்.

இன்று பூதாகரமாக வளர்ந்து நிற்கும் தொழில்நுட்பத்தைத் தன்னால் ஏற்றுக்கொள்ள முடியவில்லை என்று கூறும் லெசிங் பல நேரங்களில் தான் ஒரு டினோசரைப் போல மிகத் தொன்மையான விலங்கைப் போலவே உணர்வதாகக் குறிப்பிடுகிறார். பல வருடமாக புத்தகங்களைத் தேடி வாசிப்பதையும் கையால் எழுதுவதற்கும் பழக்கப்பட்ட தனக்கு உடனடியாகக் கணிப்பொறிக்கு மாறுவதோ, மின்னஞ்சல் அனுப்புவதோ ஏற்றுக்கொள்ள முடியாததாக மாறியிருக்கிறது.

அடுத்த நூற்றாண்டில் உலகம் எப்படியிருக்கும் என்று ஆர்தர் சி. கிளார்க் நிகழ்த்திய உரை ஒன்றைக் கேட்டபோது அதில் பெரும் பகுதியை தன்னால் கற்பனை செய்தே பார்க்க முடியவில்லை என்று சொல்லும் லெசிங் தனக்கு விருப்பமானது எதிர்காலமில்லை. கடந்த காலமே. தனக்குள் ஊறிக்கிடக்கும் கடந்த காலம் தன்னுடைய வாழ்நாளின் கடந்த காலம் மட்டுமில்லை. உலகின் தொன்மையான காலமும் கூட ஆகவே அதைத் தான் விஞ்ஞானக் கதை எழுதுவதற்கான மூலமாகப் பயன்படுத்துவதாகக் குறிப்பிடுகிறார்.

இன்றுள்ள இளைய தலைமுறையினரால் ஒரு நீண்ட வாக்கியத்தைப் படித்துப் புரிந்துகொள்ள முடியவில்லை. ஆயிரம் பக்கங்களுக்கும் மேலாக உள்ள நாவலை வாசிப்பதற்கு ஒருபோதும் விருப்பமிருப்பதில்லை. அவசர யுகமிது. அதற்காகவே அவசர எழுத்து உருவாக்கப்படுகிறது. ஆனால் இலக்கியம்

ஒருபோதும் அவசரமான காரியங்களுக்கு உரியது அல்ல என்கிறார்.

தொழில் நுட்பத்தின் வருகை நம் நினைவாற்றலைப் பெரிதாகக் குறைத்து விட்டிருக்கிறது. நாம் இன்றைக்கு அதிகம் பயன்படுத்துவது டெலிபோன் டயரிகள் மற்றும் முகவரி புத்தகங்களையே. காரணம் ஒருவரது தொலை பேசி எண்ணோ முகவரியோ கூட நம் நினைவில் பதியவில்லை. பெருமளவு நம் நினைவாற்றல் மழுங்கிப் போய் விட்டிருக்கிறது.

ஆனால் இந்தத் தொழில்நுட்பம் வளராத ஆப்பரிக்க மக்களிடம் இன்றும் நல்ல நினைவாற்றல் இருப்பதை நானே நேரில் கண்டிருக்கிறேன்.

உண்மையில் தொழில்நுட்பம் நம் நினைவாற்றலை மெல்ல அழித்துக்கொண்டுவருகிறது. ஒருவேளை எதிர்காலத் தலைமுறை நினைவாற்றல் என்பது அன்றாடக் காரியங்களுடன் முடிந்து போய் விடக்கூடியதோ என்னமோ என ஆதங்கப்படும் லெசிங் இது குறித்து விழிப்புணர்வு உருவாக வேண்டியது மிக அவசியம் என்கிறார்.

அதிலும் குறிப்பாக இன்று பெருநகரங்களில் காணப்படும் வாகன இரைச்சலும் நெருக்கடியும் எல்லா மனிதர்களையும் நிம்மதியற்று வைத்திருக்கிறது. இன்று தியானத்தை நாடிச் செல்லும் பலரும் உண்மையில் விரும்புவது நிசப்தத்தையே. ஆனால் இரைச்சல் நிரம்பிய நகரில் அது சாத்தியமற்றுப் போனதால்தான் பௌத்த மடாலயங்கள், வழிபாட்டுத் தலங்களைத் தேடிப் போகிறார்கள். அங்கே அவர்களுக்குக் கிடைப்பது ஆழ்ந்த மௌனம். அது தான் மக்களின் இன்றைய முக்கிய தேவை.

எழுத்து என்பது கம்பளிரோமங்களைச் சேகரித்து அதிலிருந்து குளிராடை தயாரிப்பது போன்றது. அதைச் செய்வதற்கு மிகுந்த பொறுமையும் இடைவிடாத முயற்சியும் தேவை. தனது எழுத்து அத்தகையதே. தன் சமகால சமூகத்தின் மீதான அக்கறையும் இடைவிடாத போராட்டமுமே தன்னைத் தொடர்ந்து எழுத வைத்துக் கொண்டிருக்கிறது எனவும் லெசிங் நேர்காணல் ஒன்றில் குறிப்பிடுகிறார்.

நோபல் பரிசு பெற்ற பெண் எழுத்தாளர்களில் இவர் பதினோறாவது நபர். மிக அதிகமான வயதில் விருது பெற்ற எழுத்தாளரும் இவரே. பரிசுத்தொகையாக 16 மில்லியன் பணம் வழங்கப்படுகிறது.

டோரிஸ் லெசிங் கோடு நோபல் பரிசிற்கு சிபாரிசு செய்யப் பட்டவர்கள் ஐந்து பேர். குறிப்பாக சிரிய நாட்டுக்கவிஞரான அடோனிஸ், கொரிய கவிஞரான கோ யுன், ஸ்வீடீஷ் கவிஞரான தாமஸ் டிரான்ஸ்டோமர், அமெரிக்க நாவலாசிரியரான பிலிப் ராத் மற்றும் புகழ்பெற்ற லத்தீன் அமெரிக்க நாவலாசிரியரான மரியோ வர்கஸ் லோசா போன்றவர்கள் நோபல் பரிசிற்கான பரிசீலனையில் இருந்தார்கள்.

இந்த ஐவரில் லோசா அளவிற்கு தீவிரமான இலக்கியப் படைப்பும் நேரடியான அரசியல் ஈடுபாடும் கொண்டவர்கள் எவருமில்லை. லோசா பெரு நாட்டின் ஜனாதிபதி தேர்தலில் போட்டியிட்டவர் என்பது குறிப்பிடத்தக்கது. இந்த ஐவரையும் தாண்டி லெசிங்கிற்கு நோபல் பரிசு தரப்பட்டதன் பின்னால் அரசியல் இருக்கிறது என்பது வெளிப்படையான உண்மையாகவே இருக்கிறது

சமகால பெண் எழுத்தாளர்களில் லெசிங் கைவிட முக்கியமானவர்கள் பலரிருக்கிறார்கள். அவர்களில் மிக முக்கியமானவர்களாக நான் நினைப்பது அசியா ஜெபார் (Assia Djebar) பாரிஸில் வசிக்கும் இவரது இருபத்தைந்து ஆண்டு காலமாக தீவிர இலக்கியவாதியாகச் செயல்பட்டுவருகிறார். எழுத்தாளரும், அரசியல் விமர்சகரும் வரலாற்று ஆய்வாளரும், திரைப்பட இயக்குனருமான இவர் அல்ஜீரியப் பெண்களின் விடுதலை குறித்து தீவிர எழுத்துக்களை உருவாக்கி வருகிறார்

The Thirst, Women of Algiers in Their Apartment, A Sister to Scheherazade போன்றவை அவரது முக்கிய படைப்புகள். பிரெஞ்சு இலக்கிய அகாதமியின் ஆயுள் கால உறுப்பினராகத் தேர்வு செய்யப்பட்டுள்ள இஸ்லாமியப் பெண் எழுத்தாளர் இவர் ஒருவரே. அல்ஜீரியாவைச் சேர்ந்த இவர் பிரெஞ்சு பேராசிரியராகப் பணியாற்றுகிறார். சமகால பிரெஞ்சு இலக்கியத்தில் இவருக்குத் தனியிடம் உள்ளது. இவரது கணவர் மாலிக் அலேயுலாவும் (MalekAlloula) மிக முக்கிய கவிஞராவார்.

இவரைப் போலவே இசபெல் ஆலண்டே (Isabel Allende) தீவிரமான பெண் படைப்பாளியாவார். சிலி நாட்டைச் சேர்ந்த இவர் முன்னாள் அதிபரான சல்வாடார் அலென்டே குடும்பத்தைச் சேர்ந்தவர். தற்போது அமெரிக்காவில் வசிக்கும் இசபெல் ஆலண்டே லத்தீன் அமெரிக்கப் பெண்களின் அகபுறவாழ்வை மிகத் துல்லியமாக விவரிக்கும் The House of the Spirits, Of Love and Shadows, Eva Luna போன்ற உத்வேகமான படைப்புகளை எழுதியிருக்கிறார்.

பனானா யோசிமோடா (Banana yoshimoto) என்ற ஜப்பானியப் பெண் எழுத்தாளர் தனது நாவல்களின் வழியே தனித்துவமான கதை சொல்லும் முறையை உருவாக்கி தனக்கெனத் தனியான வாசகர்களை உருவாக்கியிருக்கிறார். இவரது கிச்சன் என்ற நாவல் இருபத்தாறு மொழிகளில் நாற்பது லட்சத்திற்கும் மேலாக விற்பனையாகியிருக்கின்றது.

பெண்களின் உரிமைகளுக்காக ஐம்பது ஆண்டுகளுக்கு முன்னதாகவே குரல் கொடுத்தவர், டோனி மாரிசன், சில்வியா பிளாத், ஜாய்ஸ் காரல் ஓட்ஸ் போன்ற சமகால முக்கிய பெண் படைப்பாளிகள் பலருக்கும் ஆதர்சமாக இருந்தவர்.

ஐரோப்பாவில் உள்ள முக்கிய இலக்கிய விருதுகள் அத்தனையும் வாங்கியவர் என்று டோரிஸ் லெசிங்கிற்கு ஆதரவான நியாயங்களும் நிறைய இருக்கின்றன. எதுவாயினும் ஒரு விருது எழுத்தாளனின் மீது உலகின் கவனத்தைக் குவியச் செய்கிறது. அவனைத் தொடர்ந்து வாசிக்கவும் விவாதிக்கவும் உந்துதல் தருகிறது. அந்த வகையில் லெசிங்கிற்குக் கிடைத்த விருது அவரை மறுவாசிப்பு செய்வதற்கும் அறிமுகம் கொள்வதற்கும் கிடைத்த அரிய சந்தர்ப்பமாகும்.

கரப்பான்பூச்சிகள் காதலிப்பதில்லை

ருஷ்ய இலக்கியங்கள் அறிமுகமான அளவு தமிழில் மற்ற நாடுகளின் இலக்கியங்கள் அறிமுகமாகவில்லை. பிரெஞ்சு இலக்கியத்தின் மாபசானும் விக்டர் ஹ்யூகோவும் எமிலிஜோலாவும் தமிழுக்கு 1950களில் அறிமுகமானார்கள். அந்த நாட்களில் ஜெர்மனிய இலக்கியத்தைப் பொறுத்தவரை அறிமுகமாகியிருந்த ஒரே பெயர் கதே. அதுவும் அவரது பாஸ்டஸ் நாடகம் மட்டுமே.

நவீன ஜெர்மானிய இலக்கியம் பற்றிய அறிமுகம் மிகக் குறை வாகவே உள்ளது. நவீன தமிழ் இலக்கியத்தின் ஊடாக அறிமுகமான முக்கிய ஜெர்மானிய எழுத்தாளர் பிரான்ஸ் காஃப்கா (Franz Kafka). காஃப்காவின் 'விசாரணை' நாவல் நேரடியாக ஜெர்மனியில் இருந்து மொழியாக்கம் செய்யப்பட்டு வெளியாகியிருக்கிறது. அது போலவே காஃப்காவின் சிறுகதைகளும் குறுங்கதைகளும் சமீபத்தில் அவரது டயரியும் தமிழில் வெளியாகி உள்ளன.

அவரைத் தவிர பிரெக்டின் கவிதைகளும் ஒன்றிரண்டு நாடகங்களும் ஹெர்மன் ஹெஸ்ஸஸயின் 'சித்தார்த்தா'. பால்வான் ஹெய் சேயின் குறுநாவல் தாமஸ்மானின் இரண்டு நாவல்களும் தமிழாக்கம் செய்யப்பட்டிருக்கிறது. ஐம்பது வருடங்களுக்கு முன்பு திரவியம் தொகுத்த ஜெர்மானிய புத்திலக்கியம் என்ற தொகுப்பு நூல் வெளி வந்திருக்கிறது. அதன்பிறகு அது போன்ற முயற்சிகள் நான் அறிந்த வரை நடைபெறவில்லை.

தமிழில் மொழிபெயர்க்கப்படாத போது நன்றாக அறிமுக மான எழுத்தாளர் நோபல் பரிசு பெற்ற குந்தர்கிராஸ். அதற்கு

கிராஸ் இந்தியா வந்திருந்த நாட்களில் சென்னை வந்ததும் அவரது படைப்புகள் இந்தியா மீது காட்டும் அக்கறையும் முக்கிய காரணம். அதன்பிந்திய தலைமுறை எழுத்தாளர்களை பற்றிய விரிவான அறிமுகம் தமிழில் இன்றுவரை இல்லை.

தேடி வாசித்தவகையில் எனக்கு Heinrich Boll, Peter Handke, Heinrich Heine போன்ற ஒருசிலர் நெருக்கமாக இருந்திருக்கிறார்கள். மற்றவகையில் சமகால ஜெர்மனிய இலக்கியம் நான் அறியாததே.

காஃப்காவின் உருமாற்றம் (The Metamorphosis) கதையை என் கல்லூரி நாட்களில் முதன்முறையாக வாசித்தேன். முதல்வரி தேவதைக் கதை போலத் துவங்கியது. இளவரசிகள் கிளிகள் ஆவதும், இளவரசர்கள் தவளைகள் ஆவதையும் பற்றிய அற்புதக் கதைகளை வாசித்திருந்த எனக்கு தன்னுடைய படுக்கையில் கண் விழித்து பார்த்த கிரிகோர் சாம்சா தான் ஒரு கரப்பான்பூச்சியாக மாறியிருப்பதை உணர்ந்தான் என்ற காஃப்காவின் முதல் வரி நெருக்கமானதாகயிருந்தது.

தேவதைக் கதைகளில் தவளையாகவோ, கிளியாகவோ மாறுகின்றவர்கள் சாபத்தால், தங்கள் விருப்பமின்றி உரு மாறியவர்கள். அவர்களுக்கு மீட்பு காத்திருக்கிறது. யாரோ ஒருவன் அவர்களை மீட்கும் வரை தங்கள் மாற்றத்தை இயல்பாக ஏற்றுக்கொண்டு காத்திருப்பார்கள்.

காஃப்காவின் கதைநாயகன் கிரிகோர் சாம்சாவிற்கு நடந்தது சாபம் அல்ல. அது எதிர்பாராமை. துர்சொப்பனம் ஒன்றிலிருந்து விழித்து எழுந்தபோது கனவு நிஜமானது போன்றதொரு நிலை. இன்னும் சொல்வதாயின் அடிமனதில் உறைந்து போயிருந்த விபரீத ஆசையொன்று கண் விழித்து கொண்டுவிட்டது என்றும் சொல்லலாம்.

கிரிகோர் சாம்சா ஒரு கரப்பான்பூச்சியாக உருமாறிவிட்டான் என்ற வரியைக் கடந்து கதைக்குள் செல்வது எளிதானதில்லை. காரணம் அறிவு உடனே விழித்துக்கொண்டுவிடுகிறது. அதையொரு விந்தை என்று மட்டும் மனம் ஏற்றுக்கொள்ள மறுக்கிறது.

எப்படி ஒரு மனிதன் கரப்பான்பூச்சியாக மாற முடியும் என்ற தர்க்கம் கேள்வியாக நம் முன்னே வந்து நிற்கிறது. உண்மையில் பல வேளைகளில் நம்மை ஒரு கரப்பான்பூச்சியை விடவும் கேவலமாக நடத்தும் சமூக நெருக்கடிகளை உணர்ந்த

போதும் கூட அறிவு இந்தக் கேள்வியை கட்டாயம் எழுப்பவே செய்கிறது. இன்னொன்று பூச்சியாக மாறிய பிறகு எப்படி கிரிகோர் சாம்சாவின் நினைவு கரப்பான்பூச்சிக்குள் இருக்கிறது என்ற துணைக்கேள்வி.

இந்த தர்க்கங்கள் கதையின் மீதான சந்தேகமாக ஊசலாடத் துவங்குகிறது. உண்மையில் புனைவிலக்கியம் இது போன்ற நமது முன்கூட்டிய முடிவுகளை அழித்து எழுதுவதையே தன் பிரதான வேலையாகக் கொண்டிருக்கிறது.

கதை என்பது ஒரு புனைவு. புனைவு என்றதும் நாம் பொய் என்று அர்த்தப்படுத்திக்கொண்டுவிடுகிறோம். புனைவு என்பது இன்னொரு யதார்த்தம். காண் உலகில் நாம் அறிந்த யதார்த்தம் எவ்வளவு இயல்பாகவும் விசித்திரமாகவும் இருக்கிறதோ அது போல மொழியால் உருவாக்கப்படும் யதார்த்தம்.

கதையை வாசிக்கும் எவருக்கும் கிரிகோர் சாம்சா என்ற பெயர் முக்கியமானதில்லை. அவன் ஒரு மனிதன். ஒரு குடும்பத்தில் வசிப்பவன். நெருக்கடியில் அவதிப்படுகின்றவன் என்ற தகவல்கள் போதுமானதாகயிருக்கிறது.

ஆனால் கிரிகோர் சாம்சாவின் உண்மையான பிரச்சனை தான் அந்தப் பெயர் மட்டும் இல்லை என்பதே. அந்தப் பெயரைக் கடந்து கிரிகோர் சாம்சா தனக்கான அடையாளம் எது என்பதைப் பற்றி ஆழமாக யோசிக்கிறான்.

ஊர் ஊராகச் சுற்றிப் பயணம் செய்யும் வணிகப்பிரதிநிதியாக வேலை செய்வது அவனது தவிர்க்கமுடியாத வாழ்க்கை நெருக்கடி ஆனால் அது மட்டுமே அவனல்ல. தனது விருப்பங்களும் ஆசைகளும் ஒடுக்கப்பட்டு, முன்னதாகவே கரப்பான்பூச்சியைப் போல தான் அவன் வாழ்ந்து கொண்டிருக்கிறான்.

அவனைப் பீடித்திருப்பது பயம். அப்பாவிற்கு, அலுவலகத்தின் உயரதிகாரிகளுக்கு, வீட்டிற்கு என எல்லாவற்றிற்கும் பயந்து வாழ்கிறான். ஆனால் அவன் மனது விழிப்படைந்தபடியே உள்ளது. அவனால் இயல்பாகத் தூங்க முடியவில்லை. ஓய்வற்ற பயணம் அவனை வதைக்கிறது.

கரப்பான்பூச்சிகள் இருட்டுக்குள் ஒளிந்து வாழ்வது போன்று அவன் தன் அறையின் கதவைச் சாத்திக்கொண்டு வாழ்கிறான். நெருக்கடி அவனைத் துரத்திக்கொண்டேயிருக்கிறது. பல நேரங்களில் அவன் மாறிமாறி ரயிலைப் பிடிக்க ஓடும்

போது அவனுக்கு இரண்டுக்கும் மேற்பட்ட கால்கள் தேவைப்படுகின்றன. அதனால் தானோ என்னவோ அவன் நிறைய கால்கள் உள்ள கரப்பான்பூச்சியாக மாறுகிறான்.

கிரிகோர் சாம்சா எப்படி கரப்பான்பூச்சியாக மாறினான் என்பதில் இல்லை விந்தை. கரப்பான்பூச்சி ஏன் ஆபீஸ் போக மறுத்து வீட்டில் உறங்கிக்கொண்டிருக்கிறது, கரப்பான்பூச்சி ஏன் பணம் சம்பாதிக்க மறுக்கிறது, கரப்பான்பூச்சி ஏன் அப்பாவை வெறுக்கிறது, கரப்பான்பூச்சி ஏன் தங்கையிடம் அன்பாக இருப்பதில்லை என்பதே.

மனிதர்கள் கரப்பான்பூச்சியாக மாறியபோதும் கூட நிம்மதியாக வாழ முடியாது என்பதே மறுக்கமுடியாத நிஜம். கிரிகோர் சாம்சா கரப்பான்பூச்சியாக மாறியதை அறிந்திருக்கிறான். ஆனால் நம்மில் ஆயிரக்கணக்கானோர் நாம் கரப்பான்பூச்சிகளாக மாறியுள்ளதை அறிந்திருக்கவில்லை. அவ்வளவு மட்டுமே வித்தியாசம்.

சரி. கரப்பான்பூச்சியாக மாறிய பிறகு கிரிகோர் சாம்சாவிற்கு என்ன நடக்கிறது. இரண்டு வரிகளில் அந்த விந்தை அழித்து எழுதப்பட்டுவிடுகிறது. ஒரு நிமிசம் தன்னை உற்றுப் பார்த்து கொள்ளும் கிரிகோர் சாம்சா தான் கரப்பான்பூச்சியாக எப்படி மாறினோம் என்று குழப்பமடைவதில்லை.

கரப்பான்பூச்சியாக உள்ளதில் ஏற்படும் உடற்சிரமங்களை மட்டுமே அவன் உணரத் துவங்குகிறான். பல நாட்கள் தேவதை கதைகளை வாசிக்கும்போது எனக்கு இந்த குழப்பம் ஏற்பட்டிருக்கிறது. தவளையாக மாறிய பிறகு இளவரசன் மற்ற தவளைகளைப் போல இருப்பானா இல்லை இளவரசனாகவே தன்னை நினைத்துக் கொண்டு இருப்பானா என்று. உண்மையில் தவளையாக மாறிய பிறகு இளவரசனாக நினைவுகள் இருப்பது சித்ரவதைதானில்லையா?

கிரிகோர் சாம்சாவிற்கு தான் கரப்பான்பூச்சியாக மாறியதை விடவும் தான் இன்னும் கொஞ்ச நேரம் தூங்க வேண்டுமே என்பதில் தான் அதிக கவனம் இருக்கிறது. அவன் வெளியே பெய்யும் மழை சப்தம் கேட்ட போது கூட மனவருத்தமே அடைகிறான். ஓடி ஓடி ரயிலைப் பிடிப்பது எரிச்சல் ஊட்டும் காரியம் என்று அலுத்துக்கொள்கிறான்.

கரப்பான்பூச்சி கூட்டு கண்கள் கொண்டது. ஆனால் கிரிகோர் சாம்வாவிற்கோ இமைகள் உள்ள மனித கண்களாகவே

இருக்கின்றது. என்றால் அவன் விலங்கியலில் இடம் பெறாத ஒரு பூச்சியாக மாறியிருக்கிறான் என்று தானே அர்த்தம். ஒரு வேளை போர்ஹே சொல்வது போல அவன் ஒரு கற்பனா ஜீவராசியாக மாறியிருக்கிறானோ என்னமோ.

கரப்பான்பூச்சியாக உருமாறியதை விடவும் மறுநாள் செய்யத் தவறிய வேலைகள் அவனை வாட்டி எடுக்கத் துவங்குகின்றன. நேரமாகிறது. எழுந்து வேலைக்கு கிளம்பவில்லை. வீட்டில் உள்ளவர்கள் கவலைப்படுகிறார்கள். கதவைத் தட்டுகிறார்கள். அவனது அலுவலகத்திலிருந்து தலைமை அதிகாரி வீட்டிற்கு வந்து திட்டுகிறார். அவன் தான் கிளம்பிக்கொண்டிருப்பதாக பதில் சொல்கிறான்.

எனக்கு மிகவும் பிடித்தமான வரி அது. கரப்பான்பூச்சி பதில் சொல்கிறது. இதுவரை கோடான கோடி மனிதர்களை கண்டிருந்த போதும் கரப்பான்பூச்சி எவருக்கும் பதில் பேசியதில்லை. இப்போது கரப்பான்பூச்சி பேசுகிறது. வெளியில் இருந்தவர்களுக்கு அதன் பாஷை புரியவில்லை. ஏதோ மிருக ஒலி என்று புறம் ஒதுக்குகிறார்கள்.

நம்மால் புரிந்து கொள்ளபட முடியாத மொழியாவும் விலங்கின் ஒலி என்று தானே நம் இத்தனை நாள் கருதி வருகிறோம். அதைத் தான் காஃப்காவின் வீட்டோரும் செய்கிறார்கள்.

அதன்பிறகு நடப்பது தான் கதையை சுவாரஸ்யமூட்டுகிறது. கிரிகோர் சாம்சா கரப்பான்பூச்சியாக மாறிவிட்டதை வீட்டில் உள்ளவர்கள் அறிந்து கொள்கிறார்கள். கரப்பான்பூச்சியை வீட்டில் வைத்து எப்படி காப்பாற்றுவது என்று எரிச்சல் அடைகிறார்கள். அத்தோடு யார் இனிமேல் சம்பாதித்து வீட்டைப் பராமரிக்கப் போகிறார்கள் என்ற பிரச்சனை முன்னால் எழுகிறது.

வழியில்லாமல் மீண்டும் கிரிகோர் சாம்சாவின் அப்பா வேலைக்குப் போகிறார். அது வரை சோம்பியிருந்த வீடு மெல்ல விழித்துக்கொள்கிறது. அவனது இருப்பை மறந்து அவர்கள் தங்களது அன்றாட வாழ்வைத் தொடருகிறார்கள்.

கரப்பான்பூச்சியாக மாறிய பிறகு அவனுக்கு தான் இதுவரை புரிந்துகொள்ளாமல் விட்டது வெளிஉலகை அல்ல வீட்டை தான் என்ற உண்மை புரிகிறது. வீட்டின் ஒவ்வொரு இயக்கத்தையும் உன்னிப்பாகக் கவனிக்கிறான். பகலிரவுகள்

கடந்து போகின்ற எளிமையான காலத்துளிகள் அல்ல என்பது புரிகிறது.

ஆனால் அவனால் எதிலும் பங்கேற்க முடியாது. அவனை அப்புறப்படுத்தப்பட வேண்டிய அருவருப்பான பூச்சியாக நினைக்கிறாள் வேலைக்காரி. கிரிகோர் சாம்சா மீளமுடியாத அகநெருக்கடிக்கு உள்ளாகிறான். அவனுக்குப் பசிக்கிறது. அறையை விட்டு வெளியே வர நினைக்கிறான். ஆனால் அது மற்றவர்களுக்கு இடையூறாக இருக்கிறது.

குடியிருப்பில் இருப்பவர்கள் ஒரு மனிதன் கரப்பான்பூச்சியாக மாறியதை அனுமதிக்க மறுக்கிறார்கள். கைவிடப்பட்ட கிரிகோர் சாம்சா மீளமுடியாத வேதனையில் அவதியுற்று இறந்தும் போகிறான். அவனை குப்பையை போல அகற்றிவிடுகிறார்கள். குடும்பத்தின் இயல்பான வாழ்க்கை எப்போதும் போல தொடர்கிறது.

காஃப்காவின் இக்கதை 1915 ஆண்டு வெளியானது. இந்த கதை வெளியான சூழலில் ஜெர்மனி யுத்தநெருக்கடியில் இருந்தது. உணவுதானியக் கட்டுபாடு அமுலில் இருந்தது. காஃப்காவிற்கு முப்பத்திரெண்டு வயதாகியிருந்தது. அவர் பெலிக்ஸ் பெவர் என்ற பெண்ணைக் காதலித்து கொண்டிருந்தார். ஆனால் அவளைக் கல்யாணம் செய்து கொள்வதில் மனக்குழப்பம் இருந்தது. சிறுவயதிலிருந்து அப்பாவின் மீது வளர்ந்து வந்த வெறுப்பு உச்சநிலையை அடைந்திருந்தது. தனிமையும் சுய வெறுப்பும் கொண்டிருந்த காஃப்காவிற்கு எழுத்து மட்டுமே ஆறுதல் தருவதாகயிருந்தது.

உருமாற்றம் என்ற கதையை காஃப்காவின் சொந்த வாழ்வின் எதிரொலி என்று மட்டும் எடுத்துக் கொள்ள முடியாது. மாறாக குடும்ப உறவுகளுக்குள் தத்தளிக்கும் ஒரு மனிதனின் கதை என்று எடுத்துக்கொள்ளலாம். கிரிகோர் சாம்சா நம்மில் யாராகவும் இருக்கலாம் என்பதே அதன் தனிச்சிறப்பு.

காஃப்காவின் கதையை வாசிக்கையில் ஒரு கவிதையும் இன்னொரு கதையும் நினைவிற்கு வருகின்றன. அது ஒரு ஜென் கவிதை எழுதியவர் சாங்க் ட்சூ (Chaung Tzu).

ஒரு நாள் சாங்க் ட்சூ தான் ஒரு பட்டாம்பூச்சியாக உருமாறுவதாக கனவு காண்கிறார். பறந்து திரிந்து மறுபடியும் கண்விழிக்க மீண்டும் மனிதனாகிறார். அவருக்கு ஒரு சந்தேகம்

வருகிறது. தான் பட்டாம்பூச்சியாக மாறினோமா அல்லது பட்டாம்பூச்சி சாங்க் ட்சூவாக மாறியதா என்று. இந்த கவிதையும் உருமாற்றம் பற்றியே பேசுகிறது.

ஆனால் இதில் பட்டாம்பூச்சி விடுபட்ட சுதந்திர நிலையாகவும் அடைய முடியாத ஆனந்தத்தின் வெளிப்பாடாகவும் காட்டப்படும்கிறது. இன்னொன்று கனவில் எது நிஜம் என்ற பதிலற்ற கேள்வியோடு நமக்குள் எப்போதும் ஒரு பட்டாம்பூச்சி பறந்து கொண்டிருக்கிறது என்ற தத்துவார்த்தப் படிமத்தை முன்வைக்கிறது.

அது போலவே ருஷ்யாவின் நாட்டுபுறக் கதைகளில் ஒன்றை வாசித்திருக்கிறேன். அதில் இளம் மந்திரவாதி ஒருவன் கிராமப் புறத்தின் சாலையில் சென்றுகொண்டிருக்கிறான். அவனை கடந்து போன குதிரை வண்டி அவன் மீது சேற்றை வாரி அடித்துவிட்டுப் போகிறது.

கோபம் கொண்ட மந்திரவாதி உடனே அந்தக் குதிரையை ஒரு பூனையை போல் மாற்றிவிடுகிறான். அதைக்கண்ட விவசாயி அய்யோ குதிரையில்லாமல் என்னால் வேலை செய்ய முடியாதே என்றதும் இது பார்க்கத்தான் பூனை போல இருக்கும் ஆனால் குதிரை செய்யும் எல்லா வேலைகளையும் செய்யும் என்கிறான்.

விவசாயி வேறு வழியில்லாமல் பூனையை தன் வீட்டிற்கு கூட்டி வருகிறான். குதிரைக்கு நேற்றுவரை இல்லாமல் உலகம் திடீரென மிகப் பெரியதாக இருக்கிறது. அது வீட்டின் கூரையின் மீது ஏறி நின்று ஊரை பார்க்கிறது. மரங்களில் தாவி ஏறுகிறது. இஷ்டம் போல அலைகிறது. இவ்வளவு ஏன், ஒரு எலியோடு நட்பாக பழகக்கூடச் செய்கிறது.

அதே நேரம் வண்டி இழுக்கிறது. சுமை கொண்டு செல்கிறது. விவசாயி அந்தப் பூனையை தன் அன்றாட வேலைகளுக்கு பயன் படுத்திக்கொள்கிறான். பூனையாக மாறிய குதிரை மிக சுதந்திரமாக உணர்கிறது.

அதே மந்திரவாதி சில மாதங்களின் பிறகு திரும்ப அந்த ஊருக்கு வருகிறான். விவசாயியை கண்டதும் மனம் மாறி அவன் பூனையை திரும்ப குதிரையாக்கிவிடுகிறான். இப்போது அதற்கு பூனையின் மனமும் குதிரையின் உடலும் இருக்கிறது. எலி அருகில் வர மறுக்கிறது. சுவரில் ஏற முடியவில்லை. அந்தக் குதிரை தான் உண்மையில் யார் பூனையா, குதிரையா

என்று தெரியாமல் அவதிப்பட்டு இரட்டை வாழ்வை வாழத் துவங்குகிறது என்பதில் கதை முடிகிறது

இதுதான் காஃப்காவின் உலகம். நாம் அடையாளம் இழந்து தத்தளித்துக்கொண்டிருக்கிறோம் என்பது தான் காஃப்கா காட்டும் உண்மை.

இன்னொரு வகையில் காஃப்காவின் கதையை ஒரு முன்னோடிக் கதை என்று சொல்வேன். காரணம் இரண்டாவது உலக யுத்தத்தின் பிறகு யூதர்கள் கரப்பான்பூச்சிகளை போல கொல்லப்பட போகிறார்கள் என்பதற்காக முன் அறிவிப்பு என்று கூட இதை வாசிக்கலாம்.

இந்த கதையை வாசித்த நபகோவ் காஃப்கா உருமாறியது கரப்பான்பூச்சியாக அல்ல ஒரு வண்டாக என்று குறிப்பிடுகிறார். எனக்கு கரப்பான்பூச்சியே பிடித்திருக்கிறது. காரணம் கரப்பான்பூச்சிகள் மீது நமக்கு காரணம் இல்லாமலே வெறுப்பு இருக்கிறது. பெண்களுக்கு கரப்பான்பூச்சிகள் பிடிப்பதில்லை. அது போலவே கரப்பான்பூச்சிகள் காதலிப்பதில்லை. அதற்காக மனவருத்தம் கொள்வதில்லை. குடும்ப உறவுகளால் சிக்கிக்கொண்டு அவதிப் படுவதில்லை.

காஃப்காவின் கதை காலம் கடந்து நிற்பதற்குக் காரணம் அதன் வியப்பூட்டும் நடையும் கதையின் வழியாக வெளிப்படும் மறுக்க முடியாத உண்மையுமே என்று தோன்றுகிறது. அது தான் செவ்விலக்கியங்களின் பொதுக்குணம் இல்லையா.

References

1. Les Misérables by Victor Hugo trans., Lee Fahnestock - Paris.
2. The Brothers Karamazov by Fyodor Dostoevsky, Richard Pevear, and Larissa Volokhonsky
3. Crime and Punishment by Fyodor Dostoevsky
4. Problems of Dostoevsky's Poetics - M. M. Bakhtin
5. Anna Karenina - Leo Tolstoy
6. Reminiscences of Tolstoy - Count Ilya Tolstoy
7. Childhood, Boyhood and Youth - Tolstoy
8. Madame Bovary by Gustave Flaubert, trans. Geoffrey Wal.Pen guin Classics
9. Wuthering Heights: Emily Brontë - penguin
10. The Cambridge Companion to the Brontës - Heather Glen - London
11. The Bronte Family - Karen Smith Kenyon - london
12. A Journal of the Plague Year - Daniel Defoe - Modern Library Classics.
13. The Life of Daniel Defoe: A Critical Biography - John Richetti
14. Yama: the Pit - Alexandra Kuprin
15. The Magic Mountain - Thomas Mann - Modern Library Classics.
16. Thomas Mann - Ronald Hayman - london
17. I Am a Cat - Soseki Natsume, trans. Graeme Wilson
18. Bridge of San Luis Rey - Thornton Wilder - Penguin Classics.
19. Lady Chatterley's Lover - D.H. Lawrence - Penguin Classics.
20. D. H. Lawrence: The Life of an Outsider - John Worthen
21. The Complete Stories by Franz Kafka -- Modern Library Classics.
22. The Diaries of Franz Kafka
23. The Scarlet Letter - Nathaniel Hawthorne
24. Oblomov - Ivan Goncharov - Princeton University Press.
25. Beloved - Toni Morrison - Penguin

Websites.

www.kirjasto.sci.fi

www.online-literature.com

www.hugo-online.org

www.kafka.org

www.dh-lawrence.org.uk

www.answers.com

www.linguadex.com/tolstoy/

www.fyodordostoevsky.com

www.dh-lawrence.org.uk/

www.gutenberg.org

www.tenj.edu/~wilder/biography/frame.html

www.eldritchpress.org/nh/hawthorne.html>

www.allmovie.com

www.imdb.com

www.mythweb.com

www.shakespeare.com

www.paganini.com

www.niccolopaganini.it